குருதியில் பூத்த மலர்கள்

(இந்தியத் துணைக்கண்டத்தில்
மனித மாண்பிற்கான ஒரு போராட்டம்)

பீட்டர் ஃப்ரெட்ரிக் மற்றும் பஜன் சிங்

தமிழில்:
அனிதா N ஜெயராம்

டிஸ்கவரி பப்ளிகேஷன்ஸ்
எண்: 9, பிளாட் எண்: 1080A, ரோஹிணி பிளாட்ஸ்
முனுசாமி சாலை, கே.கே.நகர் மேற்கு,
சென்னை – 600 078. பேச: 99404 46650

குருதியில் பூத்த மலர்கள்
(இந்தியத் துணைக்கண்டத்தில் மனித மாண்பிற்கான ஒரு போராட்டம்)

ஆசிரியர்கள்: **பீட்டர் ஃப்ரெட்ரிக் மற்றும் பஜன் சிங்**

தமிழில்: **அனிதா N ஜெயராம்©**

அட்டை வடிவமைப்பு: **சந்தோஷ் நாராயணன்**

CAPTIVATING THE SIMPLE-HEARTED:
(A Struggle for Human Dignity in the Indian Subcontinent)

Authors: **Pieter Friedrich and Bhajan Singh**

Translated by: **Anitha N Jayaram©**

First Edition: Jan-2022

வெளியீட்டு எண்: 0114

ISBN: 978-93-91994-54-9

Pages: 232

Rs. 250

Printed: Ramani Print Solutions, Chennai - 5

Publisher • Sales Rights

Discovery Publications	Discovery Book Palace (P) Ltd
No. 9, Plot,1080A, Rohini Flats, Munusamy Salai, K.K.Nagar West, Chennai - 600 078. Mobile: +91 99404 46650	No. 6, Mahaveer Complex, Munusamy Salai, K.K.Nagar West, Chennai-600 078. Ph: (044) 4855 7525 Mobile: +91 87545 07070

discoverybookpalace@gmail.com
WWW.DISCOVERYBOOKPALACE.COM

இந்த நூலில் பிரசுரமாகியுள்ள எந்த ஒரு பகுதியையும் பதிப்பாளரின் எழுத்துபூர்வமான முன்அனுமதி பெறாமல் எடுத்தாள்வதோ, மறுபிரசுரம் செய்வதோ, மொழியாக்கம் செய்வதோ, அச்சு மற்றும் மின்னணு ஊடகங்களில் மறுபதிப்புச் செய்வதோ, காப்புரிமைச் சட்டப்படி தடை செய்யப்பட்டுள்ளது. இந்த நூலிலிருந்து குறிப்பிட்ட பகுதிகளை மேற்கோள்காட்டி புத்தக விமர்சனம் செய்ய, ஊடகங்களுக்கு மட்டும் அனுமதி உண்டு.

உங்கள் மொபைல் போனிலிருந்து ஸ்கேன் செய்து 'டிஸ்கவரி புக் பேலஸ்' மொபைல் ஆப்பை டவுன்லோடு செய்து, புத்தகங்களை வாங்குங்கள்.

முன்னுரை

டாக்டர் விஸ்லாவத் ராஜு நாயக்

இந்தியாவைக் குறித்த வரலாறுகள் தொடர்ந்து எழுதப்பட்டும் மாற்றியமைக்கப்பட்டும் வருகின்றன. பல இந்திய வரலாற்றுக் கதைகள் பிராமண இந்துத்துவக் கருத்தியலை நியாயப்படுத்தும் முதன்மைக் கண்ணோட்டத்திலேயே எழுதப்பட்டுள்ளன. உண்மைகள் வரலாற்றிலிருந்து முழுவதுமாக நீக்கப்பட்டுள்ளன.

ஆதிக்க சக்திகள், விளிம்புநிலைச் சமூகங்களின் வரலாற்றையும் 'மற்ற' ஆதிவாசிகளின் போராட்டங்களையும் எதிர்துருவப்படுத்துகின்றன. வெற்று சித்தாந்த விளக்கவுரைகளை மட்டுமே எழுதும் வரலாற்றாசிரியர்களை நோக்கி இந்தியத் துணைக்கண்டத்தின் ஒதுக்கப்பட்ட மக்களின் வரலாறுகளை எழுதுமாறு சவால் விடுகின்றது.

இச்சமூகத்தை முழுவதுமாகப் புரிந்துகொள்ள சீக்கிய வரலாறு குறித்த விரிவான ஆய்வை வாசிப்பது அவசியம். அது இந்நூலில் அளிக்கப்பட்டுள்ளது. *குருதியில் பூத்த மலர்கள்*, தனிநபர் மற்றும் சமூகம் சார்ந்த வரலாற்றுக் குறிப்புகள் என இரண்டையுமே துல்லியமான தேதிகளோடும் சமகாலச் சான்றுகளோடும் விவரிக்கிறது. எல்லாவற்றுக்கும்மேல், இந்நூல் வழக்கொழிந்துபோன மேலாதிக்கத்தைப் பின்பற்றுமாறு வியாபித்திருக்கும் கதைகளை அறிவுசார் விசாரணைக்கு உட்படுத்துவதற்கான புதிய வெளிகளைத் திறக்கிறது.

இந்திய ஆதிவாசிகள் மீதான சீக்கிய குருக்களின் வலிமையான மனிதாபிமான அணுகுமுறை குறித்துப் புரிந்துகொள்ள, *குருதியில் பூத்த மலர்கள்* எந்த வாசகருக்கும் ஒரு கண்திறப்பானாக அமையும். அத்தகைய தொலைநோக்குப்

பார்வையைத் தடுக்கும் வரலாற்று மற்றும் அமைப்புசார் நடைமுறைகளை இந்நூலாசிரியர்கள் அம்பலப்படுத்துகிறார்கள். முகலாயப் பிரபுக்களுடன் மேல்தட்டு பிராமணர்கள் கூட்டணி அமைத்து, ஆதிவாசி மக்களின் மனித நேயத்துக்கான உரிமைக்குரலை ஒடுக்குவதற்காக மேற்கொண்ட அதிகாரத் துஷ்பிரயோகச் செயல்களில் பிராமணர்களுடைய பங்கினை வெளிச்சத்துக்குக் கொண்டு வருகிறார்கள். ஒடுக்கப்பட்ட மக்களின் போராட்டங்களை அங்கீகாரத்தோடு புரிந்துகொள்ள வரலாற்றை மறு ஆய்வுக்கு உட்படுத்த வேண்டியதன் தேவையை நூலாசிரியர்கள் வலியுறுத்துகிறார்கள்.

நூலாசிரியர்கள் சரியான வரலாற்றைத் தொழில்நுட்ப அறிவுடன் உயிர்ப்பித்துள்ளனர். எனினும், வரலாறுகள் கடந்த காலத்தோடு நடத்தப்பட்ட கற்பனைமிகு பேச்சுவார்த்தைகள் மட்டுமே அல்ல. அவை சமகால வாழ்க்கைச் சூழல்களோடும் அடையாளத்தோடும் தொடர்புடையவையே.

இன்றும்கூட, ஒதுக்கப்பட்ட இச்சமூகத்தினரின் வரலாறுகள் அவர்கள் அணுகத்தக்க நிலையில் இல்லை. வரலாற்று உரைகளின் இத்தகைய தெளிவற்ற தொடர்பு காரணமாக, இந்நூல் ஆதிவாசிகளின் கடந்த காலத்தைத் துல்லியமாகவும் சமகாலச் சான்றுகளுடனும் அளிப்பதன் மூலம் நம்மை விழிப்பூட்டுவதோடு, ஆதிக்க வரலாற்று உரைகளைப் பொய்யாக்குகிறது என்றே கூறலாம். இந்நூல் வாசகர்கள் தத்தம் சொந்த அடையாளத்தை மீட்டெடுக்கவும் உதவும் என நம்பலாம்.

இவ்விலக்கியம் மீதான ஒரு விரைவுப் பரிசோதனை சீக்கிய குருக்களின்பால் மிகுந்த பெருமிதத்தை உருவாக்குகிறது. நீங்கள் குருதியில் பூத்த மலர்கள் வாசித்தால், ஆதிவாசிகள் மீதான சீக்கிய குருக்களின் அற்புதமான நேசத்தை அறிந்து வியந்து போவீர்கள். இவ்வுலகில் விடுதலையை விரும்புகின்ற எவரும் இன்றைய சவால்களை எதிர்கொள்வது குறித்து கற்றுக்கொள்ள இந்த வரலாற்றில் பங்கெடுக்க வேண்டும்.

டாக்டர் விஸ்லாவத் ராஜு நாயக் ஹைதராபாத்தில் உள்ள ஆங்கிலம் மற்றும் அந்நிய மொழிகள் பல்கலைக்கழகத்தின் இந்திய மற்றும் உலக இலக்கியங்கள் துறையின் இணைப் பேராசிரியராகப் பணியாற்றுகிறார். மேலும் அவர் அமெரிக்காவின் பெர்க்லியில் உள்ள கலிஃபோர்னியா பல்கலைக்கழகத்தின் தெற்காசிய ஆய்வுகள் நிறுவனத்தின் வருகை தரு அறிஞராகவும் உள்ளார்.

குருதியில் பூத்த மலர்கள்

(இந்தியத் துணைக்கண்டத்தில்
மனித மாண்பிற்கான ஒரு போராட்டம்)

பீட்டர் ஃப்ரெட்ரிக் மற்றும் பஜன் சிங்

"நீங்கள் புத்தர் எடுத்த நிலைப்பாட்டை எடுக்க வேண்டும். நீங்கள் குரு நானக் எடுத்த நிலைப்பாட்டை எடுக்கவேண்டும். நீங்கள் சாஸ்திரங்களை நிராகரிப்பதோடு நிற்காமல் அவற்றின் அதிகாரத்தை மறுக்கவும் செய்யவேண்டும், புத்தரும் குரு நானக்கும் செய்ததைப்போல. இந்துக்களிடம் இவ்வாறு கூற உங்களுக்குத் துணிவு இருக்க வேண்டும், 'உங்களிடம் உள்ள தவறு உங்கள் மதமே - சாதி புனிதமானது என்னும் எண்ணத்தை உங்களுக்குள் ஏற்படுத்தியிருக்கும் ஒரு மதம்!' "

- டாக்டர் பீமராவ் அம்பேத்கர்

சோவரின் ஸ்டார் பதிப்பகத்தால்
ஆங்கிலப் பதிப்பாக கி.பி.2017இல் பதிப்பிக்கப்பட்டது.
குருதியில் பூத்த மலர்கள்: இந்தியத் துணைக்கண்டத்தில்
மனித மாண்பிற்கான ஒரு போராட்டம்.

அணிந்துரை

ந. முத்து மோகன்

சீக்கிய சிந்தனை இந்தியத் துணைக்கண்டத்தின் வடமேற்குப் பகுதியில் 15–16ஆம் நூற்றாண்டுகளில் தோற்றம் பெற்ற ஒரு சமூக விடுதலைத் தத்துவம். குருநானக் முதல் குரு கோவிந்த் வரையிலான பத்து குருமார்களால் உருவாக்கப்பட்டு நிறுவனப்பட்ட ஓர் இயக்கம் இது. இச்சிந்தனையின் தோற்றம் முதல் இன்றுவரை இவ்வியக்கம் முன்னின்று நடத்திய போராட்டங்கள், அவற்றின் கொள்கைகள், சீக்கியர்களின் ஈடு இணையற்ற போர்க்குணம் ஆகியவற்றைச் சித்தரிக்கும் நூலாக குருதியில் பூத்த மலர்கள்: இந்தியத் துணைக்கண்டத்தில் மனித மாண்பிற்கான ஒரு போராட்டம் எனும் இந்நூல் அமைந்துள்ளது. பீட்டர் ஃப்ரெட்ரிக், பஜன் சிங் என்ற இரண்டு அறிஞர்கள் இந்நூலை இயற்றியுள்ளனர். எளிய தமிழ்மொழியில் இந்நூல் மொழிபெயர்த்து வழங்கப்பட்டுள்ளது.

பாய் குர்தாஸ் எனும் குரு நானக்கின் சீடர், அவரும் ஓர் அற்புதமான கவிஞர், உரையாசிரியர், சீக்கிய சிந்தனையின் உருவாக்கத்தைப் பற்றிக் குறிப்பிடும்போது, "குருமார்களின் காலத்தில், கங்கை நதி அதன் எதிர்த் திசை நோக்கிப் பாய்கிறது" என்று கூறினார். உண்மைதான். 12ஆம் நூற்றாண்டு தொட்டு சுமார் 500 ஆண்டுகள் வடமேற்கு இந்தியாவில் ரவிதாஸ், கபீர், குரு நானக் போன்ற கவிஞர்கள், பாடகர்கள், சிந்தனையாளர்களை முதல்வர்களாகக் கொண்டு வெகுமக்கள் இயக்கம் ஒன்று வட இந்தியாவைப் பற்றிப் பிடித்தது. உண்மையிலேயே, கங்கை நதி அதன் எதிர்த்திசை நோக்கிப் பாய்வது போலத்தான் அது அமைந்துபோயிற்று.

அது இஸ்லாமிய மன்னர்களின் ஆட்சிக் காலம். சமஸ்கிருதம் தற்காலிகமாகப் பின்னுக்குத் தள்ளப்பட்ட

அக்காலத்தில் வட்டார மொழிகள் புதிய வீச்சுடன் முன்னுக்கு வந்தன. சமூகத்தின் அடித்தளத்தில் 'தீட்டுக்குரிய தொழில்களைச்' செய்துவந்த கைவினைஞர்களும் உடலுழைப்பாளர்களும் கௌரவமான வணிகர்களாகவும் நடுத்தர வர்க்கத்தினராகவும் உருவெடுத்த காலம் அது. அவர்களில் சிலர் கவிஞர்களாகவும் அறிஞர்களாகவும் முகிழ்த்தார்கள். வட்டார மொழிகளில் காவியங்களும் காப்பியங்களும் அக்காலத்தில் இயற்றப்பட்டன. அது வட்டார மொழிகளின் புரட்சிக்காலம் என அறிஞர்களால் (*Vernacular Revolution: Sheldon Pollock*) பாராட்டப்படுகிறது. கங்கை நதி அக்காலத்தில் அதன் எதிர்த்திசை நோக்கிப் பாய்ந்தது.

குரு நானக் 'சத்' எனும் சொல்லைத் தன் முதற்சொல்லாகக் கொண்டு இறைவனைத் தேடினார். சத் எனில் உண்மை என்று பொருள். கூடுதலாக சொல்வதானால், அது நேர்மையான, நியாயமான என்ற பொருண்மைகளைக் குறிக்கும். ஒவ்வொரு முக்கியமான சொல்லின் முன்னொட்டாகவும் குரு நானக் 'சத்' என்ற சொல்லைச் சேர்த்துக்கொண்டார். *சத்நாம், சத்குரு, சச்சா பாதுஷா, சச்சா பானி,* இன்னும் பல சொற்கள் தோன்றின. உண்மையான இறைவன், உண்மையான குரு, உண்மையான அரசன், உண்மையான பாடல்கள் ஆகியனவற்றை அவர் தேடினார். நான் உண்மையைத் தேடுகிறேன் என்று சாதாரணமாகக் கூறினார் அவர். 'சத்' என்ற சொல் குரு நானக்கின் பயன்பாட்டில் ஒரு கூர்மையான விமர்சனக் கருவியாகத் தொழில்பட்டது. எல்லாம் பொய்யாகிப் போன ஒரு காலத்தில் உண்மையைப் பெயர் சொல்லி அழைத்தார் குரு நானக். அரசர்கள், புரோகிதர்கள், அறிஞர்கள் எல்லோரும் பொய்யாகிப் போனார்கள். எல்லாத் திசைகளும் இருண்டு போன ஓர் இரவில் குரு நானக் உண்மையைத் தேடி அலைந்தார்.

சீக்கிய மரபை ஒரு மதம் என்று உறுதியாகச் சொல்ல முடியவில்லை. அது தன்னை இறை மார்க்கம் என்று சொல்லாமல் குரு மார்க்கம் என்று சொல்லிக் கொண்டது. பௌத்தமும் சமணமும் குரு மார்க்கங்கள். சீக்கியமும் அவ்வாறே. இறை அருள் பெற்றதைக் குறிக்க இறைப் பிரசாதம் என்ற சொல்லைச் சமயங்கள் பயன்படுத்தும். சீக்கியரின் முதல் வழிபாட்டுப் பாடலில், இறைப் பிரசாதம் என்ற சொல் இருக்க வேண்டிய இடத்தில், குரு பிரசாதம் (குருவின் அருள்) என்ற சொல் காணப்படுகிறது. சீக்கியரின் வழிபாட்டுத் தலத்திற்கு *குருத்வாரா* என்று பெயர். குரு வாழுமிடம் என்று அதற்குப் பொருள். அது இறைவனை உலகியல் உண்மையாக சித்தரிக்கிறது. சீக்கியத்தில் மானுடப் பிரச்சினை மையமான இடத்தைக் கைப்பற்றியது. அது குரு – சீடர் மரபு என்ற வடிவத்தில் 'மனித மாண்பிற்கான' ஓர் இயக்கமாக உருவெடுத்தது.

குரு நானக் முதல் குரு கோவிந்தர் வரையிலான குருமார்கள் சீக்கியர்களை ஓர் 'அரசியல் சமூகமாக' உருவாக்கினார்கள் என்று இந்நூலின் ஆசிரியர்கள் எழுதுகிறார்கள். இது ஒரு கணிசமான

தகவல். குருமார்கள் வாழ்ந்த பின்னிடைக்கால இந்தியச் சூழல்களில் உலகியலின் அழுத்தம் காத்திரமானதாக இருந்தது. அவர்கள் உலகியல் வாழ்வில் உண்மையையும் நேர்மையையும் தேடினார்கள். சமூக நீதியைத் தேடினார்கள். குருமார்கள் ‘மாற்று அதிகாரத்தின் வடிவம்’ என்று இந்நூலாசிரியர்கள் எழுதுகின்றனர். *சச்சா பாதுஷா* எனில் உண்மையான அரசன். *பிர்* (துறவி), *ஷேக்* (அரசன்) என்ற இரண்டு வகை ஆடைகளில் குரு இருந்தார் என்று இந்நூல் கூறுகிறது. சத் என்பதை சச்சா என்று சொல்லும்போது, சாதாரண மக்களின் பேச்சு மொழி, வழக்குச் சொல் முன்னுக்கு வந்துள்ளது.

அரசியல் சமூகம், மாற்று அதிகாரத்தின் வடிவம் என்ற இலக்கணங்கள் சீக்கியர்களை ‘அபாயகரமானவர்களாக’ ஆக்கின. அவர்கள் நிரந்தரமாக ஆயுதமேந்திய போராளிகள் ஆனார்கள். நாம் அறிந்த வரையில், இன்று வரை ஆயுதம் ஏந்தும் உரிமையை தவறாமல் கைக்கொண்டுள்ள மக்கள் கூட்டம் சீக்கியர்கள் மட்டுமே. அரசு உருவாக்கங்களின் போது அவ்வுரிமையை பிற அனைத்து மக்களுமே இழந்து விட்டனர். இது ஒரு மாபெரும் வரலாற்று உண்மை.

அதிகார அமைப்புகளுக்கு எதிராகவும் சாதிச் சமூக அமைப்புக்கு எதிராகவும் தொடர்ந்த போராட்டங்களை நிகழ்த்திய மக்களாக இந்நூலில் சீக்கியர்கள் சித்தரிக்கப்பட்டுள்ளார்கள். குரு நானக் இவ்வியக்கத்தின் கொள்கைகளையும் கோட்பாடுகளையும் வரையறுத்தார். பூணூல் அணிய மறுத்ததன் மூலம், தான் ஓர் இரு பிறப்பாளனாகவே, உயர் பிறப்பை மறுத்தவராகவே அவர் வாழ்ந்தார். ஐந்தாவது குருவான அர்ஜுனரின் காலத்தில், சீக்கியர் நிறுவனப்பட்ட காலத்தில் அவர்களது புனித நூலாக குரு கிரந்தம் உருவான சூழல்களில் தில்லி ஆட்சியாளர்களால் அவர் கொல்லப்பட்டார். ‘பேகம்புரா’ என்ற ரவி தாசரின் கற்பனை நகரத்தை சீக்கியரிடையிலும் பரப்பியவர் குரு அர்ஜுனர். சாதி மத பேதமற்று, ஒரே வரிசையில் அமர்ந்து கூட்டு உணவு உண்ணும் சகோதர பாவத்தை சீக்கியம் மக்களிடையில் பரப்பியது.

வடமேற்கு இந்தியாவின் இந்து அரசர்கள், குருமார்களின் சமத்துவச் சிந்தனையை, செயல்பாடுகளை ஏற்கவில்லை. ஒடுக்கப்பட்ட அம்மக்கள் ஒரு சிறு கல்லை எறிந்தால் சிதறிப் பறந்து போய்விடும் சிட்டுக் குருவிகள் என்று இழிவு பேசினர். இல்லை, “அந்த சிட்டுக் குருவிகளை நான் போர்ப் பருந்துகளாக்குவேன்” என்றார் குரு கோவிந்தர். எளிய மக்களை ஆயுததாரிகள் ஆக்கினார் குரு கோவிந்தர். ஆயுதமேந்தும் உரிமையை அடிப்படை உரிமையாக்கினார் குரு.

சாதிப் பெயர்களை ஒவ்வொரு சீக்கியரின் பெயரிலிருந்தும் அப்புறப்படுத்தினார் குரு கோவிந்தர். ஆண்கள் ‘சிங்’ என்றும் பெண்கள் ‘கவுர்’ என்றும் பொதுப் பெயர்களை அணிந்தனர். குலம், கோத்திரம், வர்ணம், சாதி, குடும்பப் பெயர் போன்ற பின்னொட்டுகளை அகற்றும்

'ஐந்து விடுதலைகள்' (Nash Doctrine) எனும் மரபினை சீக்கியர்கள் ஏற்றனர். சாதியத்திற்கு எதிரான ஒரு புரட்சி இயக்கமாக சீக்கியம் உருவானது என்று இந்நூலாசிரியர்கள் வரையறுக்கின்றனர். அதே நோக்கங்களுக்காக சீக்கியர் ரத்தம் சிந்தினர் என்பதை விளக்குகின்றனர்.

ஒவ்வொரு நாட்டின் வரலாற்றிலும் வழக்கிலும் அடிமைத்தனமும் அடக்குமுறையும் எவ்வகை வடிவங்களில் அறிமுகப்படுத்தப்பட்டுள்ளதோ, அவற்றிற்கு எதிர்வினையாகவே அந்நாட்டின் சமத்துவமும் சமூக நீதியும் உருவாக்கப்படும். இந்தியத் துணைக் கண்டத்திலும் அப்படித்தான் நிகழ்ந்தது. சீக்கிய சமயத்தின் உருவாக்கமும் செயல்பாடுகளும் இந்த நாட்டின் சொந்தச் சூழல்களில் உருவான விடுதலையின் வடிவங்களை, போராட்ட முறைகளை நமக்கு எடுத்துக்காட்டுகின்றன. பௌத்தம், சீக்கியம், கபீரியம், ரவி தாசின் பேகம்புரா இயக்கம், மகாத்மா பூலேயின் இயக்கம், அண்ணல் அம்பேத்கர், தந்தை பெரியார் போன்றோரின் இயக்கங்கள் இவையெல்லாம் சாதிக்கு எதிரான இந்தியப் புரட்சியின் அறுபடாத தொடர்ச்சியின் கணுக்கள். சாதி ஒழிப்பே இந்தியப் புரட்சியின் இலக்கு, அதுவே இந்தியச் சூழல்களில் சமத்துவத்தின் உள்ளடக்கம் என்ற செய்திகளை அவ்வியக்கங்களே ஏந்தி நிற்கின்றன என இந்நூல் தயக்கமின்றி எடுத்துரைக்கிறது. நூலாசிரியர்களுக்கும் மொழிபெயர்ப்பாளருக்கும் நிறைந்த பாராட்டுகள்.

ந. முத்து மோகன்
மேனாள் பேராசிரியர்,
குரு நானக் ஆய்வுத் துறை
மதுரை காமராசர் பல்கலைக்கழகம்
மதுரை, தமிழ்நாடு.

முகவுரை

"**ச**மூக மாற்றத்திற்கான புரட்சிகர உணர்வை முளைவிடச் செய்யக்கூடிய ஒரு வரலாறு இந்தியாவுக்குத் தேவை. ஏனெனில் இந்த வகையில் வரலாறு ஒரு முக்கியமான பங்காற்றுகிறது," என்கிறார் இந்திய வழக்கறிஞர் டாக்டர். சாந்தோக் லால் விர்தி. "சமூகம், அதன் வரலாறு வார்ப்பதற்கேற்ப ஒரு குணநலனையும் வடிவத்தையும் அடைகிறது."[1]

பதிவு செய்யப்பட்ட வரலாற்றுக்கு முந்தைய புள்ளியிலிருந்து, சாதி என்னும் பிரச்சனை தெற்காசியாவின் சமூக-அரசியல் மோதல்களுக்கு மையப்புள்ளியாக இருந்து வருகிறது. ஆகவே, சமத்துவம் மற்றும் விடுதலைக்கான (அல்லது சுருக்கமாக மனித மாண்பிற்கான) தெற்காசியப் போராட்டங்களை, சாதிய அமைப்புக்கான எதிர்ப்பு என்ற பின்னணியிலிருந்து நன்றாகப் புரிந்து கொள்ளலாம். அந்தக் கருத்தியல் சார்ந்து, சாதியினால் அடிமைப்படுத்தப்பட்டவர்களை அதிலிருந்து விடுவிப்பதற்கான போராட்டத்தின் மையமாக சீக்கியப் புரட்சி அமைகிறது.

டாக்டர் ராஜ்குமார் ஹன்ஸ் (தன் வம்சாவளியின் காரணமாக தலித் அல்லது தீண்டத்தகாதவராகக் கருதப்படும் ஓர் இந்திய அறிஞர்) சீக்கிய எழுச்சியின் முக்கியத்துவத்தைச் சுருக்கமாக அளிக்கிறார்.

வட இந்தியாவில் 14 மற்றும் 1ஆம் நூற்றாண்டில் வாழ்ந்த சக்திமிக்க சந்த்களின் சாதியெதிர்ப்புப் பாரம்பரியத்தில் வளர்ந்து, குரு நானக்கும் அவருக்குப் பின் வந்த குருக்களும், 16 மற்றும் 17ஆம் நூற்றாண்டில் ஒழுங்கமைக்கப்பட்ட ஒரு மத இயக்கமாய்ப் படிப்படியாக உருப் பெற்றார்கள். அந்த மத இயக்கம், தீண்டத்தகாதவர்களுக்கும் 'கீழ்ச்சாதி' என்று

கருதப்பட்ட உறுப்பினர்களுக்கும், தாங்களும் ஒரு மரியாதைக்குரிய சமூக வாழ்வை வாழ அனுமதிக்கப்பட வேண்டும் என்ற ஒருங்கிணைந்த கூக்குரலாக ஆனது...

சாதிய பாரபட்சங்களால் விளைந்த ஒற்றுமையின்மையே, மக்களின் துன்பங்களுக்கான உண்மையான காரணம் என்று குரு நானக் எண்ணினார். சாதிய வேற்றுமைகளையும் முரண்களையும் களைய அவர் *சங்கத்* (ஒன்றுகூடல்) மற்றும் *பங்கத்* (கூடி உணவருந்துதல்) ஆகியவற்றுக்கான அடித்தளத்தை அமைத்தார். அவ்வாறே பத்து குருக்களும் வர்ண பேதங்களையும் சாதியையும் அகற்றத் தேவையான செயல்பாடுகளை முன்னெடுத்தனர்.[2]

ஒரு சராசரி மனிதனின் உலகளாவிய பெருந்தன்மை உணர்வை மக்களுக்குக் கற்பித்த விதத்திலும், சமூக-அரசியல் கொடுங்கோன்மையை எதிர்த்து நின்று வெற்றி காணும் விதமாக அவர்களை மேம்படுத்திய வகையிலும், சீக்கியப் புரட்சி எவ்வாறு சாதிய சமூகப் பிரிவினைகளை அகற்றும் முதன்மையான நோக்கில் வளர்க்கப்பட்டது என்பதை இந்நூல் எடுத்துக்காட்டுகிறது.

இந்தியத் துணைக்கண்டத்தின் 5ஆம் நூற்றாண்டு முதல் 21ஆம் நூற்றாண்டு வரையிலான வரலாறு குறித்த முக்கியக் கூறுகள் அடங்கிய மதிப்பாய்வை அளிப்பதன் மூலம், விடுதலைக்கான போராட்டத்தை முதன்மையான பேசுபொருளாக நாங்கள் வழங்குகிறோம். '*குருதியில் பூத்த மலர்கள்*' 500–900க்கு இடையிலான நூற்றாண்டுகளில் பௌத்த சமயம் ஒழிக்கப்பட்டதையும், 1200–1500க்கு இடையிலான நூற்றாண்டுகளில் பகத்துகள் (துறவிகள்) தோற்றத்தையும், கி.பி.1200களில் டெல்லி சுல்தானின் பேரரசு, பின்பு கி.பி.1500களில் முகலாய சாம்ராஜ்யம் நிறுவப்பட்டதையும், கி.பி.1500 தொடங்கி கி.பி.1700கள் வரையான சீக்கியத் தத்துவ வளர்ச்சியையும் விவரிக்கிறது. எங்களுடைய புத்தகம் இந்த அனைத்து வரலாற்று நிகழ்வுகளையும் இணைக்கின்ற 'ஓர் அறுபடாத நூலை' வெளிக்கொணர்கிறது.

இவற்றிற்கிடையே, பிராமணியத்தின் தோற்றம் மற்றும் தாக்கம், பிராமணர்களுக்கும் முகலாயர்களுக்கும் இடையிலான நட்பு, பல்வேறு சீக்கிய குருக்களின் வாழ்க்கை மற்றும் போதனைகள், குருக்களின் வாழ்விற்கு எதிராக முகலாய–பிராமணக் கூட்டணி செயல்படுத்திய திட்டங்கள், மூன்று குருக்களின் வீரமரணம், முகலாய சாம்ராஜ்யத்துக்கும் இந்து மன்னர்களுக்கும் எதிராக சீக்கியர்களால் முன்னெடுக்கப்பட்ட போர்கள், இந்தியத் துணைக்கண்டம் முழுவதும் சீக்கியத் தத்துவத்தின் பரவல், பஞ்சாபின் விடுதலை, சீக்கிய சாம்ராஜ்யத்தின் எழுச்சியும் வீழ்ச்சியும், துணைக்கண்டம் ஆங்கிலேய சாம்ராஜ்யத்தால் ஆக்கிரமிக்கப்படுதல், கி.பி.1800களில் சமூக சீர்திருத்தவாதிகளின் எழுச்சி, இந்தியத் துணைக்கண்டம் ஆங்கிலேயர்களிடமிருந்து சுதந்தரம்

பெறும் முனைப்பில் இருக்கையில், டாக்டர் பீமராவ் அம்பேத்கருக்கும் மோகன்தாஸ் காந்திக்கும் இடையில் ஏற்பட்ட பரிமாற்றங்கள், மற்றும் மேற்சொல்லப்பட்ட வரலாற்று உண்மைகள், இந்தியக் குடியரசின் தற்கால நிலையில் உண்டாக்கும் தாக்கம் ஆகியவற்றை நாங்கள் ஆய்வு செய்கிறோம்.

"சீக்கிய வரலாறு மற்றும் பாரம்பரியத்தை தலித் வரலாற்றுக் கண்ணோட்டத்தில் அணுகிய எந்தவொரு படைப்பும் இதுவரை வெளிவரவில்லை," என்கிறார் டாக்டர் ஹன்ஸ்.[3] ஆகவே, சீக்கிய சமயம், அதன் அடியாழத்திலிருந்து, 'கீழ்ப்பிறப்பு' எனக் கருதப்படுவோரின் நட்பை நாடுகிறது என்பதைக் 'குருதியில் பூத்த மலர்கள்' தெளிவாக மெய்ப்பிக்கும் (குறிப்பாக நாங்கள் பாரசீக மற்றும் ஐரோப்பிய ஆதாரங்களின் மீது நம்பிக்கை வைத்திருப்பதால்) என்று நாங்கள் நம்புகிறோம். சீக்கிய பந்த் (பாதை), அடிமைப்படுத்தப்பட்ட மக்களின் விடுதலையைக் குறிக்கோளாகக் கொண்டு எவ்வாறு போராடவும், அவர்களைப் பாதுகாக்கவும் செய்தது என்பதை இவ்வரலாறு வெளிச்சத்துக்குக் கொண்டு வரும்.

பாய் ஜைத்தா (தோராயமாக கி.பி.1649–1704) என்பவர் ஒரு கவிஞரும், போர்வீரருமாவார். அவர் பத்தாவது சீக்கிய குருவான குரு கோவிந்த் சிங்கிற்கு சேவை செய்தபோது, மக்கள் விடுதலை என்னும் குறிக்கோள் நிறைவேற்றப்படும் என்பதற்கான உதாரணமாக இருந்தார். ஜைத்தா பிறப்பால் ஒரு தலித். இருந்தும், டாக்டர் ஹன்ஸின் கூற்றுப்படி, "ஜைத்தா ஒரு அச்சமற்ற சீக்கியப் போர்வீரனாகவும், பத்தாவது குருவின் அன்புக்குப் பாத்திரமானவனாகவும் தன்னை வளர்த்துக்கொண்டார், குரு கோவிந்த் சிங் தம்முடைய நான்கு சொந்த மகன்களோடு ஐந்தாவது மகனாக இவன் பஞ்ச்வான் ஸாஹிப்ஜடா (ஐந்தாவது மகன்), என அறிவிக்கும் வகையில்." குருவினால் 'பாபா ஜிவான் சிங்', என்று மறுபெயர் சூட்டப்பட்ட "ஜைத்தா 1704இல் முகலாயப் படைகளுக்கு எதிரான கடுமையான யுத்தத்தில் கொல்லப்பட்டார்."[4] ஆயினும் அவர் புகழ் இன்றும் அவரின் கவிதைகளில் வாழ்ந்துகொண்டிருக்கிறது. அவரின் ஒரு செய்யுளான, சீக்கியர்களுக்கான ராஹித் (குறியீடு) ஒன்றில் பாபா ஜிவான் சிங் இவ்வாறு அறிவிக்கிறார்,

இப்போது கேளுங்கள் சிங்குகளின் ராஹித்தை
ஒரு சிங் போரை மனதில் வைத்து இறைவனைத் தொழ வேண்டும்
பாதிக்கப்பட்ட ஒருவனும் வறியவன் ஒருவனும் உதவி வேண்டும்போது
ஒரு சிங் தன்னை மறந்து மற்றவரின் துயர் போக்க வேண்டும்
ஒரு சிங் எல்லா மனிதர்களையும்

கடவுளின் பிள்ளைகளாகக் கருத வேண்டும்
பிராமணச் சடங்குகளைக் கைவிட்டுவிட்டு
ஒரு சிங், குருவின் சிந்தனைகளைப் பின்பற்றி
விடுதலையை நாட வேண்டும்.[5]

சிந்தனைகளுக்குப் பின்விளைவுகள் உண்டு. பிராமணிய சித்தாந்தம் கொடிய பின்விளைவுகளைக் கொண்டது. ஆனால் சீக்கியம் என்னும் எதிர் சித்தாந்தம் வாழ்க்கையை ஒரு பாழ் நிலத்திலிருந்து மீட்கிறது. நம்பிக்கைகள் நம் நடத்தையைத் தீர்மானிக்கும். பிராமணிய நம்பிக்கைகள் ஒரு சமத்துவமற்ற கொடுங்கோல் சமூகத்தை உருவாக்கியிருக்கின்றன. ஆனால் அதிலிருந்து வேறுபடும் சீக்கிய நம்பிக்கைகள் உலகளாவிய சமத்துவத்திற்கான அன்பையும் மானுட விடுதலைக்கான உரிமையையும் ஊக்குவிக்கின்றன.

இன்று சீக்கியம், தெற்காசியாவில் வேரூன்றியிருப்பதோடு மட்டு மல்லாமல், உலகம் முழுவதும் பரவியுள்ளது. எனினும் அதன் எதிரியான பிராமணியம் முற்றிலுமாகப் பிடுங்கி எறியப்பட வேண்டும். உண்மையில் அது அதிகாரம் மிக்க, நிரந்தரமாக்கப்பட்ட, துரோக சக்தியாக நவீன இந்தியாவில் எஞ்சியிருப்பதோடு, மென்மேலும் பரவும் அச்சுறுத்தலையும் ஏற்படுத்தி வருகிறது. ஒரு புராதனக் காழ்ப்புணர்ச்சியாகத் தோன்றிய பிராமணியம், இன்று வன்முறை தேசியத்தின் அரசியல் வடிவமாக பரிணாம வளர்ச்சி அடைந்துள்ளது. அமைதி நிறைந்த சுதந்தரமான சமூகத்தை விரும்பும் ஒவ்வொரு இந்தியக் குடிமகனையும் அது அச்சுறுத்தி வருகிறது.

இந்தியத் துணைக்கண்டத்தில் மனித மாண்பிற்காக நடத்தப்பட்ட முதன்மையான போராட்டங்களில் ஒன்றைக் குறித்து நாங்கள் செய்யும் இந்த ஆய்வானது, வரலாற்று உண்மைகள் தற்கால நிகழ்வுகளின் மீது ஏற்படுத்திய தாக்கத்தை வெளிக்கொண்டு வரும் என நம்புகிறோம். நம் எதிர்காலத்தை மாற்றியமைக்க முதலில் நம்முடைய கடந்த காலத்தை நாம் புரிந்துகொள்ள வேண்டும்.

மேற்கோள் ஆவணங்கள்

1. Rawat, S. Ramnarayan and K. Satyanarayana (eds.). Dalit Studies. Durham: Duke University Press. 2016. 136.
2. Ibid., 131 & 134.
3. Ibid., 136.
4. Ibid., 137.
5. Ibid., 135-136.

பொருளடக்கம்

1. ஆதிவாசிகள் வெப்பக்கடையை மொய்க்கிறார்கள் 17
2. குரு அர்ஜூன் நாடோடி வண்டியை முன்னோக்கி இழுத்துச் செல்கிறார் 42
3. எளிய மனதோர்: புழுக்களிலிருந்து சுதந்தர மக்களாக முன்னேறுதல் 60
4. மகாராஜா ரஞ்சித் சிங்கின் சீக்கிய சாம்ராஜ்யம் 126
5. டாக்டர் அம்பேத்கரின் எச்சரிக்கை: "விஷயங்கள் தவறாகப் போகக்கூடிய பெரும் ஆபத்து உள்ளது" 135
6. சுதந்தர இந்தியா: மண்ணின் மகன்களையும் மகள்களையும் ரத்தம் சிந்த வைக்கிறது. 159
7. சுதந்தரமற்ற சுயராஜ்ஜியம் 188

முடிவுரை 197

அருஞ்சொற்பொருள் 212

அங்கீகாரங்கள் 229

நூலாசிரியர்கள் குறிப்பு 230

1

ஆதிவாசிகள் வெப்பக்கடையை மொய்க்கிறார்கள்

டெல்லிப் பேரரசர் ஜஹாங்கீரின் ஆணைப்படி குரு அர்ஜுன் *(1563–1606)* லாகூரில் கொல்லப்பட்டார். தங்கள் மாண்பைக் காப்பதற்காக இந்தியத் துணைக்கண்டத்தின் மக்கள் நடத்திவந்த போராட்டத்தில் அவருடைய வீரமரணம் ஒரு முக்கியப் பின்னடைவாக அமைந்தது. இதன் விளைவாக, இந்தப் போராட்டத்தோடு அந்நியப் படையெடுப்புகளும் இணைந்து, ஒரு மனிதத்தன்மையற்ற சமூக-அரசியல் சூழலை உருவாக்கி நிலைமையை மேலும் மோசமாக்கின.

தெற்காசியாவின் சொந்த மக்களை அடிமைப்படுத்திய சாதிய அமைப்பைக் கொண்டு பல நூற்றாண்டுகளாக ஒடுக்குமுறைகளை நிகழ்த்தி, அதன் மூலம் பயனடைந்த உயர் வர்க்கத்தினரின் தூண்டுதலினால் குரு அர்ஜுனுக்குத் தொல்லைகள் தரப்பட்டன. பஞ்சாப் முதல் நாகாலாந்து வரை, காஷ்மீர் முதல் தமிழ்நாடு வரை உள்ள பல்வேறு சமூகங்களும், ஆதிவாசிகள் (பழங்குடியினர்), சூத்திரர்கள் (நால்வகை வர்ணத்தில் கடைசியாகக் கருதப்படுவோர்), மற்றும் ஆதிசூத்திரர்கள் (நால்வகை வர்ணத்திலும் சேர்க்கப்படாமல் பஞ்சமர் என்றழைக்கப்பட்டோர்) ஆகியோரும் பாதிக்கப்பட்ட மக்கள் கூட்டத்தில் அடங்குவர். சாதிய அமைப்பின் அதிகாரத்தினால் பொதுச் சமூகத்திலிருந்து விலக்கப்பட்டதன் காரணமாக ஒன்றிணைந்த இந்தச் சமூகத்தினர்தான் மக்கள்தொகையில் பெரும்பான்மையாக உள்ளனர். சாதியப் படிநிலைகளின் அடக்குமுறையை அடிப்படையிலிருந்து எதிர்க்கின்றவர்களின் துணையோடு அவர்கள் கூட்டாக ஆதிவாசி பஹுஜன் (பூர்வகுடி பெரும்பான்மை மக்கள்) என்று அழைக்கப்பட்டனர்.

இருபதாம் நூற்றாண்டின் சமூகநீதிப் போராளியான டாக்டர் பீமராவ் அம்பேத்கர் முதல், அர்ஜுன், நானக், கபீர், நாம்தேவ், ஃபரீத் போன்ற தெற்காசியக் குருக்கள் (ஆன்மிக ஆசிரியர்கள்) மற்றும் பல்வேறு வழிகாட்டிகள் வரை மேற்கொண்ட எளிய மனிதரின் மாண்பைக் காக்கும் ஒரு போராட்டத்திற்குள், ஆதிவாசிகள் தங்களின் சமத்துவம் மற்றும் விடுதலைக்கான போராட்டத்தின் அடிச்சுவடுகளையும் கண்டறிந்து கொள்ளலாம்.

அந்தப் போராட்டத்தை ஒரு சீக்கிய பந்த்தாக (பாதையாக) நிறுவனமயப்படுத்த தீவிர முயற்சிகள் செய்து வந்தபோது குரு அர்ஜுனைக் கைது செய்து, சித்திரவதைக்குள்ளாக்கி, தூக்கிலிட வரலாற்று முக்கியத்தும் வாய்ந்த ஒரு முயற்சியை பிராமணர்களும் (உயர்சாதி மேட்டுக்குடி) முகலாயர்களும் இணைந்து அரங்கேற்றினர். இதன் மூலம் ஒடுக்கப்பட்ட ஆதிவாசிகளின் விடுதலைக்காக மலரத் தொடங்கிய இயக்கத்தை நசுக்க முனைந்தனர்.

வெப்பக்கடை — ஜஹாங்கீர் (இவரின் பெரிய தாத்தா பாபர், இந்தியாவில் முகலாய சாம்ராஜ்யத்தை நிறுவியவர்), குரு அர்ஜுனை துன்புறுத்தியதற்கான காரணங்களைத் தன் சுய வரலாற்றில் தெளிவாகக் குறிப்பிடுகிறார்.

> இந்து சமயத்தைச் சார்ந்த அர்ஜுன் என்பவர், ஒரே நேரத்தில் *பிர்* (துறவி) மற்றும் *ஷேக்* (அரசன்) என்கிற இருவிதமான ஆடைகளில் எளிமையாகவும் அரச தோரணையோடும் வாழ்ந்துவந்தார், அவர் தம் நடத்தை மற்றும் வழிமுறைகள் மூலம் எளிய மனம் கொண்ட இந்துக்களை மட்டுமல்ல, அறிவற்ற முட்டாள் இஸ்லாமியர்களையும்கூட கவர்ந்தார். அவர் தம்மை ஒரு உலகளாவிய மதத்தலைவர் என உரக்க அறிவித்துக்கொண்டார். அவருடன் இருந்தவர்கள் அவரை குரு என்று அழைத்தனர். எல்லாத் திசைகளிலிருந்தும் முட்டாள்களும், முட்டாள்களை வணங்கியோரும் அவர்பால் ஈர்க்கப்பட்டு அவர்மீது முழு நம்பிக்கை கொண்டிருப்பதாகத் தெரிவித்தனர். நான்கைந்து தலைமுறைகளுக்கு இந்தக் கடையை அவர்கள் தங்கள் அன்பின் வெப்பத்தோடு வைத்திருந்தனர். நான் இந்தப் பொய்யான போக்குவரத்தை நிறுத்த வேண்டும், அல்லது அவரை இஸ்லாமிய சமூகத்துக்குள் கொண்டுவர வேண்டும் என்ற எண்ணம் பல ஆண்டுகளாக என்னுள் எழுந்துகொண்டேயிருந்தது...
>
> இது எங்கள் காதுகளுக்கு எட்டியபோது, அவரின் மதத் துவேஷங்களை நான் முற்றிலும் அறிந்திருந்தேன், எனவே அவரை என்னிடம் கொண்டு வந்து நிறுத்தும்படி ஆணையிட்டேன். அவரின் வீடுகள், வாழ்விடங்கள், மற்றும் அவர்தம் பிள்ளைகளையும் ஒப்படைக்கும்படியும்... மேலும் அவருடைய சொத்துக்களைப்

பறிமுதல் செய்தபின், சித்திரவதை செய்து கொல்ல வேண்டும் எனவும் ஆணையிட்டேன்.[1]

இந்த வரலாற்று விவரணம் மலையளவு கேள்விகளை எழுப்புகிறது. அர்ஜுன் யார்? எளிய மனமுடையோர் எவர்? அர்ஜுன் என்ன தெய்வ நிந்தனைகளை போதித்ததற்காக அவர்மீது குற்றம் சாட்டப்பட்டது? ஜஹாங்கீர் எளிய மனமுடையோரைப் பார்த்தார் என்றால் சிக்கலான மனமுடையோரையும் அவர் பார்த்தாரா? எளிய மனமுடையோர் அர்ஜுனின் நடத்தை மற்றும் வழிமுறைகளால் இயக்கப்பட்டார்கள் எனில், சிக்கலான மனமுடையோர் ஏன் அவ்வாறாக இயக்கப்படவில்லை? எளியோரின் மனங்களை அர்ஜுன் கவர்ந்தார் என ஜஹாங்கீர் எவ்வாறு நம்பினார்? எளியோர் மனங்கள் அவரிடம் வசப்பட்டுக் கிடந்தன என்றால், அது யாருடைய தோல்வி? எளிய மனமுடையோர் குருவின் போதனைகள் மீதான ஈர்ப்பை இழந்தால் அது யாருடைய வெற்றி? உண்மையில் எளிய மனமுடையோர் எவர், அறிவற்ற முட்டாள்கள் எவர்?

இவற்றிற்கான பதில்கள் ‘வெப்பக்கடையின்’ தொடக்கத்தில் கிடைத்தன; ஜஹாங்கீரைத் தொந்தரவு செய்த அந்த நான்கு அல்லது ஐந்து தலைமுறையின் ‘வெப்பக்கடை’. அது எந்த அளவுக்கு அவரை மிக ஆழமான மன உளைச்சலுக்கு ஆளாக்கியது என்றால், அர்ஜுன் பால் ஈர்க்கப்பட்ட தன் சொந்த இஸ்லாமிய மக்களையே ‘முட்டாள் மூடர்கள்’ என்று அழைக்கும் அளவுக்கு ஆக்கியது.

குரு அர்ஜுன் அவர்களின் ஆதரவுடன், கி.பி.1604இல் இந்த வெப்பக்கடை பஞ்சாபின் அமிர்தசரஸில் ஹர்மந்திர் சாஹிப் (பின்னர் பொற்கோவில் என்று அழைக்கப்பட்டது) என்னும் எளிய கட்டடமாக ஸ்தூல வடிவம் பெற்றது. மூச்சுத் திணறிக் கிடந்த ஆதிவாசிகளுக்கு, நான்கு கதவுகள் வழியாகப் புதிய காற்றைக் கொண்டு வந்த ஓர் உறைவிடமாக அது திகழ்ந்தது.

குருத்வாரா (கடவுளின் வாசல்) அனைவருக்குமானதாகத் திறந்தே இருந்தது. மேலும் எளிய மக்கள் தங்களின் உள்ளார்ந்த சுயமதிப்பைப் பற்றிக்கொள்வதற்கான அதிகாரத்தை அளிக்கும் வகையில் அது வடிவமைக்கப்பட்டிருந்தது. அமிர்தசரஸின் இந்த மையப் புள்ளியிலிருந்து, சமத்துவத்தை போதித்தல், அறியாத மக்களுக்குக் கற்பித்தல், *லங்கார்* வழக்கத்தைப் பின்பற்றுதல் ஆகியவற்றின் மூலம் மக்களை ஒடுக்குமுறையிலிருந்து விடுவிக்கும் தங்கள் பணிகளை சீக்கிய (ஒரு ‘சீடன்’ அல்லது ‘மாணவன்’) சமூகம் மேற்கொண்டது. *லங்கார்* — சாதிய இழிவுகளை எதிர்க்கும் ஒரு சுதந்தர சமையலறை. இங்கு மக்கள் அனைவரும் ஒன்றாக அமரலாம், ஒருவரையொருவர் தீண்டலாம். தங்களின் சமூக அந்தஸ்தைப் பொருட்படுத்தாமல் உணவருந்தச் செய்வதன் மூலம் தடைகளை உடைக்கலாம்.

தங்கள் சொந்த நிழலைக் கண்டும் அஞ்சும்படியான கோட்பாடுகளை வலியுறுத்திய பிராமண கலாசாரத்தினால் மூளைச்சலவை செய்யப்பட்டிருந்த சூத்திரர்களுக்கும் ஆதிசூத்திரர்களுக்கும், தங்களையும் தங்கள் அயலாரையும் எவ்வாறு அன்பு செய்ய வேண்டுமென இந்த வெப்பக்கடையில் கற்பிக்கப்பட்டது. அனைத்து மக்களுக்குமான மனித மாண்பைப் பிரகடனப்படுத்திய தெற்காசியத் துறவிகளின் போதனைகளைக் கொண்ட ஆதி கிரந்தம் தொகுக்கப்பட்டது. அதிலிருந்து பாயும் நித்திய சக்தியின் மூலம் அவர்கள் புதிய வாழ்க்கையைக் கண்டறிந்தார்கள். பிராமணர்கள் மற்றும் பேரரசர்களால் வலிந்து பணிய வைக்கப்பட்டு சுரண்டப்பட்டதால் உடைந்திருந்த இந்த அடிமைப்படுத்தப்பட்ட மக்களின் முதுகுகள் கிரந்தத்தின் சுதந்தரக் கருத்துகளுக்குத் தன்னார்வத்துடன் தம்மை ஒப்படைத்ததால் ஆசுவாசம் அடைந்தன.

ஒரு காலத்தில் தங்களை அடிமைப்படுத்திய அதிகார அமைப்பினால் பாதிக்கப்பட்டுக் கிடந்தவர்கள், தங்களின் அடக்குமுறையாளர்களால் 'எளிய மனதோர்', 'முட்டாள்', 'மூடர்' என்று கேலி செய்யப்பட்டவர்கள் அனைவரும் தங்களுக்கு விடுதலையளிக்கும் *கிரந்தத்தின்* அந்தச் செய்தியில் விடுபட இயலாதவாறு கட்டுண்டனர். இவ்வாறு இந்த மண்ணின் மகள்களும் மகன்களும் *கிரந்தத்தின்* போதனைகளின்படி வாழ்ந்து வர, நம்பிக்கை இழந்தவர்களுக்கு நம்பிக்கையை மழையெனப் பொழிந்த ஹர்மந்திர் சாஹிப், அதேவேளையில், அடக்குமுறையாளர்களின் வலிமைகளை அதே நம்பிக்கை என்னும் வெள்ளத்தால் மூழ்கடித்தது. சுதந்தர மக்களால் பெரிதும் ஆராதிக்கப்படும், 'கடை' என அழைக்கப்பட்ட, வேகமாய் வளர்ந்துவரும் அந்த அமைப்பைக் கண்டு ஆளும் உயர் வர்க்கத்தினர் மிகுந்த அச்சமடைந்தனர்.

ஜஹாங்கீர் சொன்னதுபோல, 'நான்கு அல்லது ஐந்து தலைமுறைகளால்' வெப்பத்தோடு வைக்கப்பட்டிருந்த இந்தக் கடை முதன்முதலில் சீக்கிய குரு, நானக் *(1469–1539)* அவர்களால் திறக்கப்பட்டது. நானக் அறிவித்தார்: *"இங்கே இந்துவும் இல்லை இஸ்லாமியரும் இல்லை, ஆகவே நான் எவருடைய பாதையைப் பின்பற்றுவது? நான் கடவுளின் பாதையைப் பின்பற்றுவேன்."*[2]

அந்தப் பாதையை அவர் பின்பற்றத் தொடங்கியவுடன் அவர் பின்னே பெருங்கூட்டம் செல்லத் தொடங்கியது. மேலும், அது சிக்கலான மனம் கொண்டோர் குறைவாகப் பயணித்த பாதை; அவர்களுக்கு அது முற்றிலும் அறிமுகமில்லாதது, ஏனெனில் குரு நானக் சொல்வதைப் போல கடவுளின் பாதையில் அடித்தட்டு மக்களோடு ஆழ்ந்து சங்கமிப்பது அவசியம்.

கீழிலும் கீழாக்கப்பட்டவர்
கீழ்ப் பிறப்பிலும் மிகுந்த கீழ் நிலையில் இருப்போர்
அவர்களின் நட்பையே நானக் நாடுகிறார்
உயர்ந்தோரிடத்தான நட்பு வீண்

பலமற்றோர் மீது அக்கறை கொள்ளுமிடத்தே
அங்கு அவன் கருணை பொழியும்.³

கீழ்ப்பிறப்பு எனக் கருதப்பட்டவர்களுடன் குரு நானக் கொண்ட நட்பு, இந்தியத் துணைக் கண்டத்தை ஆட்சி செய்துவந்த அதிகார அமைப்பின்மீது அறிவிக்கப்பட்ட போராகவே பார்க்கப்பட்டது. உயர் வர்க்கத்தினரைப் பொறுத்தவரை, சாதியமைப்பு கலாசாரத்தின் மேலடுக்கில் பிறந்தவர்கள் மட்டுமே கடவுளை அடைய முடியும், கீழடுக்கில் பிறந்தவர்கள் மனிதர்களாகக்கூட கருதப்படுவதில்லை. இருப்பினும், அனைவரின் சமத்துவம் குறித்தும் போதிக்கும்போது குரு இவ்வாறு கூறுகிறார்: "அனைவருக்குள்ளும் இருக்கும் கடவுளின் ஒளியை உணர்ந்துகொள்ளுங்கள், அவர்களின் சமூக அந்தஸ்தையோ வர்க்கத்தையோ பொருட்படுத்தாதீர்கள்; வர்க்கங்களும் சாதிகளும் இவ்வுலகில் இனி இல்லை."

'சாதியைக் கடைப்பிடிப்பதை நிறுத்திய அனைவரும் விடுதலை அடைந்தவராவர்' என்றார் குரு. அவர் மேலும் கூறுகிறார்: "அந்த அடிமையை, சமூக அந்தஸ்து என்னும் கட்டுப்பாடுகளிலிருந்து கடவுளால் விடுவிக்கப்பட்டவனை, இனி அடிமைத்தனத்தில் பிடித்து வைக்க எவரால் முடியும்?"⁵ ஒரு நபரின் சுதந்தரத்துக்கான இயற்கை உரிமைக்கும், சாதிக்கும் யாதொரு தொடர்பும் இல்லை, ஏனெனில் படைத்தவனுக்கு முன் அனைவரும் சமம். ஒவ்வொருவரும், அவன்/அவளின் பிறப்பு எவ்வழியாயினும், விடுதலையை இம்முறையிலேயே அடைகிறார்கள். "பிராமணர்கள், சத்திரியர்கள், வைசியர்கள், சூத்திரர்கள் மற்றும் கீழான பாதகர்களும்கூட தங்களின் கடவுளைச் சிந்தையில் நிறுத்துவதன் மூலமே விடுதலையை அடைகிறார்கள்."⁶

பந்த்தின் தொடர் கோட்பாடுகளுக்கான அடித்தளம் அமைக்கும்போது, அரச பிறப்பும் பொருத்தமற்றது என்பதை குரு நானக் வலியுறுத்தினார். "மலையளவு சொத்துக்களையும், கடலளவு செல்வத்தையும் கொண்டிருக்கும் அரசர்களையும் பேரரசர்களையும் கூட கடவுளின் அன்பால் நிரப்பப்பட்ட ஒரு சிறு எறும்புடன் ஒப்பிட முடியாது," என்றார் அவர்.⁷ கீழான உயிரினங்களும் அரச குலத்தில் பிறந்தவர்களைவிட உயர்வானவர்களாக ஆகலாம் என்னும் சிந்தனை அவரின் வாரிசுகளால் பின்பற்றவும், பரப்பவும் பட்டது; அவர்களில் முக்கியமானவர் குரு அர்ஜுன் (பிச்சைக்காரர்களும் இளவரசர்கள் ஆகலாம் என்பதை போதித்தவர்). மேலும் குரு நானக் சொல்கிறார்,

படைத்தவனே உலகின் அரசன்
அவன் ஆகாரமளித்து அடிமைப்படுத்துகிறான்
அவன் பிணைப்பால் அனைத்துலகும் கட்டுண்டு கிடக்கிறது
வேறு எந்தத் தலைமையும் இங்கில்லை.⁸

சமூகத்தின் தீண்டத்தக்கவர் மற்றும் தீண்டத்தகாதவர் இடையிலான எல்லைக்கோடுகள் இவ்வாறே தெளிவாக வரையறுக்கப்பட்டன — மற்றவர்களுக்குக் கட்டளையிட முயற்சி செய்பவர்களுக்கும், படைத்தவனைத் தவிர வேறு எவரது கட்டளைக்கும் பதிலளிக்கத் தேவையில்லை எனப் புரிந்தவர்களுக்கும் இடையிலான கோடுகள்.

இந்தச் செய்தியைத் தனக்கு முன்பிருந்த துறவிகளால் நூற்கப்பட்ட சுதந்தரத்தின் நூலிழைகளை ஒன்றாக்கி குரு நானக் நெய்தார். இதேபோன்று ஒடுக்கப்பட்டவர்களின் விடுதலைக்காக உலகம் முழுவதும் பயணித்து முயற்சிகள் மேற்கொள்வோரின் எதிர்ப்புகள் மற்றும் கொண்டாட்டங்கள் பற்றிய பதிவுகளை ஒரே ஆடையாகப் பின்னி ஒருங்கிணைத்ததன் காரணமாக அவர் ஆதிவாசிகளின் காவலனாக மாறினார். பந்த்தை தொடங்கியவர் என்ற முறையில், அவருக்கு முன்னர் இருந்த புனித பகத்துகள் பறைசாற்றிய சமூக, பொருளாதார, மற்றும் ஆன்மிக சுதந்தரத்துக்கான செய்தியை நிறுவனமயப்படுத்தும் பொறுப்பு இவரிடம் விடப்பட்டது.[9]

பாபா ஃபரீத் (1179–1266) தொடக்க காலத்தைச் சேர்ந்த பகத்துகளில் ஒருவர். அவர் ஒரு கவிஞர், அவரின் பாடல்கள் பஞ்சாப் மொழியின் அடித்தளத்தை உருவாக்கின.

பிராமணியம் இந்தியாவை முடமாக்கியது — ஃபரீத் ஆதிவாசிகளின் ஒரு மாறும் யுகத்தில் வாழ்ந்தார், இரண்டு தீய சக்திகளுக்கு இடையில் அவர்கள் கிழிபடுவதை வரலாற்று நிகழ்வுகள் கண்டன. ஒருபுறம், ஃபரீத் வாழ்ந்த காலத்தில் இஸ்லாமியப் படையெடுப்பாளர்கள் தில்லியைக் கைப்பற்றுவதில் வெற்றியடைந்தார்கள், அது 19ஆம் நூற்றாண்டுவரை நீடித்தது. மறுபுறம், பிராமணர்கள் இந்து சாதிய முறைகளில் தீவிர பாகுபாடுகளைத் திணிக்கவும், கொடூரமாகச் செயல்படுத்தவும் முனைந்தனர். இந்தியச் சாதி அமைப்பின் முக்கியத்துவம் குறித்து விவரிக்கையில் ஜெர்மானிய சமூகவியலாளர் மேக்ஸ் வெபர் இவ்வாறு எழுதுகிறார்:

> சாதி, அதாவது, அது அளிக்கும் அல்லது திணிக்கும் சடங்கு உரிமைகள் மற்றும் கடமைகள், அவற்றோடு பிராமணர்களின் நிலை, இவைதான் இந்து மதத்தின் அடிப்படைக் கட்டமைப்பு. எல்லாவற்றையும் விட, சாதி இல்லாமல், அங்கே இந்து என்பதே கிடையாது... 'சாதி' இருக்கிறது, அது அத்தியாவசியமான சமூக அந்தஸ்தாக இருக்கிறது. மேலும், ஒருவரின் சமூகப் படிநிலை என்பது பிராமணர்களை அளவீடாக வைத்தே தீர்மானிக்கப்படுகிறது என்ற உண்மையின் மூலம் இந்து மதத்தில் பிராமணர்களின் பிரதான இடத்தை அறியலாம்.[10]

சாதியப் படிநிலை, ஒரு நபரின் சமூக அந்தஸ்தை வகைப்படுத்த பிராமணர்களையே அளவீடாகக் கொள்வதால் இந்த வழக்கம் பிராமணியம் எனப்பட்டது. இருபதாம் நூற்றாண்டில் பிராமணியம்

குறித்த மிகக் கூர்மையான ஓர் ஆய்வு சுவாமி தர்ம தீர்த்தா என்ற ஒரு இந்துவால் எழுதப்பட்டது. துறவியாக மாறுவதற்காகத் தம் தொழிலையே கைவிட்ட, கேரளாவைச் சேர்ந்த வழக்கறிஞர் அவர். சாதிக்கு எதிரான பிரச்சாரத்துக்காகவே தன்னுடைய வாழ்வை அர்ப்பணித்துக்கொண்டவர். பல பத்தாண்டுகளாக இந்து மதத்தைக் குறித்து ஆய்வு செய்த பின் கி.பி.1941இல் *இந்து ஏகாதிபத்தியத்தின் வரலாறு* என்னும் தலைப்பில் ஒரு புத்தகத்தைப் பதிப்பித்தார். அதன் தொடர்ச்சியாக, இந்து மதத்தை அவர் முற்றிலுமாகத் துறந்தார்.

பிராமணர்களைக் குறிப்பிடும்போது தீர்த்தா இவ்வாறு எழுதுகிறார்: "இதுவரை இந்துக்களைப் பொறுத்தவரை பல நூற்றாண்டுகளாகப் பரம்பரை பரம்பரையாகச் சுரண்டிப் பிழைக்கும் ஒரு சிறு கூட்டத்தின் கையிலேயே அனைத்து அதிகாரங்களும் இருந்தன. அக்கூட்டத்தின் வாழ்வும் விருப்பங்களும் இன்றும்கூட பெருந்திரளான இந்திய மக்களின் பொதுநலனுக்கு எதிரானதாகவே இருக்கின்றன."[11] தன் 'இந்து ஏகாதிபத்தியத்தின் வரலாறு' என்னும் நூலில் பிராமணியத்தை அவர் இவ்வாறு வரையறுக்கிறார்,

> பிராமணியம் என்னும் பெயர் சுரண்டல்காரர்களையும் அவர்களது நாகரிகத்தையும் குறிக்க வரலாற்று ஆசிரியர்களால் பயன்படுத்தப்பட்டது. அதை சாதி, புரோகிதத் தந்திரம், மற்றும் பொய்த் தத்துவம் ஆகியவற்றின் அடிப்படையில் இந்துக்களைச் சுரண்டவும் சமூக மற்றும் மதரீதியில் அவர்கள்மீது அதிகாரத்தைச் செலுத்தவும் உண்டாக்கப்பட்ட ஓர் அமைப்பு என வரையறுக்கலாம். இங்கு சாதி, ஆதிக்கத் திட்டத்தையும் புரோகிதத் தந்திரம் சுரண்டலையும் குறிக்கிறது. மேலும் பொய் சித்தாந்தம் என்பது சாதி மற்றும் புரோகிதத் தந்திரம் இரண்டையும் நியாயப்படுத்துவதற்கானது. பிராமணப் பூசாரிகளால் தொடங்கப்பட்டு, பல நூற்றாண்டுகளாகப் பல்வேறு அதிர்ஷ்டங்கள், சமரசங்கள் மற்றும் எண்ணற்ற பின் விளைவுகள் மூலம் அவர்களாலேயே வளர்க்கப்பட்ட அது, பின்னர் அந்நிய ஆட்சியின் கீழ் இந்துக்களின் ஒரு பொதுக் கலாச்சாரமாக மாறியது. தற்காலத்தில் முறைப்படுத்தப்பட்ட இந்து மதத்தோடும் அது ஒத்திருக்கிறது...

> பரம்பரைப் பூசாரியே உயர்வானவர், புரோகிதத் தொழிலே உயர்வான மதம், சித்தாந்தம் என்பது புரோகிதத் தொழிலின் பணியாள் என்று கூர்ந்த மதிநுட்பத்துடன் ஒரு சமூகத்தைக் கட்டமைப்பதிலேயே அதன் வலிமை சார்ந்திருக்கிறது. தொடக்கத்தில் இந்தத் திட்டம் வடிவமைக்கப்பட்டபோது நான்கு சாதிப்பிரிவுகளை மட்டுமே கொண்டிருந்தது. ஆனால் ஒரு காலகட்டத்தில் கொண்டுவரப்பட்ட பிறப்பு மற்றும் சமூகத்

தனித்தன்மையின் அடிப்படையில் மனிதரை வகைப்படுத்தும் செயல்முறை, பின்னர் ஆயிரக்கணக்கான சாதிகளாகவும், துணைச் சாதிகளாகவும், உட்பிரிவுகளாகவும் வளர்ச்சி அடைந்தன.[12]

பன்னிரண்டாம் நூற்றாண்டில், ஃபரீத் வாழ்ந்த காலத்தில், தெற்காசியாவில் புத்த சமயம் ஒன்றே மதச்சார்பற்ற சமத்துவத்தைப் பரிந்துரைத்த ஒரே மதமாக இருந்தது. ஏறத்தாழ ஃபரீத்துக்கு 1700 ஆண்டுகளுக்கு முன் வாழ்ந்த கௌதம புத்தர் துணைக்கண்டத்தின் கிழக்குப் பகுதிகள் முழுவதும் பயணித்து போதனைகளைச் செய்தார். ஒரு குறிப்பிட்ட காலத்திற்கு அவருடைய சித்தாந்தம் ஆழமாக வேரூன்றி தழைத்தோங்கியது.

சாதி ஆதிக்கம் நிறைந்த ஒரு சமூகத்தின் மீது புத்த சமயத்தின் தாக்கம் குறித்து விளக்க தீர்த்தா இவ்வாறு எழுதுகிறார்: "எங்கெல்லாம் புத்தரின் போதனைகள் பரவியதோ அங்கெல்லாம் அவை மக்களின் மனநிலையில் ஒரு புரட்சியை உருவாக்கின. சாதியின் செயற்கையான கட்டுப்பாடுகளிலிருந்து விடுவிக்கப்பட்டு, மனிதர்களின் நட்புகள், பிடிப்புகள் மற்றும் அன்பு ஆகியவற்றின் சுதந்தரப் பிரவாகத்தில் தங்களுடைய எண்ணங்கள், செயல்கள் மற்றும் இலக்குகள் சங்கமிப்பதில் அவர்கள் மிகவும் அகமகிழ்ந்தார்கள். இந்தப் புதிய சுதந்தரத்தைப் பகிர்ந்துகொள்ள பல பிராமணர்களும்கூட தங்களது ஆசாரங்களை உடைத்தெறிந்தார்கள்.[13]

இருப்பினும், இறுதியில், விடுபட்ட மனிதர்களின் இந்தச் சுதந்தரப் போக்கு, அதை ஆய்வுக்கு உட்படுத்துவதன் மூலம் ஆதாயம் அடைபவர்களால் சகிக்க முடியாததாக இருந்தது. "தந்திரம், மற்றும் சடங்குகளுக்கு எதிராகக் கிளர்ச்சி செய்ததால், சீக்கிய குருக்களைப்போலவே, கௌதம புத்தரும் பிராமணர்களின் ஆழ வேரூன்றிய பகைமையைச் சம்பாதித்தார்." இதன் விளைவாக, பௌத்தர்கள் இரக்கமின்றி, மிகக் கொடூரமாக, ஏறக்குறைய ஒட்டுமொத்தமாக, தெற்காசியாவிலிருந்தும் விரட்டியடிக்கப்பட்டார்கள். ஐந்தாம் நூற்றாண்டு தொடங்கி, 'பௌத்தர்கள் மீதும் அவர்களின் வழிபாட்டுத் தலங்களின் மீதும் நடத்தப்பட்ட... ஒரு தொடர் தாக்குதல்' குறித்து டாக்டர் சிங் விவரிக்கிறார். அடுத்தடுத்து, பிராமணர்கள் "பௌத்த அதிகாரத்தின் வேர்களை அழிக்க ஹன்கள் மற்றும் முற்கால குஷாணர்கள் போன்ற அந்நியப் படையெடுப்பாளர்களுக்கு ஒத்துழைப்பு அளித்தனர். தொன்மையான புத்த நகரங்கள் நிர்மூலமாக்கப்பட்டன; கபிலவஸ்து (நேபாளம்) ஒரு வனமாக்கப்பட்டது, கயா (பீகார்) வீணடிக்கப்பட்டுத் தரிசாக்கப்பட்டது. வங்கத்தில், அரசன் சஷாங்கன் "பௌத்தர்களுக்கு எதிரான வன்முறை வெறியாட்டங்களை மேற்கொண்டான், பாடலிபுத்திரத்தில் (பீகார்) இருந்த புத்தரின் காலடித்தடங்களை அழித்தான். அவர் தியானம் செய்த போதிமரத்தை எரித்தான், எண்ணற்ற புத்த மடங்களைச் சூறையாடி அவற்றின் துறவிகளைச் சிதறடித்தான்."[14]

தொடர் துன்புறுத்தல்களை எதிர்கொண்டதால் ஆயிரக்கணக்கான புத்தத் துறவிகள் இந்தியத் துணைக்கண்டத்தை விட்டுத் தப்பியோடினர். “அவர்களைப் பின்தொடர்ந்து சீனா, திபெத் மற்றும் கொரியா, ஜப்பான் நாடுகளுக்குச் சென்றார்கள், பிராமண அடக்குமுறை காரணமாக அவர்தம் இருப்பே அச்சுறுத்தப்பட்டு அகதிகள் ஆக்கப்பட்டார்கள்.” அதன்பின் ஒன்பதாம் நூற்றாண்டில் வேதாந்தி ஆதி சங்கராச்சாரியார் பௌத்தத்தின் மீதான ஒரு ஒட்டுமொத்தப் பிராமணத் தாக்குதலை மேற்கொண்டார். டாக்டர் சிங் கூறுகிறார்:

> *சங்கராச்சாரியார் தானே முன்நின்று நூற்றுக்கணக்கான நாகார்ஜுனகொண்டாப் (ஆந்திரப் பிரதேசம்) பௌத்தர்களைக் கொன்றார்... மேலும், அங்கிருந்த ஆலயங்களை ‘விருப்பத்துடன் அடித்து நொறுக்கினார்.’ அதன் பின்னர், சங்கராச்சாரியார் வன்முறை வெறியாட்டக் கூட்டத்தை கயாவின் மகாபோதி கோவிலுக்கு அழைத்துச் சென்றார். அங்கே அவர்கள் மிகப் பெருமளவில் புத்த மடாலயங்களையும், ஸ்தூபிகளையும் அழித்தனர். பின்னர், பிராமணர்கள், ஆலயத்தைத் தங்கள் கட்டுப்பாட்டுக்குள் எடுத்துக்கொண்டனர்.*
>
> *சங்கராச்சாரியாரின் பசி அகோரமானது, அவர் நன்கு வெறியூட்டப்பட்ட ஒரு கூட்டத்தைத் தலைமை தாங்கி இமயமலைக்கு அழைத்துச் சென்றார். இப்போது அவரின் இலக்கு பத்ரிநாத்தில் (உத்தரகாண்ட்) உள்ள பௌத்த மையம். பௌத்தர்களை முற்றிலுமாக அழிக்கும் அவரின் புகழ், அவருக்கு முன்பே அங்கு சென்றடைந்திருந்தது. ஆகவே, பௌத்தர்கள் பத்ரிநாத்தை விட்டுச் செல்ல முடிவெடுத்தனர். அங்கு நிறுவப்பட்டிருந்த தெய்வச் சிற்பத்தை அக்கோவிலின் அடிவாரத்திலிருந்த அழகானந்தா ஆற்றில் வீசிவிட்டு திபெத்துக்குத் தப்பியோடினர். அதன் பின்னர் அந்த மையம் பிராமணர்களால் கையகப்படுத்தப்பட்டது.*[15]

அதனையடுத்து, கி.பி.1206இல் தில்லி சுல்தானகம் நிறுவப்பட்ட பின்னர் இஸ்லாமியர் ஆக்கிரமிப்பு இந்தியத் துணைக்கண்டத்தின் மையப்பகுதியில் வேரூன்றத் தொடங்கியது — சாதி அமைப்பு என்னும் அடிமைத்தனத்தை விரிவாக்கம் செய்ய பிராமணர்களுக்குச் சாதகமான சூழலை இது உருவாக்கித் தந்தது. “இறுதியாக, நாடு அந்நியர்களின் கைகளில் சிக்கியபோதே பௌத்த சமயம் முற்றிலுமாக நசுக்கப்பட்டு மரணமெய்தியது; பின்னர் பிராமணியம் தம் கோரைப் பற்களைத் தளர்வுற்ற மக்களின்மீது அழுத்தியது,” என்கிறார் தீர்த்தா. “ஆண் பெண் கடவுள்கள் மற்றும் சடங்குகள் ஆகியவற்றைக் கொண்ட மதத்திற்காக மட்டுமே பிராமணர்கள் பாடுபட்டனர், நீதிக்கான மதத்திற்கு அல்ல.”[16]

இறுதியாக, பௌத்த சமயத்தை ஒழிக்க இந்த அந்நிய ஆக்கிரமிப்பு பிராமணியத்திற்கு உதவினாலும், அது இங்கு வேரூன்ற பிராமணியமே வழிவகை செய்தது. இஸ்லாமியப் போர் வீரர்கள் வடமேற்கு வழியாக ஆஃப்கானிஸ்தான், பாகிஸ்தான் மற்றும் பஞ்சாபைக் கடந்து இந்தியத் துணைக்கண்டத்திற்குள் படையெடுத்தனர். முகமது பின் காசிம் (அரேபியா), கி.பி.711இல், துணைக்கண்டத்தின் சிந்து மற்றும் பஞ்சாபின் (தற்போது கிழக்குப் பாகிஸ்தானில் உள்ள பகுதிகள்) ஒரு பகுதியைக் கைப்பற்றியதன் மூலம் இங்கு வெற்றிகரமாக இஸ்லாமியக் காலடித் தடத்தைப் பதித்தவர்களின் முன்னோடி ஆனார். இந்திய வரலாற்றாசிரியர் ஆசீர்வாத் லால் ஸ்ரீவஸ்தவா சொல்கிறார், "சிந்து அடிமைப்படுத்தப்பட பல காரணங்கள் இருந்தாலும் அவற்றில் முதன்மையான காரணம், சாதிப் பிரிவினைகளே."

> அந்தச் சிந்து மாகாணம் உள்நாட்டில் ஒற்றுமையின்றி இருந்ததால், அரேபியர்கள் போன்ற வலிமை மிக்கவர்களை எதிர்க்க முடியாமல் போனது. அதன் மக்கள்தொகை மிகவும் குறைவு. மேலும் மக்கள் பல்வேறு வகையினராகவும் இருந்ததால், சமூகத்தின் கீழ்ப் படிநிலையில் இருந்தவர்கள் மோசமாக நடத்தப்பட்டனர். ஜாட்கள், மெட்கள் போன்றவர்களும் மற்ற சாதியினரும் கீழானவர்களாகப் பார்க்கப்பட்டதோடு, அரசர், அவை, மற்றும் அதிகார வர்க்கத்தால் மட்டுமன்றி உயர்சாதியினராலும் அவமானப்படுத்தப்பட்டனர். சேணம் பூட்டிய குதிரைகளில் சவாரி செய்யவும், ஆயுதங்களைத் தாங்கிச் செல்லவும், நல்ல உடைகளை அணியவும் அவர்கள் அனுமதிக்கப்படவில்லை. இவ்வாறான சூழ்நிலைகள் காரணமாக அங்கு சமூக ஒற்றுமையும் அரசியல் சுதந்தரத்திற்கான உத்தரவாதமும் இல்லை என்பது மிகத் தெளிவாகத் தெரிந்தது.[17]

காசிமின் வெற்றி, மேலும் பல இஸ்லாமியப் போர்த் தளபதிகள் உள்ளே நுழைய வகை செய்தது. இது பல நூற்றாண்டுகளுக்கும் தொடர்ந்தது; இறுதியாக, துருக்கியப் போர்த்தளபதி குத்புதீன்–அல்ஐபக் (1150–1210) தில்லி சுல்தானகத்தை நிறுவிய வரை தொடர்ந்தது. கி.பி.1526இல் நடைபெற்ற போரில், உஸ்பெக் போர்த்தளபதி ஜாஹிருதீன் முஹம்மத்தால் ('புலி' என்ற பொருளில் 'பாபர்' என பொதுவாக அழைக்கப்பட்டவர்) லோதி கொல்லப்பட்டபோது அவர் தில்லி சுல்தானகத்தின் கடைசி அரசராக ஆனார். ஜாஹிருதீன் முஹம்மத் என்னும் பாபர் பின்னர் முகலாய சாம்ராஜ்யத்தை நிறுவினார்.

இந்தியத் துணைக்கண்டத்தின் பெரும் பகுதி கி.பி.1206 முதல் 1947 வரை தொடர்ச்சியாக அந்நிய ஆட்சியின் கீழேயே இருந்தது.

ஜான் பாப்ட்டிஸ்ட் டேவர்னியர் என்ற ஃப்ரான்ஸ் நாட்டு வணிகர் 17ஆம் நூற்றாண்டில் முகலாய சாம்ராஜ்யத்தில் மேற்கொண்ட பயணங்கள் குறித்து

எழுதியபோது, அந்நியப் படையெடுப்பாளர்களிடம் இந்தியா அடிமைப்பட சாதி அமைப்பே காரணம் என்னும் கூற்று, இருபதாம் நூற்றாண்டில் எழுதப்பட்ட ஸ்ரீவஸ்தவாவின் தீர்மானத்தை உறுதிப்படுத்தியது. ஒரு முகமதியனுக்கு அங்கே ஐந்து அல்லது ஆறு மற்ற சமயத்தவர் என்ற அளவில் இந்தியாவின் விக்கிரக வழிபாட்டாளர்கள் எண்ணற்று இருந்தனர்," என்று எழுதினார் டேவர்னியர். இருப்பினும், அவர்களின் உயர் எண்ணிக்கை, படையெடுப்பைத் தடுக்கும் சக்தியை அவர்களுக்கு அளிக்கவில்லை. அவர் மேலும் தொடர்கிறார்,

இந்த மகத்தான மக்கள் கூட்டம் எப்படித் தங்களை ஒரு சிறு எண்ணிக்கையிலான நபர்களின் ஆளுகைக்கு உட்பட அனுமதித்தது என்பதைப் பார்க்க மலைப்பாக இருந்தது. இப்பெருங்கூட்டம் முகமதிய இளவரசர்களின் ஆதிக்கத்துக்கு உடனடியாக வளைந்து கொடுத்தது. ஆனால், இந்த விக்கிரக வழிபாட்டாளர்கள் தங்களுக்குள் ஒற்றுமை இல்லாதவர்கள் என்பதையும், மூடநம்பிக்கை அவர்களிடையே விசித்திரமான வேறுபட்ட பல கருத்துகளையும் வழக்கங்களையும் அறிமுகப்படுத்தியிருந்த காரணத்தாலும் அவர்கள் எப்போதும் ஒருவரோடு ஒருவர் உடன்படுவதில்லை என்பதையும் புரிந்துகொண்டால் அந்த மலைப்பு மறைந்துவிடும். ஒரு விக்கிரக வழிபாட்டாளர் தன் சாதியைத் தவிர்த்து வேறு சாதியைச் சேர்ந்த ஒருவரின் வீட்டில் உணவோ நீரோ அருந்த மாட்டார்.[18]

சாதிகளால் பிளவுபட்டிருந்த ஒரு சமூகத்தால் அந்நிய ஆக்கிரமிப்பைத் தவிர்க்க முடியாமல் போனது. எனினும், அதன்பின்னர், சாமான்ய மக்கள் சாதியைத் தூக்கி எறிந்துவிட்டு ஒன்றுபட்டு படையெடுப்பாளர்களை எதிர்த்து நிற்க இந்த ஆக்கிரமிப்பு தூண்டியிருக்கலாம். ஆனால் உயர்சாதியினரால் அது தடுக்கப்பட்டது — அதாவது பிராமணர்கள். இவர்கள் வெற்றியடைந்த படையெடுப்பாளர்களின் நல்லெண்ணத்தைப் பெற முனைந்தனர்; அந்நியப் பேரரசர்களின் அவையில் வளமான உயர் பதவிகளைப் பெற்றனர்; பிராமணியத்தை நிறுவத் தங்கள் பதவியை ஒரு வாய்ப்பாகப் பயன்படுத்திக்கொண்டனர். தீர்த்தாவின் கூற்றுப்படி, பிராமணர்கள் ஆக்கிரமிப்பாளர்களுடன் கூட்டு சேர்ந்த பின்னரே சாதிய அமைப்பு ஆழமாக வேரூன்றத் தொடங்கியது.

புத்த சமயத்தின் தேய்வும், அரசியல் அதிகாரம் முகமதியர்களின் கைகளுக்கு மாறியதும் அவர்களின் தேசிய வாழ்க்கையை அழிப்பதாக இருந்தாலும், அது பிராமணியத்தின் வெற்றியாகவே அமைந்தது... முகமதியர்களின் இந்தியப் படையெடுப்பால் ஏற்பட்ட முக்கியமான விளைவுகளில் ஒன்று, இந்து சமூகத்தைப் பொறுத்தவரையில் பிராமணர்கள் தவிர்க்க முடியாத தலைவர்களாகவும் சட்டம் இயற்றுபவர்களாகவும் மாறினார்கள். முகமதியர்கள் அனைத்து எதிர்ப்புகளையும் தோற்கடித்து

நிலையான ஆட்சியாளர்களாக அமர்ந்தவுடன், அவர்களில் சிலர் கட்டாய மத மாற்றங்கள் செய்யுமளவுக்கு மதவெறி பீடித்து அலைந்தார்களே தவிர, இந்துக்களை அவர்களின் மதத் தலைவர்களின் கைகளிலேயே விட்டு வைத்தனர். எப்போதெல்லாம் சத்தமில்லாத வழிகளில் இந்துக்களை அடக்க வேண்டியிருந்ததோ அப்போதெல்லாம் பிராமணர்களைத் தங்களின் அங்கீகாரம் பெற்ற பிரதிநிதிகளாகப் பயன்படுத்திக்கொண்டனர்.

மற்றொரு பெரிய நன்மை என்னவெனில், வரலாற்றில் முதன்முறையாக, இந்தியாவின் அனைத்துப் பிரிவுகளைச் சேர்ந்த மக்களும் பிராமண ஆதிக்கத்தின்கீழ் கொண்டுவரப்பட்டனர். அதுவரை குறிப்பிட்ட மூன்று உயர்சாதிகளுக்கு மட்டுமே தங்களை மதகுருக்களாக அறிவித்துக்கொண்டவர்கள், சூத்திரர்களையும் பிற இந்திய மக்களையும் ஒரு பாதுகாப்பான தொலைவில் வைத்துக்கொள்ள வேண்டும் என்பதைத் தவிர, அவர்களுக்காகப் பரிந்து பேசுவது குறித்தெல்லாம் நினைத்துப் பார்க்கவேயில்லை. முகமதியர்கள், இஸ்லாமியர் அல்லாத அனைத்துக் குடிமக்களையும் எவ்விதப் பாகுபாடுமின்றி ‘இந்து’ என்ற பொதுப் பெயரிலேயே அழைத்தனர். அது நடைமுறையில் இஸ்லாமியர் அல்லாதோர் என்பதைத் தவிர வேறொன்றையும் குறிக்கவில்லை. இந்த எளிய உண்மை... நாட்டின் இலட்சக்கணக்கான ஏதுமறியா மக்களை சுரண்டல்கார பிரமணர்களுக்கு நிரந்தரமாகக் கீழ்ப்படிந்து செல்லும் நிலைக்குத் தள்ளியது. இந்தியர்கள் ‘இந்துக்கள்’ ஆனார்கள், அவர்களின் மதம் ‘இந்து மதம்’ ஆனது, மேலும் பிராமணர்கள் அவர்களின் எஜமானர்களானார்கள். பிராமணியம் என்பது இந்து மதம் என்றானது. அதாவது, மெக்காவின் நபிகளைப் பின்பற்றாத மற்ற அனைவருக்குமான மதமாக ஆனது. இவ்வாறு, இந்து மதத்தின் ஒற்றை அதிகாரபீடமாக அசைக்க முடியாத இடத்தைப் பெற்று கொழுக்கத் தொடங்கியவுடன், பிராமணர்கள் தங்களின் மதச்சார்பு கொண்ட மேலாதிக்கத்தை இந்தியா முழுவதும் நிறுவத் தொடங்கினார்கள்.[19]

பகத்துகள் பேகம்புராவை நாடுகிறார்கள் — பன்னிரண்டாம் நூற்றாண்டின் ஆரம்பக் கட்டத்தில் ஃபரீத், தில்லி சுல்தானகத்தில் வாழ்ந்தார். பஞ்சாபில் பிறந்த சூஃபி முஸ்லிமான அவர், குரு நானக்கிற்கு முன்னதாக வாழ்ந்த முன்னோடி பகத்துகளில் ஒருவர். ஃபரீத் இந்தியத் துணைக் கண்டத்தின் இருண்ட நிலையை அமைதியாக எதிர்கொண்டவாறே, மனித மதிப்பில் தோய்ந்த அன்பின் பாதையை போதித்தார். பெரும் சமூகப் பொருளாதாரக் கொந்தளிப்புகளுக்கிடையில் ஃபரீத் அறிவித்தார், “நித்தியமான இறைவன் அனைவரிலும் நிரந்தரமாக இருப்பான்: எவர் இதயத்தையும் உடைக்காதீர்கள் — அறிந்துகொள்ளுங்கள், ஒவ்வொரு உயிரும் ஒரு விலை மதிப்பற்ற ஆபரணம்.”[20]

எல்லா மானுடப் பிறப்புகளும் சமமான தெய்வீகத்தன்மை கொண்டது என்னும் கருத்தை முன்னெடுத்தவாறு அவர் அறிவிக்கிறார், “படைப்பு என்பது படைத்தவனுக்குள் இருக்கிறது, படைத்தவன் படைப்புக்குள்

இருக்கிறான்."²¹ ஃபரீதைப் பொறுத்தவரை எல்லா உயிர்களுக்குள்ளும் புனிதத்தன்மை உள்ளது, கீழானவர் அல்லது தீண்டத்தகாதவர் என எவருமில்லை. தம்மை விலக்கப்பட்டோர் என்றழைக்கும் ஓர் அமைப்பின் கீழ் நாட்டின் பெரும்பான்மையான மக்கள் நலிவுற்றிருக்க, அந்த உயர் வர்க்கத்தினரின் வெறுப்பு வழக்கத்தைத் துடைத்தெறிய அவர் அன்பை மறுமொழியாகப் பரிந்துரைத்தார். ஃபரீத் கூறுகிறார், "உங்களைத் தங்கள் கைமுட்டிகளால் தாக்குபவரை நீங்கள் திரும்பத் தாக்காதீர்கள்."²² பதிலாக, "தீமைக்கு நன்மையைத் திருப்பியளியுங்கள், உங்கள் உள்ளத்தில் வஞ்சத்தைச் சுமக்காதீர்கள்"²³ என்று அவர் அறிவுறுத்துகிறார்.

மற்ற பகத்துகள் பல நூற்றாண்டுகளாகச் சமூகத்தில் மிக இழிவாக நடத்தப்பட்டவர்களின் விடுதலைக்கு வழிகாட்டும் வகையிலான பாதைகளைத் தொடர்ந்து அமைத்தார்கள்.

பகத் நாம்தேவ் (தோராயமாக, 1270–1350) மகாராஷ்டிராவைச் சேர்ந்த தையற்காரர் மற்றும் கவிஞர். அவர் கேட்கிறார்: 'சமூக அந்தஸ்தை வைத்துக்கொண்டு நான் என்ன செய்வது? வம்சாவளியை வைத்துக்கொண்டு நான் என்ன செய்வது?'²⁴ அவர்களின் குறைகளைக் கடந்து, கடவுள் எல்லா மனிதர்களின் மீதும் அக்கறை கொண்டுள்ளார். அவர் எழுதுகிறார், 'நீங்கள் விலைமகளையும் அருவருப்பான கூன் முதுகு கொண்டவனையும் பாதுகாத்தீர்கள்.'²⁵

மக்கள் அனைவரும் சமமாகவே படைக்கப்பட்டனர் என்பதையறிந்த இவ்வெளிய மனம் கொண்ட துறவியும் பல நேரங்களில் கீழானவராக நடத்தப்பட்டார். ஒரு ஆலயத்திலிருந்து வெளியே தள்ளப்பட்ட அனுபவம் குறித்து விவரிக்கையில் இவ்வாறு எழுதுகிறார், "அவர்கள் என்னை கீழ்சாதிக்காரன் என்றார்கள், தீண்டத்தகாதவன் என்றார்கள், அடித்தார்கள், வெளியே தள்ளினார்கள், நான் இப்போது என்ன செய்ய வேண்டும்? என் அன்புக்குரிய தந்தையான கடவுளே? நான் இறந்த பின் நீங்கள் என்னை விடுவித்தால், நான் விடுதலை பெற்றவன் என்பதை ஒருவரும் அறியமாட்டார்கள்."²⁶ அவர் சாதி காரணமாக ஆலயத்தை விட்டு வெளியேற்றப்பட்டது குறித்த மற்றொரு பாடலில், படைத்தவனிடம் ஆதிவாசிகள் அனைவரும் அனுபவித்த வலியையும் அநீதியையும் வெளிப்படுத்துகிறார்.

சிரித்தபடியும் விளையாடியபடியும்
உன் கோவிலுக்கு வந்தேன் இறைவனே
நாமதேவ் வணங்கிக்கொண்டிருந்தபோது
பிடித்து இழுக்கப்பட்டு வெளியே தள்ளப்பட்டார்
நான் தாழ்ந்த குலத்தைச் சேர்ந்தவன் இறைவனே
நான் ஏன் சாயத் தொழிலாளர் குடும்பத்தில் பிறந்தேன்?
நான் என் போர்வையை எடுத்துக்கொண்டு திரும்பிச் சென்றேன்,
*கோவிலின் பின்புறமாக அமர்ந்துகொள்ள.*²⁷

பதினைந்தாம் நூற்றாண்டில் உத்தரப் பிரதேசத்தைச் சேர்ந்த பகத் கபீர் என்னும் நெசவாளர் அனைவருக்குமான சமத்துவத்திற்குக் குரல் கொடுத்தார்; அதை அனைவரின் மரணத்திலும் காணலாம் என்றார். அவர் எழுதுகிறார்: "அரசனும் அவன் குடிகளும் சமமாகக் பார்க்கப்படுகிறார்கள்; இதுவே மரணத்தின் சக்தி."[28] ஒரு மனிதன் உயர் பிறப்பாக அல்லது தாழ்ந்த பிறப்பாகக் கருதப்பட்டாலும், அனைவரும் இந்த உலகிற்குள் நுழைவதும் வெளியேறுவதும் ஒரே வழியில்தான்." நிர்வாணமாக நாம் வருகிறோம், நிர்வாணமாகவே செல்கிறோம். ஒருவரும், ஏன் அரசர்களும் அரசிகளும்கூட இங்கேயே இருக்க முடியாது.[29] அதன் தொடர்ச்சியாக பிராமணர்களின் ஆதிக்கத்தை எதிர்க்கும் ஒரு பாடலில் பரம்பரைச் சாதி என்னும் கருத்தாக்கத்தை அவர் கண்டிக்கிறார்.

கருவறையில் வாழும்போது அங்குப்
பரம்பரையோ சமூக அந்தஸ்தோ கிடையாது
அனைவரும் கடவுளின் விதையிலிருந்து உதித்திருக்கிறோம்.
சொல்லுங்கள் பண்டிதரே, ஓ மத குருமாரே
எப்போதிலிருந்து நீங்கள் பிராமணர்களாக இருக்கிறீர்கள்?
நான் பிராமணன் பிராமணன் என்று விடாது பெருமையடித்து
உங்கள் வாழ்க்கையை வீணடிக்காதீர்கள்
நீங்கள் பிராமணத் தாய்க்குப் பிறந்த பிராமணராக இருந்தால்
நீங்கள் ஏன் வேறு வகையில் வெளியே வரவில்லை?
அது எப்படி நீங்கள் பிராமணனாக இருக்க,
நான் கீழ்க்குலத்தவனாக ஆனேன்?
அது எப்படி நான் ரத்தத்தால் உருப் பெற்றிருக்க,
நீங்கள் பசும் பாலால்
உருவாக்கப்பட்டிருக்கிறீர்கள்?[30]

குரு நானக்கின் சமகாலத்தில் வாழ்ந்த குரு இரவிதாஸ் (1450–1520) ஒரு செருப்புத் தைக்கும் தொழிலாளி. அவரும் பகத் கபீரைப் போல உத்தரப் பிரதேசத்தைச் சேர்ந்தவர். அவர் தொடர்ந்து சமூகப் பிரிவினைகளுக்கு எதிரான எண்ணங்களைப் பரப்பி வந்தார். படைத்த கடவுள் ஒருவனே, அவன் படைத்த உயிர்களை, அவர்கள் எக்குலத்தில் பிறந்தவராயினும், ஒரே விதமாகவே அன்பு செய்கிறான் என்று இரவிதாஸ் முழங்கினார். அவர் கூறுகிறார், "அவன் ஒரு பிராமணனோ, வைசியனோ, சூத்திரனோ அல்லது சத்திரியனோ; அவன் ஒரு கவிஞனோ, ஒதுக்கப்பட்டவனோ அல்லது அழுக்கு மனம் கொண்ட ஒருவனோ, அவன் படைத்தவனை மனதில் தியானிக்கும்போது தூய்மை அடைகிறான்."[31]

தனிமைப்படுத்தப்பட்ட ஒரு சமூகத்தில், தாங்கள் மிகக் குறைவான மதிப்புடைய சாதிகளாகப் பிரிக்கப்பட்ட காரணத்தால் மக்கள் தங்கள் நிழலைக் கண்டு தாங்களே பயந்து வாழும் ஒரு சூழலுக்கு மாற்றாக,

பகத் இரவிதாஸ், எல்லா மக்களும் சமமாகவும் சுதந்தரமாகவும் வாழும் சொர்க்கம் போன்ற ஒரு நகரத்தைக் காட்சிப்படுத்துகிறார்.

> பேகம்புரா – 'துயரமற்ற நகரம்'
> இதுவே அந்த ஊரின் பெயர்
> அங்கே வேதனையோ விசாரமோ இல்லை
> அங்கே பிரச்சினைகளும் இல்லை,
> பொருட்களின் மீது வரிகளும் இல்லை
> அங்கே பயம், தோஷம், வீழ்ச்சி எவையுமில்லை
> நான் இப்போது இந்த அற்புத நகரத்தை
> அதி அற்புத நகரத்தைக் கண்டுபிடித்துவிட்டேன்
> அங்கே நீடித்த அமைதியும் பாதுகாப்பும் இருக்கிறது,
> ஓ விதியின் உடன்பிறப்புகளே
> கடவுளின் அரசாங்கம் நிலையானது, உறுதியானது, நித்தியமானது.
> அங்கே இரண்டாவது மூன்றாவது நிலை இல்லை
> அங்கே அனைவரும் சமம்.
> அந்த நகரம் ஜனநெருக்கமானது
> நித்தியப் புகழ் கொண்டது
> அங்கே வாழ்பவர்கள் செல்வந்தர்கள்
> மனநிறைவு கொண்டவர்கள்
> அவர்கள் சுதந்தரமாக உலா வருகிறார்கள்,
> அவர்கள் விரும்பிய வண்ணமே.[32]

குரு நானக்கின் பந்த் — குரு நானக் அவர்களின் வழிகாட்டுதலின்படி இந்த விடுதலைச் செய்திகள் சீக்கியப் புரட்சியின் அடிப்படைக் கோட்பாடுகளாக ஒன்றிணைக்கப்பட்டன. ஒரு சீக்கியராக, குரு நானக், கொடுங்கோன்மையை வீழ்த்தக்கூடிய உண்மைகளைக் கண்டறியும் குறிக்கோளுடன் உலகின் அனைத்து முனைகளுக்கும் பயணித்தார். கிழக்கே அசாம் மற்றும் பர்மா, தெற்கே இலங்கை, மேற்கே மெக்கா மேலும் வடக்கில் திபெத் மற்றும் சீனா வரை அவர் பயணித்தார். அந்த நாடுகளிலெல்லாம் அவர் கவனிக்கவும், கற்றுக்கொள்ளவும், உரையாடவுமே செய்தார். இந்த முறையில், இந்தியத் துணைக்கண்டத்தில் எளிய மக்களை அடிமைப்படுத்தும் பொய்யான வழக்கங்களைத் தகர்த்தெறியும் நோக்கோடு பந்த் என்னும் சங்கத்தைக் கட்டியெழுப்பினார். அவரது குறிக்கோள் அம்மக்களின் (துணைக்கண்டத்திற்கு அப்பால் உள்ளவர்களுக்கும்) எதிர்காலத்திற்கு வழி காட்டக்கூடிய ஓர் ஒளியை அளிப்பதே.

அவர் வாழ்ந்த காலத்தில், ஆயுதமேந்திய அந்நியப் படையெடுப்பாளர்கள் மீண்டும் இந்தியாவிற்குள் நுழைந்த காரணத்தால், ஒடுக்கப்பட்ட மக்களின் மீது புதிய சுமைகள் சுமத்தப்பட்டன. 12ஆம் நூற்றாண்டு தொடங்கி கவிதைகள் இயற்றுவது, உரையாடுவது, மக்களுக்குக் கல்வி கற்பிப்பது

எனப் பல்வேறு வகைகளில் பகத்துக்கள் பிராமணியத்திற்குச் சவாலாக அமைந்தனர்.

இருப்பினும், 16ஆம் நூற்றாண்டில் நிலைமை மேலும் மோசமடைந்தது; முகலாய சாம்ராஜ்யத்தை நிறுவிய ‘புலி’ பாபர் ஆஃப்கானிஸ்தானை வென்று அதன் மூலம் வட இந்தியாவிற்குள் நுழைந்து தில்லியைக் கைப்பற்ற முனைந்தார்.

வரலாற்றுரீதியாக, வாழ்தலுக்கான பிராமண வியூகம் என்பதே படையெடுப்பாளர்களுடன் கூட்டணி அமைத்துக்கொள்வது என்பதாக இருந்தது. முகலாயர்களின் வருகைக்குப் பின் ஆதிவாசிகளின் குரல் ஒட்டுமொத்தமாக நசுக்கப்பட்டது. பிராமணர்கள் அரசுடன் ஒன்றிணைந்து முளைவிடுகின்ற அனைத்து எதிர்ப்புகளையும் அடக்கினார்கள். கீழிலும் கீழானவன், இரு தலைப் பருந்தை எதிர்கொள்ள வேண்டியிருந்தது – ஒரு தலை, மக்களின் உடமைகளை விழுங்கிய முகலாயர்களுடையது; மற்றொரு தலை, மக்களின் ஆன்மாக்களை விழுங்கிய பிராமணர்களுடையது. இவ்வாறு ஆதிவாசிகளின் தோள்களின் மீது சுமத்தப்பட்ட புதிய சவால்களை இனம் கண்டுகொண்ட குரு நானக், பந்த்தை அதற்குப் பொருத்தமான ஒரு புதிய அமைப்பாக உருவாக்கினார். அதுவரை இருந்து வந்த அனைத்துப் பாரம்பரியங்களிலிருந்தும் வேறுபட்ட, தனித்துவமான பாதையாக வகுத்தார்.

பந்த்தின் தனித்தன்மை என்னவென்றால், அது சமூகத்திற்கு மட்டுமல்லாது அரசியலுக்கும் கொடுங்கோன்மைகளைச் செய்தது தான். அக்கொடுங்கோன்மை எதிர்ப்பிற்கான முன்மாதிரியை அமைத்த குரு நானக் முகலாயப் படையெடுப்பாளர்கள் நிகழ்த்திய இரத்த வெறியாட்டங்களைக் கண்ணுற்றார், அவற்றைக் கண்ணால் கண்ட சாட்சியாகத் தன்னையே பதிவுசெய்தார்.

> பாபர் ஹிந்துஸ்தானத்தை அச்சுறுத்தினார். படைத்தவன் பழியைத் தானே ஏற்றுக்கொள்வதில்லை; பதிலாக முகலாயர்களை மரணத்தின் தூதுவர்களாக அனுப்பி இருந்தான். மக்கள் அலறியவாறே இருக்குமளவுக்கு அங்கு அளவில்லாதப் படுகொலைகள் நடந்தன. உனக்கு இரக்கம் இல்லையா கடவுளே? இறைவனே, ஓ என்னைப் படைத்த இறைவனே. நீயே அனைவருக்கும் எஜமானன். ஒரு வலிமை மிக்க மனிதன் மற்றொரு மனிதனைத் தாக்கும்போது, ஒருவரும் தங்கள் மனங்களில் அந்தத் துயரத்தை உணர்வதில்லை, ஆனால் ஒரு வலிமையுள்ள புலி ஓர் ஆட்டு மந்தையை முழுவதுமாகக் கொல்லும்போது அதன் எஜமானன் அதற்குப் பதில் சொல்ல வேண்டும். இந்த விலைமதிப்பற்ற நாடு வீணாக்கப்பட்டு நாய்களால் மாசுபடுத்தப்பட்டுக் கிடக்கிறது, இங்கு எவரும் இறந்தவரைக் குறித்து அக்கறை செலுத்துவதே இல்லை.[33]

அவ்வந்நியப் படையெடுப்பைக் கண்டனம் செய்தவாறே, குரு நானக் பந்த்தின் கொள்கைகளை அவருக்குப் பின்னர் அவரது வாரிசுகள் பல தலைமுறைகளுக்கும் முன்னெடுக்குமாறு வடிவமைத்தார். இந்துக்கள் மற்றும் இஸ்லாமியர்களின் கொடூரமான அடிமைப்படுத்தும் செயல்களைக் கண்டித்த அவர், அனைத்து வகையான ஒடுக்கப்பட்ட மக்களுக்கும் சம வாய்ப்புக் கோருகின்ற சமூகப் போராளியாக உருவெடுத்தார். அவர் பிராமணியத்தின் சுரண்டல்களை அம்பலப்படுத்தியது மட்டுமல்லாமல், அரசாங்கத்தின் அராஜகங்களுக்கு எதிராகவும் குரல் எழுப்பினார். ஒரு பக்கம் வலிமை மிக்கவர்கள் பிராந்தியக் கட்டுப்பாட்டின் பொருட்டுப் போரை முன்னெடுக்க, அந்த நிகழ்வுகளின் சங்கமத்தில் சிக்கிக்கொள்ளக்கூடியவர்களை அவர் எச்சரித்தார்.

அவர் எழுதுகிறார், "நீங்கள் லௌகீகப் பின்னல்களில் சிக்கியிருக்கிறீர்கள், ஓ விதியின் உடன்பிறப்புகளே; அவற்றோடு நீங்கள் பொய்மையையும் பழகிக் கொண்டிருக்கிறீர்கள்." இறுதியாக, பாபர் நிகழ்த்திய படுகொலைகள், அவருக்கு மனித நிலையாமையின் உண்மையை உணர்த்தின. நிலையற்றவற்றைக் காட்டிலும் நித்தியத்தன்மை கொண்டவற்றின் மதிப்பையே உணர்த்துகின்றது என்ற முடிவுக்கு அது குருவை அழைத்துச் சென்றது. அவர் கூறுகிறார், அந்த அராஜகங்கள், அவையே நம்பிக்கையின் கர்த்தாவான இறைவனை அழைக்க என்னைத் தூண்டின.

பின்னலிட்ட சடையால் அலங்கரிக்கப்பட்ட அந்தத் தலைகளும், குங்குமம் பூசப்பட்ட அதன் சில பகுதிகளும்... அத்தலைகள் கத்திகள் கொண்டு மழிக்கப்பட்டன, அவற்றின் குரல்வளைகள் மண் நிரப்பப்பட்டு திணறடிக்கப்பட்டன. அவர்கள் அரண்மனை போன்ற மாளிகைகளில் வசித்தார்கள், ஆனால் இப்போது அரண்மனைகளுக்கு அருகில்கூட அமர முடியவில்லை. அவர்கள் தங்கத்தால் அலங்கரிக்கப்பட்ட பல்லக்குகளில் வந்தார்கள்; அவர்கள் தலைகளின்மீது தண்ணீர் தெளிக்கப்பட்டது, மினுமினுக்கும் விசிறிகள் அவர்கள்மீது விசறப்பட்டன. அவர்கள் அமர்ந்தபோதும், எழுந்து நின்றபோதும், ஆயிரக்கணக்கான நாணயங்கள் அளிக்கப்பட்டன. அவர்கள் தேங்காய்களையும் பேரீச்சைகளையும் உண்டு, தங்களின் சௌகரியமான படுக்கைகளில் ஓய்வெடுத்தனர். ஆனால் அவர்களின் கழுத்தில் கயிறுகள் இடப்பட்டிருந்தன, அவர்களுடைய முத்துமாலைகள் உடைக்கப்பட்டன. அவர்களுக்குப் பெரும் மகிழ்ச்சியை அளித்த அவர்களின் செல்வமும், இளமை நிறைந்த அழகும் இன்று அவர்களின் எதிரியாய் மாறியிருந்தன. வீரர்களுக்கு உத்தரவுகள் அளிக்கப்பட்டிருந்தன, அவர்களை மதிக்காதவர்கள், தூக்கிச் செல்லப்பட்டார்கள்.

பாபரின் ஆட்சி அறிவிக்கப்பட்ட நாளிலிருந்து இளவரசர்களுக்குக் கூட உண்ண உணவு கிடைக்கவில்லை. இஸ்லாமியர்கள் தங்களின் அன்றாட ஐந்து வேளை தொழுகையை இழந்தனர், இந்துக்களும் தங்கள் வழிபாடுகளை இழந்தனர். பேரரசனின் படையெடுப்பைக் குறித்துக் கேள்விப்பட்டும், இலட்சக்கணக்கான மத குருமார்களில் எவரும் அந்தப் படையெடுப்பாளரைத் தடுத்து நிறுத்தவில்லை. பழங்காலக் கோவில்களையும் ஓய்வு இல்லங்களையும் அவர் தீக்கிரையாக்கினார்; அவர் இளவரசர்களின் அங்கங்களை ஒவ்வொன்றாக வெட்டி மண்ணில் வீசியெறிந்தார். எந்த முகலாயரின் கண்களும் உருவாக்கப்படவில்லை, எவரும் எந்த அற்புதத்தையும் நிகழ்த்தவில்லை. போர்க்களத்தில் வாட்கள் மோதிக்கொள்ள, முகலாயர்களுக்கும் பத்தான்களுக்கும் இடையிலான போர் வீறு கொண்டது. சரியான இலக்கை நோக்கி அவர்களின் துப்பாக்கிகள் சுட்டன, அவற்றோடு யானைகளைக் கொண்டும் அவர்கள் தாக்கினர். இந்துப் பெண்கள், இஸ்லாமியப் பெண்கள், பத்திகள், ராஜபுத்திரர்கள் எனப் பலரின் உடைகள் தலை முதல் பாதம் வரை கிழிந்தன. இதனிடையே பலர் இடுகாட்டிலேயே வந்து வாழத் தொடங்கினர். அவர்களின் கணவன்மார்கள் வீடு திரும்ப வில்லை...

உடல் மண்ணில் விழலாம், ஆன்மா உடலை விட்டு வெளியேறலாம்; இதை மட்டும் அவர்கள் அறிந்திருந்தால். நீங்கள் ஏன் இறந்தவர்களுக்காக அழவும், துக்கம் அனுஷ்டிக்கவும் செய்கிறீர்கள்? கடவுள் இருக்கிறார், எப்போதும் இருப்பார். நீங்கள் அந்த நபருக்காகத் துயரப்பட்டால், உங்களுக்காகத் துயர் கொள்பவர் யார்? நீங்கள் லௌகீக சிக்கலில் மூழ்கி இருக்கிறீர்கள், ஓ! விதியின் உடன்பிறப்புகளே; மேலும் நீங்கள் பொய்மையையும் கடைப்பிடித்துக்கொண்டிருக்கிறீர்கள். இறந்தவர்கள் எதையும் கேட்பதே இல்லை; உங்கள் அழுகை இங்குள்ள மற்றவர்க்கு மட்டுமே கேட்கிறது. இறந்தவரை உறங்கச் செய்யும் இறைவன் மட்டுமே, ஓ! நானக், அவரை மீண்டும் எழுப்ப முடியும். தன் உண்மையான இருப்பிடத்தை உணர்ந்த ஒருவர் உறங்குவதில்லை. இவ்வுலகை விட்டுப் புறப்படும் இறந்த ஒருவர் தன்னுடன் தன் செல்வத்தை எடுத்துச் செல்ல முடியும் என்றால், நீயும் போய் உனக்காக செல்வத்தைச் சேர்த்துக்கொள். நான் நான்கு திசைகளிலும் தேடிவிட்டேன், எனக்கானவரென்று எவருமில்லை. நீங்கள் விரும்பினால், ஓ! என் எஜமானனான கடவுளே, நான் உங்களுடையவன், நீங்கள் என்னுடையவர். எனக்கான வேறெந்தக் கதவுகளும் இல்லை; நான் எங்கு சென்று வழிபட? நீங்களே என் ஒரே கடவுள்; உங்கள் நாமம் என் நாவில் உள்ளது.[34]

இவ்வாறே, இஸ்லாமியப் படையெடுப்பாளர்கள் மற்றும் பிராமணர்கள் என்ற இரு தீய சக்திகளுக்கிடையில் சிக்கிக்கொண்ட ஒரு நிலத்தில் குரு நானக் வாழ்ந்தார். இந்தக் குழப்பங்களுக்கிடையில்தான் அவர் *பந்த்தை* உருவாக்கினார். அதன் செயல்பாடுகள் வழியாக அவர் பிராமணியத்தின் எல்லாவிதமான ஆச்சாரங்களையும் கண்டித்தார். சாதி, அடிப்படைவாதம், சதி என்னும் உடன்கட்டை ஏறும் வழக்கம், கைம்பெண்கள் மறுமணத்தடை, வரதட்சனை முறை, போலித்தனமான வெற்றுச் சடங்குகள், மற்றும் விரல் விட்டு எண்ணக்கூடிய சில மேல் வர்க்கத்தினரால் பெருந்திரளான மக்கள் கொடூரமாக அடிமைப்படுத்தப்படும் கலாச்சாரம் என எல்லாவற்றையும் சாடினார்.

மக்கள் இந்தப் *பந்த்* என்னும் புதிய 'கடையை' சாரிசாரியாக மொய்த்தனர். நீதியின்பால் குரு கொண்டிருந்த மரியாதையை உணர்ந்து அவருடன் ஒன்றிணைந்தவாறே மாயையிலிருந்து விடுபட்டதன் காரணமாகத் தங்களுக்குக் கிடைத்த சமத்துவத்தையும் சுதந்தரத்தையும் கொண்டாடினர். காலப்போக்கில் போக்குவரத்து மிகுதி காரணமாக எப்போதும் வெப்பமாக இருந்த இந்தப் புதிய கடை விடுதலையை வாரி வழங்கியபடி இருந்தது. இருப்பினும், இந்தக் கடை திறக்கப்படும்போது மூடநம்பிக்கைகளை விற்பனை செய்த பிராமணக் கடைகள் இதன் பிரதானப் போட்டியாக இருந்தன.

சீக்கியம் நிறுவப்பட்டதை "மிக முக்கியமான ஒரு நிகழ்வு" எனப் பாராட்டிய ஆங்கிலேய வரலாற்றாசிரியர் எட்வர்ட் தார்ன்டன், அதே நேரம் பிராமணியத்தைப் பற்றி பின்வருமாறு கூறுகிறார்: "மூடநம்பிக்கையின் ஒரு பரந்துபட்ட அமைப்பு, அனேகமாக மிகுந்த செல்வாக்குப் பெற்றதும் கூட, எப்போதும் எவரையும் ஈர்க்காத, மனிதத்தன்மையைச் சிதைக்கும் ஒரு கொடுங்கோன்மையான அதி விஷமம் நிறைந்த ஒரு அமைப்பு."[35]

மனித மனங்களை ஈர்ப்பதற்கான முதன்மை வழியாக, பிராமணியம் அதன் எண்ணற்ற விக்கிரகங்களைப் பயன்படுத்திக் கொண்டது. அன்று முதல் இன்றுவரை, பிராமணர்கள் — பூசாரிகள் மற்றும் அந்தச் சிலைகளைக் கொண்டுள்ள கோவில்களின் பொறுப்பாளர்கள் — விக்கிரக வழிபாட்டையே பக்தியின் மைல் கல்லாக முன்னிறுத்தி ஊக்குவித்து வருகின்றனர்.

பிராமணியம் மக்களின் மூட நம்பிக்கைகளைப் பயன்படுத்தி அவர்களைக் கட்டுப்படுத்தவும் சுரண்டவும் செய்தது என்பதற்கான சிறந்த உதாரணம் குஜராத்தின் சோமநாதர் கோவிலில் உள்ள மிதக்கும் சிவலிங்கச் சிலை. மனித வரலாற்றின் ஆண்டுக் குறிப்புகளில் தொடர்ந்து மக்களின்மீது மோசடியாகத் திணிக்கப்பட்டுவரும் பல தந்திரப் பரிசோதனைகளின் மூலம் மக்களின் செல்வத்தையும் கண்ணியத்தையும் கொள்ளையடிக்கும் முயற்சிகளில் சோமநாத சிலைத் தந்திரம் மிக வெற்றிகரமான, தனித்துவமான ஒன்றாக இருக்கிறது.

அறிவியல்ரீதியாக மேம்படுத்தப்பட்ட ஒரு மிதக்கும் காந்தசக்தி தொழில்நுட்பத்தின் மூலம் நிறுத்தி வைக்கப்பட்டாலும், அச்சிலை அதன் தெய்வீகத்தன்மை காரணமாக தானே அந்தரத்தில் மிதப்பதாகத் தவறாகச் சித்திரித்தனர். இந்த அதிசயத்தைக் கட்டணம் செலுத்திக் காண்பதற்காக பக்தர்கள் வெகுதொலைவிலிருந்து வந்தனர். இருப்பினும், கி.பி.1024இல் சுல்தான் முகமது கஜினியின் படை அக்கோவிலைக் கைப்பற்றியபோது அச்சிலையின் ரகசியம் கண்டுபிடிக்கப்பட்டது. அதே நேரம், பாரசீக விஞ்ஞானி சக்காரியா–அல்கஸ்வினி அச்சிலையைக் குறித்தும் அதன் விதி குறித்தும் இவ்வாறு எழுதுகிறார்,

> கீழிருந்து தாங்கிப் பிடிக்கவும், மேலிருந்து தொங்க விடவும் எந்தவித ஆதாரமும் இன்றி அச்சிலை கோவிலின் நடுவே அந்தரத்தில் வீற்றிருந்தது. இந்துக்களால் அது பெருமதிப்புடன் ஆராதிக்கப்பட்டது; இஸ்லாமியனோ, நாத்திகனோ, அந்தரத்தில் மிதக்கும் அச்சிலையைக் கண்ட எவரும் திகைப்பில் மூழ்கினர்...
>
> விலையுயர்ந்த அனைத்துப் பொருட்களும் காணிக்கையாகக் கொண்டு வரப்பட்டன, மேலும் பத்தாயிரத்துக்கும் அதிகமான கிராமங்களிலிருந்து வசூலிக்கப்பட்ட வரிகள் அக்கோவிலுக்கு மானியமாக அளிக்கப்பட்டன. அங்கு கங்கை என்னும் ஒரு நதி இருந்தது; அது மிகப் புனிதமானதாக உயர்த்திப் பிடிக்கப்பட்டது. அந்த நதியிலிருந்து தினமும் நீரைக் கொண்டுவந்து அவர்கள் சோமநாதர் கோவிலைக் கழுவினர். அந்தச் சிலையின் வழிபாட்டுச் சடங்குகளைச் செய்யவும், வருகின்ற பார்வையாளர்களைக் கவனிக்கவும் பிராமணர்கள் ஆயிரம் பேர் நியமிக்கப்பட்டனர்; மேலும் அதன் வாசலில் பாடவும், ஆடவும் ஐநூறு இளம்பெண்கள் நியமிக்கப்பட்டனர். இவை எல்லாம் கோவிலுக்கு அளிக்கப்பட்ட மானியங்களின் மூலம் பராமரிக்கப்பட்டது. தேக்கு மரத்தால் செய்யப்பட்ட ஐம்பத்தாறு தூண்களின்மேல் காரீயம் பூசப்பட்டு, கம்பீரமான கட்டடம் எழுப்பப்பட்டது...
>
> கஜினி முகமது தன்னுடன் இருந்தவர்களிடம், அந்தச் சிலையின் அற்புதம் பற்றி என்ன நினைக்கிறார்கள் என்பது குறித்தும், எவ்விதத் துணையோ ஆதாரமோ இன்றி அது காற்றில் நிற்பது குறித்தும் கேட்டார். பலர், அது ஒரு மறைக்கப்பட்ட பொருளின் துணை கொண்டே நிற்கக்கூடும் என்றே கூறினர். அரசன் ஒரு நபரை அனுப்பி அச்சிலையின் மேலும் கீழும் சுற்றியுள்ள அனைத்துப் பகுதிகளிலும் ஒரு ஈட்டியைக் கொண்டு துழாவிப் பார்க்குமாறுப் பணிக்க, அவ்வாறு செய்தும் எதுவும் தட்டுப்படவில்லை. ஒரு பணியாள், அந்த விதானம் இரும்புக் கனிமத்தாலான எடைக்கல்லால் செய்யப்பட்டிருக்கலாம் என்றும், சிலை இரும்பினால் செய்யப்பட்டிருக்கலாம் என்றும் தன் கருத்தைக்

கூறினார். மேலும், சாமர்த்தியமான அந்தக் கட்டட நிபுணர் மிகத் திறமையாகத் திட்டமிட்டு, காந்தம் ஒன்றினை அதன் ஏதாவது ஒரு பக்கத்தில், அதன் எடைக்கும் கூடுதலான விசையைச் செலுத்தாதவாறு வடிவமைத்த காரணத்தால் சிலையை அந்தரத்தில் நிறுத்த முடிந்ததாக அந்தப் பணியாள் கூறினார். சர்ச்சையைத் தீர்க்க சுல்தானின் அனுமதியுடன் விதானத்தின் மேலிருந்து சில கற்கள் நீக்கப்பட்டன. உச்சியிலிருந்து இரண்டு கற்கள் நீக்கப்பட்டபோது, சிலை ஒரு பக்கமாக சாய்ந்தது. மேலும் கற்கள் நீக்கப்பட்டபோது அது இன்னும் அதிகமாகச் சாய்ந்தது; தொடர்ந்து கற்கள் நீக்கப்பட, கடைசியில் அது தரையில் போய் நிலைகொண்டது.[36]

மனித அறிவுத்திறன் எப்படி இவ்வாறான ஒரு சூழ்ச்சிக்கு எளிதாக இரையாகிறது? மக்கள் இத்தகைய மோசடித்தனங்களுக்கு எளிதான இலக்காக இருப்பதற்குக் காரணம், அவர்கள்மீது சுமத்தப்பட்ட சாதிமுறை அவர்களுக்கு அடிப்படைக் கல்வியைக் கூட தர மறுத்ததே ஆகும். சாதியச் சட்டத்தின்படி அவர்கள் கல்வி பெறுவது தடை செய்யப்பட்டுள்ளது. அனைத்துக் கல்வியும் சமஸ்கிருத மொழியில் பாதுகாக்கப்பட்டுள்ளது. 17ஆம் நூற்றாண்டில் முகலாய சாம்ராஜ்யத்தில் வாழ்ந்த ஃப்ரெஞ்ச் மருத்துவர் ஃபிரான்சுவா பெர்னியர் கூறுவதுபோல, சமஸ்கிருதம் 'பரிசுத்தமான மொழி' என்று அடையாளப்படுத்தப்பட்டது. பிராமணர்கள் அதை 'மிகத் தொன்மையான தெய்வீகமான மொழி' என்றார்கள்; "அது பண்டிதர்களுக்கு மட்டுமே தெரிந்த ஒரு மொழி என்றும் சொன்னார்கள். அம்மொழி ஹிந்துஸ்தானத்தில் பொதுவாகப் பேசப்பட்ட மொழிகளிலிருந்து முற்றிலும் வேறாக இருந்தது."[37] எல்லா ஞானமும் பூட்டு சாவிகளுக்கு அடியில் தாழிடப்பட்டுக் கிடக்க, பொதுமக்கள் மிகப்பெரும் அறியாமை இருளில் மூழ்கிக் கிடந்தனர்.

உயர் வர்க்கத்தினர் தங்கள் சமூகத்தைத் தனிமைப்படுத்திக் கொண்டனர், தங்கள் மொழியை மற்றவர்கள் கற்பதைத் தடை செய்தனர், பிராமணரல்லாதோர் கல்வி பெறுவதைத் தடுக்கும் மத போதனைகளை பரப்பினர். ஏனெனில், ஒரு கல்வி கற்ற சமூகம் அவர்களுக்கு அசௌகர்யமான ஒன்றாக இருந்தது. "பிராமணர்கள் இத்தகைய பெருந்தவறுகளையும், மூட நம்பிக்கைகளையும் ஊக்குவித்தார்கள், அதன் காரணமாக அவர்கள் அடைந்த செல்வங்களும், மாற்றங்களும் பெரிய அளவில் இருந்தன," என்று எழுதுகிறார் பெர்னியர். "முக்கியமாக, புனித மர்மங்களுக்கு நெருக்கமான நபர்கள் என்கிற வகையில் அவர்கள் மிகுந்த மரியாதையுடன் நடத்தப்பட்டார்கள்; மேலும் மக்கள் தங்கள் கொடைகளின் மூலம் அவர்களைச் செழிப்பாக வைத்திருந்தனர்."[38]

இத்தகைய கலாச்சாரச் சூழலுக்கு இடையேதான் பிராமணியத்தின் சுரண்டல் முறையைக் கண்டனம் செய்த ஃபரீத், கபீர், ரவிதாஸ்,

மற்றும் நானக் தோன்றினார்கள். நம்மைப் படைத்தவனின் பார்வையில் அனைவரும் சமமாகவும் சுதந்தரத்துடனும் உருவாக்கப்பட்டிருக்கிறார்கள் என்று போதித்ததோடு, பேகம்புரா என்ற பெயர் கொண்ட ஒரு துயரமில்லா நகரத்தை, நம்பிக்கை மிக்க தொலைநோக்குப் பார்வையைப் பரிசளித்தார்கள். உலகளாவிய மனித மாண்பைப் பின்பற்ற வேண்டியதன் அதீத முக்கியத்துவத்தை வலியுறுத்திப் போராடியவாறே கீழ்ப் பிறப்பாகக் கருதப்பட்டவர்களையும் நாடிச் சென்று உதவினார்கள். மேலும் அவர்கள் விக்கிரக வழிபாடு தவறு என்றும், அது மனிதர்கள் தாங்கள் படைத்த உயிரற்ற படைப்புகளைத் தாங்களே வணங்கும் ஒரு மூடத்தனம் என்றும் அறிவுறுத்தினார்கள். உதவி வேண்டி கூக்குரலிடுவோர்க்கு விக்கிரகங்கள் மறுமொழி அளிக்காது. குரு நானக் இவ்வாறு ஆலோசனை சொல்கிறார்:

இந்துக்கள் தங்களின் முதற் கடவுளை மறந்து விட்டார்கள்
அவர்கள் தவறான பாதையில் செல்கிறார்கள்
அவர்கள் விக்கிரகங்களை வழிபடுகிறார்கள்
அவர்கள் குருடர், ஊமை,
குருடிலும் குருடானவர்கள்
அறிவற்ற மூடர்கள் கற்களைப் பொறுக்கி
எடுத்து அவற்றை வழிபடுகிறார்கள்.
ஆனால் அந்தக் கற்களே மூழ்கிய பின்
உங்களை யார் அக்கரைக்குச் சுமந்து செல்வார்கள்?[39]

கோவில்களின் உள்ளேயிருக்கும் சிலைகளில் கடவுளைத் தேடுவதைக் காட்டிலும், 'அனைவருக்குள்ளும் கடவுளின் ஒளி இருப்பதை மக்கள் உணர வேண்டும்,' என்னும் கருத்தில் பகத்துக்கள் ஒத்திசைந்தனர். இருப்பினும் முகலாயர்களின் வரவுக்குப் பின் இந்த போதனையைப் பரப்ப ஒரு ஒன்றுபட்ட இயக்கம் தேவையாக இருந்தது. இப்படியாக குரு நானக் பந்த்தை உருவாக்கினார்.

பந்த்தின் போதனைகளுக்குக் கிடைத்த எதிர்வினைகள் புரட்சிகரமானதாக இருந்தன. மூடநம்பிக்கையின் இடத்தைப் பகுத்தறிவு பிடித்தது, ஞானம் மாயையை விலக்கியது, அறிவுத் தெளிவு சுரண்டலை விரட்டியது, விடுதலை கொடுங்கோன்மையை அகற்றியது. பிராமணியம் பரப்பிய மூடநம்பிக்கை அமைப்பிற்கு எதிராக மனிதவியலாளர் பூரண் சிங் எழுதுகிறார்,

> குரு நானக் பொய்யான சமயங்களையும் நேர்மையற்ற அரசியலையும், அநீதியான சமூகப் படிநிலைகளையும் கண்டனம் செய்கிறார். வெற்று வேதங்களையும் அந்தக் காலத்தின் இசங்களையும் கண்டிக்கிறார். அவர் வறட்டு பக்தியையும், ஆச்சாரங்களையும், தவங்களையும், சப்தமான யோகக் கலை,

மணி உருட்டிக் குறி சொல்லுதல், நமாசே விரதங்கள், மற்றும் அனைத்து மத, அரசியல் போலித்தனங்களில் கொண்டு வரப்படும் பெயரளவிலான மாற்றங்களையும் கண்டனம் செய்கிறார். விதிவிலக்கின்றி எல்லாவற்றையும் கண்டனம் செய்கிறார்; ஏனெனில் உலகம் இருளில் மூழ்கிக் கிடக்கிறது...

குரு நானக் ஓர் அரக்கனைப் போல பேருருக் கொண்டு, ஆழமாக வேரூன்றியிருக்கும் இந்து மற்றும் இஸ்லாமிய மரபுகளைத் தம் உள்ளங்கையில் எடுத்து, கடலில் வீசி எறிகிறார். போலி பக்தி ஒழியட்டும், அபத்தங்கள் அப்பால் செல்லட்டும், பொய்கள் வீழட்டும்...

இங்கு, பஞ்சாபில், இப்படியான அனைத்து அமைப்புகளும், ஒரு பார்வையில், ஒரு புன்னகையில், ஒருவரின் முன்னிலையில் ஒட்டுமொத்தமாக அழிக்கப்பட்டன. இறந்துப்பட்ட வடிவும் தீய எண்ணம் நிறைந்த சமூகப் படிநிலைகளும் வீழட்டும்; பொய்யான இஸ்லாமியமும் பொய்யான இந்துத்துவமும் வீழட்டும்; உண்மையான சமயங்களுக்குச் செல்லுங்கள்.[40]

குறிப்பிடத்தக்க வகையில் குரு நானக் கீழிலும் கீழாக்கப்பட்டவர்களை நாடிச் சென்றார். இந்திய வரலாற்றாசிரியர் டாக்டர் ராஜ்குமார் இவ்வாறு விவரிக்கிறார், "சீக்கிய குரு தீண்டத்தகாதவர்களைத் தழுவிக்கொண்டார். அவர்களோடு முழுவதுமாகத் தம்மை ஒன்றிணைத்துக் கொண்டு, இந்து சாதிய அமைப்புகளுக்கு எதிராக அறைகூவல் விடுத்தார்."[41]

குரு இந்த மண்ணின் மைந்தனாக வாழ முடிவெடுத்தார். தம்முடைய போதனைகளுக்கு முன்னுதாரணமாக, நேர்மையான உழைப்பைக் கோரும் ஒரு தொழிலைத் தேர்ந்தெடுத்துகொண்டார். "உண்மை எல்லாவற்றையும்விட உயர்ந்தது; ஆனால் உன்மையுடன் வாழ்தல் அதனைக் காட்டிலும் உயர்ந்தது," என்று அவர் போதித்தார். குரு நானக் அவரது துறவு ஆடைகளைத் தூக்கி எறிந்துவிட்டு, கர்த்தாப்பூரில் தன் வாழ்நாளின் கடைசி 18 வருடங்களும் ஒரு எளிய குடும்பத் தலைவராகவே வாழ்ந்தார். அங்கே, கி.பி.1522இல், தாம் நிர்மாணித்த ஒரு நகரில் விவசாயியாக வேலை செய்தார்.

இங்கே, அவரது இருபதாண்டுகளுக்கும் மேலான போதனைகளுக்குச் செயல்வடிவம் அளிக்கவும், தமது புதிய நம்பிக்கையைப் பழகவும் ஒரு மனித ஆய்வகத்தை நிறுவினார், அதுவே சீக்கிய *பந்த்*... இங்கேதான் நிலத்தை உழுது பண்படுத்தியபடி தம் மனைவி மக்களுடன் குரு நானக் வாழ்ந்தார். கடவுளின் பெயரையும் அவரது தத்துவங்களையும் போதித்தவாறும், அனைத்து மனித உயிர்களுக்கும் நேர்மறையான மறு உத்தரவாதத்தையும், அவர்களது கண்ணியமான வாழ்விற்கான உரிமையை அளித்தபடியும், மதக் கட்டாயங்கள், சமூக அடிமைத்தனம்,

அரசியல் அடக்குமுறை ஆகியவற்றிலிருந்து விடுபட்டு சுதந்தரமாக வாழ்ந்து வந்தார்.[43]

அநீதியான சமூகப் படிநிலைகளைக் கண்டனம் செய்தும் படையெடுப்பாளர்களுக்கு அறைகூவல் விடுத்தும் சமத்துவமும் சுதந்தரமும் நிரம்பிய 'உண்மையான சமயங்கள்' வழியாக விடுதலைக்கான பாதையை அடையாளம் காட்டிய வகையிலும், குரு நானக் தம் வழித்தோன்றல்களுக்கு ஒரு நல்ல மேடையை அமைத்துக் கொடுத்தார். அவரின் மரணத்துக்குப் பின், ஆதிவாசிகளின் சுதந்தரத்துக்கான நூற்றாண்டுக் காலப் போராட்டத்தை நிறுவனமயப்படுத்த வேண்டும் என்ற அவரது புனிதப்பணியை *169* ஆண்டுகளுக்கு ஒன்பது சீக்கிய குருக்கள் தொடர்ந்தனர். உயர் வர்க்க ஆதிக்கமே சரி என்று போதித்து, ஒடுக்குமுறையை ஆழமாக நிலைநாட்டிய 'பொய்யான சமயங்கள் மற்றும் நேர்மையற்ற அரசியல்' ஆகியவற்றின் இடத்தில் இந்தக் குருக்கள் மனித மாண்பிற்கான போதனைகளை அறிமுகம் செய்து, அவற்றை வளர்க்கவும் செய்தார்கள். ஓர் ஒடுக்கப்பட்ட சமூகத்துக்கு ஆன்மிக, மன, மற்றும் உடல் விடுதலையை அவர்கள் கொண்டு வந்தார்கள். அதன் விளைவாக, குரு அர்ஜுன் தன் சொற்களில் இவ்வாறு கூறுகிறார், "மூட நம்பிக்கையின் முட்டை உடைபட்டது, உள்ளம் ஒளி பெற்றது; குரு, கால்களின் விலங்குகளை உடைத்தெறிந்து, சிறைப்பட்டவர்களை விடுவித்தார்."[44]

பத்தாவது குருவான கோவிந்த் சிங் அவர்களின் வருகைக்குப் பின், கி.பி.*1799*இல் அவரால் *கால்சா* நிறுவப்பட்டதும், இறுதியாக குரு நானக் அவர்களின் முதன்மையான நோக்கம் நிறைவேறியது. ஒடுக்கப்பட்டோர் பந்த்தைத் தழுவினார்கள். அங்கே அவர்கள் எவ்விதத்திலும் பாதிக்கப்படவில்லை, எப்போதும் வெற்றிகரமாக வலம் வந்தனர், தொடர்ந்து அடக்குமுறைகளுக்கு எதிராகப் போராடினர். இருப்பினும், இதற்காக, ஐந்தாவது குருவான அர்ஜுன், தன் உயிரைத் துறக்குமாறு விதிக்கப்பட்டிருந்தது.

மேற்கோள் ஆவணங்கள்

1 *Madra, Amandeep Singh and Parmjit Singh (eds.). "Sicques, Tigers, or Thieves": Eye-witness Accounts of the Sikhs. New York: Palgrave MacMillan. 2004. 4.*

2 *Cole, W. Owen and Piara Singh Sambhi. A Popular Dictionary of Sikhism. 1990. Lon-don: Routledge. 1997. 3.*

3 *Guru Granth Sahib. 15.*

4 *Ibid., 349.*

5 *Ibid., 376.*

6 *Ibid., 300.*

7 *Ibid., 5.*

8 *Ibid., 432.*

9 *Usage of terms "Bhagats and Gurus" should in no way be construed as placing the status of one above the other. Both terms are equal in accordance with the teachings of Guru Granth Sahib.*

10 *Weber, Max. The Religion of India: The Sociology Of Hinduism And Buddhism. Glen-coe: The Free Press. Tr. by Gerth, Hans H. and Don Martindale. 1958. 29-30.*

11	Theertha, Dharma Swami. *History of Hindu Imperialism.* 1941. Kottayam, Kerala: Ba-basaheb Ambedkar Foundation. 1992. 6.	29	Ibid., 1157.
		30	Ibid., 324.
		31	Ibid., 858.
12	Ibid., 6-7.	32	Ibid., 345.
13	Ibid., 76-77.	33	Ibid., 360.
14	Singh, Sangat. *The Sikhs in History.* 1995. Amritsar: Singh Brothers. 2005. 4.	34	Ibid., 417-418.
		35	Thornton, Edward. *A Gazetteer of the Territories Under the Government of the East-In-dia Company and of the Native States on the Continent of India.* London: Wm. H. Allen & Co. 1858. 911.
15	Ibid., 5.		
16	Theertha. *History.* 100-101.		
17	Srivastava, Ashirbadi Lal. *The Sultanate of Delhi.* 1950. Agra: Shiva Lal Agarwala & Company. 1966. 17.	36	Jackson, A.V. Williams (ed). *A History of India (Vol. 9).* London: The Grolier Society. 1906. 201-203.
18	Tavernier, Jean Baptiste. *Travels in India (vol. 2).* V. Ball (tr.). London: Macmillan and Co. 1889. 181.	37	Bernier, François. *Travels in the Mogul Empire: A.D. 1656-1668.* Archibald Constable (Tr.). London: Oxford University Press. 1916. 335.
19	Theertha. *History.* 114.		
20	Granth. 1384.	38	Ibid., 305.
21	Ibid., 1350.	39	Granth. 556.
22	Ibid., 1378.	40	Singh, Puran. *Spirit of the Sikh (Vol 2, Part 2).* Patiala: Punjabi University. 1981. 3-4.
23	Ibid., 1381.		
24	Ibid., 485.		
25	Ibid., 345.	41	Rawat. *Studies.* 134.
26	Ibid., 1292.	42	Granth. 62.
27	Ibid., 1164.	43	Singh. *Sikh.* 20.
28	Ibid., 855.	44	Granth. 1002.

2

குரு அர்ஜுன் நாடோடி வண்டியை முன்னோக்கி இழுத்துச் செல்கிறார்.

நானக்கிற்கு பிறகு அவரது வழித்தோன்றல்களாக வந்த பல குருக்களும் பேகம்புரா என்ற துயரமற்ற நகரத்தின் தொலைநோக்குத் திட்டத்தை விரிவுபடுத்தினார்கள். அவரது முன்னோடிகளைப் போலவே, ஐந்தாவது குருவான, அர்ஜுன் *சாத்திரங்கள் (இந்து வேதங்கள்)* கற்பிக்கும் பிராமணிய சாதிய அமைப்பைத் துணிவுடன் கண்டித்தார். மண்ணின் மகன்களையும் மகள்களையும் போலவே அவர்களின் அடியொற்றி வந்த இவருக்கு நாடோடி வண்டியை முன்னோக்கி இழுத்துச் செல்லும் பணி அளிக்கப்பட்டது - அதாவது ஒடுக்கப்பட்டோரின் விடுதலைக்கான பணிகளை முன்னேற்றுவது.

தனது தந்தை குரு ராம்தாஸ் (1534–1581) அவர்களின் நிதி ஆதரவுடன், அர்ஜுன் தாழ்த்தப்பட்டவர்களுக்காகவும், உரிமை மறுக்கப்பட்டவர்களுக்காகவும் தம்மையே அர்ப்பணித்துக் கொள்ளத் தயார் செய்யப்பட்டார். அவரின் அடிச்சுவடுகளைப் பின்பற்றி வந்த பல தலைமுறைகளுக்கும் ஊக்கமளிக்கும் வகையில் அவரது அன்னை விபி வாணி அவர்களும் மகனைத் தயார் செய்வதில் முக்கியப் பங்கு வகித்தார். குடும்பத்தின் முக்கியத்துவம் மற்றும் பிள்ளை வளர்ப்பில் ஒரு தாயின் பங்கு ஆகியவை குறித்துச் சுருக்கமாக குரு அர்ஜுன் இவ்வாறு எழுதுகிறார்: "ஓ மகனே இது ஒரு தாயின் ஆசீர்வாதம், நீ எப்போதும் ஒரு கணமும் படைத்தவனை மறக்காமல் இப்பிரபஞ்சத்தின் இறைவனை என்றென்றும் வணங்கியபடி இருக்க வேண்டும்."[1] இதேபோல, குரு அர்ஜுன் தம்முடைய மகன் ஹர் கோவிந்தையும் இப்பணிக்காகத் தம்மையே அர்ப்பணிக்கத் தயார் செய்தார்.

தியாகம் செய்வதற்காக அழைக்கப்பட்டபோது குரு தமக்கு அளிக்கப்பட்ட பணியிலுள்ள சிரமங்களையும் அதில் உள்ளடங்கிய ஆபத்துக்களையும் குறித்து அறியாமல் இல்லை. இருந்தும் என்ன விலை கொடுத்தும் தம் கடமையை நிறைவேற்ற வேண்டும் என்பதில் தெளிவாக இருந்தார் — தம் உயிரைக் கூட விலையாகக் கொடுக்கத் தயாராக இருந்தார்.

குரு அர்ஜுன் அவர்களின் காலம் *பந்த்*தின் இரு முக்கியமான சாதனைகளை உள்ளடக்கியது. ஒன்று, பஞ்சாபின் அமிர்தசரஸில் *ஹர்மந்திர் சாஹிப்* கட்டி முடிக்கப்பட்டது. இரண்டாவது, அவர் *ஆதி கிரந்தத்தை*த் தொகுத்ததும் (சீக்கியர்களின் புனித நூல், காலப்போக்கில் இதுவே *குரு கிரந்தம்* ஆனது), அதன் பின்னர் கட்டி முடிக்கப்பட்ட *குருத்வாரா*வுக்குள் அதை நிறுவியதும் ஆகும்.

"சீக்கியர்களின் புனித நூலான *குரு கிரந்த சாஹிப்*, பத்து சீக்கிய குருக்களில் ஆறு குருக்களுடைய இசைப்பாடல் தொகுப்புகளையும், மேலும் 15 சீக்கியப் புலவர்கள் மற்றும் சிறந்த இஸ்லாமிய சூஃபியான ஷேக் ஃபரீத் உட்பட்ட பல்வேறு சமூக, இன, மதப் பின்னணிகளிலிருந்து வந்த சீக்கியர் அல்லாத 15 சந்த் கவிஞர்களின் பங்களிப்புகளையும் கொண்டது," என்று விளக்குகிறார் டாக்டர் ராஜ்குமார் ஹன்ஸ். "இதுவே, உலக மதங்களின் வரலாற்றில், அப்புனித நூல் அனைவரையும் உள்ளடக்கிய ஆன்மிகத்தின் ஒரு வெளிப்பாடு என்பதை எடுத்துக் காட்டுகிறது."[2]

ஃபரீத், நாமதேவ், கபீர், ரவிதாஸ், நானக் மற்றும் பல பகத்துகளின் எழுத்துக்களை சேகரித்து *கிரந்தத்*தில் தொகுத்த வகையில் குரு அர்ஜுன், பேகம்புராவின் மேற்பார்வையாளரானார். *ஆதி கிரந்தத்*தில் பதிவு செய்யப்பட்ட ஷபதங்களால் (பாசுரங்கள்) வழி நடத்தப்பட்டு, குரு தன் துறவு ஞானத்தை வழக்கத்துக்குக் கொண்டு வந்தார். இந்தக் காலகட்டத்தில், ஒரு வழிகாட்டும் ஒளியாய் இருந்து, அவர் ஆதிவாசிகளின் விடுதலையை நோக்கிய வெற்றிகரமான அணிவகுப்பை வழி நடத்தும் பொறுப்பைத் தாமே முன்வந்து ஏற்றுக்கொண்டார்.

ஓர் இருண்ட யுகத்தில், ஏழை மக்களுக்கு நம்பிக்கை ஒளியை அளிப்பதற்காக, பேசம்புராவின் அலைபாயும் சுடரைப் பாதுகாக்கும் பெரும் சுமையைத் தன் தோள்களில் சுமந்தார் குரு அர்ஜுன். வரலாற்றின் ஓட்டத்திற்கு எதிராக நின்று கொண்டு, கூட்டாக சாதாரண மக்களைத் தங்கள் கால்களின் கீழே போட்டு மிதிக்கும் பிராமணர்கள் மற்றும் முகலாயர்களின் முகங்களுக்கு முன்பாக 'நிறுத்துங்கள்' என்று கத்தினார் குரு. குரு நானக்கிற்கு அறிவுறுத்தப்பட்டதுபோல, இது வகிப்பதற்கு மிகவும் ஆபத்தான ஒரு பதவி.

இந்த அன்பின் விளையாட்டை
நீங்கள் என்னோடு விளையாட விரும்பினால்
உங்கள் கையில் உங்கள் தலையை ஏந்திக்கொண்டு

என் பாதையில் அடி எடுத்து வையுங்கள்
இந்தப் பாதையில் உங்கள் பாதத்தை வைக்கும்போது
என்னிடம் உங்கள் தலையைத் தாருங்கள்
பொது மக்களின் கருத்துக்களைப் பொருட்படுத்தாதீர்கள்.[3]

இருப்பினும் தம் தலையை அர்ப்பணிக்க குரு அர்ஜுன், தானே முன் வந்தார். அன்பின் விளையாட்டை விளையாடியவாறே தம் தலையைத் தாமே கையில் ஏந்தியபடி பாதையில் அடியெடுத்து வைத்தார், கீழிலும் கீழாக்கப்பட்டவர்ளின் துணையை நாடினார், விமர்சகர்களை அலட்சியம் செய்தார்.

மிகக் கடுமையான சித்திரவதைகள் அவருக்காகக் காத்திருக்கின்றன என்பது தெரிந்திருந்தும், பிராமணர்கள் மற்றும் முகலாயர்களால், எளிய மனம் கொண்ட மக்கள்மீது பிணைத்து வைக்கப்பட்டிருந்த சங்கிலிகளை உடைத்தெறிந்து அவர்களுக்கு உதவும் வாய்ப்பை அவர் விரும்பி ஏற்றுக்கொண்டார். ஜஹாங்கீரின் சொற்கள் விவரிப்பது போல, ஆளும் உயர்குடியினர் அவரது 'வழிகளையும் நடத்தைகளையும்' தங்களின் அதிகார பீடத்துக்கு ஒரு நேரடி அச்சுறுத்தலாக எண்ணினர்.

பல நூற்றாண்டுக் காலமாக, பெருந்திரளான மக்களுக்குக் கல்வி, வளங்கள், மற்றும் அடிப்படை மனிதநேயம் ஆகியவற்றை மறுத்த ஒரு சர்வாதிகார சாதி அமைப்பைத் தீவிரமாகப் பேணிக் காத்து வந்ததன் மூலம் பிராமணர்கள் தங்களின் உயரடுக்கு நிலையைப் பாதுகாத்துக் கொண்டனர். மதப் பாரம்பரியங்களுக்கு மதிப்பளிக்க வேண்டும் என்கிற போர்வையில் இவையெல்லாம் செய்யப்பட்டன. 'எளிய மனம் படைத்தோர்' என்று சொல்லப்பட்ட இந்தச் சாதாரண மக்களே குரு அர்ஜுனைச் சுற்றி மொய்த்தனர் என்று ஜஹாங்கீர் கூறுகிறார். இதனிடையே, *ஆதி கிரந்தத்தின்* கருத்துகள் ஒரு பக்கம் பிராமண அதிகார அமைப்பைப் படிப்படியாக வலுவிழக்கச் செய்துவர, மற்றொருபுறம் முகலாயர்கள் தங்கள் ஆட்சியை வட இந்தியா வரை விரிவுபடுத்தினர். இந்து மற்றும் இஸ்லாமியச் சமூகங்களைச் சேர்ந்த அடித்தட்டு மக்கள் தங்கள் இரு மதங்களின் வழியாக எவ்வித நம்பிக்கையையும் பெறவில்லை, இரண்டு சமயங்களுக்கும் இடையே பெரிதாக எந்த வேறுபாட்டையும் உணரவில்லை.' "அப்போது, இந்தியாவில் ஒரு மதமாக நிறுவப்பட்ட இஸ்லாம், பின்னர் ஒரு கொடுங்கோன்மை சக்தியாக மாறியது," என்கிறார் பூரண் சிங்.[4] 'அது வெறும் வாய் ஜாலம்.'

இவ்வாறான ஒடுக்குமுறைகளுக்கு இடையிலும் செழிப்பாக வளர்ந்து வந்த பந்த் மக்களுக்கு ஆன்மிக, சமூக, பொருளாதார, மற்றும் அரசியல் சுதந்தரத்தை எப்படிப் பெற வேண்டும் என்று வழிகாட்டியது. அது வளர வளர அமிர்தசரஸ் நகரம் மக்கள் அதிகாரத்திற்கான பிரதிநிதித்துவத்தைப் பெற்றது. இன்றியமையாத வகையில், அது ஓர் இணை அரசாங்கத்தின் தலைநகராக உருவானது — மக்கள் தங்கள் பிறப்பின் காரணமாக அல்ல,

தங்கள் தெரிவினால் குடிகளாக வாழும் ஒரு தேசத்தின் அரசாங்கம் அது. இருப்பினும், ஆளும் உயர் வர்க்கத்தினருக்குச் சுயாட்சி சகிக்க முடியாததாக இருந்தது. ஆங்கிலேயப் பத்திரிகையாளர் ஃபெர்குஸ் நிக்கோல் பின்வருமாறு விளக்குகிறார்:

> பஞ்சாபின் இத்தகைய சக்தி மிக்க ஒரு சமுதாயத் தலைவரை எதிர்க்க ஜஹாங்கீர் தயாராக இல்லை. மேலும், முகலாயப் படையெடுப்பின் தொடக்கக் காலத்திலிருந்தே அர்ஜுன் தேவும் அவரது முன்னோடிகளும் தம் சொந்த வம்சாவளிக்கு மாற்றாக ஓர் அதிகார மையத்தை உருவாக்கி அதன் பிரதிநிதிகளாக இருந்து வருவதைக் கண்டு ஜஹாங்கீர் எரிச்சலடைந்தார். ஜஹாங்கீர், அமிர்தசரஸின் தன்னாட்சியை முடிவுக்குக் கொண்டுவந்து அனைத்து சீக்கியர்களையும் இஸ்லாமிய மதத்தைத் தழுவும்படி வற்புறுத்த விரும்பியதாக ஒரு விவாதம் இருந்து வருகிறது. ஆனால் இத்தகையதொரு தஞ்சமடைதல் அவரது தந்தை அக்பருக்கு ஏற்புடையதாக இருந்திருக்காது.[5]

குரு அர்ஜுன் ஒரு 'மாற்று அதிகார மூலத்தின் பிரதிநிதியாக' இருந்தார் என்ற நிக்கோலின் கூற்று, குருவைத் தூக்கிலிட ஆணையிட்டதற்கான காரணங்களாக ஜஹாங்கீர் அளித்திருந்த வாக்குமூலத்துடன் ஒத்திருந்தது. "பிர் (துறவி) மற்றும் ஷேக் (அரசன்) என இருவிதமான ஆடைகளிலும் குரு இருந்தார்." என்று ஜஹாங்கீர் எழுதினார். இவ்வாறு குரு அர்ஜுன் ஒரேநேரத்தில் தமது லௌகீக மற்றும் ஆன்மிக அதிகாரங்களை வெளிப்படுத்தினார்.

குரு அர்ஜுன் 'பஞ்சாபின் ஒரு சக்திவாய்ந்த சமுதாயத் தலைவர்' என்ற நிக்கோலின் விவரணம், முகலாய அரசவையில் வாழ்ந்து வந்த அருட்தந்தை ஜெரோம் சேவியர் என்கிற ஜேசுவிட் கத்தோலிக்கத் திருச்சபை மதகுருவின் கூற்றோடு ஒத்திருக்கிறது. தந்தை சேவியர், தமது செப்டம்பர் கி.பி.1606 கடிதத்தில், "(அவர்) குரு என்று அழைக்கப்பட்ட யூதரல்லாதவர்; நமக்குப் போப்பாண்டவரைப் போல, யூதரல்லாத மக்களுக்காக அவர் இருந்தார்," என குரு அர்ஜுன் குறித்து விவரிக்கிறார். அவர் ஒரு துறவியாகக் கருதப்பட்டார், அவ்வாறே பெருமதிப்புடன் வணங்கப்பட்டார். குருவின் புகழ், 'பெரும் மரியாதை' மிகுந்ததாக இருந்தது, என்கிறார் சேவியர்.

முகலாய–பிராமணக் கூட்டாட்சி — இந்தப் 'பெரும் மரியாதை' கொண்ட மனிதனை வெளியேற்றுவதற்காக எடுக்கப்பட்ட முயற்சிகளின் மூலகாரணியாக முகலாயர்கள் மற்றும் பிராமணர்களின் கூட்டணி இருந்தது.

அந்நியப் படையெடுப்பாளர்கள் இந்தியாவை அடிமைப்படுத்துவதற்கு அதன் சாதிய அமைப்பு மிகவும் உதவியது. பிரிட்டிஷ் கிழக்கிந்தியக் கம்பெனியின் லெஃப்டினன்ட் கர்னல் ஜான் மால்கம் அவர்களின் கூற்றுப்படி, "இந்தியாவுக்கு வந்த முகமதியப் படையெடுப்பாளர்கள் இங்கு

இந்துக்களிடையே நிலவும் மதப் பாரபட்சங்களைக் கண்டவர்கள், அதுவே அவர்களின் பாதுகாப்புத் தூண்களில் ஒன்றாக இருந்தும் அவர்களைக் காக்கும் என்று கணக்கிட்டனர்."[6] இதனிடையே, முகலாயர்களுடனான பிராமணர்களின் கூட்டணியினால் பிராமணர்கள் பெரும் பயன் அடைந்தனர்; தங்களைக் காத்துக்கொள்ளவும், தங்களின் சமூக- அரசியல் அதிகாரத்தைத் தொடரவும், முகலாயர்களின் அனுமதியுடன் சாதிய அமைப்பை மக்களின்மீது தொடர்ந்து திணிக்கவும் அது உதவியாக இருந்தது.

இதன் விளைவாக பிராமணர்கள், முகலாய அரசாங்கத்தின் முக்கிய அங்கத்தினர்களாக வரவேற்கப்பட்டனர். அந்தப் பதவிகளை எடுத்துக்கொள்ள மிகுந்த ஆர்வத்துடன் முன்வந்தனர். அமெரிக்க வரலாற்றாசிரியர் டாக்டர் ஆட்ரே டிராஷ்க் கூறுகிறார், "முகலாய உயர்குடிகள், மகத்தான ஆற்றலைச் செலவழித்து, தங்களின் அவைகளுக்கு சமஸ்கிருத சிந்தனையாளர்களை வரவழைத்தனர், சமஸ்கிருத அடிப்படையிலான வழக்கங்களை ஏற்கவும் பின்பற்றவும் செய்தனர், பல சமஸ்கிருத நூல்களைப் பாரசீகத்தில் மொழிபெயர்த்தனர், மேலும் இந்தியத் தத்துவங்களைப் பாரசீகப் பதிப்புகளாகத் தொகுத்தனர்."[7] தொடர்ந்து சமூகநீதியின் கழுத்தை நெரிக்கத் தங்களுக்குக் கிடைத்த வாய்ப்பைக் கைப்பற்றிக் கொண்ட பிராமணர்கள், (சாதிய அமைப்பில் தாங்கள் பெற்ற இடத்தின் காரணமாக ஏற்கனவே செல்வந்தர்களாகவும், மெத்தப் படித்தவர்களாகவும் இருந்தவர்கள்) "முகலாய அரசவையின் சக்தி வாய்ந்த உறுப்பினர்களானார்கள்; முகலாய வாசகர்களுக்காகப் புதிய படைப்புகளை உருவாக்கினார்கள்; மேலும் தங்களின் ராஜாங்க அனுபவங்களைக் குறித்தும் எழுதினார்கள்."[8]

இவ்வாறான சமஸ்கிருதச் சிந்தனையாளர்கள் வரிசையில், பீர்பால் *(1528–1586)*, பகவந்த் தாஸ் *(1537–1589)*, தோடர்மால் *(1589*இல் இறப்பு), பண்டிட் ஜெகந்நாத் *(1590–1641)*, ரகுநாத் ரே கயஸ்தா *(1663*இல் இறப்பு), சந்தர்பன் பிராமண் *(1670*களில் இறப்பு), மற்றும் பீம்சேன் சக்சேனா *(1700*களில் வாழ்ந்தவர்) ஆகியோர் குறிப்பிடத்தக்கவர்கள். பீர்பால் மற்றும் பகவந்த் தாஸ் அக்பரின் கீழ் தளபதிகளாக இருந்தனர். தோடர்மால் அக்பரின் தலைமை நிதியமைச்சராக இருந்தார். ஜெகந்நாத், ஜஹாங்கீர் மற்றும் ஷாஜஹானின் அவைகளில் கவிஞராக இருந்தார். ரகுநாத், ஷாஜஹான் மற்றும் அவுரங்கசீப்பின் அரசவையில் நிதியமைச்சராக இருந்தார் (தலைமை நிதியமைச்சராகவே இருந்திருக்கக் கூடும்). அக்பர், ஜஹாங்கீர், ஷாஜஹான் மற்றும் அவுரங்கசீப் ஆகியோரின் கீழ் சந்தர்பன் ஒரு முன்ஷியாக (காரியதரிசி) இருந்தார். பீம்சேன், ஷாஜஹான் மற்றும் அவுரங்கசீப்பின் கீழ் ஒரு தளபதியாகப் பணியாற்றினார்.

பிராமணர்கள் மற்றும் முகலாயர்களுக்கு இடையிலான கூட்டணியில் மேற்கூறப்பட்ட ஆண்கள் மிக முக்கியமான உதாரணங்கள் மட்டுமல்ல, இந்தியாவின் பிராமண–முகலாயக் கூட்டாட்சியில் இணைந்த மற்ற வெகுசிலரின் பிரதிநிதிகளாகவும் இருந்தவர்கள். குடிமை அரசாங்கப்

பணிகளின் முதுகெலும்பே உயர்சாதி இந்துக்களால் கட்டமைக்கப்பட்டிருந்தது. "17ஆம் நூற்றாண்டின் மத்தியிலிருந்தே பெரும்பாலான முன்ஷிகள் இந்துக்களாக இருந்தார்கள், அவர்களின் எண்ணிக்கையும் வேகமாக அதிகரித்தது," என்கிறார் இந்திய வரலாற்றாசிரியர் ஜாதுநாத் சர்க்கார். "தோடர் மாலின் காலத்துக்கு முன்பிருந்தே வருவாய்த் துறையின் கீழ்நிலைப் பதவிகளில் ஹிந்துக்கள் ஏகபோக ஆதிக்கம் செலுத்தி வந்தனர்."⁹

வளமான உயர்சாதியினர் எண்ணிக்கை பெருகியது முகலாய அரசின் குடிமைப் பணிகளில் மட்டுமல்ல, பேரரசின் ராணுவத்திற்கும் தங்கள் பலத்தை நல்கி, அதையும் பெருமளவில் ஆக்கிரமித்திருந்தனர். குறிப்பாக, உயர்சாதி ராஜபுத்திரர்கள் பயிற்சி பெறவும், பேரரசின் பிரதிநிதிகளாகத் தங்களின் சக்தியை வெளிப்படுத்தவும் படையில் விரும்பிச் சேர்ந்தார்கள். இந்திய வரலாற்றாசிரியர் சதீஷ் சந்திரா கூறுகிறார்:

> ராஜபுத்திரர்களோடு ஒரு தனிப்பட்ட உறவை ஏற்படுத்திக் கொள்ளும் போக்கு அக்பர் ஆட்சியின்கீழ் தொடங்கியது, அதுவே இந்தியாவில் முகலாய அரசாங்கத்தின் இணக்கமான அம்சங்களில் ஒன்றாகவும் இருந்தது...
>
> ராஜபுத்திரர்கள் விசுவாசமான நண்பர்களாக இருந்ததோடு மட்டுமல்லாமல் பேரரசின் வாட்படையாகவும் உருவெடுத்தார்கள். ராஜபுத்திரர்கள் ராஜாங்கத்தின் கூட்டாளிகளாகவும் வளர்ந்தார்கள்...
>
> ராஜபுத்திரர்கள் நம்பத் தகுந்த கூட்டாளிகளாக உருவெடுத்தது மட்டுமல்ல, எந்த இடத்திலும் போர் புரிய வல்லவர்களாக, வாரிசு இளவரசர்களுக்கு எதிராகவும்கூட பயன்படுத்தப்பட்டார்கள். இவற்றோடு அவர்கள் ஆட்சிமுறைப் பணிகளிலும் நியமனம் பெறத் தொடங்கினார்கள்...
>
> முகலாய ராஜபுத்திர கூட்டணி பரஸ்பரப் பயன்கொண்டதாக இருந்தது... ராஜபுத்திரர்களின் இந்த உறுதியான எஜமான விசுவாசம், முகலாயப் பேரரசை பலப்படுத்தவும், மேலும் விரிவாக்கம் செய்யவும் ஒரு முக்கிய காரணியாக இருந்தது. அதேசமயம் முகலாயப் பேரரசுக்கு இவர்கள் செய்த சேவை காரணமாக, ராஜபுத்திர மன்னர்கள் தங்கள் வீட்டை விட்டுத் தொலைவான இடங்களில் பணியாற்றவும் முக்கியமான நிர்வாகப் பதவிகளைப் பெறவும் அது வழி செய்தது. இது அவர்களின் சமூக அந்தஸ்தையும் கௌரவத்தையும் மேலும் உயர்த்தியது. அக்பரில் தொடங்கி, ராஜபுத்திரர்கள் முகலாயர்களுக்கு ஆற்றி வந்த சேவை பொருளாதார ரீதியாகவும் அவர்களுக்கு மிகவும் பயனுள்ளதாக இருந்தது.¹⁰

ஒருபக்கம் இரு ஒடுக்குமுறை அமைப்புகளுக்கு இடையிலான இந்த இரட்டைக் கூட்டணி, சீக்கிய குருக்களின் கோட்பாடுகளை வளர்ப்பதற்கு ஒரு வளமான தளத்தை உருவாக்கித் தந்தது. நெறியற்ற ஊழல் பிராமணியக் கோட்பாடுகள், பரவி வரும் முகமதிய மதத்தின் துணையுடன் மிகத் தீவிரமாகச் செயல்பட்டு வந்த நிலையில், சீக்கியம் எழுச்சியடைந்தது," என்று கி.பி.*1849*இல் ஸ்காட்லாந்தைச் சேர்ந்த வரலாற்றாசிரியர் ஜோசப் டேவி கன்னிங்ஹாம் எழுதி இருக்கிறார். ஒருபுறம் துணைக்கண்டத்தின் மனித கண்ணியத்திற்கான கோட்பாடுகளைக் காக்கும் தலைமைப் பாதுகாவலனாக சீக்கியம் உருவெடுக்க, மறுபுறம் அது முகலாயர்கள் மற்றும் பிராமணர்களின் கடும் கோபத்தைத் தூண்டியது.

முந்தைய காலத்தில் பிராமணர்கள் பௌத்த சமயத்தை அழிக்க அந்நியப் படையெடுப்பாளர்களுடன் கூட்டணி அமைத்தது போன்றே, நாட்டை ஆக்கிரமித்து வந்த முகலாயர்களுடன் மீண்டும் கரம் கோத்தார்கள். கி.பி.*1526*இல் முகலாயப் பேரரசு நிறுவப்பட்டது. கி.பி.**1500**களின் இடைக்காலத்தில், முகலாயர்களுடனான தங்களது நெருக்கமான உறவைப் பயன்படுத்திய பிராமணர்கள், சீக்கியர்களுக்கு எதிராக அரசாங்கத்தைத் தூண்டிவிட முயன்றனர்.

சீக்கிய வரலாற்றை ஆறு தொகுதிகளாக எழுதிய ஆங்கிலேய வரலாற்றாசிரியர் மேக்ஸ் ஆர்தர் மெக்காலிஃப்பின் படி, ஒரு பிராமணக் குழு பேரரசர் அக்பரை *(1542–1605)* சந்தித்து சீக்கிய குரு அமர் தாஸ் *(1479–1574)* அவர்களின் மீது புகார் அளித்தது. குருவின் சாதி எதிர்ப்பே அவர்களது மனக்குறைக்கான அடிப்படைக் காரணமாக இருந்தது. மெக்காலிஃப் தெரிவித்தபடி, பிராமணர்கள் அக்பரிடம் கூறியது:

> மாட்சிமை பொருந்திய மாமன்னரே, எங்கள் வழக்கங்களின் பாதுகாவலராகவும், எங்கள் தவறுகளை நேர் செய்பவராகவும் நீங்களே இருக்கிறீர்கள். கோயிந்த்வாலைச் சேர்ந்த குரு அமர்தாஸ், இந்துக்களின் மத மற்றும் சமூக வழக்கங்களைக் கைவிட்டுவிட்டார், மேலும் நால்வர்ண வேறுபாடுகளை ஒழித்துவிட்டார். இப்போது அங்கு அந்திவேளைப் பூசைகள் இல்லை, காயத்ரி ஜெபம் (சமஸ்கிருத மந்திரங்கள்) இல்லை, முன்னோர்களுக்கு ஜலம் அளிப்பதில்லை, புனித யாத்திரைகள் இல்லை, இறுதிச்சடங்குகள் இல்லை, மேலும் விக்கிரக வழிபாடுகளும் இல்லை... குரு இவை அனைத்தையும் துறந்துவிட்டு, ராம் என்பதற்கு பதிலாக வாஹேகுரு என்று ஒப்புவிக்கும் வழக்கத்தை நிலைநாட்டிவிட்டார். மேலும் இப்போது எவரும் வேதங்கள் மற்றும் ஸ்மிருதிகள் (மனு தர்மம்) கூறியபடி நடப்பதில்லை. யோகிகள், சாதிகள் அல்லது பிராமணர்கள் என எவருக்கும் குரு மரியாதை அளிப்பதில்லை. அவர் ஆண் கடவுளர்களையோ பெண் கடவுளர்களையோ வணங்குவதில்லை;

தன் சீக்கிய மக்களையும் இனி எல்லா காலத்திலும் அவ்வாறே அதிலிருந்து விலகி இருக்குமாறு கட்டளையிட்டிருக்கிறார். அவர் தன்னைப் பின்பற்றுபவர்கள் அனைவரையும் ஒரே வரிசையில் அமரச் செய்து தனது சமையலறையிலிருந்து உணவைப் பரிமாறி ஒன்றாக உணவருந்தச் செய்கிறார் — அவர்கள் ஜாட், உலாவும் இசைவாணர்கள், முகமதியர்கள், பிராமணர்கள், கதிரிகள், கடை சிப்பந்திகள், துப்புரவுத் தொழிலாளர்கள், சலவைக்காரர்கள், மீனவர்கள் அல்லது மரத்தச்சர்கள் என எவராயினும் குரு அவர்களின் சாதியைப் பொருட்படுத்துவதில்லை. தாங்கள் இப்போதே அவரைத் தடுத்து நிறுத்த வேண்டும் என வேண்டிக் கேட்டுக்கொள்கிறோம்; இல்லையெனில், எதிர்காலத்தில் அது கடினமான ஒன்றாகிவிடும். மாட்சிமை பொருந்திய மன்னரின் மதமும், அரசாங்கமும் மென்மேலும் வளர்ந்து உலகம் முழுவதும் விரிவடையட்டும்.[12]

இவ்வாறே முகலாய–பிராமணக் கூட்டணி தொடங்கப்பட, பின்னர் பிராமணர்கள் சீக்கியர்களது வெப்பக்கடையின் தனித்துவமான ‘வழிகள் மற்றும் செயல்முறைகள்’ மீது முகலாயர்களின் கவனத்தைத் திருப்பினார்கள். அக்பர் அவர்களது புகாரின் மீது நடவடிக்கை எடுக்கவில்லை; ஆனால் பிராமணர்கள் தங்கள் அரச அதிகாரத்தைப் பயன்படுத்தி பந்தின் வளர்ச்சியைத் தடுத்து நிறுத்த தொடர்ந்து முயன்ற வண்ணம் இருந்தார்கள். கி.பி.1500களின் இறுதியில், அவர்களது முயற்சிகள் பீர்பால் வரை விரிவடைந்தன.

பீர்பால் — அக்பரின் ஆட்சிக் காலத்தில் முகலாய அரசவையால் ஈர்க்கப்பட்ட சமஸ்கிருத சிந்தனையாளர்களில் ஒருவர் ராஜா பீர்பால்; அவர் உத்தரப் பிரதேசத்தைச் சேர்ந்த ஒரு பிராமணர். பீர்பால், “பல ஆண்டுகளுக்கு அக்பரின் நிலையான துணைவனாக இருந்தார்,” என்று கூறுகிறார் இந்திய வரலாற்றாசிரியர் ஆபிரஹாம் எரலி. ‘ஒரு கொண்டாடப்பட்ட இலக்கியவாதி,’ அக்பரால் ‘கவி ராய், கவிஞர்களின் அரசன்’ என்று செல்லப்பெயர் சூட்டப்பட்டவர்.[13] முகலாயர்களும் பிராமணர்களும் மிக நெருக்கமாக இருந்தார்கள், அதாவது பேரரசரே பிராமணியக் கருத்துகளுக்குச் செவி சாய்க்கும் அளவுக்கு நெருக்கமாக இருந்தார்கள். எரலியின் கூற்றுப்படி, “ராஜா பீர்பால், அக்பரிடம் தாக்கம் ஏற்படுத்தக்கூடிய செல்வாக்கு மிக்க நபராக வளர்ந்தபின் பேரரசரை சூரியன் மற்றும் நெருப்பை வணங்குமாறு அறிவுறுத்தினார். மேலும் நீர், கற்கள், மரங்கள் மற்றும் அனைத்து இயற்கைப் பொருட்கள், பசுக்கள் மட்டுமல்லாது அதன் சாணத்தையும் கூட பக்தியுடன் துதிக்க வேண்டுமென்றும்; அவர் சமயப் பிரிவைக் குறிக்கும் அடையாளத்தை ஏற்க வேண்டும் மற்றும் பிராமணியப் பூணூல் அணிய வேண்டும் என்றும் வலியுறுத்தினார்.”[14]

பீர்பால், ஆளும் உயர் வர்க்கத்தினருக்கும் சீக்கியர்களுக்குமிடையில் மோதலுக்கான விதைகளைத் தூவினார். "பீர்பால் ஒரு கற்றறிந்த, பண்பு நலன்கள் கொண்ட மனிதராக இருந்தாலும் மதத்தின் அடிப்படையில் குருவோடு பகைமை பாராட்டினார்; மேலும் நாளுக்கு நாள் அதிகரித்துக் கொண்டே செல்லும் அவரது புகழையும் செல்வாக்கையும் கண்டு பொறாமை கொண்டார்," என்று எழுதினார் மெக்காலிஃப்.[15] பீர்பால் குறித்த மெக்காலிஃப்பின் பார்வையை உறுதிப்படுத்தும் விதமாக ஆங்கிலேய வரலாற்றாசிரியர் வின்சென்ட் ஆர்தர் ஸ்மித் இவ்வாறு தொடர்கிறார், "அவர் சீக்கியர்களுடன் பகைமை பாராட்டியதோடு, அவர்களை நாத்திகர்கள் என்றும் கருதினார்."[16]

அக்பர், கி.பி.1586இல், ஆப்கானிஸ்தானில் ஏற்பட்ட கிளர்ச்சியை அடக்குவதற்கான ராணுவ நடவடிக்கைக்கு பீர்பாலை அனுப்பினார். அந்தப் பிராமணன், முதலில் குருவுக்கும் அமிர்தசரஸ் மக்களுக்கும் இயன்றவரை தொல்லைகள் கொடுத்துவிட்டு, பின்னரே ஆப்கானிஸ்தான் செல்ல வேண்டுமென்று முடிவெடுத்தார்," என்கிறார் சீக்கிய வரலாற்றாசிரியர் ப்ரீத்தி பால் சிங். இடையில் அவர் பஞ்சாபில் நின்று, தமது பயணத்திற்காக நிதி சேகரிக்க வேண்டும் என்ற பாசாங்குடன், "வரி வசூலிப்பவர்களிடம், பஞ்சாப் மக்களிடமிருந்து, அதிலும் முக்கியமாக அமிர்தசரஸில் உள்ளவர்களிடமிருந்து, ஒரு குறிப்பிட்ட தொகையை வரியாக வசூலிக்குமாறு உத்தரவிட்டார்." குரு அர்ஜுன் சீக்கியர்கள் வரி விதிப்பிலிருந்து விலக்கு கேட்டிருப்பதாக பதிலளிக்க, அவரைப் பின்பற்றி அமிர்தசரஸின் எளிய மனம் கொண்ட மக்களும் வரி செலுத்த மறுத்தனர்.[17]

அவரது இராணுவப் பயணத்தை அதற்கு மேலும் தாமதப்படுத்த முடியாது என்ற காரணத்தால், பீர்பால் வேறுவழியின்றி அங்கிருந்து கிளம்பிச் சென்றார். தான் திரும்பி வரும்போது குருவைப்பற்றி நினைவுபடுத்துமாறு தன் பணியாளர்களுக்குக் கட்டளையிட்டார்; அப்போது அமிர்தசரஸின் ஒவ்வொரு வீட்டாரும் ஒரு ரூபாயாவது கொடுக்காவிட்டால் அந்த நகரத்தையே தரைமட்டமாக்கப் போவதாக பீர்பால் கூறினார்," என்று விவரிக்கிறார் மெக்காலிஃப்.[18] இருப்பினும், அவ்வாறு செய்ய அவருக்கு வாய்ப்பு கிட்டவேயில்லை. அமெரிக்க வரலாற்றாசிரியர் ஜான் எஃப். ரிச்சர்ட்ஸ் அவர்களின் கூற்றுப்படி, "ராஜா பீர்பால் பங்கெடுத்த ஆப்கானிஸ்தான் போரின்போது, பேரரசைச் சேர்ந்த ஏறக்குறைய 8000 வீரர்களோடு பீர்பாலும் கொல்லப்பட்டார். இது அக்பரின் ஆட்சிக் காலத்தில் முகலாயப் படைக்கு ஏற்பட்ட பேரழிவு."[19] இதன் விளைவாக, ஸ்மித் எழுதுகிறார்: "பீர்பாலின் இந்தப் பரிதாபகரமான மரணத்தை, குரு அர்ஜுனுக்கு அவர் அளித்த வன்முறை அச்சுறுத்தல்களுக்கான தண்டனையாகவே சீக்கியர்கள் கருதினார்கள்."[20]

ஏரலியின் கூற்றுப்படி, "பீர்பாலின் மரணத்துக்குப் பழிவாங்கும் விதமாக அக்பர், ஆப்கானியர்களை வேட்டையாட தோடர்மாலை அனுப்பினார்."[21] இதனிடையே, கி.பி.1586இல் காஷ்மீரைக் கைப்பற்ற பகவந்த் தாஸ்

அனுப்பப்பட்டார். 17ஆம் நூற்றாண்டைச் சேர்ந்த டச்சு கிழக்கிந்தியக் கம்பெனி வணிகரான ஃபிரான்சிஸ்கோ பெல்சார்ட் குறிப்பிடுகிறார், "உயர்ந்த மலைகள் மற்றும் கடினமான சாலைகளின் காரணமாக வலிந்து வெற்றி பெறுவது சாத்தியமில்லை என்னும் நிலையிலும், ராஜா பகவந்த் தாஸ் தன் தந்திரங்கள் மற்றும் நுணுக்கங்கள் மூலமாக அவற்றையெல்லாம் கடந்து நாட்டை அடைந்தார்."[22] இவ்வாறு, குரு அர்ஜுன் ஒருபுறம் அமைதியாக பஞ்சாபில் *பந்த்* மற்றும் *கிரந்தம்* இரண்டையும் உருவாக்கிக்கொண்டிருக்க, பிராமணர்கள் ஆக்ரோஷமான போர்களில் படைகளை வழிநடத்தி, வெற்றிகளைக் குவித்து, முகலாயப் பேரரசின் எல்லைகளை விரிவாக்கம் செய்து வந்தார்கள்.

சந்து ஷா — சீக்கியர்களுக்கும் பேரரசுக்கும் இடையிலான மோதலுக்கு பீர்பால் விதைகளைத் தூவினார். அவர் இறந்து இருபதாண்டுகளுக்குப் பிறகு அந்த விதைகளுக்கு நீர் ஊற்றப்பட்டு, 'லாகூர் மாகாணத்தின் நிதி நிர்வாகியாக'[23] பணிபுரிந்த சந்து ஷா என்ற மற்றொரு 'சமஸ்கிருதச் சிந்தனையாளர்' அதன் பலனை அறுவடை செய்தார்.

குரு அர்ஜுன் எதிர்கொண்ட துன்புறுத்தல்கள் பற்றிய சமகாலக் குறிப்பேடுகளில் சந்துவின் பெயர் குறிப்பிடப்பட்டுள்ளது. ஒன்று, அருட்தந்தை சேவியர் கி.பி.1606இல் எழுதியது; மற்றொன்று கி.பி.1600களின் இடைக்காலத்தில் *தபிஸ்தான்–ஈ மஸாஹிப்* என்கிற பாரசீக வரலாற்றில் உள்ளது. அந்தக் குறிப்பேடுகள் முறையே, 'ஒரு யூதரல்லாத செல்வந்தர்' (ஒரு இந்து) என்றும், 'குருவின் சித்திரவதைகளைத் திட்டமிட்டு நடத்திய ஜில்லா வரி அதிகாரிகள்,' என்றும் குறிப்பிடுகின்றன.

ஆங்கிலேயக் கிழக்கிந்தியக் கம்பெனியின் பிரதிநிதிகளால் எழுதப்பட்ட பிற்காலக் குறிப்பேடுகளிலும் சந்துவைப் பற்றி குறிப்பிடப்பட்டுள்ளது. உதாரணமாக, கி.பி.1783இல் ஜார்ஜ் ஃபாஸ்டர் எழுதுகிறார், "ஜஹாங்கீரின் ஆதரவு பெற்ற ஒரு (சந்து என்ற பெயர்கொண்ட) இந்துவின் கோபத்திற்குள்ளான அர்ஜுன், மேலும் 'எதிரியைச் சித்திரவதைகளுக்கு ஆளாக்காமல் விடமாட்டேன்' என்ற அந்த இளவரசரின் சூளுரையை எதிர்கொண்டார்; பின்னர் அவரது மரணம் நேர்ந்தது, அது அவரது கடுமையான சிறைவாசத்தின் காரணமாகவே என்று சொல்லப்பட்டது."[24] லெஃப்டினன்ட் கர்னல் மால்கமும் கி.பி.1812இல் தமது நூலில் சந்துவைப் பற்றிக் குறிப்பிட்டிருக்கிறார். அதில் அவனை 'தானிசந்த்' என்கிறார்.

ஆதி கிரந்தம்... அதன் ஒரு பகுதி குரு நானக் மற்றும் அவரது உடனடி வழித்தோன்றல்களால் தொகுக்கப்பட்டது. ஆனால், அது தன் தற்போதைய வடிவம் மற்றும் ஒழுங்கைப் பெற்றது அர்ஜுன்மாலிடமிருந்து தான். தன்னுடைய முன்னோடிகள் இயற்றிய இசைப்பாடல்களில் சிறந்ததும் மதிப்பு வாய்ந்ததும் என அவர் கருதியவற்றை அதில் சேர்த்தார். இந்த வகையில், தன்னுடைய இந்தச் செயலின் மூலம், சீக்கியர்களின் மதத்துக்கு ஒரு சீரான வடிவத்தையும் அமைப்பையும் அளித்தவர் அர்ஜுன் என்றே கருதப்படுகிறது. அந்தச் செயல் அவர் விரும்பியபடி அந்த தேசத்தை

இன்னும் நெருக்கமாக ஒன்றிணைக்கவும் அவர்களின் எண்ணிக்கையை அதிகரிக்கவும் கூடிய பின்விளைவுகளை ஏற்படுத்தினாலும், அவரது உயிருக்கே அது ஆபத்தாக முடிந்தது. முகமதிய அரசாங்கத்தின் பொறாமைத்தீ கொழுந்துவிட்டு எரிய, அது அர்ஜுனை பலிகொண்டது. அவரது மரணம் நிகழ்ந்த விதம்... குறித்து வெவ்வேறு அதிகாரிகளும் வெவ்வேறு காரணங்களைத் தொடர்புபடுத்திக் கூறினார்கள். ஆனால் மதிப்பிற்குரியோர் பலரும், அவரது வீர மரணம் – ஆம் அவர்கள் அவ்வாறே அழைக்கிறார்கள் — தீவிரமான வெறுப்பு கொண்ட ஒரு இந்து வெறியனான தானிசந்த் ஷத்ரியா என்பவனால், அவனது எழுத்துக்களை ஆதி கிரந்தத்தில் அனுமதிக்காத காரணத்தால் நிகழ்ந்தது என்பதில் உடன்படுகிறார்கள். தானிசந்தின் எழுத்தில் ஏற்றுக்கொள்ள இயலாத பல கோட்பாடுகள் இருந்தன; ஒற்றுமையையே உன்னதக் கொள்கையாகக் கொண்டு கடவுளின் எல்லையற்ற ஆற்றலை போதிக்கும் அந்தப் புனித நூலில் அதை அனுமதிக்க அர்ஜுன் மறுத்தார். இந்தப் போட்டிக்காரன், அர்ஜுனை சிறையில் அடைக்கக்கூடிய அளவிற்கு அந்த மாகாணத்தின் முகமதிய ஆளுநரிடம் செல்வாக்கு மிக்கவனாக இருந்தான். சில எழுத்தாளர்கள் அந்தச் சிறைவாசத்தின் கடுமை காரணமாக அவர் இறந்ததாக உறுதிசெய்கிறார்கள்; மேலும் சிலர் அவர் மிகக் கொடூரமான முறையில் கொல்லப்பட்டதாகவும் கூறுகிறார்கள். அவரது உயிர் எந்த வழியில் பறிக்கப்பட்டிருந்தாலும், அதன் பின்விளைவுகள் மூலம் நாம் அறிவது, அவரைப் பின்பற்றுபவர்கள் சந்தேகமே இல்லாமல் அது ஒரு கொடூரமான கொலை என்றே கருதினார்கள். அதுவரை எவரையும் புண்படுத்தாத, சமாதான சமயத்தினராக இருந்த சீக்கியர்கள், அர்ஜுன்மாலின் மகன் ஹர் கோவிந்த் தலைமையில் ஆயுதங்களைக் கையிலெடுத்தார்கள்.[25]

மால்கம் விவரிப்பதைப் போல 'போட்டியாளன்' சந்து, தொடக்கத்தில் குரு அர்ஜுனின் நம்பிக்கையைப் பெற தன் மகளை குருவின் மகனுக்கு மணம் முடிக்கும் ஆலோசனையை முன்வைத்தான். இருப்பினும், குரு அர்ஜுனின் ஒரே விருப்பம் மானுட விடுதலை என்பதாகவே இருந்தது. அந்தத் திருமண ஆலோசனை அவரைச் சிக்க வைக்க எடுக்கப்பட்ட முயற்சி என்பதை உணர்ந்த அவர், அதன் மூலம் சீக்கியர்களை மட்டுப்படுத்தி, அவர்களின் சக்தியை ஒன்று திரட்டி, தில்லி அரியணையிலிருந்து ஆட்சி செய்யும் கொடுங்கோலர்களிடம் அவர்களை ஒப்படைப்பதே அத்திட்டத்தின் உள்நோக்கம் என்பதை அவர் புரிந்துகொண்டார். அந்த நிகழ்வு குறித்து நூறு ஆண்டுகள் கழித்து எழுதப்பட்ட நூலில் 18ஆம் நூற்றாண்டு இந்திய நூலாசிரியர் சேவா தாஸ் கூறுகிறார், சந்து "குருவின் மகனுக்குத் தன் மகளை மணம் முடிக்கும் அந்தத் திருமண ஆலோசனை நிராகரிக்கப்பட்டதில் மிகுந்த அதிர்ச்சிக்குள்ளானான்." குருவுக்கு எதிராகப் பொய்யான செய்திகளை அளித்து, அவரைக் கைது செய்வதற்கும், சித்திரவதைகளுக்கு ஆட்படுத்துவதற்கும் உதவியது சந்து தான் என அடையாளம் காணப்பட்டான்.[26]

தன் சுய வரலாற்றுக் குறிப்பில், பந்த்தின் மீது கழுகுக்கண் கொண்டு கண்காணித்ததாகவும், அதன் 'பொய்யான போக்குவரத்துக்கு' ஒரு முடிவு கட்ட வேண்டும் என விரும்பியதாகவும் ஜஹாங்கீர் ஒப்புக்கொள்கிறார். உயர்சாதி அரசப் பிரதிநிதி சந்து, குருவிற்கு எதிராகப் பிரச்சாரம் செய்தபோது, குருவினால் ஏற்கனவே கலக்கம் அடைந்திருந்த பேரரசர் அவர்மீது நடவடிக்கை எடுக்கத் துணிவு பெற்றார். இந்த எரிச்சலூட்டும் விடுதலையாளர் குழுவின்மீது தாக்குதல் நடத்த மீண்டும் ஒருமுறை பிராமண அதிகார வர்க்கம் பேரரசின் சக்திகளோடு கை கோத்தது. "குரு அரசவைக்கு வரவழைக்கப்பட்டு பேரரசர் முன் நிறுத்தப்பட்டார்; தூண்டுதலின் பிரதான விளைவாக அவருக்கு அபராதமும் சிறைவாசமும் விதிக்கப்பட்டது. எவனுடைய விவாக சம்பந்தத்தை அவர் நிராகரித்தாரோ, அந்த சந்து ஷா குருவை ஆபத்தான குறிக்கோள் கொண்டவர் என உருவகப்படுத்தியதாகச் சொல்லப்பட்டது," என்று விவரிக்கிறார் ஜோசப் டேவி கன்னிங்ஹாம்.[27]

குரு அர்ஜுனின் 'ஆட்சேபனைக்குரிய பத்திகள்' — இதன் பின்னர் குரு அர்ஜுனுக்கு எதிரான பிரச்சாரத்தில் பிராமணர்களோடு முகலாய அரசவை ஆலோசகர்களுமான அகண்ட கூட்டணி இணைந்துகொண்டது. ஏனெனில், அமிர்தசரஸின் ஹர்மந்திர் சாஹிப்பில் அமர்ந்துகொண்டு குரு நிகழ்த்திக்காட்டிய சீக்கிய மக்களின் இந்தச் சுதந்தரம் தங்களுக்கும் இடரினை உண்டாக்கலாம் என்று முகலாய ஊழியர்களும் அச்சம் கொண்டனர்.

அரசருக்கு இணையான அவருடைய இந்த ஆற்றலும், ஒடுக்கப்பட்ட மக்களுக்கு அளிக்கப்படும் உயர்ச்சியும், மேல்வர்க்கதினருக்குக் கடும் கோபத்தை உண்டாக்கியது. முகலாயர்களின் அந்நிய ஆக்கிரமிப்பு மற்றும் பிராமணர்களின் சாதிய அமைப்பு முறை ஆகியவற்றைத் தொடர்ந்து பயன்படுத்தி 'ஆதிவாசி பகுஜன்' மக்களை ஒடுக்குவதன் மூலமே உயர் குடியினரின் அதிகாரம் நிலை நிறுத்தப்பட்டது.

'பண்டிட்களும் காஸிகளும்', "இப்போது ஏற்பட்டுள்ள சாதகமான சூழலைப் பயன்படுத்தி, ஏற்கனவே இந்துக்களின் வழிபாட்டு முறைகள் மற்றும் சடங்குகள், முகமதியர்களின் தொழுகைகள் மற்றும் விரதங்கள் ஆகியவற்றை இழிவுபடுத்தும் விதமான விஷயங்களை ஒரு நூலில் தொகுத்தார் என்று குருவின் மீது உள்ள பழைய குற்றச்சாட்டைத் தட்டியெழுப்பி மீண்டும் புதிதாக அவருக்கு எதிரான நடவடிக்கை எடுக்கலாம் என்று நினைத்தார்கள்," என்று குறிப்பிடுகிறார் மெக்காலிஃப்.[28] குரு அர்ஜுனின் விடுதலைக்கான பிணையாக இரண்டு லட்சம் ரூபாயை அபராதமாக விதித்தார் ஜஹாங்கீர். குருவின் தொண்டர்கள் அத்தொகையைச் செலுத்த முன் வந்தனர்; ஆனால் பேரரசரின் கோரிக்கையை ஏற்காத அவர், மற்ற பண உதவிகளையும் மறுத்தார். அபராதத் தொகையைச் செலுத்த அனுமதிக்காததால், குரு சந்துவின் நேரடிக் கண்காணிப்பின்கீழ் வைக்கப்பட்டார். குரு, தான் கொல்லப்படுவதைத் தவிர்க்க விரும்பினால்

கிரந்த சாஹிப்பில் உள்ள ஆட்சேபனைக்குரியவை என குற்றம் சாட்டப்பட்ட பத்திகளை நீக்கிவிட்டு, இந்துக் கடவுள்களையும் முகமதியர்களையும் புகழும் பத்திகளைச் சேர்க்குமாறு காஸிகளும் பிராமணர்களும் அவரிடம் கூறினார்கள்.

இந்த ஆட்சேபனைக்குரிய பத்திகள் எவை? அவை பகத்துகளின் போதனைகள்; அவர்கள் அதில் சாதிக்கு எதிராகப் பேசினார்கள், அனைத்து மனிதர்களுக்குமான சமத்துவத்தைப் போற்றினார்கள், தங்களின் பேகம்புரா குறித்த தொலைநோக்குப் பார்வையைப் பகிர்ந்துகொண்டார்கள். இவையெல்லாம் அதிகாரம் மிக்க மக்களுக்கு இயற்கையாகவே மனதைப் புண்படுத்தும்படியாக இருந்தன. மேலும், மிகச் சாதாரணமான மக்களும் அரசருக்குரிய அந்தஸ்தை அடையலாம் என்ற குரு அர்ஜுனின் போதனை அவர்களுக்கு ஆட்சேபணைக்குரியதாக இருந்தது. உதாரணமாக குரு இவ்வாறு எழுதுகிறார்:

அவன் ஆண்களிடையே ஒரு இளவரசன்
நல்லவர்களின் நட்புக்காகத்
தனது பெருமையைத் துடைத்தெறிந்தவன்
தன்னையும் கீழானவன் எனக் கருதிக் கொள்பவன்
அவனே உயர்விலும் உயர்வானவனாக மதிக்கப்படுவான்
மனிதர்களின் கால்களுக்கடியில் இருக்கும்
மண்ணின் அளவுக்குத் தன்னைத்
தாழ்த்திக் கொள்பவன் எவனோ
அவனே கடவுளின் பெயரால்
அனைத்து மனங்களிலும் போற்றப்படுவான்.[30]

குரு அர்ஜுன் சொல்கிறார், பிறப்பு எனும் விபத்தின் மூலம் கிடைத்த சமூக அந்தஸ்தின் காரணமாகவே ஒருவன் உயர்குடி ஆகிவிட முடியாது. வம்சாவழியும் ரத்த சம்பந்தமுமே அரசர்க்குரிய ஆதாரங்கள் ஆகாது. பதிலாக, பணிவு, தன்னலமின்மை மற்றும் அனைத்து மக்களுக்குள்ளும் இருக்கும் தெய்வீகத்தன்மையை உணர்ந்துகொள்ளுதல் ஆகிய பண்புகளைக் கொண்டிருத்தலே ஒரு மனிதனை இளவரசனாக்கும். அவர் மேலும் வலியுறுத்திச் சொல்கிறார், பரம ஏழையும் அரசனாகலாம் — 'மொத்த உலகத்தின் அரசனாகவும்' ஆகலாம். அதற்குத் தேவையானதெல்லாம் அன்பு மட்டுமே என்று அவர் எழுதுகிறார்,

எவன் ஒருவன் தனது கிழிந்த ஆடைகளுடன்
பாழ் குடிசையில் வாழ்கிறானோ
அவனுக்குச் சாதி இல்லை
பாரம்பரியம் இல்லை, மரியாதையும் இல்லை
அவன் வனாந்தரத்தில் உலாவுகிறான்

அவனுக்கு நண்பன் இல்லை, காதலி இல்லை
செல்வம் இல்லை, அழகும் இல்லை
சொந்த இனத்தவரும் உறவினரும்கூட
அவனுக்கு இல்லை
இருப்பினும் அவனது இதயம்
கடவுளின் அன்பில் திளைத்திருந்தால்
அவனே அனைத்துலகின் அரசன்.[31]

பிறப்பு எனும் விபத்தின் அடிப்படையில் தங்களது பரம்பரை உயர்குடித்தன்மையைப் பறைசாற்றி வந்த பிராமணர்களும், அதே வாதத்தின் அடிப்படையில் தங்களது பிரபுத்துவத்தைக் கருதிய பேரரசர்களும், தங்களது மேலாதிக்க உரிமையின் மீது குரு அர்ஜுன் தொடுத்த தாக்குதலால் கடும் ஆத்திரம் கொண்டனர். குரு பட்டங்களுக்கும், செல்வத்திற்கும் மற்றும் அதிகாரத்திற்கும் மரியாதை அளிப்பவர் அல்லர். மாறாக, பணிவை வெளிப்படுத்தி ஒடுக்கப்பட்ட மக்களின் சேவகனாகத் தம்மை மாற்றிக் கொள்வோரையே உயர்குடியாக அவர் அங்கீகரித்தார். அவரது பார்வையில், சேவை பெறும் ஒருவனைக் காட்டிலும் சேவை செய்யும் ஒருவனே அரசனாக முடியும். தலைமைத்துவம் என்பது சர்வாதிகாரியாக இல்லாமல் சேவகனாக இருப்பது.

குரு அர்ஜுன் இந்தக் கருத்தை உருவாக்கினாரே தவிர, அதைத் தோற்றுவிக்கவில்லை. ஒரு உண்மையான அரசன் தனது மகுடத்தைப் பிறப்பின் காரணமாகப் பெறக்கூடாது, தனது உழைப்பின், செயலின் பலனாக அதை ஈட்ட வேண்டும்; அதாவது 'ஒரு அரசன் ஆளப்படுவோரின் சம்மதத்துடனேயே ஆள்கிறான்' என்று சீக்கியர்களால் நீண்ட காலமாகப் பரப்புரை செய்யப்பட்டு வந்த கருத்து குரு நானக் காலத்திலிருந்தே தொடங்கியது. சீக்கிய வரலாற்றாசிரியர் டாக்டர் குர்மீத் சிங் குறிப்பிடுகிறார், "கட்டுக்கடங்காத அதிகாரத்துடன் ஆள்வதற்கான அரசர்களின் புனித உரிமையை அவர் மறுத்தார். அவரைப் பொறுத்தவரை, அனைத்துக் கோள்களின் அதிகாரமும் இறுதியாகக் கடவுளிடமிருந்தே பெறப்படுகிறது." இதன் விளைவாக, ஏற்கனவே ஆன்மிகத்திற்கான உயர் தலைமையாக அவரைக் கருதி வந்த நிலையில், சிங் கூறுகிறார், "குரு நானக்கின் தொண்டர்கள், அவரையும் அவரது வழித்தோன்றல்களையும் லௌகீகத்துக்குமான உயர் தலைமையாகப் பார்க்கத் தொடங்கினார்கள்."[32]

முதலில் பகத்துகளால் பேசப்பட்டு பின்னர் குறிப்பாக குரு நானக் அவர்களின் உறுதி ஆவணத்தில் விவரிக்கப்பட்ட மற்றொரு கருத்தை குரு அர்ஜுன் மீண்டும் தொடங்கி விரிவாக்கம் செய்தார். "இங்கு இந்துவும் கிடையாது, இஸ்லாமியரும் கிடையாது." ஆளும் உயர் குடியினரின் மதங்களிலிருந்து சீக்கியப் பந்த்தை வேறுபடுத்திக்காட்டி அதன் மூலம் சீக்கியர்களின் தனித்த அடையாளத்தை உறுதி செய்தார்.

நான் இந்து விரதத்தையும் அல்லது
இஸ்லாமின் ரமலானையும் கடைப்பிடிப்பதில்லை
நான் அவனுக்கு மட்டுமே ஊழியம் செய்கிறேன்,
அவனே என் புகலிடம்.
நான் ஒரு எஜமானனுக்கே ஊழியம் செய்கிறேன்
அவனே எனது அல்லாவும் ஆவான்
நான் இந்துவுடன் வணங்கமாட்டேன்
இஸ்லாமியர்போல் மெக்காவுக்கும் செல்ல மாட்டேன்.
நான் அவன் ஒருவனுக்கு மட்டுமே சேவை செய்வேன்
வேறு எவருக்கும் அல்ல
நான் விக்கிரகங்களைத் தொழ மாட்டேன்
இஸ்லாமியர்களின் பாங்கிற்கும் செவி சாய்க்க மாட்டேன்
நான் என் மனதை அந்த ஓர் உருவமற்ற இறைவனின்
காலடியில் மட்டுமே கிடத்துவேன்
ஏனெனில் நாங்கள் இந்துவும் அல்ல
முஸ்லிமும் அல்ல.[33]

அவருடைய சொற்கள் ஆதிவாசிகளின் நூற்றாண்டு காலப் போராட்டத்தைச் சுருக்கமாகத் தெரிவிக்கின்றன. அனைத்து அடக்கு முறையாளர்களையும் நிராகரித்து, ஆளும் உயர் வர்க்கத்தினர் தங்கள் மீது திணித்த அடையாளத்திலிருந்து விலகி ஒரு தெளிவான தனித்துவமான அடையாளத்தை நிலைநாட்டுவதன் மூலமே அவர்கள் தங்களின் சுதந்தரத்தைக் கண்டடைந்தனர். இந்தப் பிரிவினையும், சாதாரண மனிதனும் உயர்குடிப் பண்பைப் பெறலாம் என்கிற அறிவிப்பும், இயற்கையாகவே முகலாய–பிராமணக் கூட்டணிக்கும் சீக்கியர்களுக்கும் இடையிலிருந்த பகைமையை மேலும் ஆழமாக்கியது.

ஆதி கிரந்தத்தில் இருக்கும் இந்தப் பத்திகளுக்கு காஸிகளும் பண்டிட்களும் ஆட்சேபணை தெரிவித்தது, பேரரசருக்கும்கூட அதிர்ச்சி அளித்திருக்கக் கூடும்.

குரு அர்ஜுன் ஓர் ஏழையும் இளவரசன் ஆகலாம் என்று மட்டும் போதிக்கவில்லை; ஜஹாங்கீர் கூறுவதுபோல, அவர் '*பிர்* (துறவி) மற்றும் *ஷேக்* (அரசன்) ஆகிய இரு உடைகளில்' துறவியாகவும் அரசனாகவும் காட்சியளித்தார். ஸ்காட்லாந்து மதபோதகர் ஜான் நிக்கோல் ஃபர்க்வாரின் இந்தக் கருத்து அதை உறுதிப்படுத்துகிறது; அவர் எழுதுகிறார், "அக்பர் அர்ஜுனை கௌரவித்தபோது, அவருடைய மகன் ஜஹாங்கீர் கிரந்தத்தை சந்தேகித்தார்; மேலும் அவரை சித்திரவதைகளுக்குள்ளாக்கினார், அதில் அர்ஜுன் தனது உயிரையும் இழந்தார்."[34]

எனினும், ஒடுக்கப்பட்டோரின் விடுதலை மிக இன்றியமையாததாக இருந்த காரணத்தால் குரு அர்ஜுன் சித்திரவதைக்குள்ளானபோதும் எதற்கும் இடமளிக்காமல், சிறிதளவுகூட வளைந்து தர மறுத்தார். அவரும்

முன்னோர்களும் முற்றிலுமாக விலகி வந்துவிட்ட மதங்களைக் குறித்த புகழுரைகளையும் அவர் சேர்க்க மறுத்தார். "எனது முதன்மையான குறிக்கோள் உண்மையைப் பரப்புவதும் பொய்மையை நிர்மூலமாக்குவதுமே; இக்குறிக்கோளை நிறைவேற்றுவதற்கான செயல்பாட்டில் எனது இந்த அழுகக்கூடிய உடல் வெளியேற வேண்டுமானால், அதை எனது பெரும் பாக்கியமாகவே கருதுவேன்," என்று குரு தன்னைத் துன்புறுத்தியவர்களிடம் கூறுகிறார்.[35]

குரு அர்ஜுனின் வீரமரணம் — *தபிஸ்தானின்* கூற்றுப்படி, "ஜஹாங்கீர் குற்றத்திற்கான தண்டனையாக குரு அர்ஜுன்மாலிடமிருந்து பணம் பறித்தார்... ஒரு மிகப்பெரும் தொகை அவரிடம் கேட்கப்பட, தாமே முழுவதுமாக அதைச் செலுத்துவதற்குச் சக்தியற்றவராக அவர் இருந்தார்."[36] அருட்தந்தை சேவியரின் கூற்றுப்படி, குரு அர்ஜுன் அதன்பின் சந்துவால் மிக மோசமாக நடத்தப்பட்டார்; அவனைக் குறித்து இவ்வாறு விவரிக்கிறார்: "ஒரு யூதன் அல்லாத பணக்காரன், குருவின் பணத்திற்குப் பொறுப்பேற்பவனாக இருந்தவன்." அந்த இரண்டு லட்ச ரூபாய் அபராதத் தொகையைச் சரிக்கட்ட, இந்த உத்தரவாதி, அவனுக்குக் கிடைத்த அனைத்தையும் கைப்பற்றினான், அவரது உடைகளை மட்டுமல்லாது அவரது மனைவி மற்றும் மகன்கள், உடைகளையும் கூட விட்டுவைக்கவில்லை; இவையெல்லாம் போதாமல், ஒவ்வொரு நாளும் அந்த ஏழைத் துறவிக்குப் புதிய புதிய துன்பங்களையும் அவமரியாதைகளையும் செய்தான்.[37]

சந்துவின் வழிகாட்டலின்படி குரு அர்ஜுன் துன்புறுத்தப்பட்டுக் கொல்லப்பட்டார். "காலணி அணிந்த கால்களால் அவரது முகத்தில் பலமுறை எட்டி உதைக்குமாறும், அவரைச் சாப்பிட விடாமல் தடுக்குமாறும் அவன் உத்தரவிட்டான்... இவ்வாறு பல சோதனைகள், வலிகள் மற்றும் சித்திரவதைகளுக்குப் பின்... பாவப்பட்ட குரு இறந்தார்" என்று தெரிவிக்கிறார் சேவியர். மெக்காலிஃப்பின் கூற்றுப்படி, "எரியும் மணலை அவர் மீது கொட்டினார்கள்; கனன்று சிவந்த பாறைகளின் மீது அவரை அமர வைத்தார்கள்; கொதிக்கும் நீரில் அவரைக் குளிப்பாட்டினார்கள்." *தபிஸ்தான்* இவ்வாறு முடிக்கிறது, "லாகூரைச் சுற்றியிருக்கும் பாலைவனத்தில், கை கால்கள் கட்டப்பட்ட நிலையில் (வெட்டவெளியில்) அவர் நிறுத்தப்பட்டார். கடுமையான சூரியன், கோடை வெப்பம் மற்றும் வரி வசூலிப்பாளர்கள் ஏற்படுத்திய காயங்கள் காரணமாக அங்கு அவரது உயிர் பிரிந்தது."[39]

மே *30,* கி.பி.*1606* அன்று குரு அர்ஜுன் வீரமரணம் அடைந்த முதல் சீக்கிய குரு ஆனார். பேரரசரும் அவரது அரசவை ஆலோசகர்களும் செய்த பல்வேறு கொடுமைகளுக்கும் பணிய மறுத்து, குரு அர்ஜுன் தனது உயிரின் கடைசித்துளி வரை பயன்படுத்தி ஆதி கிரந்தத்தைப் பாதுகாத்தார். தமது இறுதி மூச்சு வரை, தமது உயிர், தம்முடைய சொத்துக்கள் மற்றும் தமது பிள்ளைகள் வரையான குடும்பத்தினரின் உயிர் என அனைத்தையும் தாமே முன்வந்து பணயம் வைத்தார்.

இந்த அமைப்பை எதிர்த்துச் செயல்பட்டதால் தண்டிக்கப்பட்ட குருவின் வலியை ஆதிவாசியால் மட்டுமே புரிந்துகொள்ள முடியும். அதற்காக என்ன விலை கொடுக்க வேண்டும் என்பது அவருக்குத் தெரிந்தே இருந்தது. இருப்பினும், அவர் சவாலை ஏற்று ஒடுக்கப்பட்டோரின் விடுதலைக்காகத் தமது உயிரைத் தியாகம் செய்தார். அவர் முகத்தில் மோதிய ஒவ்வொரு காலணியும், முறிக்கப்பட்ட ஒவ்வொரு எலும்பும், சுடு மணலில் இழுத்துச் செல்லப்பட்ட அவரது தோலின் ஒவ்வொரு அங்குலமும், பசியில் வாடிய ஒவ்வொரு மணி நேரமும், தாகத்தால் தவித்த ஒவ்வொரு நொடியும், காறி உமிழப்பட்ட ஒவ்வொரு கணமும், தொடர்ந்து ஏளனம் செய்யப்பட்டவை, மேலும் சித்திரவதை செய்யப்பட்டவை என ஒவ்வொன்றும் அவர் மற்றவர்கள் கொடுக்கும் வேதனைகளையும், துயரங்களையும், கொடுமைகளையும் விருப்பத்துடனே பொறுத்துக்கொண்டிருந்தார் என்பதையே காட்டுகிறது. ஏனெனில், இதனால் ஆதிவாசி குழந்தைகள் மனிதநேயமற்ற கொடுமைகளிலிருந்து தப்பித்து தங்கள் விடுதலையை அடைவார்கள் என்று அவர் நம்பினார். அல்லற்படுத்தப்பட்டு, காயப்படுத்தப்பட்டு, பின்னர் கொல்லப்பட்ட குரு அர்ஜுன், மற்றவர்கள் சுதந்தரம் பெறுவார்கள் என்பதற்காகவே தமது மரணத்தை ஏற்றுக்கொண்டார். அவர் சிறையில் அடைக்கப்பட்டு வறிய நிலைக்குத் தள்ளப்பட்டார், ஏளனம் செய்யப்பட்டு, அடித்துத் துன்புறுத்தி பின்னர் கொல்லப்பட்டார். ஆனால் இந்த அனைத்துக் கொடுமைகளையும் அவர் அன்பின் சாரத்துடன் சகித்துக் கொண்டார். தனது சித்திரவதைகளுக்கு இடையே அவர் அறிவிக்கிறார், "எவரும் எனது எதிரி அல்லர், எவரும் அந்நியர் அல்லர், அனைவருமே என் நண்பர்கள்."[40]

மிகப்பெரும் வேதனைகளை அவர்கள் அனுபவித்தபோதும், இந்த நிபந்தனையற்ற அன்பு என்கிற மனப்பாங்குடனே அனைத்து ஆதிவாசித் துறவிகளும் தங்களது சித்திரவதைகளை எதிர்கொண்டனர் — அவர்கள் வாழும்போதே மரணித்தனர்.

மேற்கோள் ஆவணங்கள்

1 Granth. 496.
2 Rawat. Studies. 133
3 Granth. 1412.
4 Singh. Spirit. 3-4.
5 Nicoll, Fergus. Shah Jahan: The Rise and Fall of the Mughal Emperor. London: Haus Publishing Ltd. 2009. 59.
6 Malcolm, John. Sketch of the Sikhs. Prithipal Singh Kapur (ed.). Amritsar: Satvic Media Pvt. Limited. 2007. 46.
7 Truschke, Audrey. Culture of Encounters: Sanskrit at the Mughal Court. New York: Co-lumbia University Press. 2016. Preface.
8 Rigoglioso, Marguerite. "Stanford scholar casts new light on Hindu-Muslim relations." stanford.edu. September 9, 2015.
9 Kinra, Rajeev. Writing Self, Writing Empire: Chandar Bhan Brahman and the Cultural World of the Indo-Persian State Secretary. Oakland:

University of California Press. 2015. 291-292.

10. Chandra, Satish. Medieval India: From Sultanat to the Mughals (vol. 2). 1999. Har-Anand Publications Pvt. Ltd. 2006. 110, 115-117.

11. Cunningham, Joseph Davey. A History of the Sikhs From the Origin of the Nation to the Battles of the Sutlej. London: John Murray. 1849. 96.

12. Macauliffe, Max Arthur. The Sikh Religion: Its Gurus, Sacred Writings, and Authors (Vol. 2). Oxford: Clarendon Press. 1909. 104-105.

13. Eraly, Abraham. The Mughal Throne: The Saga of India's Great Emperors. 1997. Lon-don: Phoenix. 2004. 155.

14. Ibid., 193-194

15. Macauliffe, Max Arthur. The Sikh Religion: Its Gurus, Sacred Writings, and Authors (Vol. 3). Oxford: Clarendon Press. 1909. 15.

16. Smith, Vincent A. Akbar the Great Mogul, 1542-1605. Oxford: Clarendon Press. 1917. 237.

17. Singh, Prithi Pal. The History of Sikh Gurus. New Delhi: Lotus Press. 2006. 65-66.

18. Macauliffe. Religion (Vol. 3). 16.

19. Richards, John F. The Mughal Empire. Cambridge: Cambridge University Press. 1995. 50-51.

20. Smith. Akbar the Great Mogul, 1542-1605. 237.

21. Eraly. Mughal. 156.

22. Pelsaert, Francisco. Jahangir's India. Cambridge: W. Heffer & Sons Ltd. 1925. 35.

23. Cunningham. History. 50.

24. Madra and Singh. Sicques. 137.

25. Malcolm. Sketch. 38.

26. Madra and Singh. Sicques. 5.

27. Cunningham. History. 58.

28. Macauliffe. Sikh Religion (Vol. 3). 90.

29. Ibid. 92.

30. Granth. 266.

31. Ibid., 707.

32. Singh, Gurmit. History of Sikh Struggles (Vol. 1). New Delhi: Atlantic Publishers & Distributors. 1989. 21.

33. Ibid., 1136.

34. Farquhar, J.N. The Religious Quest of India: An Outline of the Religious Literature of India. Oxford: Oxford University Press. 1920. 338.

35. Macauliffe. Religion (Vol. 3). 92.

36. Grewal, J.S. (ed). Sikh History from Persian Sources. Irfan Habib (tr.). 2001. New Del-hi: Tulika Books, 2011. 67.

37. Madra and Singh. Sicques. 7.

38. Macauliffe. Religion (Vol. 3). 93.

39. Madra and Singh. Sicques. 5.

40. Granth. 1299.

3

எளிய மனதோர்: புழுக்களிலிருந்து சுதந்தர மக்களாக முன்னேறுதல்

குரு அர்ஜுன் முன்மொழிந்த சமத்துவம் மற்றும் விடுதலைக்கான பாதை குறித்துச் சிந்தனை செய்பவர்களை நடுக்கம் கொள்ளச் செய்யும் ஓர் எச்சரிக்கையை அனுப்பவும், மனித மாண்பிற்கான சிந்தனையைப் ல்பரப்புவோரை அச்சுறுத்தவும், எளியவர்கள் மீதான வலிமை மிக்கவர்களின் மேலதிகாரத்தை உணர்த்தவும் அவரது மரணம் கடுமையான சித்திரவதைகள் மூலம் நிகழுமாறு வடிவமைக்கப்பட்டது.

நம்பிக்கையின் ஒளியை அளித்த பிறரின் 400 ஆண்டு கால போதனைகளை குரு மேற்பார்வையிட்டு ஒழுங்கு செய்தார். ஃபரீத் முதல் நாமதேவ் வரை, கபீர் முதல் ரவிதாஸ் வரை, மற்றும் குரு நானக் தொடங்கி விடுதலைக்கான அவர்களின் போதனைகளை, இந்தியத் துணைக்கண்டத்தின் ஒடுக்கப்பட்ட மக்களுடைய வேதனைகள், துயரங்கள், மற்றும் நம்பிக்கைகளைச் சித்திரிக்கின்ற ஆதி கிரந்தம் என்னும் தெய்வீக நூலுக்குள் அடைத்துத் தொகுத்தார். அடுத்தடுத்து எழும் மனித நேயமற்ற ஒடுக்குமுறை அமைப்புகளை வீழ்த்தும் அவர்களது பணியினூடே, பல்வேறுபட்ட, சிதறுண்ட அடிமைப்படுத்தப்பட்ட மக்களைத் தங்களது கேடயத்துக்குள் ஒன்றிணைத்துப் பாதுகாத்தார்கள்.

சாதிய அமைப்பு தங்கள் மீது பிணைத்த சங்கிலிகளை உடைத்து விடுதலை பெறுவோரின் அலை உயரும்போதெல்லாம், சிக்கலான மனம்கொண்டோர் அதை மிதித்து நசுக்கவே விழைகின்றனர். ஜஹாங்கீர்–சந்து கூட்டணி இந்தக் குறிக்கோளை அடையவே குரு அர்ஜுனைக் கொன்றது. இருப்பினும், குரு நானக் அவர்களால் கூறப்பட்ட, ‘அன்பின்

விளையாட்டை' குரு தாமே மனமுவந்து விளையாடினார். அவர் தமது உள்ளங்கையில் தலையை ஏந்தி, கடவுளின் பாதையில் அடியெடுத்து வைத்தார். பகத் கபீர், 150 ஆண்டுகளுக்கு முன்பு, இத்தகையோரை 'ஆன்மிக நாயகர்கள்' என்றார்.

மனதின் வானில் போர்முரசு கொட்டுகிறது
இலக்கு நிர்ணயிக்கப்பட்டு காயம் ஏற்படுத்தப்பட்டது
ஆன்மிக வீரர்கள் போர்க்களத்திற்குள் நுழைகிறார்கள்
இக்கணமே போரிட வேண்டிய நேரம்!
அவன் ஒருவன் மட்டுமே ஆன்மிக நாயகன்
நீதியைப் பாதுகாக்கப் போராடுபவன்
அவன் துண்டு துண்டாக வெட்டப்படலாம்,
ஆயினும் போர்க்களத்திலிருந்து அவன் வெளியேறுவதே இல்லை.[1]

குரு அர்ஜுன் தம்முடைய மனமெனும் வானில் போர்முரசு ஒலிக்கக் கேட்டார். அதே ஒலியைக் கேட்ட தமது முன்னோர்களைப்போல மனிதநேயத்தைக் கொல்லும் அமைப்புகளின் மீது தமது இலக்கை நிர்ணயித்தார். ஜஹாங்கீரை மிகவும் புண்படுத்திய அவரது 'வழிகளும் முறைகளும்' அடக்குமுறையாளர்களைக் காயப்படுத்தியது. அவருடைய வழிகள் மற்றும் முறைகளை தெய்வ நிந்தனைகள் என்று சித்தரித்து, அவரை இரண்டாகப் பிளந்து மறுமொழி அளித்தார்கள். இருந்தும் அவர் களத்தைவிட்டு வெளியேறவில்லை. அவரது வழித்தோன்றல்களும் அதே போர்முரசின் ஒலியைக் கேட்டுக் களத்திற்குள் நுழைந்தார்கள். அவர்களும் தங்கள் உயிர் போகும் நிலையிலும் வெளியேற மறுத்தார்கள். சாதி அமைப்பு மட்டுமல்ல, சமத்துவமற்ற அனைத்து அமைப்புகளுமே இந்த ஆன்மிக நாயகர்களின் பிரதான இலக்காக இருந்தன.

கீழிலும் கீழாக்கப்பட்டோர் — இந்து வேதாகமங்களின்படி, வர்ணாஸ்ரம தர்மம் எனும் அமைப்பு மனிதகுலம் சிருஷ்டிக்கப்பட்டபோதே தெய்வத்தால் நியமிக்கப்பட்டதாகும். அதாவது, ஒவ்வொரு வகுப்பும் (வர்ணம்), அவர்கள் வாழ்நாளில் (ஆஸ்ரம) பின்பற்ற வேண்டிய கடமைகளைக் (தர்மம்) குறிக்கும்.

அமெரிக்க மத ஆராய்ச்சியாளரும் பேராசிரியருமான பிரையன் கே ஸ்மித் சொல்கிறார், *சாத்திரங்களின்*[2] அடிப்படையில் ஒவ்வொருவருக்கும் ஒதுக்கப்பட்ட வர்க்கமும் அதன் தர்மமும் படைக்கும் கடவுளின் உடல் பாகங்களை அடிப்படையாகக் கொண்டு தொடக்கத்திலேயே உருவாக்கப்பட்டவையாகும்.[3] *சாத்திரங்களில்* மிகப் பழமையானதான *ரிக் வேதம்*, மனிதகுலம் படைக்கப்பட்டபோதே சாதி அமைப்புத் தோன்றியது என்று போதிக்கிறது. 'கடவுளர்கள்' விண்ணுலகில் வாழ்ந்த ஒரு தேவ புருஷனைக் கொன்று, அவன் உடலைப் பிளந்து, அவனுடைய

பாகங்களிலிருந்து மனிதர்கள் உருவாக்கப்பட்டதாக *ரிக் வேதம்* சொல்கிறது. "அவனது வாய் பிராமணன் ஆனது... அவனுடைய இரண்டு கால்களிலிருந்து சூத்திரன் பிறந்தான்."[4] இந்து மத ஆகம விதிகளின் நூல் எனப்படும் *மனுஸ்மிருதி* இதே படைப்புப் புராணத்தை மீண்டும் சொல்கிறது; ஆனால் அந்தப் புருஷன் படைப்புக் கடவுளான பிரம்மா எனவும், அவனது உடலிலிருந்தே மனிதகுலம் உருவாக்கப்பட்டதாகவும் கூறுகிறது.

"இந்தியச் சாதிகள், படிநிலைகளாக வரிசைப்படுத்தப்பட்ட நான்கு பிரதான வகுப்புகளை (வர்ணங்கள்) முன்வைக்கும் ஒரு சமூகக் கோட்பாட்டுக்குள் அடக்கப்பட்டுள்ளது என்று எழுதுகிறார் ஸ்மித். ஆதியில், வர்ணாஸ்ரம தர்மம் எனும் அமைப்பு, மனிதர்களை நான்கு தனி வர்ணங்களாகப் பிரித்திருந்தது. இருப்பினும், அது மக்கள் மீது திணிக்கப்பட்டு, வழக்கத்திற்குக் கொண்டு வரப்பட, காலப்போக்கில் இன்னும் சிக்கலான ஓர் அமைப்பாக மாறியது. "வர்ணம்... இதுவே பிற்காலச் சாதிய அமைப்புக்கு வரலாற்று வேர்களையும், தத்துவார்த்த அடித்தளத்தையும் நல்கியது; இந்தச் சமூக அமைப்பைப் பலர் தெற்காசியாவுக்கு மட்டுமே உரிய தனித்துவமான ஒன்றாகக் கருதுகிறார்கள். மேலும், சில நேரங்களில் சாதி மட்டுமே, அது ஒன்று மட்டுமே அல்லாவிடினும், நாம் 'இந்து மதம்' என்று அழைக்கும் பன்முகம் கொண்ட மதத்தை வரையறுக்கும் அம்சமாக அடையாளப்படுத்தப்படுகிறது."[5]

மனுஸ்மிருதி இந்த நான்கு வகுப்புகளுக்கும் உரிய மதிப்பு, நோக்கம், தேவையான ஒழுக்கம் ஆகியவற்றை விரிவாக விளக்குகிறது. அதில் கூறப்பட்டுள்ள கட்டளைகள் மனு என்கிற 'முதல் மனிதனால்' வெளியிடப்பட்டதாக நம்பப்படுகிறது. ஸ்காட்லாந்து நாட்டைச் சேர்ந்த வரலாற்றாசிரியர் மவுண்ட் ஸ்டூவர்ட் எல்ஃபின்ஸ்டோன் கி.பி.1841இல் எழுதிய நூலில், இந்து சமுதாயத்தை வடிவமைப்பதில் 'மனுவின் விதிகள்' ஆற்றிய முக்கிய பங்கினைக் குறித்து விவரிக்கிறார்.

> மனுவின் பெயர் தாங்கிய விதிகளை அடிப்படையாக வைத்தே சமுதாயத்தின் முதலாவது மொத்த வடிவமும் வழங்கப்பட்டது. ஆகவே, அந்த விதிகளின்படியே இந்துக்களினுடைய ஒவ்வொரு வரலாறும் தொடங்க வேண்டும்...
>
> மனு விவரிக்கும் இந்தச் சமூகத்தில் நம்மைத் தாக்கும் முதல் அம்சம், அது நான்கு வகுப்புகள் அல்லது சாதிகளாகப் பிரிக்கப்பட்டுள்ளதேயாகும். இந்தப் பிரிவினையில், பிராமணர்களின் அதீத உயர்ச்சி மற்றும் புனிதப்படுத்தலையும், கீழ் வகுப்பினர் மீது வலுக்கட்டாயமாகத் திணிக்கப்பட்டுள்ள இழிவையும், நம் மீது சுமத்துகிறார்கள்... நான்காவது வகுப்பினரான சூத்திரர்களும், ஒதுக்கப்பட்ட பஞ்சமர்களும், உயர்சாதியினரின் நன்மைக்காக உழைக்க வேண்டும் என்பதற்காகவன்றி வேறெதற்கும் கருத்தில் கொள்ளப்படவே இல்லை.[6]

சாதி அமைப்பின் உச்சியில் உள்ள பிராமணர்களே அதன் முதன்மையான பயனாளர்களாக இருந்தார்கள். அவ்வமைப்பின் கீழ்நிலையில் சூத்திரர்கள் இருந்தார்கள். சூத்திரர்களுக்குக் கீழே இருந்தவர்கள் ஆதிசூத்திரர்கள். எந்தச் சாதியிலும் சேர்க்கப்படாது அவர்கள் ஒதுக்கப்பட்டவர்கள், தீண்டத்தகாதவர்கள், சண்டாளர்கள் அல்லது பஞ்சமர்கள் என்றும் அழைக்கப்பட்டனர். பிராமணர்களின் தகுதி குறித்து *மனுஸ்மிருதி* இவ்வாறு சொல்கிறது,

> இங்கே வாழ்வதற்காக வரும் ஒரு பிராமணன், இந்த பூமியிலேயே மிக உயர்வானவனாகப் பிறக்கிறான், படைக்கப்பட்ட அனைத்து உயிர்களுக்கும் இறைவனாக... இந்த உலகில் உள்ள அனைத்தும் பிராமணனின் உடைமை; அவனது பிறப்பின் மேன்மை காரணமாக, உண்மையில் பிராமணனே அனைத்திற்கும் உரிமை உடையவன்... மற்ற மனிதர்கள் பிராமணனின் தயவில் வாழ வேண்டும்.[7]

ஸ்மித் எழுதுகிறார்: பயன்பாட்டில் இதன் பொருள், பிராமண வகுப்பைச் சேர்ந்தவர்கள் எல்லாம் 'பூமியில் உள்ள கடவுள்கள்'[8] என்பதாகும். சாத்திரங்களைப் பொறுத்தவரை, பிராமணர்கள் மனித சக்திக்கு அப்பாற்பட்ட தெய்வீகத்தன்மை கொண்டவர்கள் அல்லது குறைந்தபட்சம், மற்றவர்கள் மனித இனத்திற்கு கீழானவர்கள் ஆவர். "சமூக வகைப்படுத்தலில் பிராமணர்களுக்கு எப்போதும் மிக உயர்ந்த இடமே அளிக்கப்படும். மனித உயிர்களில் பிராமணனே மிகப் பூரணமான அவதாரம்; மற்ற பிரிவுகளின் அதிகார வரம்புகள் அவனது தலைமை ஸ்தானத்துக்குள் அடக்கம்", என்று விளக்குகிறார் ஸ்மித்.[9] சிருஷ்டித்தல் குறித்த கதைகளில் பிராமணர்கள் பெறும் முக்கியத்துவம், சமூகப் பிரச்சினைகளில் அந்த வகுப்பினரின் முன்னுரிமையை நிறுவுகிறது.[10]

மனித சக்திக்கு அப்பாற்பட்டவராக அடையாளப்படுத்தப்படும் உயர் வகுப்பு பிராமணர்கள் 'அனைவருக்கும் தலைவர்கள்' என்றும் அதற்கு மாறாக கீழ் அடுக்கில் உள்ள சூத்திரர்கள் மனிதரிலும் கீழான அனைவர்க்கும் அடிமை என்றும் அடையாளப்படுத்தப்படுகிறார்கள். *மனுஸ்மிருதியின்படி*, "கடவுள், சூத்திரர்களுக்கு அளித்திருக்கும் ஒரே பணி மற்ற மூன்று சாதியினருக்கும் அடி பணிந்து சேவை செய்வது மட்டுமே." மறுபுறம், ஆதிசூத்திரர்களுக்கு சமுதாயத்தில் இடமே அளிக்கப்படவில்லை. எவனொருவன் ஒதுக்கப்பட்டவனுடன் நட்பு பாராட்டுகிறானோ, அவன் அமர்ந்த அதே இருக்கையில் அமர்ந்து ஒன்றாக உணவருந்துகிறானோ, ஒரு வருடத்திற்குப் பின் அவனும் ஒதுக்கப்பட்டவனாகவே ஆகிறான்.[12]

இருப்பினும், பன்னெடுங்கால வரலாற்றில் இந்தியத் துணைக்கண்டத்தின் பெரும்பான்மை மக்களாக சூத்திரர்களும் ஆதிசூத்திரர்களுமே இருந்து வருகிறார்கள். ஃபிரென்ச் கத்தோலிக்க மதபோதகர் ழான் அந்துவின்

துபுவா, கி.பி.1816இல் தான் எழுதிய *இந்து நடைமுறைகள், வழக்கங்கள், மற்றும் சடங்குகள்* என்கிற நூலில், “நான்கு பிரதான சாதிகளில் சூத்திரர்களே எண்ணிக்கையில் மிகுதியானவர்கள். உண்மையில் மக்கள்தொகையின் பெரும்பான்மையாக அவர்களே இருக்கிறார்கள், மேலும் அவர்களோடு பறையர்கள் அல்லது ஒதுக்கப்பட்ட பஞ்சமர்களும் குடிமக்களில் பத்துக்கு ஒன்பது பேர் என்கிற அளவில் இருக்கிறார்கள்,” என்கிறார்.[13] இவ்வாறு சாதிமுறை என்கிற செயற்கை அமைப்பு அதன் வடிவமமைப்பின் மூலம் பெரும்பான்மை பூர்வகுடிகளான ஆதிவாசி பகுஜன்களை அடிமைப்படுத்துகிறது என்பதை அறியலாம்.

பிராமணியம் என்கிற ஒன்றைக் கண்டுபிடித்து ஆதிவாசி பகுஜன்களை அடிமைப்படுத்திய அந்த வேதகால சமூகம், இந்தியத் துணைக்கண்டத்தின் மீது படையெடுத்து வந்த இந்தோ-ஆரியர்கள் அல்லது இந்தோ-ஐரோப்பியர்கள் என்று அழைக்கப்பட்ட ஆரிய மக்களின் வழிவந்தவர்களாகவே இருக்க வேண்டும் என்று பல அறிஞர்கள் நம்புகிறார்கள். “வர்ண அமைப்பு பழங்கால வேர்களைக் கொண்டதாக இருக்கலாம்,” என்று குறிப்பிடுகிறார் ஸ்மித். “அடிப்படையில் அது, கிறிஸ்துவுக்கு முந்தைய இரண்டாம் நூற்றாண்டில் இந்தோ-ஐரோப்பியப் படையெடுப்பாளர்களால் இந்தியாவுக்குள் கொண்டு வரப்பட்ட வகைப்படுத்தல் தந்திரத்தின் ஒரு வகையாகும்.”[14] ஸ்மித் வாதிடுகிறார், “வேதகால சமூகத்தின் சரித்திர விரிவாக்கத்தில் ஆரியர் அல்லாத தெற்காசியப் பூர்வகுடிகளைத் தன்னுடன் சேர்த்துக் கொண்டதன் விளைவாக, ஒரு மக்கள் குழுவினரை சூத்திரர்கள் (மற்றும் ஆதிசூத்திரர்கள்) என்று அடையாளப்படுத்தியிருக்கலாம்.” அவர் மேலும் கூறுகிறார்,

> ஆதியில் இந்தோ-ஐரோப்பியப் படையெடுப்பாளர்கள், இந்தப் பூர்வகுடிகளை தாசர்கள் அல்லது தாசயுகள், ‘அடிமைகள்’ என்றே அழைத்தனர். காலப்போக்கில், சில ஆதிகுடிகள் ஆரிய சமூகத்துடன் ஒன்று கலந்து ஒரு குறிப்பிட்ட அளவு அவர்களால் விழுங்கிச் செரிக்கப்பட்டதன் காரணமாகப் படையெடுத்த அந்நியர்களும் பழங்குடிகளாக மாறினார்கள். ஆகவே முன்னவர்கள் ‘சூத்திரர்கள்’ என்று அழைக்கப்பட்டு சமூகப் படிநிலையின் கீழ் வரிசைக்குத் தள்ளப்பட்டார்கள்.[15]

இந்தச் சமூகப் படிநிலை பெரும்பான்மையான மக்களின் இழப்பில் பிராமணக் குலத்தினருக்கு பெரும் பயனை அளிப்பதாக இருந்தது. பிராமணர்கள் என்று பகுக்கப்பட்ட மனிதர்கள் பிரம்மாவின் தலையிலிருந்து தோன்றியவர்கள் என்று *சாத்திரங்கள்* சொல்கின்றன. பிராமணர்கள் மட்டுமே மதகுருக்களாகவும் பூசாரிகளாகவும் இருக்க முடியும் என்றும் *சாத்திரங்கள்* போதிக்கின்றன. *சாத்திரங்கள்* சமஸ்கிருத மொழியில் எழுதப்பட்டுள்ளன. பிராமணரல்லாதோர் சமஸ்கிருத

மொழியைக் கற்பதற்குச் சாத்திரங்கள் தடை விதிக்கின்றன. சாத்திரங்கள் பிராமணர்களின் மேன்மையை போதிக்கின்றன. மற்ற குலத்தைச் சேர்ந்தவரெல்லாம், தாங்களும் மறுபிறவியில் பிராமணராகப் பிறக்கலாம் என்கிற நம்பிக்கையோடு, இப்பிறவியில் அவர்களுக்கு விதிக்கப்பட்ட தர்மங்களை நிறைவேற்றுவதே அவர்களது ஒரே நோக்கமாக இருக்க வேண்டும் என்று *சாத்திரங்கள்* போதித்தன. மற்ற குலத்தவரின் தர்மங்கள் என்னவென்றால், பிராமணர்களுக்குச் சேவை செய்வதும் அவர்களுக்குக் கீழ்ப்படிவதும் மட்டுமே என்று *சாத்திரங்கள்* போதித்தன. இறுதியாக ஸ்மித் இவ்வாறு முடிக்கிறார், "தாங்கள் மட்டுமே மதகுருக்களாக இருந்து மதச்சடங்குகளைச் செய்ய முடியும் என்ற தனியுரிமை மூலம், பிராமணர்கள் சமூகரீதியாக மட்டுமல்லாது பொருளாதார ரீதியாகவும் நன்மைகளைப் பெற்றனர்."[16]

"பிராமணர்கள் போற்றிப் பாதுகாத்த வேதத்தின் போதனைகள் அத்தகைய சலுகைகளை அங்கீகரிக்கின்றன," என்கிறார் ஸ்மித். "பிராமணக் குலத்தைச் சேர்ந்தவர்கள் வரலாற்றை நிலை நிறுத்தியவர்கள் மட்டுமல்லாது, இத்தகைய அதிகார நூல்களின் ஆசிரியர்களாகவும் அவர்களே இருந்ததால், உண்மையில் இது வியப்பை அளிப்பதாக இல்லை."[17] வேறு வார்த்தைகளில் சொல்ல வேண்டுமென்றால், பிராமணர்கள் எழுதிய *சாத்திரங்கள்* பிராமணர்களின் உச்ச அதிகாரத்தைப் போதித்தன. இந்த முரண், இத்தாலியிலிருந்து இந்தியாவுக்குப் பயணம் செய்து முகலாய அரசவையில் எழுத்தராகத் தனது வாழ்நாளைக் கழித்த, நிக்கோலா மனுச்சி போன்ற ஐரோப்பியப் பார்வையாளர்களின் பார்வையிலிருந்தும் தப்பவில்லை. மனுச்சி, கி.பி.1707இல், தனது நூலில் சாதி குறித்த சமகாலப் போதனைகளைப் பின்வருமாறு விவரிக்கிறார்.

பிரம்மாவின் முகத்திலிருந்தே... அவர்கள் உறுதியாக சொல்கிறார்கள், பிராமணர்கள் உருவாக்கப்பட்டார்கள். அவர்களில் இந்த வகுப்பைச் சேர்ந்தவர்கள் மிகவும் விரும்பத்தக்க, உன்னதமான மனிதர்களாவர். அவர்களே இந்தக் கட்டுக்கதைகளின் ஆசிரியர்களாக இருந்ததால் தோற்ற மூலம் குறித்து நான் மேற்சொன்னவற்றை எவ்விதத் தயக்கமுமின்றி ஒப்புக்கொள்கிறார்கள்.[18]

இந்தப் போதனைகள் எவ்வாறு நடைமுறைப்படுத்தப்பட்டன என்பதையும், பிராமணரே உயர்ந்தவர் என்னும் கருத்தாக்கத்தின் சமூகப் பின்விளைவுகளையும் மனுச்சி, தானே நேரடியாகக் கண்டார். 18ஆம் நூற்றாண்டில் படைத்தல் குறித்த புராணக் கதைகளைப் போதித்த ரிக் வேதம் மற்றும் மனுஸ்மிருதி போதனைகளை இந்து மதம் எவ்வாறு பயன்படுத்திக்கொண்டது, சமூகம் எவ்வாறு நான்கு சாதிகளாக உடைக்கப்பட்டது, அந்தச் சாதிகள் எவ்வாறு உட்சாதிகளாக உடைக்கப்பட்டது, அந்த அமைப்பு எப்படி ஒதுக்கப்பட்ட பஞ்சமர்களை உருவாக்கியது, மேலும் கீழ்மட்டத்தில் உள்ளவர்களுக்கு உதவியவர்களை சமூக விலக்கம் செய்ததன் மூலம் பஞ்சமர்களின் தனிமைப்படுத்துதல்

என்பது எவ்வாறு அவர்கள் மீது திணிக்கப்பட்டது என்பதையெல்லாம் அவரது அனுமானங்கள் உறுதிப்படுத்துகின்றன. மனுச்சி எழுதுகிறார்,

> இந்துக்கள் மொத்த மனித குலத்தையும் நான்கு வகைகளாக அல்லது வர்ணங்களாகப் பிரித்து வைத்துள்ளனர். பிரம்மாவின் முகத்திலிருந்து உருவானதாகக் கூறப்பட்ட சிலர் பிராமணர்கள் என்று அழைக்கப்பட்டார்கள், அவர்கள் மேலும் பல கிளைகளாகப் பிரிக்கப்பட்டனர். இரண்டாவது வகையான மனிதர்கள் பிரம்மாவின் தோள்களிலிருந்து பிறந்தவர்கள் எனவும் அவர்கள் ராஜாக்கள் என்றும் அழைக்கப்பட்டனர்; அவர்களும் மேலும் பல பிரிவுகளாகப் பிரிக்கப்பட்டனர். மூன்றாவது வகை பிரம்மாவின் தொடைகளிலிருந்து பிறந்ததாகச் சொல்லப்படும் வைசியர்கள் அல்லது வணிகர்கள், அவர்களிலும் பல பிரிவுகள் உண்டு. இறுதியாக, நான்காவது அல்லது கடைசி வகையைச் சேர்ந்தவர்கள் பிரம்மாவின் கால்களிலிருந்து பிறந்ததாகச் சொல்லப்பட்ட சூத்திரர்கள்; மற்றவர்களைப் போலவே இவர்களுக்குள்ளும் பல உட்பிரிவுகள் உண்டு, அவை எண்ணிலடங்காதவை.
>
> இந்த நான்கு வகைகள் அல்லது வர்ணங்களோடு மற்றொன்றைச் சேர்க்கிறார்கள்; அது மேற்சொல்லப்பட்ட நான்கோடு கணக்கில் எடுத்துக்கொள்ளப்படவில்லை. ஆனால் இவர்கள் பொதுச் சமூகத்திலிருந்து தனியாகப் பிரித்து வைக்கப்பட்டவர்கள்.
>
> இந்த மக்கள் அவர்களது மொழியில் *சண்டாளர்கள்* அல்லது கருப்பர்கள் என்று அழைக்கப்படுகிறார்கள்.
>
> இவர்களால் கருப்பர்கள் என்றழைக்கப்படும் இந்த மக்கள் நாட்டின் ஆதிகுடிகளில் ஒரு குடியாக இருந்தாலும், அவர்கள் கீழானவர்களாக விரும்பத்தகாதவர்களாகக் கருதப்பட்டனர். அவர்களோடு உணவருந்துவது மட்டுமல்ல, அவர்கள் உணவருந்துவதை அல்லது குடிப்பதைப் பார்ப்பதையும்கூட சரி செய்ய முடியாத தூய்மைக்கேடு, வெட்கக்கேடு எனவும் சொல்லப்படுகிறது. இவ்வாறே அவர்களுக்கு என்ன நடந்தாலும் அதில் மற்ற சாதிகள் மேற்சொல்லப்பட்ட எந்த ஒன்றையும் செய்வதில்லை. மேலும், மற்ற எந்தச் சாதியினரும் இந்தக் கருப்பர்களின் வீட்டிற்குள் செல்லக்கூடாது. அவர்கள் கையால் வாங்கி நீர் அருந்தவும், உணவருந்தவும் கூடாது.
>
> அந்தக் கருப்பர்கள் கையால் வாங்கி உண்பது, குடிப்பது மற்றும் அவர்களது கையால் தொடப்படுவது அல்லது தொட அனுமதிப்பதைக் காட்டிலும் எவராலும் கவனிக்கப் படாமல் இறப்பதையே மற்ற சாதியினர் விரும்புவார்கள். அப்படி ஒரு சம்பவம் நடந்தேறினால் அந்த உண்மை, நியாயாதிபதியின் கவனத்துக்குக் கொண்டு செல்லப்பட்டால், மொத்தக் குடும்பமும்

அவர்களது சந்ததியும் இழிவானவர்களென்று முத்திரை குத்தப்பட்டு அவர்கள் அனைவரும் இனி கருப்பர்களுக்கு நிகரானவர்களாகவே நடத்தப்படுவார்கள். அவர்களின் பழைய சாதிக்கு இனி எப்போதும் திரும்ப முடியாது.[19]

சூத்திரர்கள் கீழானவர்களாகக் கருதப்பட்டார்கள், ஆனால் ஆதிசூத்திரர்கள் உண்மையில் கீழிலும் கீழானவர்களாக நடத்தப்பட்டார்கள். அவர்களின் நட்பையே குரு நானக் நாடினார். கி.பி.1626இல், டச்சு வணிகர் பிரான்சிஸ்கோ பெல்சார்ட் அந்த மக்களை இவ்வாறு வர்ணிக்கிறார், "பாவம், பரிதாபத்துக்குரியவர்கள், தங்களைத் தாங்களே தாழ்த்திக்கொள்ளும் அடிமைத்தனத்தில் திளைத்திருக்கும் அவர்களை அருவருக்கத்தக்க மண்புழுக்கள் அல்லது சிறிய மீன்களுக்கு இணையாக ஒப்பிடலாம். எத்தனை இறுக்கமாக அவர்கள் தங்களை மறைத்துக்கொண்டாலும் வன்மையான பெருங்கடலின் அசுர மிருகங்களால் அவர்கள் விழுங்கப்படுகிறார்கள்."[20] அமெரிக்க வரலாற்றாசிரியர் கேத்தரின் மேயோ, பெல்சார்ட்டின் கூற்றை எதிரொலிக்கிறார். இருபதாம் நூற்றாண்டின் தொடக்கத்தில் ஆதிசூத்திரர்களின் நிலைமையை விவரித்து இவ்வாறு எழுதுகிறார்: "நீங்கள் மனிதர்களைப் போல அல்ல, புழுக்களைப்போல வாழ்கிறீர்கள்."[21]

குரு அர்ஜுன், அவரது முன்னோர்களைப் போலவே இந்த மக்களை உருமாற்றிப் புழுக்களைப் போல நடத்தப்பட்ட அவர்களுக்கு மரியாதையைக் கண்டுணரும் முறையைப் போதித்து மனிதர்களாக மாற்றவும் அவர்களது உரிமைகளையும் கண்ணியத்தையும் பாதுகாக்கவும் முனைந்தார். பாரம்பரியமான தலைமையே மதிப்பு மிக்கது என்னும் கருத்தாக்கத்தை அவர்கள் புறந்தள்ள வேண்டுமென்று விரும்பினார். அவர்கள் தங்களது மனிதத்தன்மையை ஏற்றுக்கொள்ள வேண்டும் என்று கூறினார். சாதி என்பதே ஒரு மோசடி என்பதை அவர்கள் உணர வேண்டும் என்றார். சுதந்தர மக்களுக்கான தன்னம்பிக்கையை எவ்வாறு பெறுவது என போதிப்பதன் மூலம் அவர்கள் மீது திணிக்கப்பட்ட 'புழுக்கள்' என்கிற சுய பிம்பத்தை அழித்துவிடக் கோரினார். இறுதியாகப் புழுக்களிலிருந்து விடுதலை பெற்ற மக்களாக அவர்கள் முன்னேறிய பின், கடவுளின் அன்பால் நிரப்பப்பட்ட பின், ஒரு சாதாரண மனிதனும் எவ்வாறு அரசனைப்போல ஆகலாம் என்பதைப் புரிந்துகொள்ள வேண்டினார்.

சமூகத்தின் தீண்டத்தக்கவர்கள் மற்றும் தீண்டத்தகாதவர்களுக்கு இடையிலான போர்க்கள எல்லைகளை நிறுவிய குரு நானக், தன்னை ஒதுக்கப்பட்ட மக்களின் பக்கம் நிறுத்திக்கொண்டார். இது ஆளும் உயர் வர்க்கத்தினரின் சினத்தைத் தூண்டும் என்பதை அவர் அறிந்தே இருந்தார். சாதிய பாரபட்சங்களும், தீண்டாமையைக் கடைப்பிடித்தலும் இந்து மதத்தின் பிரதான வழக்கம். ஒரு தனி நபரோ, இயக்கமோ, ஒரு சித்தாந்தமோ அதைக் கேள்விக்குள்ளாக்கும்போது அவர்கள்

எதிரியாகவே பார்க்கப்படுவார்கள்; மேலும், அந்தச் சவாலை முடிவுக்குக் கொண்டுவரும் எந்த ஒரு முயற்சியும் விட்டு வைக்கப்படாது என்றும் குறிப்பிடுகிறார் டாக்டர் ராஜ்குமார் ஹன்ஸ்.[22] இவ்வாறு குரு அர்ஜுன், குரு நானக் தொடங்கிய பணியைத் தொடர்ந்தார். ஆனால் சிக்கலான மனம் கொண்டோர் அதற்கு எதிராக அவரைக் கொன்றனர். ஏனெனில், அதன்மூலம் தொடர்ந்து 'புழுக்களை' தங்கள் கால்களின் அடியிலிட்டு நசுக்கலாம் என்று எண்ணினார்கள்.

சிக்கலான மனம் கொண்டோர் தோற்றார்கள். சிறிய அளவில் வளர்ந்துவந்த சீக்கியப் புரட்சி மிக வலுவானதாகவும் இருந்தது; மேலும், ஒடுக்கப்பட்டோரின் வறண்ட ஆன்மாக்கள் மிகுந்த தாகத்துடன் இருந்தன. எனவே, குரு அர்ஜுனின் வீர மரணத்திற்குப் பின் சிதறுண்டு போவதற்கு பதிலாக, குரு ஹர் கோவிந்த் அவர்களின் தலைமையில் முன்பைவிட இன்னும் அதிக வலிமையுடன் புரட்சி மீண்டும் முளைத்தது. இருப்பினும், பல நூற்றாண்டுகளாக ஆதிவாசிகளின் விடுதலைக்காகப் பாடுபட்ட அடிமை ஒழிப்புப் போராளிகளின் இருண்ட காலமாகவே அது இருந்தது.

குரு ஹர் கோவிந்த் *(1595–1644)* — குரு அர்ஜுனின் மரணத்திற்குப் பின் அவரது உடைமைகள் சூறையாடப்பட்டு அழிக்கப்பட்டன. அவரது குடும்பம் திவாலாக்கப்பட்டது, அவரைப் பின்தொடர்தல் முடிவுக்கு வந்ததுபோல் காணப்பட்டது. எளிய மக்களால் மிகப்பெரிய அளவில் மதிக்கப்பட்ட குரு, கற்பனை செய்ய முடியாத அளவுக்குச் சித்திரவதை செய்யப்பட்டு கொடூரமாகக் கொல்லப்பட்டார். இந்தப் பேரிடியிலிருந்து சீக்கியர்கள் மீண்டு எழுவார்களா என்பதைக் காலம்தான் சொல்ல முடியும்.

முகலாயப் பேரரசர் ஜஹாங்கீர், குரு அர்ஜுனை இஸ்லாமிய மதத்திற்குள் கொண்டுவந்துவிடலாம் என்று நம்பியிருந்தார். பிராமணர்கள் சாதிய அமைப்பின் மீதான குருவின் தாக்குதலை வெற்றிகரமாக முறியடித்துவிடலாம் என்று நம்பியிருந்தனர். இருப்பினும் முகலாய–பிராமண உறவின் கொடிய திட்டங்கள் குருவின் உறுதியான ஆன்மாவைக் கண்டு விரக்தி அடைந்தன. வேதனையில் வாடும் இந்திய மக்களின் ஆசைகளை நிறைவேற்றும் சக்தி கொண்ட இடமாக ஹர்மந்திர் சாஹிப்பை ஆதி கிரந்தத்தின் போதனைகள் ஏற்கனவே மாற்றியிருந்தன. குரு அர்ஜுனின் வீர மரணம் அவரது நோக்கத்தை வலுப்படுத்தவே செய்திருக்கிறது. இறுதியில், விதைக்கப்பட்ட அவரது ரத்தத்திலிருந்து ஆழமான வேர்களையும், ஒளி மிக்க பூக்களையும் கொண்ட இன்னும் உறுதியான ஒரு மரம் முளைத்திருக்கிறது.

குரு அர்ஜுனின் துன்புறுத்தல்கள் மற்றும் பிராமணர்களுக்கும் முகலாயர்களுக்கும் இடையிலான கொலைகாரக் கூட்டணியின் பின்விளைவாக ஐந்து விஷயங்கள் நடந்தன.

முதலாவது — குரு அர்ஜுனின் மகனான ஹர் கோவிந்த், ஒடுக்கப்பட்ட மக்களை விடுவிக்கும் பணியைத் தொடரவும், கிரந்தம் மற்றும் ஹர்மந்திர்

சாஹிப் உள்ள அமைப்பைப் பாதுகாக்கவும் ஆறாவது மேற்பார்வையாளராக நியமிக்கப்பட்டார்.

தங்களுடைய புதிய குரு ஜோதியைக் கையில் எடுத்தால் அவரது தந்தையைப் போலவே பல ஆபத்துக்களை எதிர்கொள்ள நேரிடும் என்பதை பந்த் (ஆதி கிரந்தத்தின் பாதையைப் பின்பற்றியவர்கள்) நன்றாகவே உணர்ந்திருந்தாலும், இளம் ஹர் கோவிந்த் பல நூற்றாண்டுகளுக்கு முன்பு பற்ற வைக்கப்பட்ட விடுதலை நெருப்பைத் தூண்டிவிடத் தாமே விரும்பி முன்வந்தார். அதை ஒரு நரகத்தின் உள்ளிருந்து விசிறிவிட நினைத்தார். ஏனெனில், இதனால் அதன் ஜுவாலை சமூகத்தின் ஏழ்மையான, பலவீனமான மற்றும் எளிதில் பாதிப்படையக் கூடியவர்களின் மீது வெளிச்சத்தைப் பாய்ச்சக்கூடும் என்று அவர் எண்ணினார். தமது முன்னோர்களின் அதே பழைய சித்தாந்தங்களை வளர்த்தும், முன்னேற்றியுமே அவர் அதைச் செய்தார்.

தெற்காசிய மதங்களின் மரபுகள் குறித்த ஒரு இணையற்ற ஆய்வை அளிக்கும் நூலான *தபிஸ்தான்*, பெயர் அறியப்படாத ஒரு பாரசீக நூலாசிரியரால் தொகுக்கப்பட்டது. அவர் கி.பி.1643இல் குரு ஹர் கோவிந்த் உடனான தனது நேரடி சந்திப்பைப் பற்றி அதில் பதிவுசெய்திருக்கிறார். அங்கு நிலவிய கலாச்சாரத்திற்கும் சீக்கியர்களுக்கும் இடையே இருந்த பரந்த பேதத்தை குரு எவ்வாறு நிலைத்திருக்கச் செய்தார் என்பதை உறுதிப்படுத்தும் விதமாக *தபிஸ்தான்* பின்வருமாறு விளக்குகிறது:

> குரு ஒரு கடவுளை மட்டுமே நம்பினார். அவருடைய தொண்டர்கள் விக்கிரக வழிபாட்டில் நம்பிக்கை வைக்கவில்லை. அவர்கள் எந்நாளும் இந்துக்களைப் போல வழிபடவும், கடினமான வழக்கங்களைப் பின்பற்றவும் செய்யவில்லை. அவர்தம் அவதாரங்கள், புனித யாத்திரை செல்லும் இடங்கள் அல்லது இந்துக்கள் 'கடவுளர்களின் மொழி' என்று கருதும் சமஸ்கிருத மொழி என எதையும் அவர்கள் நம்பவில்லை.[23]

இரண்டாவது — வெற்றிகளிலேயே மிகப்பெரிய வெற்றியாக, குரு ஹர் கோவிந்த் அகால் தக்த்தை நிர்மாணித்து, ஆன்மிகத்திற்கும் லௌகீகத்துக்கும் இடையிலான படைப்புக் கோட்பாடுகளை நிறுவினார்.

குரு ஹர் கோவிந்த், அவருடைய தந்தை கொல்லப்பட்ட மாதத்திற்கு அடுத்த மாதமான ஜூன் கி.பி.1606இல், ஹர்மந்திர் சாஹிப்பிற்கு நேரெதிரில் அகால் தக்த்திற்கான அடித்தளமிட்டார். இரண்டு அடி உயரத்துக்கும் கூடுதலான ஒரு சாதாரண பீடம் எழுப்புவதற்கும்கூட அரசாங்கம் தடை விதித்திருந்த நிலையில், பேரரசர்களின் மேடைக்கு நிகரான 12 அடி உயர மேடைப்பணியோடு கட்டுமானம் தொடங்கியது.[24]

அகால் தக்த் ஓர் அரச சிம்மாசனமாக, நாட்டின் தலைமை இருக்கையாக, அதிலிருந்து அரசச் சட்டங்கள் பிரகடனம் செய்யப்பட்டு செயல்படுத்தப்படும்

ஓர் ஆசனமாக இருக்க வேண்டும் என்னும் நோக்கத்துடன் நிறுவப்பட்டது என்று கூறுகிறார் டாக்டர் குர்மீத் சிங்.[25] எவருக்கும் விசுவாசம் மிக்கவராக இருக்கத் தேவையில்லாத, எவராலும் அடிமைப்படுத்தப்படாத, இந்த பூமியின் அரசால் அல்லாமல் கடவுளின் கொள்கைகளால் நேரடியாக ஆட்சி செய்யப்படும் ஒரு நாட்டு மக்களுக்கான தலைமையகமாக அது இருந்தது. சீக்கிய ராஜதந்திரி மற்றும் தத்துவவாதியான கபூர் சிங்கின் கூற்றுப்படி, "விசித்திரமான சீக்கிய இரட்டை இறையாண்மைக் கோட்பாடு பிறந்தது. அதன் சாரம் என்னவென்றால், மத ஈடுபாடுடைய ஒருவன், எப்போதும் உண்மை மற்றும் ஒழுக்கத்தின் மீதே தனது விசுவாசத்தை வைக்க வேண்டும்; தாங்கள் மட்டுமே மக்களின் மனங்களையும் உடல்களையும் ஆள்வதற்கான உரிமை பெற்றவர்கள் என்று கூறிக்கொள்ளும் மதச்சார்பற்ற அரசாங்கத்திடம் அவன் எப்போதும் தன்னை சமர்ப்பித்துக்கொள்ளக் கூடாது."[26]

> குரு ஹர் கோவிந்த் முதலில் அறிமுகப்படுத்திய அகால் தக்த் மேடையில் இரு வாட்களைப் பிணைத்து வைத்திருந்தார். அதில் ஒன்று *மிரி* (அரச) அதிகாரத்தைக் குறிக்கும், மற்றொன்று *பிரி* (ஆன்மிக) அதிகாரத்தைக் குறிக்கும். அதன்பின் அவர் சீக்கியர்களை அழைத்து ஆயுதங்களைக் கையிலேந்தி ஒரு படையை உருவாக்குமாறு கூறினார். அவரது செய்தி மிகத் தெளிவாக இருந்தது. "தக்த்தை நிர்மாணித்ததன் மூலம், சீக்கிய சமுதாயம் தங்களின் அரசியல் தலைவர்களுக்குரிய பண்புகளை வெளிப்படையாகப் பிரகடனம் செய்வதாக இருந்தது," என்று எழுதுகிறார் கபூர் சிங்.[27] இந்த விடுதலைப் பிரகடனம் சீக்கியர்களை மைய அரசிடமிருந்து விடுவிக்கப்பட்ட மக்களாக, ஒரு தனித்த தலைமையின் கீழ், ஒவ்வொரு நபருக்குமான பகத்துகளால் பறை சாற்றப்பட்டு, குருக்களால் *ஆதி கிரந்த்*த்துக்குள் போற்றிப் பாதுகாக்கப்பட்ட உலகளாவிய அரசக் கொள்கையால் ஆளப்படும் சுதந்தர மக்களாக அவர்களை உறுதி செய்தது.

இறுதியாக, கி.பி.1608இல் சீக்கியர்கள், *நிஷான் சாஹிப்* என்றழைக்கப்படும் தங்களது தேசியக்கொடியை அகால் தக்த்தில் ஏற்றினார்கள். முகலாய, பிராமண மற்றும் எந்த ஒரு கொடுங்கோலனின் ஆட்சிக்கும் அந்த அரியாசனமும் அதன்மீது பறந்த இந்தச் சிறிய கொடியும் ஒரு நேரடிச் சவாலாகவே இருந்தன.

மூன்றாவது — வெப்பக் கடையின் போக்குவரத்து அதிகரித்தது. மேலும், முகலாயர்கள் நேரடியாக நடவடிக்கை எடுக்கத் தயங்கும் அளவுக்கு சீக்கிய *பந்த்*தின் வளர்ச்சியும் குறிப்பிடத்தக்க அளவில் இருந்தது.

ஜஹாங்கீர் கி.பி.1609இல் குருவைக் கைது செய்து தற்காலிகமாகச் சிறையிலடைத்தார் என்று கூறுகிறது **தபிஸ்தான்**. 'அர்ஜுன்மால் மீது,

தான் விதித்த அபராதத்தின் மிச்சத் தொகையைச் செலுத்தத் தவறியதன் பேரில்' இந்தக் கைது சம்பவம் அரங்கேறியதாக அந்நூல் கூறுகிறது. இருப்பினும், குரு சிறையில் இருந்தபோது, "சீக்கியர்கள் கோட்டைக்குச் சென்று அதன் சுவர் முன்பு ஒன்றுகூடி சிஜ்டா (அதாவது, முன்நெற்றி தரையில் படும் அளவுக்கு) முறையில் மண்டியிட்டார்கள்."[28] பேரரசனால் அதற்குமேல் மக்களின் சக்தியைப் புறக்கணிக்க முடியவில்லை. ஆகவே, ஜஹாங்கீர், குரு ஹர் கோவிந்தை விடுதலை செய்தார்.

சீக்கியர்கள், நூற்றாண்டுகால முயற்சியின் பலன்களை அறுவடை செய்தார்கள். ஃபரீத் முதல் குரு அர்ஜுன் வரை, சுமார் 400 ஆண்டுகளாக, ஆதிவாசிகள் ஒரு விரிவான சித்தாந்த அணுகுமுறையுடன் தங்களது வாழ்க்கையை ஒழுங்கமைத்து, ஒருங்கிணைத்துக் கொண்டதன் விளைவாக அமிர்தசரஸை புவியியல் மையமாகக் கொண்டு, ஒரு நிறுவனமாக அது உருவெடுத்தது. குரு நானக்கின் வருகை முதல் குரு அர்ஜுனின் வீரமரணம் வரை, இந்த மையம் *பந்த்* உறுப்பினர்களால் மிகுதியாக மொய்க்கப்படும் இடமாக இருந்தது. நூறாண்டுகளாகக் கடைப்பிடிக்கப்பட்ட ஒழுங்கின் மூலம் அதிகாரம் மிக்கதாக வளர்ந்த *பந்த்* இந்தியத் துணைக்கண்டத்தின் வட பிராந்தியங்களை ஒருங்கிணைத்து பல புவியியல் பிரதேசங்களில் பரந்து விரிந்தது. மகாராஷ்டிரா முதல் உத்தரப் பிரதேசம் வரை, அங்கிருந்து டெல்லி வரையும், மேலும் பஞ்சாப் முழுவதுமாகவும் *பந்த்* விரிவடைந்தது. "சீக்கியர்கள் எண்ணிக்கையில் வளர்ந்தனர், குரு அர்ஜுன்மாலின் ஆட்சிக்காலம் வரை, அவர்கள் எண்ணிலடங்காதவர்களாகப் பெருகினார்கள். சீக்கியர்கள் ஒரு குறிப்பிட்ட எண்ணிக்கையில் குடியேறாத பகுதிகளைக் கொண்ட நகரங்கள் குறைவாகவே இருந்தன."[29]

நான்காவது — பிராமணிய சாதி அமைப்புக்கும் முகலாயப் பேரரசின் சட்டங்களுக்கும் நேரெதிரான ஒரு ராணுவப்படையை உருவாக்கி, அதன்மூலம் சாதாரண மனிதனும் அரசனாகலாம் என்கிற கோட்பாட்டை வழக்கத்துக்குக் கொண்டு வந்தார் குரு அர்ஜுன்.

குரு அர்ஜுனின் படுகொலை குறித்துப் பேசும்போது மவுண்ட் ஸ்டூவர்ட் எல்ஃபின்ஸ்டோன் பின்வருமாறு கூறுகிறார் "இந்தக் கொடூரமான செயலே சீக்கியர்களை, எவரையும் புண்படுத்தாத அமைதியாளர்கள் என்னும் நிலையிலிருந்து வெறி பிடித்த போர்வீரர்களாக மாற்றியது. வீர மரணமடைந்த தங்களது பிரதான மதகுருவின் மகனான ஹர் கோவிந்தின் கீழ் அவர்கள் ஆயுதங்களை ஏந்தினார்கள்."[30] முகலாயர்கள் அவரது ராணுவ பலத்தை மதித்தனர். *தபிஸ்தான்* கூறுவதுபோல, "அவரது லாயத்தில் 700 குதிரைகள் இருந்தன. போர்த்திறன் மிக்க 300 குதிரை வீரர்களும், எப்போதும் அவரது கட்டளைக்காகக் காத்திருக்கும் 60 துப்பாக்கி ஏந்திய வீரர்களும் இருந்தார்கள்."[31] குரு நானக்கிடம் அவர்கள் கண்ட ஒருங்கிணைந்த ஆன்மிக மற்றும் லௌகீக அதிகாரத்தை அங்கீகரிக்கும் வகையில் சீக்கியர்கள் குரு ஹர் கோவிந்திற்கு ஒரு அரசப் பட்டம் வழங்கி அழைக்கத் தொடங்கினார்கள். டாக்டர் கன்வர்ஜித் சிங்கின் கூற்றுப்படி,

குரு ஹர் கோவிந்த் ஒரு நிலையான ராணுவத்தைப் பராமரித்துச் செயல்படுத்தினார். அதற்குத் தாமே தலைமைத் தளபதியாக இருந்தார். அவர் அகால் தக்த்தில் நீதி மன்றங்களை நடத்தினார். தமது தொண்டர்களால் *சச்சா பாதுஷா* — உண்மையான அரசன் — என்று அழைக்கப்பட்டார்.[32]

மேலும் கன்னிங்ஹாம் கூறுகிறார், "குருக்கள் அவர்களுடைய தொண்டர்களால் *சச்சா பாதுஷாக்கள்* அதாவது 'மெய்யான அரசர்கள்' என்னும் பொருள்பட அழைக்கப்பட்டார்கள்; ஏனெனில் அவர்கள் ஆயுதங்களின் துணைகொண்டு ஆளவில்லை, நீதியின் துணையுடனே ஆட்சி செய்தனர். அல்லது மற்றவர்கள் மக்களின் லௌகீகச் செயல்களைக் கட்டுப்படுத்திக்கொண்டிருக்க, இவர்கள் மக்களைப் பாதுகாத்து, அவர்களின் விமோசனத்திற்கு வழி காட்டினார்கள்."[33] குருக்கள் அடைந்திருக்கும் அரச அதிகாரத்தை முகலாயர்களும்கூட உணர்ந்திருந்தார்கள். ஜஹாங்கீர் தமது நூலில், குரு அர்ஜுன் "*பிர்* (துறவி) மற்றும் *ஷேக்* (அரசன்) ஆகிய இருவிதமான ஆடைகளிலும் இருக்கிறார்" என்று கவலைப்பட்டதே இதற்கான முதல் சான்று.

அரச பதவியை சேவையின் மூலமே பெற முடியும்; வம்சாவழியாக அன்று, என குரு அர்ஜுன் போதித்தார். அவ்வாறு குரு ஹர் கோவிந்தின் தொண்டர்கள் அவரது உன்னதப் பண்பை உணர்ந்து, தாங்களே முன்வந்து அவரைத் தங்களது சட்டப்படியான ஆட்சியாளர் — 'மெய்யான அரசன்' — என்று அங்கீகரித்தார்கள். குர்மீத் சிங் எழுதுகிறார், "அகால் தக்த்தில், குரு ஹர் கோவிந்த் ஓர் அரசனைப்போல அமர்ந்துகொண்டு சீக்கியர்களுக்கு நீதி வழங்கினார். அவர் இறகு செருகப்பட்ட தலைப்பாகையை அணிந்திருந்தார்."[34] இஸ்லாமியப் பாடகர்கள் நத்மால் மற்றும் அப்துல்லா மிர் உட்பட ஏராளமான நாட்டுப்புறப் பாடகர்களால் அவரது அவை நிறைந்திருந்தது. ஜஹாங்கீரைக் காட்டிலும் ஒரு மேன்மையான ஆட்சியாளராக அவர் எவ்வாறு திகழ்ந்தார் என்பதைக் குறித்த பாடல்களை அவர்கள் இயற்றினார்கள்.

குரு இரண்டு வாட்களைப் பிணைத்து வைத்திருந்தார் — ஒன்று மிரியைக் குறிக்கும் மற்றொன்று பிரியைக் குறிக்கும். ஒன்று கம்பீரத்துக்கானது மற்றொன்று இறையாண்மைக்கானது; ஒன்று ஆட்சி செய்ய, மற்றொன்று ஆள்பவரைப் பாதுகாக்க. உங்களது தலைப்பாகை பேரரசர் ஜஹாங்கீரின் தலைப்பாகையை விட மிக மிக நேர்த்தியானது.[35]

குருவின் புகழ் பஞ்சாபைக் கடந்தும் பரவியது. குரு ஹர் கோவிந்த் கி.பி.1620களில் காஷ்மீருக்குப் பயணம் செய்தபோது, மகாராஷ்டிராவைச் சேர்ந்த சுவாமி சமர்த்த ராமதாஸை வழியில் சந்தித்ததாகக் கூறப்படுகிறது. குருவின் தோற்றத்தைக் கண்டு குழம்பிய ராமதாஸ் அவரிடம் கேட்டார், "நீங்கள் ஆயுதங்களை ஏந்தி இருக்கிறீர்கள். இராணுவப்படை மற்றும்

குதிரைகளை வைத்திருக்கிறீர்கள். நீங்கள் உங்களை *சச்சா பாதுஷா* — மெய்யான அரசன் — என்று சொல்லிக்கொள்கிறீர்கள். என்ன மாதிரியான சாது (துறவி) நீங்கள்?" அதற்கு குரு பதிலளித்தார், "உள்ளே துறவி, வெளியே இளவரசன்; ஆயுதங்கள் எளியவர்களைப் பாதுகாக்கவும், கொடுங்கோலர்களை அழிக்கவும்."[36]

இவ்வாறு குருவின் தலைமையின்கீழ், கீழிலும் கீழாக்கப்பட்டவர்கள் ஆயுதம் ஏந்தினார்கள், குதிரை ஏறினார்கள், போர்ப்பயிற்சி பெற்றார்கள். இவையெல்லாம் சாதியச் சட்டங்களால் பன்னெடுங்காலமாக வரலாற்றில் அவர்களுக்கு மறுக்கப்பட்ட உரிமைகள். தோன்றிய நாள் முதல் இந்தக் கணத்துக்காகத் தம்மை ஆயத்தப்படுத்தி வைத்திருந்த *பந்த்*, இப்போது போருக்குத் தயாராக இருந்தது. எட்வர்ட் தார்ன்டன் அனுமானிக்கிறார், குரு அர்ஜுன் "முகமதியர்களின் சித்திரவதைகளுக்குப் பலியானார்; அவரது வாரிசு ஹர் கோவிந்த், தமது தொண்டர்களை ஆயுதமேந்தி அதற்குக் காரணமான கொடுங்கோலர்களைப் பழி தீர்க்குமாறு ஆணையிட்டார்."[37]

முதல்முறையாக, செழித்து வளர்ந்துவரும் சீக்கியப் புரட்சிக்கு எதிராக, முகலாயர்கள் தங்களுடைய படைகளை அணிவகுக்கத் தொடங்கினர். கி.பி.1628 முதல் கி.பி.1635 வரை குரு பேரரசர் ஷாஜஹானின் (1592–1666) தீவிரவாதத் தாக்குதல்களுக்கு எதிராக ஐந்து தற்காப்புப் போர்களை நடத்தினார். கன்னிங்ஹாம் எழுதுகிறார்: அவரது தலைமை, "பேரரசுக்கு உள்ளேயே ஒரு தனித்த (சீக்கிய) அரசாங்கத்தை உருவாக்கியது."[38]

ஐந்தாவது — சீக்கியப் புரட்சி, பேரரசுக்கும் அதற்குச் சேவகம் செய்த பிராமண ஆலோசகர்களுக்கும் எதிரான முழு நீளப் புரட்சியாக வளர்ந்தது.

மக்கள்சக்தி காற்றின் திசையை வேகமாக மாற்றியது. பேரரசர் ஜஹாங்கீர் *பந்த்*தின் சுதந்தரப் பிரகடனத்தையும் ஒரு ராணுவப்படை முன்நிறுத்தப்படுவதையும் தடுக்கச் சக்தியற்றவராகிப் போனது மட்டுமல்லாமல், குரு அர்ஜுனின் மரணத்துக்குப் பின் அவர் உடனடியாக சந்துவை ஆதிவாசிகளிடம் ஒப்படைத்தார்.

சந்துவின் முடிவைக் குறித்து விளக்கும்விதமாக அருட்தந்தை சேவியர் இவ்வாறு எழுதுகிறார்: "அந்த உத்தரவாதி தன்னைக் காப்பாற்றிக்கொள்ள முயன்றான், ஆனால் அவன் சிறையில் அடைக்கப்பட்டுக் கொல்லப்பட்டான்."[39] சீக்கிய மரபுகள் சேவியரின் கூற்றை உறுதி செய்வதோடு, சந்து சீக்கியக் காவலில்தான் இறந்தான் என்பதை நிரூபிக்கின்றன. கிளர்ச்சி மிகவும் தீவிரமான நிலையை எட்டியதால் முகலாயர்கள் பிராமணர்களைக் கைவிடும் நெருக்கடிக்குத் தள்ளப்பட்டனர்.

17ஆம் நூற்றாண்டின் எஞ்சிய காலம் முழுவதும் சீக்கியர்கள், கொடுங்கோலர்களுக்கு எதிராகத் தங்களது ஆற்றலை வெளிப்படுத்தியவாறே இருந்தார்கள். தற்போது ஆயுதங்களும் போர்ப்பயிற்சியும் பெற்று, முன்குறிக்கப் பட்ட நீண்ட போர்களைச் செய்யவும், ஒரு ஒடுக்குமுறையாளர், அவர் எந்த சமயத்தைச் சேர்ந்தவரானாலும், அவரை எதிர்கொள்ளவும்

பந்த் தன்னைத் தயார்படுத்திக்கொண்டது. ஆகவே அவர்கள் ஆயுதமேந்திய கிளர்ச்சியைத் தொடங்கினார்கள்.

முகலாய அரசவைக்குள் பிராமணியம் ஊர்ந்து செல்லுதல் — இதனிடையே, முகலாய–பிராமண உறவு மேலும் விரிவடைந்தது. அவருடைய தந்தை அக்பரைப் போலவே, ஜஹாங்கீரும் சமஸ்கிருதச் சிந்தனையாளர்கள் சூழ வலம் வந்தார். அவருடைய மகன் ஷாஜஹானும் அதே கொள்கையைப் பின்பற்றினார். முகலாய அரசவையில் இந்தப் பிராமணக் கூட்டாளிகளின் எண்ணிக்கை உயர உயர, பேரரசர்கள் பிராமணியக் கலாச்சாரத்தின் ஆதிக்கத்திற்குள் மிகுதியாக ஆட்பட்டனர்.

ஆண்டுக்கு இருமுறை தங்களது சூரிய மற்றும் சந்திர பிறந்த நாட்களின்போது அரச குடும்பத்தின் உறுப்பினர்கள் *துலாதானம்* என்னும் எடை போடும் சடங்கில் பங்கெடுத்தனர். இஸ்லாமியக் கலாச்சார நிபுணரான அருட்தந்தை மைக்கேல் கெலாப்ரியா அதை இவ்வாறு விவரிக்கிறார்: "பதினெட்டாம் நூற்றாண்டில், இந்து ராஜ்ஜியப் பேரரசின் முக்கியமான சடங்கு." அருட்தந்தை கெலாப்ரியாவின் கூற்றுப்படி தனது உடல் எடைக்கு நிகரான தங்கம், வெள்ளி மற்றும் விலை உயர்ந்த பொருட்களை பிராமணர்களுக்குத் தானமாக அளிப்பதன் மூலம் அரசன் தனது அதிகாரத்தையும் புகழையும் உறுதிசெய்துகொள்கிறார்."[40] ஆங்கிலேயப் பத்திரிகையாளர் நிக்கோல், கி.பி.1608இல் நடந்த ஓர் உதாரணத்தைப் பதிவுசெய்கிறார்:

> இந்து மற்றும் இஸ்லாம் என இரு மதங்களையும் சேர்ந்த அரசவை சோதிடர்கள் பேரரசருக்கு அந்த ஆண்டு மிகவும் மங்களகரமானதாகவும், குறிப்பிட்ட நற்பலன்களை அளிப்பதாகவும் இருக்கும் என்று இளவரசரிடம் (ஷாஜஹான்) ஆரூடம் சொன்னார்கள். ஆகவே அவரது பதினாறாவது பிறந்தநாளைக் கொண்டாடுவதற்காக ஒரு பிரத்தியேக ஜாதகத்தைத் தயார் செய்தனர். அவர்களது கணிப்புகள் மிகப் பிரசித்திப் பெற்றவையாக இருந்தன; பேரரசரிடம் மரபை உடைத்து ஒரு கூடுதல் துலாதான எடை போடும் சடங்கை நடத்தி, முன்னெப்போதும் நடந்திராத கௌரவத்தை அளிக்குமாறு வலியுறுத்தினர். இது குர்ரம்மின் (ஷாஜஹான்) தாராளவாதக் கொள்கைகொண்ட பாட்டனாரான மறைந்த பேரரசர் அக்பரால் கடைப்பிடிக்கப்பட்ட வழக்கம். பல தொன்மையான இந்துச் சடங்குகளில் இதுவும் ஒன்று. இதில் அரசரின் எடைக்கு நிகரான தங்கம் மற்றும் விலைமதிப்பற்ற கற்கள் நிறுத்தப்பட்டு, கோவில்களையும் அதன் எல்லைக்குட்பட்ட பகுதிகளையும் பராமரிக்க பிராமணப் பூசாரிகளிடம் வழங்கப்பட்டது. இது, தன்னை நியாயப்படுத்தி, உள்ளூரில் தனது நற்பெயரை உயர்த்திக்கொள்ள அக்பரால் பின்பற்றப்பட்ட வழக்கமாகும்.[41]

முகலாய அரசவையின் ஆங்கிலேயத் தூதுவராக இருந்த சர் தாமஸ் ரோ, கி.பி.1616இல் இன்னொரு உதாரணத்துக்கு நேரடிச் சாட்சியாக இருந்திருக்கிறார். "இந்த நாள், அரசரின் பிறந்தநாள். இது பெரும் விருந்தாகக் கொண்டாடப்பட்டு புனிதப்படுத்தப்படுகிறது. அன்று அரசரின் எடைக்கு நிகராக ஆபரணங்கள், தங்கம், வெள்ளி மற்றும் அவற்றால் செய்யப்பட்ட பொருட்கள், பட்டு, வெண்ணெய், அரிசி, பழங்கள் மேலும் பல்வேறு பொருட்கள்... பிராமணர்களுக்குக் கொடுக்கப்படுகிறது," என்று தன்னுடைய நாளேட்டில் எழுதுகிறார் ரோ.[42]

"மூடநம்பிக்கை என்னும் முட்டை உடைந்துவிட்டது," என்று அறிவித்தார் குரு அர்ஜுன். இருப்பினும், குருவின் கொலைக்கு ஆணையிட்ட ஜஹாங்கீர், பிராமணர்களின் 'மூடநம்பிக்கை என்னும் பரந்த அமைப்பினால்' ஈர்க்கப்பட்டுக் கிடந்தார். அவர் ஜோதிடர்களின் பக்தனாகவே இருந்தார். பெல்சார்ட் கி.பி.1626இல் அனுமானிப்பது போல,

> சில பிராமணர்கள் மிகுந்த சாமர்த்தியசாலிகள், அவர்கள் கிரகணங்களை மிகத் தெளிவாகக் கணிப்பதோடு குறை சொல்வதிலும் வல்லவர்களாக இருக்கிறார்கள். நகரத்தில் இதுபோன்று புகழ்பெற்ற ஒன்றிரண்டு பேராவது இருக்கிறார்கள். சொல்லப் போனால், தற்போதைய அரசரே தனது அவையில் இப்படி ஒருவரை எப்போதும் வைத்திருக்கிறார். இதன் விளைவாக, பிராமணர்கள் பெரும் புகழ் பெற்றார்கள். பல பெரிய மனிதர்களிடமும், ஒட்டுமொத்த இஸ்லாமியர்களிடமும் மிகுந்த செல்வாக்குப் பெற்றவர்களாக ஆனார்கள். எந்த அளவுக்கு என்றால், அவர்களெல்லாம் ஒரு பயணம் மேற்கொண்டால், எந்தநாள் எந்த நேரத்தில் பயணம் தொடங்கினால் அது மங்களகரமானதாக இருக்கும் என்பதை பிராமணர்களிடம் கேட்காமல் தொடங்குவதில்லை. அதேபோல, பயணத்திலிருந்து திரும்பும்போதும் அல்லது யாரையாவது முக்கியமாகச் சந்திக்க வேண்டுமென்றாலும், அதற்குத் தகுந்த நல்ல நாளும் நேரமும் கணிக்கப்படாமல் அவர்கள் நகரத்திற்குள் நுழைவதில்லை. அந்தச் சரியான கணம் வரும்வரை அவர்கள் காத்திருந்தனர்.

ஜஹாங்கீரின் மறைவுக்குப் பின் கி.பி.1628இல் அவருடைய மகன் ஷாஜஹான் அரசரானார். சிறு பிராயத்தில் உயர்சாதி இந்துக்களின் கவனிப்பில் வளர்ந்தவர் அவர். மேலும் அவர்களிடமே போர்ப்பயிற்சி பெற்றார்.

அவரது எட்டாவது வயதில் [ஷாஜஹான்], கூடுதலாகத் துப்பாக்கி வகுப்புகள், வாட் போர்ப் பயிற்சி, குதிரையேற்ற நுட்பங்கள், ஈட்டி எறிதல் மற்றும் மல்யுத்தம் என அனைத்தையும் ஜஹாங்கீரின் தனிப்பட்ட போர்ப்படையைச் சேர்ந்த நம்பிக்கைக்குரிய இந்து அதிகாரி ராஜா

சாலிவாகன் என்பவரின் கண்காணிப்பின் கீழ் பயின்றார்," என்று விவரிக்கிறார் நிக்கோல். ஷாஜஹானின் தினசரி அரசவைக் கூட்டங்களில் "அனைத்து மதங்களையும் சேர்ந்த சாமியார்களும் - திருநீற்றுச் சாம்பலை அணிந்த இந்து சாதுக்களும், வெள்ளைப் பருத்தி உடைகளை அணிந்த சூஃபி ஞானிகளும் - அவருக்கு ஆசீர்வாதம் அளிக்கவும் அவரிடமிருந்து கொடைகளைப் பெறவும் கூட்டம் கூட்டமாக அவர்முன் வந்து நிற்பார்கள்," என்று எழுதியிருக்கிறார் நிக்கோல்.⁴⁵

இதனிடையே, பேரரசுக்கு எதிராகக் கிளர்ச்சி செய்துகொண்டே, படைத்த இறைவனையும் போற்றியபடி இருந்தார்கள் குருக்கள். இதற்கு முற்றிலும் மாறாக, சமஸ்கிருதச் சிந்தனையாளர்கள், முகலாய அவைகளில் பேரரசர்களைப் புகழும் பாடல்களைப் பாடினார்கள். இவ்வாறு முகஸ்துதி செய்வதில் குறிப்பிடத்தகுந்த இருவர் பண்டிட் ஜெகந்நாத் மற்றும் சந்தர்பன் பிராமண். ஜஹாங்கீர் மற்றும் ஷாஜஹானின் கீழ் ஜெகந்நாத் பணிபுரிந்தார். அக்பர், ஜஹாங்கீர், ஷாஜஹான் மற்றும் அவருடைய மகன் அவுரங்கசீப் ஆகிய நால்வரிடமும் சந்தர்பன் பணிபுரிந்தார். முகலாய அரியணை பல கைகள் மாறினாலும், பிராமணப் பருந்துகள் மட்டும் பல தலைமுறைகளுக்கும் அதே கூடுகளில் தொடர்ந்து வசித்தன.

நிக்கோல் எழுதுகிறார், "சமஸ்கிருத மொழியின் வார்த்தை வித்தகர்களில் பேரரசருக்கு மிகப் பிடித்தவர் ஜெகந்நாத்; 'மகாகவிஞன்' என்று பொருள்படும் மகாகவிராய் என்ற பட்டம் வழங்கப்பட்டு கௌரவிக்கப்பட்ட ஓர் இந்து அவர்."⁴⁶ இந்திய வரலாற்றாசிரியர் டாக்டர் மாலிக் முஹம்மத் அவர்களின் கூற்றுப்படி, "ஷாஜஹான், 'பண்டிட் ராஜா' என்ற பட்டத்தை வழங்கி பண்டிதர் ஜெகந்நாத்தை கௌரவித்தார். பேரரசர்... பண்டிதர் ஜெகந்நாதரால் தினமும் *தில்லீஸ்வரா-பா ஜெகதீஸ்வரா* என்றழைக்கப்பட்டு ஆசீர்வதிக்கப்பட்டார்."⁴⁷ நிக்கோலின் கூற்றுப்படி, அவரது புகழ்ச்சித் தந்திரம் நற்பலனைத் தந்தது.

> மகாகவிஞர் பண்டிட் ஜெகந்நாத்தைப்போல் பல சமஸ்கிருத அறிஞர்கள் ஷாஜஹானைப் போற்றிப் பாடல்களைப் பாடினார்கள். அக்டோபர் கி.பி.1634இல் ஒரு ஞாயிறு இரவு, காஷ்மீரின் பீமாரில் முகாமிட்டிருந்தபோது கவிஞர் பாடிய 12 தலைசிறந்த தொடர் வரிசை இலக்கியப் படைப்புக்காகப் பேரரசர் தமது எடைக்கு நிகரான வெள்ளியைப் பரிசாக அளித்தார். இதேபோன்ற கௌரவங்கள் அவருக்கு விருப்பமான ஹரிநாத் போன்ற ஹிந்திக் கவிஞர்களுக்கும் காத்திருந்தன. ஜனவரி, கி.பி.1640இல் ஹரிநாத் ஒரு யானை, ஒரு குதிரை மற்றும் இருபத்தைந்தாயிரம் ரூபாய் பணத்தைப் பரிசாக வென்றார்.⁴⁸

அமெரிக்க வரலாற்றாசிரியர் ராஜீவ் கின்ரா கூறுகிறார், "முகலாயப் பேரரசு தனது அதிகாரத்தின் உச்சத்திலும், உலகெங்கிலும் மிகுந்த

செல்வாக்குடனும் இருந்த காலத்தில் சந்தர்பன் நான்கு வெவ்வேறு முகலாய அரசர்களின் ஆட்சிக்காலத்தில் ஒரு பகுதியில் அல்லது அவர்களின் முழு ஆட்சிக்காலத்திற்கும் வாழ்ந்து, பணி செய்து, செழிப்புடன் இருந்திருக்கிறார்."[49] குரு ஹர் கோவிந்த் பேரரசர் ஷாஜஹானுடன் போரிட்டபோது, சந்தர்பன் முகலாய அரசர் 'வெற்றியைக் கைப்பற்ற' அவரை உற்சாகப்படுத்தி, பின்வரும் துதிப்பாடலைப் பாடினார்:

> இந்த வயதிலும் வெற்றி மற்றும் வளமையினால் அலங்கரிக்கப்பட்டிருக்கும் மேன்மைமிகு மாட்சிமை பொருந்தியவர் அரசர் — காலங்களின் தலைவர், உலகை வென்றவர், செல்வங்களை வாரி வழங்கும் வள்ளல், ஒரு கடலைப் போன்று அபரிமிதமானவர், ஒளி வீசும் தெய்வீக அரூபத்தின் பூலோக நிழல் அவர். ஒவ்வொரு நாளும் ஒரு புதிய சமூக நிகழ்வு நடக்கிறது. மேலும் அற்புதமான ஒன்றுகூடல்களும், விழாக்களும் ஒவ்வோர் ஆண்டும், மாதமும் ஏற்பாடு செய்யப்படுகின்றன. ஆறு திசைகளிலுமிருந்து வெற்றியின் சுகந்தம் கலந்த மென்காற்று அதைச் சுகிக்க ஆவலாய் இருக்கும் நாசிக்குத் தவழ்ந்து செல்கிறது. இந்த நித்திய கலிஃபாவின் பேரரச இயந்திரங்களை எண்ணிக்கையில் அடக்குவதற்கும், அரசவையின் அலங்காரங்களை அளப்பதற்கும் வழியே இல்லை. தொடக்க காலம் தொட்டு, இந்தப் பேரரசின் தோற்றத்தை, அதன் வளமையை, நாட்களை நீட்டிக்கச் செய்யும் அதன் கொண்டாட்டங்களை, புத்துணர்ச்சியை, பலம் மிக்க இந்தப்பேரரசில் உள்ள நித்திய வசந்தம் பூத்துக் குலுங்கும் பசுமைமிகு தோட்டத்தைக் குறித்தும் மை நிரப்பிய எழுதுகோலால் எழுதத் துவங்கினால், அதற்குப் பல பாகங்கள் தேவைப்படும்.[50]

சந்தர் மற்றும் ஜெகந்நாத் போன்ற பேரரசின் சேவகர்கள் முகலாயர்களின் முன்பு தவழ்ந்து மண்டியிட்டு அவர்களைக் கடவுளோடு ஒப்பிடுவதும், அவர்களின் ராஜ்ஜியம் நிரந்தரமானது என்று அறிவிப்பதும், பிராமணியத்துக்கும் பந்த்திற்கும் இடையிலுள்ள வேறுபாட்டைத் தெளிவாக எடுத்துக்காட்டுகிறது. அந்நிய நாடுகளை ஆக்கிரமிக்கும் அநீதியைக் கண்டனம் செய்யாமல், அதிகாரத்தின் முன்பு உண்மை பேசும் திறனற்று, பேரரசரை 'உலகத்தை வென்றவர்' என்று சந்தரும், 'பிரபஞ்சத்தின் தலைவன்' என்று ஜெகந்நாத்தும் புகழ்ந்தனர். தாங்களே முன்வந்து மகிழ்ந்து கீழ்ப்படியும் பிராமணர்களின் அச்செயலின் பலனாக "முகலாய நிர்வாகம் இந்துக்களுக்கும் அவர்களின் வழிபாட்டுத் தலங்களுக்கும் சேதம் விளைவிக்காத ஒரு சகிப்புத்தன்மைக் கொள்கையைக் கடைப்பிடித்தது."[51]

துலாதானம் போன்ற சடங்குகளின் மூலம் 'மூடநம்பிக்கை என்னும் பரந்த அமைப்பினை' முகலாயர்கள் ஆதரித்தனர், மேலும் பிராமணியத்தின் சுரண்டலும் ஒடுக்குமுறையும் நீடிக்க உதவினர். குரு நானக் கண்டனம் செய்த பொய்யான சமயங்கள் மற்றும் நேர்மையற்ற

அரசியல் ஆகியவற்றைப் பின்பற்றி வந்த பிராமணர்கள், சமூகத்தில் மிக உயர்ந்த இடத்தை அடைந்தனர். அதன்மூலம் மக்களை அடிமைப்படுத்தி முகலாயர்களின் அந்நிய ஆட்சிக்கு வழி ஏற்படுத்தித் தந்தனர். மேலும் அவர்களின் அடிமைபோன்று அடிபணியும் கொள்கையின் காரணமாக 'முகலாய–சீக்கிய மோதலின் மூலம் பெரும் பலன்களைப் பெற்றார்கள். தங்களுடைய இடங்களைத் தக்க வைத்துக் கொள்ளவும், மேலும் சீக்கியத்தின் மீதான போரைத் தொடரவும் ஒரு உள்நோக்கத்துடனான அக்கறையை ஏற்படுத்திக்கொண்டார்கள்.'[52]

எனினும், அரசியல் ஆதாயங்கள் பெறுவதற்காக, கொடுங்கோலர்களைக் கொஞ்சுவதும், புகழ்வதுமான எந்தவொரு சூழ்ச்சித் திட்டத்திலும் சீக்கிய குருக்கள் ஆர்வம் காட்டவில்லை. அரை நிர்வாணத்துடன் அறியாமையிலும், பசியிலும் வாடி நிற்கும் மக்களைப் பலி கொடுத்துத் தங்களின் சட்டைப்பைகளை நிரப்பிக்கொள்வதில் அவர்களுக்கு எந்த ஆர்வமும் இல்லை. மாறாக அவர்கள், சமத்துவம் மற்றும் சுதந்தரம் என்னும் மனித உரிமைகளை மக்களுக்குப் பெற்றுத் தரக்கூடிய சமூக-அரசியல் புரட்சியை முழுவீச்சில் முன்னெடுத்தார்கள்.

குரு தேக் பகதூர் *(1621–1675)* — ஒன்பதாவது குரு தேக் பகதூர் தலைமையின் கீழ் *பந்த்* இருந்தபோது அதை நசுக்குவதற்கான பேரரசின் முயற்சிகள் புதிய உச்சத்தைத் தொட்டன. முதலில் குருவுக்கு தேக்மால் என்றே பெயரிடப்பட்டது; போர்க்களத்தில் ஷாஜஹானுக்கு எதிராகத் தமது வீரத்தை நிரூபித்த பின்னர் அவருடைய தந்தை குரு ஹர் கோவிந்தால் தேக் பகதூர் (வாள்வீரன்) என்று பெயர் மாற்றம் செய்யப்பட்டார். தமது தாத்தா குரு அர்ஜுனைப் போல ஒன்பதாவது குருவும் தமது உயிரைத் தியாகம் செய்ய வேண்டும் என்று விதித்திருந்தது.

தம் தந்தையின் மறைவுக்குப் பின், கி.பி.1644இல் குருவாகப் பதவியேற்கும் முன்பு, தேக் பகதூர் இருபதாண்டுகள் அமிர்தசரஸ் அருகில் சகிப்புத்தன்மையுடன் வாழ்ந்து வந்தார். அந்தக் காலகட்டத்தில் அவருடைய அண்ணன் மகன் குரு ஹர் ராய் **(1630–1661)**, அதன்பின் அண்ணன் பெயரன் குரு ஹர் கிஷன் **(1656–1664)** ஆகியோர் *பந்த்* மற்றும் *கிரந்தம்* இரண்டையும் வழி நடத்தினார்கள்.

முகலாயர்களுடனான முதல் சீக்கியப் போர்களுக்குப்பின் சிறிதுகாலம் ஒரு இறுக்கமான போர் நிறுத்தம் என்னும் இடைவெளிவிட்டு மீண்டும் ஆயுதமேந்தி மோதத் தொடங்கினார்கள். "குரு ஹர் ராய் அமைதியை விரும்பும் ஒரு மனிதராக இருந்தாலும், தன்னுடைய பாட்டனார் குரு அர்ஜுனால் வீரம் ஊட்டப்பட்டு வளர்க்கப்பட்ட ஆயுதமேந்திய சீக்கியப் போர்வீரர்கள் குழுவை ஒருபோதும் கலைக்கவில்லை,"[53] என்கிறார் சீக்கிய வரலாற்றாசிரியர் சர்தார் ஹர்ஜித் சிங். அவர் எப்போதும் சீக்கியர்களின் ராணுவ உணர்வை ஊக்குவித்தார், ஆனால் ஒருபோதும் முகலாயப் பேரரசுடன் எந்தவொரு நேரடி அரசியல் அல்லது ஆயுத சச்சரவிலும் ஈடுபடவில்லை. பேகம்புராவின் ஏழாவது பொறுப்பாளர், "அவரது தாத்தா

குரு ஹர் கோவிந்த் அவர்களால் போரில் ஈடுபடக்கூடாது என்று தடை செய்யப்பட்டார்,"[54] என்கிறார் மெக்காலிஃப். "ராணுவத்தைப் போருக்காக மட்டுமே பயன்படுத்துவது அவர்களது நோக்கமல்ல என்பதால், சீக்கியர்கள் தாங்கள் தனித்து விடப்படும்வரை இடைக்காலப் போர் நிறுத்தத்தைத் தொடர்ந்தார்கள்."[55]

குரு நானக்கின் *பந்த்* தோன்றிய காலம் தொடங்கி பார்த்தோமானால், அந்த இயக்கம் அமைதிக் காலங்களில்தான் அதிக ஊக்கம் பெற்று வளர்ந்தது என்பதை அறியலாம். இருப்பினும், இந்தப் புரட்சி, சுரண்டல் மற்றும் கொடுங்கோல் சமூக–அரசியல் அமைப்புகளைத் தீவிரமாக வேரறுத்து வந்தபோதும், *பந்த்* ஆயுத மோதலில் ஈடுபடாமல் வெற்றிகரமாக அதை இத்தனைக் காலம் தவிர்த்து வந்தது பெரும் அதிசயம் என்றே சொல்லலாம். போரை விரும்பக்கூடியவர்களில் கடைசி ஆட்களாகவே சீக்கியர்கள் இருப்பார்கள்.

குரு அர்ஜுன் மற்றும் குரு ஹர் கோவிந்த் ஆகியோரது மேற்பார்வையில் இருந்தபோது எதிர்கொண்ட வன்முறை வேட்டையாடல்போல அல்லாமல், குரு ஹர் ராய் மற்றும் குரு ஹர் கிஷன் ஆகியோரின் வழிகாட்டுதலில் வெப்பக்கடை தன்னை ஆசுவாசப்படுத்திக் கொண்டது. இருப்பினும், இதனிடையே, முகலாயர்கள் வேகமாக வளர்ந்து வரும் இந்த இயக்கத்தின் மீதான தங்களது கழுகுப்பார்வை கண்காணிப்பைத் தொடர்ந்தனர். முகலாய வரலாற்றாசிரியர் முஹம்மது காசிம் லஹௌரி கி.பி.1723இல் தான் தொகுத்த *இப்ரத் நாமா*வில் பின்வருமாறு எழுதுகிறார்:

> பழங்காலத்தில் ஒரு குறிப்பிட்ட ஆண்டு நானக் என்ற பெயரில் ஒரு இஸ்லாமியத் துறவி இருந்தார். அவர் உண்மையின் ஆடையணிந்து, ஞானத்தில் வேரூன்றி, தெய்வீக பூரணத்துவங்கள் அருளப்பெற்று, தமது புகழையும் பெயரையும் கடந்து உயர்ந்து நின்றார்... சில தலைமுறைகளுக்குப் பின் ஹர் ராய் இந்த உலகிற்குள் வந்தார் (அவரது வாரிசாகவும் ஆனார்). மக்கள் கூட்டம் கூட்டமாக வந்து தங்கள் சிரம் தாழ்த்தி, அடிபணிந்து அவரைப் பின்பற்றினார்கள். ஆயிரக்கணக்கான வழிகளில் அவருக்கு மரியாதையையும் கௌரவத்தையும் அளித்து அவரைப் பெருமைப்படுத்தினார்கள்.[56]

எளிய மனம் கொண்ட மக்கள் சுதந்தரமும் சமத்துவமும் கிடைக்கப்பெற்ற *பந்த்*தை நோக்கி பெருமளவில் படையெடுத்தனர். அவர்கள் கீழ்நிலைப் பின்னணியிலிருந்து பிறந்து வந்த காரணத்தால் கல்வி மற்றும் அடிப்படை மனிதத் தேவைகளும்கூடக் கிடைக்கப் பெறாதவர்களாக இருந்தனர். புழுக்களிலிருந்து சுதந்தர மக்களாக அவர்களை வெற்றிகரமாக உருமாற்ற, அந்த இயக்கம் ஆழமாக வேரூன்றி வளர வேண்டியிருந்தது, அதற்குச் சற்று காலம் தேவைப்பட்டது. குருக்களால் வடிவமைக்கப்பட்ட

அந்த நிறுவனத்துக்கு உள்கட்டமைப்பு வசதிகள் தேவையாய் இருந்தது. மக்களுக்கு முன் குருவாகப் பொறுப்பேற்கும் முன்னர் தேக் பகதூரிடம் அந்தப் பணி ஒப்படைக்கப்பட்டது. பீகார், ஹரியானா, பஞ்சாப், உத்தரகாண்ட் மற்றும் உத்தரப் பிரதேசம் போன்ற பகுதிகளுக்கு அவர் தொடர்ந்து பெருமளவில் பயணித்து ஆதிவாசிகளை நாடிச் சென்று உதவினார்.

சீக்கிய வரலாற்றாசிரியர் சுர்ஜித்சிங் கூறுகிறார், "அவர் அங்கு நடக்கும் சமூக மற்றும் அரசியல் மாற்றங்களை, ஒரு கலைஞன் தான் நாயகனாகப் பாத்திரமேற்று நடிக்க இருக்கும் நாடகத்தைக் காண்பதைப்போலக் கவனமாகவும், மிகுந்த அக்கறையுடனும் உற்று நோக்கி வந்தார்."[57] குருவாகப் பொறுப்பேற்கும் முன்பு தேக் பகதூர் உற்று நோக்கி வந்த முக்கியமான சமூக–அரசியல் மாற்றம், தில்லியில் நடந்த ஒரு ஆட்சிக் கவிழ்ப்பாகும்.

டாக்டர் ஆட்ரே டிரஷ்க் கூறுகிறார்: கி.பி.1657இல் பேரரசர் ஷாஜஹான் நோயுற்றபோது, அவருடைய "நான்கு மகன்களும் தங்களின் தந்தை மரணத்தின் விளிம்பில் இருப்பதாக நம்பினார்கள். அதிகார வெற்றிடத்தால் உருவான இந்த வாய்ப்பைப் பயன்படுத்தி — நீண்டகால முகலாய வழக்கங்களான வலிமை மற்றும் வஞ்சனைகள் வழியாக — அடுத்த பேரரசராக யார் முடி சூட வேண்டும் என்பதைத் தீர்மானிக்க முடிவெடுத்தார்கள். "அவுரங்கசீப் (1618–1707) தனது சகோதரர்களின்மீது போர் தொடுத்து அதில் வெற்றியும் கண்டார். பின்னர் தம் இரண்டு சகோதரர்களைக் கொன்று, மூன்றாவது சகோதரனை நாட்டை விட்டுத் துரத்தினார், அதன் பின்னர் உடல் நலமடைந்து மீண்டு வந்த அவருடைய தந்தையைச் சிறையில் அடைத்தார்."[58]

இந்த இரக்கமற்ற அதிகார மோதல்களுக்கிடையில், ஆட்சி செய்து வந்த எந்த உயர் வர்க்கத்தினரும் சாதாரண மக்களின் தேவைகளைக் குறித்துச் சிந்திக்கவே இல்லை. முகலாய அரியணை ஷாஜஹானிடமிருந்து அவுரங்கசீப்பிற்கு மாறியபோதும் மக்கள் 'புழுக்களைப் போல' வாழும் நிலை தொடர்ந்தது. ஆபிரகாம் எரலியின் வரிகளில்,

> மின்னிக்கொண்டிருக்கும் அரச முகப்பைக் கடந்து வேறொரு காட்சி வேறொரு வாழ்க்கை இருக்கிறது. அங்கே மக்கள் மண் குடிசைகளில் வாழ்கிறார்கள், அவர்களது வாழ்க்கை மிருகங்களின் வாழ்க்கையிலிருந்து சற்றே வேறுபடுகிறது. அரை நிர்வாணத்துடன், அரைவயிற்று உணவுடன் இழிநிலையில் வாழும் மக்களின் ஒவ்வொரு சொட்டு உயிர்நீரையும்கூட விடாமல் அவர்களுடைய இரையுண்ணி முதலாளிகள் பிழிந்தெடுக்கிறார்கள். இதில் இந்து, இஸ்லாமியர் என்ற வேறுபாடில்லை. தலைவர்களும், பணக்காரர்களும் மட்டுமே உடல் பெருத்து வாழ்ந்தனர்...
>
> ஷாஜஹானின் ஆட்சியில், ஏறக்குறைய இந்தியாவின் 12 கோடி மக்களில் பெரும்பான்மையானோர் சாகும் அளவிலான

> வறுமையில் வாடி நிற்க, நாட்டின் மொத்த உற்பத்திப் பொருட்களில் கால் பங்கிற்கும் மேலாக வெறும் 655 தனிநபர்களால் கையகப் படுத்தப்பட்டது.
>
> சில ஆண்டு கால இடைவெளியில், மீண்டும் மீண்டும் பஞ்சம் நாட்டை ஆக்கிரமித்து ஆயிரக்கணக்கான உயிர்களை விழுங்கியது. அதன்பின் எஞ்சி இருப்பதையும், பல ஆயிரக்கணக்கான மக்களையும் எப்போதும் தப்பிக்கவே முடியாத தொற்றுநோய் வந்து கொல்லும். முகலாய இந்தியாவில் புராணக் கதைகளுக்கும் உண்மைக்கும் இடையிலான வேறுபாடு மிகக் கோரமானது.[59]

நாடு முழுவதும் வன்முறை கலாச்சாரம் வியாபித்திருந்த வேளையிலும், அவுரங்கசீப் அரங்கேற்றிய ஆட்சிக் கவிழ்ப்பின் கொடூரத்தைக் கண்டு பொறுக்க இயலாமல், அரசவையைச் சேர்ந்த ஒருவர் பொங்கியெழுந்து அவரை எதிர்த்து நின்றார். ட்ரஷ்க் விவரிக்கிறார், "ஆட்சி செய்துகொண்டிருக்கும் தனது தந்தையை ஆட்சியிலிருந்து தூக்கியெறிவது ஓர் அருவருக்கத்தக்க செயல். முகலாயப் பேரரசின் தலைமைக் காஸி (இஸ்லாமிய நீதிபதி) அவுரங்கசீப்பின் பதவியேற்பை அங்கீகரிக்க மறுத்தார்."[60] எனவே, பேரரசர் அவரது சொல்லுக்குக் கீழ்ப்படிந்து நடக்கக்கூடிய வேறொரு காஸியை பதவியில் அமர்த்தினார்.

மாறாக, பிராமணர்கள் தங்களுடைய செல்வங்களை மென்மேலும் பெருக்கிக்கொள்ளும் மோகத்திலேயே மூழ்கியிருந்தார்கள். உதாரணத்திற்கு, அரசாங்கக் காரியதரிசி சந்தர்பன், வன்முறையின் மூலம் பதவியை அபகரித்த இளவரசரை அங்கீகரிக்க சற்றும் தயங்கவில்லை. இதற்கு முன்னர் ஷாஜஹானை 'ஒளி வீசும் தெய்வீக அரூபத்தின் பூலோக நிழல்' என்று அவர் புகழ்ந்திருந்தாலும், புதிய பேரரசரான அவுரங்கசீப்பை வெகுவாக மெச்சி ஒரு கடிதம் எழுதினார்.

> செல்வமும் செழுமையும் நிறைந்த ஒரு தோட்டத்தின் வசந்தகாலம் தொடங்குவது போன்றும், இந்த உலகின், மக்களின் நம்பிக்கைகள் மற்றும் ஆசைகளின் கதவுகளைத் திறக்கும் காரணியாக உள்ள தங்களது மிகப் பொருந்திய மங்களகரமான இந்தப் பதவியேற்பு, மகிழ்ச்சியையும் ஆசீர்வாதங்களையும் கொண்டுவருகிறது: அரச நிர்வாகம் மற்றும் கிலாஃபத்தின் அரியணையின் மீதும் மேலும் இந்த பூமியிலுள்ள ஆட்சியாளர்களின் அடைக்கலமாகவும், ஏழு காலநிலைகளுக்கும் அரசர்களாக இருப்பவர்களின் புகலிடமாகவும் உலகை ஆட்சி புரியும் அரச ஸ்தானத்தின் மீதும்; மாட்சிமை பொருந்திய அரசரும் இந்தப் பிரபஞ்சத்தின் தலைவருமான பேரரசர் மீதும், இந்த உலகின் கிப்லா மற்றும் அதன் மக்களின் மீதும், வெற்றியும் அரச நிர்வாகமும் உலகின் நான்கு மூலைகளுக்கும் முரசம் கொட்டி

அறிவிக்கப்படுகிறதோ, மேலும் எவருடைய நீதியின் விதையும் அரச செயல்பாடுகளும் பிரபஞ்சத்தின் ஆறு திசைகளிலும் விதைக்கப்பட்டுள்ளதோ அவரின் மீதும்; உங்களைப் போன்ற அனைத்து அனுதாபிகள், நலம் விரும்பிகள், உறவுகள் மற்றும் வளர்ந்துகொண்டே இருக்கும் இந்தப் பேரரசின் நன்மைக்காகப் பிரார்த்தனை செய்யும் அனைவரின் மீதும் மகிழ்ச்சியும் ஆசீர்வாதங்களும் பொழியட்டும்.[61]

அந்நிய ஆக்கிரமிப்பின் தொடக்கம் முதலே இருந்துவந்த முகலாயர்கள் மற்றும் பிராமணர்களுக்கு இடையிலான கூட்டணி, அரசியல் மற்றும் சமூக அதிகாரத்தின் மீதான தங்களது கொடும் பிடியைத் தொடர்வதற்கு அவர்களுக்கு மிகவும் இன்றியமையாததாக இருந்தது. ‘இறுதிக்காலத்தில் அவுரங்கசீப் இஸ்லாமியரல்லாத அரசவை ஊழியர்களையே நம்பியிருந்தார்,’ என்று எழுதுகிறார்கள் அமெரிக்க வரலாற்றாசிரியர்கள் பார்பரா மெட்காஃப் மற்றும் தாமஸ் மெட்காஃப். “அவரது முக்கியப் படைத்தலைவர் உட்பட கால் பங்கிற்கும் மேலான மன்சப்தார்கள் (ராணுவ அதிகாரிகள்) இந்துக்களே.”[62] எரலியின் கூற்றுப்படி, உண்மையில், முகலாய–பிராமண உயர் வர்க்கக் கூட்டாட்சி, அவுரங்கசீப்பின் ஆட்சிக் காலத்தில் மேலும் விரிவடைந்தது.

அவுரங்கசீப் தம்முடைய உயர் அலுவலகங்களில் இந்துக்களைப் பணியமர்த்துவதைத் தொடர்ந்தார். அவரது ஆட்சிக்காலத்தின் இரண்டாம் பாதியில், அந்தச் சதவிகிதம் இதற்கு முன்பிருந்த முகலாயர்களின்கீழ் நடைபெற்ற நியமனங்களைவிட அதிகமாக இருந்தது. 5 ஆயிரத்துக்கும் மேற்பட்ட தளபதிகள் நியமிக்கப்பட்டனர்; அக்பர் ஆட்சியின் கீழிருந்த 14 சதவிகிதத்துடன் ஒப்பிடும்போது, அவுரங்கசீப் ஆட்சியில் இது 32.9 சதவிகிதமாகும். மேலும் வெவ்வேறு படிநிலைகளில் 500க்கும் மேற்பட்ட அதிகாரிகள் நியமிக்கப்பட்டனர்; அக்பர் ஆட்சியின் 22.5 சதவிகிதத்துடன் ஒப்பிடும்போது, அவுரங்கசீப் ஆட்சியில் இது 31.6 சதவீதமாகும். ரகுநாத் என்னும் பிராமணர் அவுரங்கசீப் அவையில் தற்காலிக வருவாய் அமைச்சராகப் பணிபுரிந்தார். இதுவே பேரரசில் அவர்கள் வகித்த மிக உயர்ந்த பதவியாகும்.[63]

சந்தர்பன்னைப் போலவே ரகுநாத்தும் முகலாய அவையில் செழிப்பாக இருந்தார். ‘ரகுநாத் ரே... ஆட்சி அதிகாரத்திற்கான வாரிசுப் போரில் அரியணையை அடைய அவுரங்கசீப் எடுத்த முயற்சிகளுக்கு உறுதுணையாக இருந்தார்,’ என்று எழுதுகிறார் ராஜீவ் கின்ரா.[64] டிரஷ்க் கூறுகிறார், “அவுரங்கசீப்புக்கு விசுவாசமாக இருப்போம் என்று உறுதியேற்ற ஒரு நிர்வாகக் குழுவுடன் ரகுநாத்தும் இணைந்துகொண்டார்.”[65] அவுரங்கசீப்

ஆட்சிக் காலத்தின் தொடக்க ஆண்டுகளில் தலைமை நிதியமைச்சராக ரகுநாத்தை நியமித்தார். டிரஷ்க் எழுதுகிறார், "இந்த உயர் அதிகார நியமனம், நூறாண்டுகளுக்கு முன்னர் அக்பர் தமது முதன்மை நிதியமைச்சராக தோடர்மாலை நியமித்ததை எதிரொலித்தது."

மேலும், அவுரங்கசீப் அரசவையில் பணிபுரிந்த ஃப்ராங்க்வா பெர்னியர் என்கிற ஃபிரென்ச் மருத்துவர் ரகுநாத்தை நன்கறிந்தவர். அவர் கூறுகிறார், "ராஜா ரக்நாட்... ஒரு விஸியர் (பிரதம மந்திரி) போல நடந்துகொண்டார்."[66]

இவ்வாறு அவுரங்கசீப் ஆட்சியில் முகலாயர்களுடன் ஒத்துழைத்த பிராமணர்களுக்கு சாம்ராஜ்யத்தின் உயர்ந்த பதவிகள் வழங்கப்பட்டன. இவரது ஆட்சிக்காலம் இவருக்கு முன்பிருந்த பேரரசர்களின் ஆட்சிக் காலத்தைவிட உயர்சாதியினருக்கு மிகப் பயனுடையதாக இருந்தது. கின்ராவின் கூற்றுப்படி, "ஆட்சி உரிமைக்கான வாரிசுப் போருக்குப் பின்னர் சந்தர்பன் அவுரங்கசீப்பிடம் பத்தாண்டுகள் சேவை புரிந்தார். ரகுநாத் விஷயத்தைப் பொறுத்தவரை, மற்றவர்களைவிட அவுரங்கசீப் தான் அவருக்கு மிக உயர்ந்த பதவியை அளித்தார்."[67]

சந்தரின் கூற்றுப்படி, 'தினமும் சாம்ராஜ்யத்தை விரிவுபடுத்துவதே" அவுரங்கசீப்பின் முக்கிய இலக்காக இருந்தது. டிரஷ்க் கூறுகிறார், "மனித வரலாற்றில் முதன்முறையாக இந்தியத் துணைக்கண்டத்தின் பெரும்பான்மையான பகுதிகளை உள்ளடக்கி ஒரே பேரரசு அதிகாரத்தின்கீழ் கொண்டு வந்ததன் மூலம் முகலாய சாம்ராஜ்யத்தை அவர் மிகப் பெருமளவில் விரிவுபடுத்தினார்.[68] எல்லாவற்றுக்கும் மேலாக, பெரும் பிராந்தியங்களைக் கைப்பற்றுவதும், தமது அரசியல் அதிகாரத்திற்கு அச்சுறுத்தலாக இருக்கும் எவற்றையும் சகித்துக்கொள்ளாமல் கடுமையாக எதிர்ப்பதும் அவரது வழக்கம். அதில் பெயர் பெற்றவர் அவர்.

தெற்கிலிருந்த சில இஸ்லாமிய ராஜ்ஜியங்களின் மீதும், வங்காளத்தின் பௌத்த பிராந்தியம் மற்றும் அசாமின் இந்து ராஜ்ஜியத்தின் மீதும் பேரரசர் போர் தொடுத்தார். "அவுரங்கசீப் தமது ஆட்சிக்காலத்தில் மற்ற இஸ்லாமியர்களின்மீது போர் தொடுப்பதில் மிகுந்த முனைப்புடன் இருந்தார்," என்று மெட்காஃப்கள் எழுதுகிறார்கள்.[69] "அவரது ஆட்சிக்காலம் இந்துக்களுக்கு இணையாக இஸ்லாமியர்களுக்கும் மிகக் கடுமையான ஒன்றாகவே இருந்தது," என்ற உண்மையை வெளிப்படுத்துகிறார் எரலி. இந்தப் போர்த்தலைவனின் மிருகத்தனம் குறித்து மேலும் பல விவரங்களை அளிக்கும் விதமாக டிரஷ்க் எழுதுகிறார்:

> தன்னுடைய ஆட்சிக்காலம் முழுவதும், அவுரங்கசீப் கிளர்ச்சிகளை நசுக்கினார்; சாம்ராஜ்யத்தை விரிவுபடுத்தக் கொடூரமான போர்களை மேற்கொண்டார்; மேலும் இரக்கமற்ற முற்றுகைகளை மேற்பார்வையிட்டார். அவுரங்கசீப் காலத்தில் வன்முறையைக் கையிலெடுப்பதும், அச்சமூட்டும் வகையிலான செயல்களைச்

செய்வதும் வழக்கத்திற்கு மாறான ஒன்றல்ல; அது ஒரு நிலையான அரசியல் உத்தியாகவே கருதப்பட்டது. அவரது சபையைப் பொறுத்தவரை அரச வன்முறை என்பது அனுமதிக்கத்தக்கது மட்டுமல்ல, அவசியமானது மற்றும் நியாயமானதும்கூட... அவுரங்கசீப்பின் வன்முறைக்கு ஓர் உதாரணமாக மிகுந்த மனவருத்தம் தரக்கூடிய, இன்று நினைத்தாலும் பலரையும் வாட்டக் கூடிய ஒன்றான தேக் பகதூருக்கு நடந்த சம்பவத்தைக் கூறலாம்.[71]

தேக் பகதூர் கி.பி.1664இல் குருவாகப் பொறுப்பேற்றார். லஹௌரி கூறுகிறார், "(குரு ஹார் ராய்க்குப்) பிறகு குரு தேக் பகதூர் தனது மதிப்பில் மேலும் பன்மடங்கு உயர்ந்தார்."[72] சுர்ஜித்சிங் எழுதுகிறார், குரு பஞ்சாப் முழுவதும் பயணித்தார்; விரைவில் "புதிய குடியேற்றத்திற்கான கட்டடம் கட்ட வேண்டுமெனத் தீர்மானித்தார், மேலும் அந்தப் பணிக்கு, தகுந்த நிலத்தை வாங்கவும் முடிவு செய்தார்."[73]

கி.பி.1665இல் ஒரு புதிய கிராமத்திற்கான அடிக்கல்லை நாட்டினார். அதற்கு சக் நானாக்கி என்று தன் தாயின் நினைவாகப் பெயரிட்டார். அந்தக் கிராமம் வளர்ந்து பின்னர் அனந்தபூர் சாஹிப் நகரமாக மாறியது. இந்தப் புதிய குடியிருப்பு 'கீழினும் கீழாக்கப்பட்டவர்களை' உயர்த்த வேண்டும் என்னும் குரு நானக்கின் நோக்கத்தை நிறைவேற்றுவதற்கு ஏதுவான எதிர்காலத் தளமாக இருக்க வேண்டுமென்று தேக் பகதூர் திட்டமிட்டார்; இதனோடு, குரு ஹர் கோவிந்தின் *மிரி/பிரி* கோட்பாடுகளை நிறைவேற்ற ஒரு புதிய அமைப்பை உருவாக்க வேண்டுமென்று கி.பி.1699இல் அவருடைய வாரிசான குரு கோவிந்த் சிங் அழைப்பு விடுத்திருந்த வேளையில், இது அதற்கும் உதவியாக இருக்கும் என தேக் பகதூர் எண்ணினார்.

குரு தேக் பகதூர், கி.பி.1644 முதல் கி.பி.1668 வரை இந்தியா முழுவதும் சுற்றுப்பயணம் செய்து ஆதி கிரந்தத்தின் செய்திகளைப் பரப்பினார். "கி.பி.1660இல் ஒரு இளம் சீக்கிய குருவான தேக் பகதூர், பஞ்சாப் முதல் அசாம் வரை வட இந்தியா முழுவதும் ஒரு தீவிரமான சமயப் பரப்புரையைத் தொடங்கினார்," என்று அதை விளக்குகிறார் ஆங்கிலேய வரலாற்றாசிரியர் பிரான்சிஸ் ராபின்சன்.[74] சுர்ஜித்சிங் கூறுகிறார், "குரு நாட்டின் கிழக்குப் பகுதிகளில் செயல்படும் *சங்கத்*களுடனான (பிரார்த்தனை சங்கங்கள்) தொடர்புகளை வலுப்படுத்த பயணங்கள் மேற்கொண்டார். உத்தரப் பிரதேசம் மற்றும் பீகாரில் மேற்கொண்ட முந்தையப் பயணங்களின்போது அவற்றின் செயல்பாடுகளை அவரே நேரடியாகக் கண்டிருக்கிறார்."[75] மேலும் அசாம், வங்காளம் மற்றும் திரிபுராவிற்கும் பயணம் செய்தார். ஒடுக்கப்பட்ட மக்களின் உடல் மற்றும் ஆன்ம நலனை மேம்படுத்த குரு பிரத்தியேக நடவடிக்கைகளை எடுத்ததாகப் பஞ்சாப் வரலாற்றாசிரியர் மொகீந்தர் பால் கோலி கூறுகிறார்.

பொதுமக்களின் பயன்பாட்டிற்காகப் பல குளங்கள் மற்றும் கிணறுகளை வெட்ட குரு ஏற்பாடு செய்தார். சாதி சமய வேறுபாடின்றி மக்களுக்குப் போதித்தார். வன்முறை மற்றும் திருடுதல் ஆகியவற்றைத் தவிர்த்து, தங்களுடைய அயலாருடன் அமைதியாக வாழுமாறும், எல்லா மனிதர்களையும் அன்பு செய்யுமாறும் அவர் போதித்தார். இந்த நடவடிக்கைகளும், அவரது தெய்வீகத்தன்மையும் இணைந்து அவர்களின் பொது நலனுக்கும் ஆன்ம விழிப்புணர்வுக்கும் பெரிதும் உதவியது.

அவரிடம் ஆறுதல் மற்றும் தேறுதல் பெறவும், லௌகீக மற்றும் ஆன்மிக முன்னேற்றத்திற்காகவும், அவர் நம்பும் சமயத்தை மனமுவந்து தழுவவும் அவரைச் சுற்றி மக்கள் மொய்க்கத் தொடங்கினார்கள்.[76]

இந்தியத் துணைக்கண்டத்தின் பரந்த நிலங்களைச் சுற்றி குரு தேக் பகதூர் பயணித்தபோது, அவரது போதனைகளும் சமூக நலனுக்கான அவரது அக்கறையும் எளிய மனதோரை மிகவும் கவர்ந்தன. கடவுளின் ஆணைப்படி வழிபாட்டுத்தலப் பணிகளுக்கான அடித்தளத்தை குரு அமைத்தார்; அவருக்குப்பின் அவருடைய மகன் அதைத் தொடர்ந்தார். அவுரங்கசீப்பின் பாட்டனார் ஜஹாங்கீர் மிகுந்த தொல்லைகள் அளித்த வெப்பக்கடை, முன்னெப்போதையும்விட எளிய மக்களின் கூட்டத்தால் நிறைந்திருந்தது. “அந்தப் பகுதியில் மிகப்பெரிய அளவில் விவசாயம் செய்யும் மக்களான ஜாட்கள் பெரும் எண்ணிக்கையில் மதம் மாறினார்கள்; அதேபோல, ஒரு குறிப்பிட்ட அளவு இஸ்லாமியர்களும் மாறினார்கள்,” என்று எழுதுகிறார் ராபின்சன். “அவுரங்கசீப் அதை அங்கீகரிக்கவில்லை.”[77] வெப்பக்கடையில் மக்கள் வெறுமனே மொய்க்கவில்லை, இப்போது கைகளில் ஆயுதமேந்தியும் வருகிறார்கள். இதன் விளைவாக, ஜஹாங்கீரின் பேரன், குரு அர்ஜுனின் பேரனை அழிக்க முடிவு செய்தார்.

ஸ்காட்லாந்து வரலாற்றாசிரியர் வில்லியம் இர்வின் கி.பி.1904இல் எழுதிய தனது நூலில் இவ்வாறு கூறுகிறார், “குருவின் சீடர்கள் அவரை அழைத்தவிதம் கண்டு எரிச்சலுற்ற பேரரசர், அதையும் குரு செய்த குற்றங்களில் ஒன்றாகவே பார்த்தார்; ஏனெனில் அவர்கள் தங்கள் தலைவரை *சச்சா பாதுஷா* அல்லது மெய்யான அரசன் என்று அழைக்கத் தொடங்கியிருந்தார்கள்.”[78] குரு தேக் பகதூர் ‘அடித்தட்டில் பிறந்த மக்களின்’ நட்பை நாடிச் செல்வதன் மூலம் அவரது முன்னோர்களைப் போலவே, ‘கடவுளின் பாதையைப்’ பின்பற்றினார். குரு அர்ஜுனின் போதனைகளை அவர் நிறைவேற்றினார்: ‘எவனொருவன் தன்னைக் கீழானவனாக பாவிக்கிறானோ, அவனே உயர்விலும் மிக உயர்வானவனாக மதிக்கப்படுவான்.’ அவுரங்கசீப்பின் ஆணவம் மக்களிடமிருந்து அவரை அந்நியப்படுத்தியது; மாறாக, மக்கள் தேக் பகதூரின் பணிவான குணத்தால் ஈர்க்கப்பட்டார்கள். ஆளப்படுகின்ற மக்களின் மனமுவந்த ஒப்புதல்

இருந்தால் மட்டுமே, ஒருவர் முறையான ஆட்சியாளராக இருக்க முடியும் என்பதை உணர்ந்த அவரது தொண்டர்கள் குருவை 'மெய்யான அரசன்' என்று அடையாளப்படுத்தினார்கள்.

மேலும், சீக்கியர்கள் தங்களுக்கென ஒரு தனிச் சமூகத்தை முழுவதுமாக உருவாக்கத் தொடங்கினார்கள். உதாரணமாக அவர்கள் தங்களுக்கென ஒரு தனித்த பொருளாதார அமைப்பை உருவாக்கினார்கள் — அது ஒரு மூடுண்ட பொருளாதாரம், அதாவது அந்தச் சமூகம் தன்னிறைவு பெற்ற ஒன்றாக இருந்தது. ஆங்கிலேய கிழக்கிந்தியக் கம்பெனியைச் சேர்ந்த லெஃப்டினன்ட் கர்னல் ஜேம்ஸ் ப்ரவுன் கி.பி.1788இல் எழுதுகிறார்,

> அவரது ஆதரவாளர்கள் அவருக்கென... ஒரு பெரும் மதிப்பை உருவாக்கினார்கள்; அவரை மெய்யான அரசன் என்று அழைப்பதைத் தங்களுக்குள் வழக்கமாக்கிக்கொண்டார்கள். அவரது பங்குக்குக் கிடைத்த பரிசுகள் அனைத்தையும் அல்லது அவருடைய சீடர்கள் மற்றும் பொதுவான சீக்கியர்களிடமிருந்து கிடைத்த பொருட்களை எல்லாம் சேமிப்பில் வைத்திருந்து, பொதுவெளியில் அவற்றைப் பெற விரும்பும் மக்களுக்கு விநியோகம் செய்தார். இது அவரது கொடையில் பங்கேற்க விரும்பிய பெரும் எண்ணிக்கையிலான மக்களைக் கொணர்ந்தது.[79]

தங்களது வாழ்வாதாரங்களுக்காக மத்திய அரசைச் சார்ந்திருப்பதற்குப் பதிலாக, தங்களுடைய தேவைகளைத் தாங்களே பூர்த்தி செய்துகொள்ளும் வழிகளைக் கற்று, சீக்கியர்கள் சுயாதீனமானவர்களாக மாறி வந்தார்கள். இது ஆளும் உயர் வர்க்கத்தின் பார்வையிலிருந்து தப்பவில்லை. இருப்பினும், குருவின் உரத்த நோக்கத்தைக் குறித்தும் பந்த்தை துரிதமாக அவர் அமைத்த முறை குறித்தும் அவர்கள் நன்கு உணர்ந்திருந்தார்கள். சீக்கியர்களின் வேகமான வளர்ச்சியும், தங்களது குருவுக்கு அவர்கள் மனமுவந்து அளித்த பெரும் பொருளாதார ஆதரவும் முகலாயர்களின் பொறாமையைத் தூண்டியது. லஹௌரியின் கூற்றுப்படி,

> தங்களுக்குக் கிடைக்கும் கவனத்தின் விளைவாக, ஏற்றுக் கொள்ளப்பட்டவர்கள், தாங்கள் ஏற்றுக்கொள்ளப்பட்ட விதம் மகிழ்வானதாகவும் கனிவானதாகவும் இருந்த காரணத்தால் கூட்டமாக அவரை நோக்கிச் சாய்வதும், சிறிய பொருட்களோடு மதிப்புமிக்க பொருட்களும், பணம் மற்றும் பண்டங்களும், குதிரைகள் மற்றும் யானைகளும் என உலகத்துப் பொருட்கள் பலவும் அங்கு வந்து குவிவதும் குறையவே இல்லை. அவருக்குப் பதிலாக அவருடைய ஆதரவாளர்கள் அவரது இறையாண்மையை அவ்வப்போது தாங்களே பிரகடனப்படுத்தினார்கள்... அவரின் [அவுரங்கசீப்] உணர்ச்சிமிக்க இயல்பு மற்றும் அரச பதவிகளின்

> மீது அவருக்கிருந்த எண்ணம் ஆகியவை காரணமாக, அவ்வாறான அர்த்தமற்ற ஆரவாரங்களை அவர் விரும்பவில்லை.[80]

குரு தேக்பகதூரின் ஆதரவாளர்கள் "அவருடைய இறையாண்மையைத் தாங்களே அறிவித்தார்கள்," என்கிறார் லஹௌரி. *சச்சா பாதுஷா* என்று அவர் அழைக்கப்படுவதை முகலாயர்கள் புரிந்துகொண்டார்கள் என்பதை உணர்த்தும்விதமாக அது இருந்தது. அவருக்கு அளிக்கப்பட்ட இந்தப் பட்டத்திற்கு இரண்டே இரண்டு வகையான விளக்கங்கள் தரலாம் என்கிறார் இர்வின். "அந்தச் சூழல் ஆன்மிக மார்க்கத்துக்கு மட்டுமல்லாமல், அதன் நேரடி அர்த்தத்திற்கும் பொருத்தமாக இருப்பதால் அதை இரண்டு வகையிலும் எடுத்துக்கொள்ளலாம். அதை அடிக்கடி பயன்படுத்துவது, [அவுரங்கசீப்] அவரைக் காட்டிலும் சந்தேகப்புத்தி குறைவாக உள்ள மற்ற எந்த ஆட்சியாளருக்கும்கூட சந்தேகத்தையே ஏற்படுத்தும்."[81]

பீம் சேன் சக்சேனா (அவுரங்கசீப்பின்கீழ் பணிபுரிந்த ஓர் உயர்சாதி இந்துத் தளபதி) கி.பி.1707இல் எழுதிய *தாரிக்-ஈ தில்குஷா* என்னும் தன் சுய வரலாற்று நூலில் இர்வினின் தீர்மானத்தை உறுதிப்படுத்துகிறார்.

> கடவுளைப் புகழ்கின்ற, கடவுளின் நல்லிணக்கத்தை வலியுறுத்துகின்ற நூல்களை நானக் எழுதினார். படிப்படியாக, ஒவ்வொரு நாட்டிலும் அவரால் நியமிக்கப்பட்ட பிரதிநிதிகள் அங்கிருக்கும் மக்களை இவரது சமயத்தைப் நோக்கி வழிநடத்தும் நிலை உருவானது. தற்போது அவர்மீது நம்பிக்கை உள்ள மக்கள் வாழாத நாடோ, நகரமோ, ஊரோ, கிராமமோ இல்லை என்பதே பேச்சாக இருக்கிறது... சிர்ஹிந்த் மலைகளுக்கு அருகில் வாழ்ந்த தேக் பகதூரைப் போலவே, பலர் புரட்சிப் பாதையைத் தேர்ந்தெடுத்தார்கள். அவர் அரசன் என்று அழைக்கப்பட்டார், பெருமளவிலான மக்கள் அவரைச் சுற்றித் திரண்டிருந்தார்கள்.[82]

விடுதலை பெற்ற சீக்கியர்கள், கைகளில் ஆயுதமேந்தி அது சுதந்தர மக்களின் உரிமை என்று சொல்லி வந்தாலும் அவர்கள் எவர்மீதும் ஆயுதப் போர் தொடுக்கவில்லை. "ஆயிரக்கணக்கான மக்கள்... குருவைச் சுற்றித் திரண்டிருந்தாலும், அவர்களைக் கலகக்காரர்கள் என்று சொல்ல முடியாது," என்கிறார் சுர்ஜித்சிங். "குருவினுடைய போதனைகளின் தாக்கத்தால், மக்களிடையே பெரும் விழிப்புணர்வு ஏற்படத் தொடங்கியிருந்தாலும், சீக்கியர்களால் எங்கேயும் எவ்விதக் கிளர்ச்சியும் வெடித்ததாகச் சமகால வரலாற்றில் எவ்விதமானப் பதிவுகளும் இல்லை."[83]

மக்கள் சுதந்தரமாகச் செயல்பட்டார்கள். ஜஹாங்கீரின் பார்வையில் கூறப்பட்டதைப்போல குரு அர்ஜுன் அரசன் மற்றும் துறவிக்கான இரு உடைகளையும் தரித்திருந்தார். அவருடைய மகன் குரு ஹர் கோவிந்த், *மிரி* மற்றும் *பிரி* இரண்டுக்கும் இடையிலான ஒற்றுமையை உணர்த்தும்

ஓர் அதிகாரப்பூர்வக் கோட்பாட்டை நிறுவினார். அக்கோட்பாடு, ஆன்மிக மற்றும் அரச அதிகாரங்களுக்கிடையில் உள்ள நல்லிணக்கத்தை உணர்த்துவதாகும். பலர் கூறுவதைப்போலவே சீக்கியர்கள், துறவிகள் மற்றும் வீரர்களாக இருந்தனர். ஒரு சாதாரண மனிதனையும் அரசனாகப் பாவிக்கும் ஓர் உலகளாவிய தத்துவத்தை அவர்கள் பின்பற்றினார்கள். ஒரு நபர், தானே துறவியாகவும் அரசனாகவும் இருக்கின்றபடியால், மற்றவர்கள்மீது அதிகாரம் செலுத்த வேண்டும் என்பதற்காக மட்டுமே அதே பட்டங்களை ஏற்ற ஒருவனின் தூண்டுதலின் பேரிலும் அந்த ஒருவனிடமும் அடிமைப்படக்கூடாது என்ற உயரிய தத்துவத்தை அந்தக் கோட்பாடு முன்மொழிந்தது. சுருக்கமாகச் சொல்ல வேண்டுமானால் சீக்கியர்கள் தங்கள் பலத்தைப் பயன்படுத்தி அமைதியை வளர்த்தார்கள். இது கொடுங்கோல் ஆட்சியாளர்களைக் கவலை கொள்ளச் செய்தது.

சீக்கிய மக்கள் நாடு, நகரம், ஊர் மற்றும் கிராமம் என குடியேறி விரிவடைந்து வந்தது, குரு தேக் பகதூரை அரசன் என்று அடையாளப்படுத்தியது ஆகிய இரண்டு விஷயங்களே பீம்சேனுக்கு அவர்கள் கிளர்ச்சியின் பாதையில் பயணிப்பதாக நம்புவதற்குப் போதுமானதாக இருந்தது. அவரது இந்த எண்ணத்தின் விளைவாகவே முகலாய–பிராமணக் கூட்டணி சீக்கியர்களை எதிர்த்தது. அருட்தந்தை ஃப்ராங்க்வா சேவியர் வெண்டெல் (அருட்தந்தை ஜெரோம் சேவியர் போன்று முகலாய அரசவையில் வாழ்ந்தவர்) கி.பி.1768இல் எழுதிய தனது நூலில் இவ்வாறு கூறுகிறார், “பெரும் எண்ணிக்கையிலான பக்தர்கள் தங்களை இந்தச் சமயத்தில் இணைத்துக்கொண்டு இந்த குருவின் மூலமாகப் பல நன்மைகளைப் பெற்றார்கள்... இதனால் இந்த அரசர்... [குரு] இவரிடம் இவரைக் குறித்தே சுயவிளக்கம் அளிக்குமாறு கேட்டார்.”[84] வெகுவிரைவில் அது சீக்கியர்களை மிகச் சிரமமான காலகட்டத்திற்கு இட்டுச் சென்றது.

இதனிடையே வேறு வகையான சிக்கல் ஒன்றும் எழத் தொடங்கியது. பல தலைமுறைகளாகத் துணைக்கண்டத்தின் வடமேற்குப் பகுதிகள் முழுவதும் வாழ்ந்து வந்த சில பிராமணர்களிடையே சீக்கிய சித்தாந்தம் தாக்கத்தையும் ஊக்கத்தையும் ஏற்படுத்தியிருந்தது. சிப்பர்கள் எனப்படும் ஒரு பிராமண வம்சத்தினர் குரு நானக் காலத்திலிருந்தே பந்த்தை பின்பற்றி வந்தார்கள். அவர்கள் தங்களுடைய சாதியைக் கைவிட்டுவிட்டு, சீக்கியர்களாக மாறி பல நூற்றாண்டுகளாக பிராமணியத்தை வேரறுக்கும் பணியில் ஓய்வின்றி உழைத்து வந்தார்கள். அவர்களுடைய வாரிசுகள், குருக்கள் பலரிடம் காரியதரிசிகளாகவும், நிர்வாகிகளாகவும், போர் வீரர்களாகவும் சேவையாற்றினார்கள். கி.பி.1621இல் முகலாயர்களுடன் நடந்த சிறிய போரில் பிரகாதாஸ் என்பவர் குரு ஹர் கோவிந்துடன் இணைந்து போரிட்டு உயிர் நீத்தார். அவருடைய பேரன்களான மதி தாஸ் மற்றும் சதி தாஸ் இருவரும் “முறையே [குரு தேக்பகதூரின்] மெய்க்காவல் மற்றும் கடிதப் போக்குவரத்து போன்ற பொறுப்பை ஏற்றிருந்தார்கள்.”[85]

மேலும் வடதிசையில், ஜம்முவின் மலைகளிலும் காஷ்மீரின் பள்ளத்தாக்குகளிலும் மற்றொரு பிராமணக் குழு வாழ்ந்துவந்தனர். அவர்கள் சீக்கியர்களோடு நட்பு பாராட்டி வந்தனர்; ஆனால் இந்த உறவு மிகச் சமீபத்தில் ஏற்பட்டது. காஷ்மீரப் பண்டிட்டுகள் என்று அழைக்கப்பட்ட அவர்கள் பந்த்துடன் ஏற்படுத்திக்கொண்ட உறவு, கி.பி.1620களில் குரு ஹர் கோவிந்த் காஷ்மீருக்குப் பயணம் மேற்கொண்டபோது தொடங்கியது. கி.பி.1660இல் குரு ஹர் ராய் காஷ்மீர் பயணம் மேற்கொண்டபோது "அவருடன்... கிருபா ராம் தத்தின் தந்தையான அரு ராம் போன்றோர் பயணித்தனர். அரசச் சித்திரவதைகளுக்கு ஆளாகிப் பெரும் துயரத்தில் தள்ளப்பட்ட காஷ்மீர் பண்டிட்டுகளை அந்த அரு ராம் பின்னர் குரு தேக்பகதூரிடம் அழைத்து வந்தார்."[86]

பண்டிட்டுகளை மதம் மாற்றும் பேரரசின் முதல் முயற்சிகள் கி.பி.1600 களின் மத்தியில் அவுரங்கசீப்பின் தந்தையால் தொடங்கப்பட்டது. எரலியின் கூற்றுப்படி, "காஷ்மீரில் இந்துக்களும் இஸ்லாமியர்களும் கலப்பு மணம் புரிவது சகஜமாக இருந்த காலத்தில் ஷாஜஹான் ஓர் ஆணையிட்டார். ஓர் இந்துவின் மனைவி இஸ்லாமியராக இருந்தால் அந்த இந்துவும் இஸ்லாமியராக மதம் மாறினால் மட்டுமே தன் மனைவியுடன் வாழ முடியும்; அப்படி இல்லாவிடில் அவருக்கு அபராதம் விதிக்கப்பட்டு, அவருடைய மனைவியும் அவரிடமிருந்து பிரிக்கப்பட வேண்டும் என்பதே அது."[87]

காஷ்மீரிகளைக் கட்டாய மதமாற்றம் செய்வது கி.பி.1670களில் ஆளும் அதிகார வர்க்கத்தினரால் ஒரு ஆதிக்கக் கொள்கையாகவே கடைப்பிடிக் கப்பட்டது. "அவுரங்கசீப்பின் 49 ஆண்டு ஆட்சிக் காலத்தில், காஷ்மீரானது தில்லியிலிருந்து அனுப்பப்பட்ட 14 ஆளுநர்களால் நிர்வகிக்கப்பட்டது," என்று எழுதுகிறார் பி.என்.கே. பாம்சாய். "அதில் பெரும்பாலானவர்கள் பரந்த எண்ணமும் திறமையும் கொண்டவர்களாக இருந்தனர்... இருப்பினும், விதிவிலக்காகவும் சிலர் இருந்தனர்."[88] பாம்சாய் மேலும் விவரிக்கிறார்,

> அவுரங்கசீப்பின் ஆளுநரான இஃப்திகார் கான், படைகளைப் பயன்படுத்தி காஷ்மீரப் பண்டிட்டுகளை இஸ்லாமிய மதத்துக்கு மாறக் கட்டாயப்படுத்தினார்... ஏறக்குறைய 500 பண்டிட்டுகள் குரு தேக்பகதூர் வாழ்ந்துவந்த அனந்தபூர் சாஹிப் நோக்கிச் சென்றார்கள். அங்கு அவரிடம் அவுரங்கசீப்பின் ஆளுநர் இஃப்திகார் கான், காஷ்மீரில் தங்கள்மீது நிகழ்த்தி வரும் அராஜகங்களைக் குறித்துக் கூறினர்... (அவர்) பண்டிட்டுகளிடம், நேராக அவுரங்கசீப்பிடம் சென்று அவரது முகத்தை நோக்கி, தாங்களும் காஷ்மீரின் மற்ற எல்லா பிராமணர்களும் இஸ்லாமிய மதத்தைத் தழுவத் தயாராக இருப்பதாகவும், ஆனால் முதலில் இந்துக்களின் தலைமை குருவாக இருக்கிற தேக்பகதூரை மதமாற்றம் செய்யவேண்டும் என்று சொல்லுமாறும் அறிவுறுத்தினர்.[89]

அத்தகைய துன்புறுத்தல்களைத் தாங்க முடியாமலே, பண்டிட்டுகள் குரு தேக்பகதூரின் வழிகாட்டுதலை நாடிச் சென்றார்கள். கிருபா ராம்தத்தின் தலைமையில், குருவின் சீரிய ஆலோசனையை வேண்டித் தங்களது நிலையை அவர் முன் எடுத்துரைத்தார்கள்.

வரலாற்றுரீதியான உறவைக் கருத்தில் கொண்டும், அனைத்து ஒடுக்கப்பட்ட மக்களின் சமவாய்ப்புக்காக உழைத்து சமூகப் போராளியாகத் திகழ்ந்த குரு நானக்கை முன்னுதாரணமாகக் கொண்டும் குரு தேக்பகதூர் காஷ்மீரப் பண்டிட்டுகளைத் துயரத்திலிருந்து விடுவிப்பதற்காக அனைத்தையும் தியாகம் செய்ய முன்வந்தார். அவர்கள் 'பூணூல்கள்' அணிந்தவர்களா, அணியாதவர்களா என்பதைப் பற்றி அவர் கவலைப்படவில்லை. ஒருவர் சமத்துவமும் கருணையும் நிறைந்த ஆன்மிகக் கோட்பாடுகளுக்குத் தம்மை முழுமையாக அர்ப்பணித்துக்கொண்டால், மற்ற எல்லாவற்றையும் பின்னுக்குத் தள்ளி அதற்கு மட்டுமே முன்னுரிமை அளிக்க வேண்டும் என்பதை குரு உணர்ந்திருந்தார். பகத் ஃபரீத் போதித்ததைப்போல, "அனைத்து சகிப்புத்தன்மையிலும் நித்தியமான இறைவன் இருப்பான்," என்பதை அவர் கண்டுணர்ந்தார். பேகம்புராவின் மேற்பார்வையாளராக இருந்து, அனைத்து ஆதிவாசிகளும் இந்த 'சொர்க்க நகரத்தில்' வாழ வேண்டும் என்னும் மிகச் சிறப்பான அடிப்படை விதியை குரு தேக்பகதூர் ஏற்படுத்தினார்.

துன்புறுத்தப்பட்ட காஷ்மீரப் பண்டிட்டுகள், பேரரசின் ஆதரவு பெற்ற 'சமஸ்கிருதச் சிந்தனையாளர்களிடம்' செல்லாமல், பேரரசை எதிர்த்துப் புரட்சி செய்து வந்த குருவை ஏன் அணுகினார்கள்? முகலாய அவைகளில் உயர்சாதி ஆளுமைகள் பலர் பெரும் அதிகாரமும் செல்வாக்கும் மிக்க பதவிகளை வகித்து வந்தார்கள். பீர்பால் படைகளை வழி நடத்தினார், சந்து குரு அர்ஜுனின் மரண தண்டனையைத் தூண்டும் அளவிற்கு இருந்தான், சந்தர் முகலாய நீதிமன்றங்களின் நன்மதிப்பைப் பெற்ற காரியதரிசியாக இருந்தார். மேலும் தோடர்மால், பகவந்த் தாஸ், ஜெகந்நாத், ரகுநாத், பீம்சென் இன்னும் பலரையும் பற்றி குறிப்பிடவே தேவையில்லை.

பண்டிட்டுகள் கி.பி.1600களின் தொடக்கத்திலிருந்தே குருக்களின் செய்திகளால் அறிவொளி பெற்றவர்களாக இருந்தனர். ஆனால் கி.பி.1600களின் மத்தியிலிருந்தே பிராமணர்களோடு ஒருவித பகைமையை வளர்த்து வந்தனர். ராஜா செஹதேவ் காஷ்மீரை ஆண்ட காலத்தில் ஏற்பட்ட இந்தப் பிளவுக்கான காரணத்தை ஆங்கில எழுத்தாளர் வால்டர் ரோப்பர் லாரன்ஸ் விளக்குகிறார்,

காஷ்மீரப் பண்டிட்டுகள் இந்தியாவின் மற்ற பிராமணர்களுடன் கலப்பு மணம் செய்ய மாட்டார்கள். ராஜா செஹதேவ் காஷ்மீரை ஆண்ட காலத்தில் ஓர் இஸ்லாமியர், பண்டிட் வேடமணிந்து காஷ்மீர பிராமணர்களோடு கலந்து கற்று அவர்களின் சமஸ்கிருத ஞானத்தைப் பெற்றுவிட்டதாகச் சொல்லப்படுகிறது. இது கண்டுபிடிக்கப்பட்ட பின்னர், பண்டிட்டுகள் இதுபோன்ற மோசடிகளிலிருந்து தங்களைப் பாதுகாத்துக்கொள்ள அந்நிய

பிராமணர்களோடு எவ்விதமான பரிமாற்றங்களையும் வைத்துக்கொள்ளக் கூடாது என்று முடிவெடுத்தனர்.[90]

அன்றிலிருந்து இரண்டு சமூகத்தினரும் ஒருவரையொருவர் தீண்டத் தகாதவர்களாகவே நடத்தினார்கள். இந்த மோதல் போக்கு அவர்களிடையே தொடர்புக்கான எல்லாக் கதவுகளையும் அடைத்தது. அவர்கள் தங்களுக்குள் ரோட்டி (ரொட்டி) அல்லது பேட்டி (மகள்) என எதையுமே பரிமாறிக்கொள்ளவில்லை.

மேலும் கி.பி.1400கள் முதல் காஷ்மீரப் பண்டிட்டுகள் பிராமணியச் சித்தாந்தங்களிலிருந்து வெகு தூரம் விலகிச் சென்றார்கள். சிலர் சீக்கியர்களாக மாறினார்கள். மற்றவர்கள் இஸ்லாமியர்களோடு கலப்பு மணம் புரிந்தார்கள். சமஸ்கிருதச் சிந்தனையாளர்கள் பலர் முகலாய அவைகளில் நுழைந்து பேரரசர்களையும்கூட பிராமணியக் கலாச்சாரத்தைப் பின்பற்றுமாறு தாக்கத்தை ஏற்படுத்தியிருந்த சமயத்தில், காஷ்மீரப் பண்டிட்டுகள் அதற்கு மாறாக இஸ்லாமியக் கலாச்சாரத்தைத் தழுவினார்கள். டாக்டர் மாலிக் முஹம்மதின் கூற்றுப்படி,

சுல்தான் ஜைன் அல்-ஆபிதீன் ஆட்சிக்காலத்தில் காஷ்மீரப் பண்டிட்டுகள்... பாரசீகம் கற்கத் தொடங்கினார்கள்... இஸ்லாமியக் கலாச்சாரத்தைப் பின்பற்றத் தொடங்கிய ஒரு பிராமணக் குழு அவர்கள் மட்டுமே... ஆழ்ந்த பாரசீக ஞானத்தில் ஊறிய பின்னர், அதில் சிலர் இஸ்லாமிய வாழ்க்கை முறையின் புற அம்சங்களையும் பின்பற்றத் தொடங்கினார்கள். மேலும் சிலர் அந்த ஞானத்தைத் தங்களுடைய சமஸ்கிருதப் புலமையுடன் இணைத்துத் தங்கள் சொந்த மதத்தை ஆய்வு செய்யத் தொடங்கினார்கள்.[91]

காஷ்மீரின் பண்டிட்டுகள் தாங்களே விரும்பி இஸ்லாமியக் கலாச்சாரத்தை பின்பற்றத் தொடங்கினாலும், அவர்கள் இஸ்லாமிய மதத்தை ஏற்றுக்கொள்ளவில்லை. எனினும் இஸ்லாமியக் கலாச்சாரத்தை ஏற்றுக்கொண்ட பின்னும், அவர்கள் தில்லியை ஆக்கிரமித்த முகலாயர்களால் அடிமைகளாகவே நடத்தப்பட்டார்கள். தற்போது, காஷ்மீரப் பண்டிட்டுகள் பல வழிகளில், நிலத்தில் உழைக்கும் மக்களோடு அடையாளப்படுத்தப்படுகிறார்கள். தில்லியின் முகலாய அவையில் உள்ள பிராமணர்களின் நிலையை ஆப்பிரிக்க-அமெரிக்க சமூகப் போராளி மால்கம் எக்ஸ் சிறப்பாக விளக்குகிறார். தில்லியில் உள்ள எஜமானரின் வீட்டில் வசிக்கும் அடிமைகளின் நடத்தையை, நிலத்தில் உள்ள அடிமைகளின் நடத்தையோடு ஒப்பிட்டு விளக்குகிறார். தங்கள் எஜமானர்களோடு சேர்த்துத் தங்களைச் சுய அடையாளப்படுத்திக்கொள்ளும் முன்னவர்களை அவர் 'வீட்டு நீக்ரோக்கள்' என்று அழைக்கிறார்.

அடிமைத்தனம் நிலவிய காலத்தில் வீட்டு நீக்ரோ 'அங்கிள் டாம்' என்று அழைக்கப்பட்டார். அடிமைக்காலத்தில் இரண்டு

> வகையான நீக்ரோக்கள் இருந்தார்கள். ஒருவர் வீட்டு நீக்ரோ மற்றவர் நில நீக்ரோ.
>
> வீட்டு நீக்ரோ எப்போதும் எஜமானருக்கு அருகிலேயே வாழ்ந்தார்... எஜமானரின் வீட்டிலேயே வசித்தார்...
>
> வீட்டு நீக்ரோ தன்னை அறிமுகம் செய்துகொள்ளும்போதெல்லாம், அவரின் எஜமானர் எவ்வாறு அவரை அடையாளப்படுத்துவாரோ அவ்வாறே தன்னை அடையாளப்படுத்திக்கொண்டார்.
>
> அங்கு நிலங்களில் மற்றொரு வகை நீக்ரோக்கள் இருந்தார்கள். வீட்டு நீக்ரோக்கள் சிறுபான்மையினராக இருந்தார்கள். நில நீக்ரோக்கள் பெரும் கூட்டமாக இருந்தார்கள். பெரும்பான்மையானவர்களாக அவர்கள் இருந்தார்கள்...
>
> யாராவது வந்து வீட்டு நீக்ரோவிடம், "நாம் போகலாம், நாம் தனியாகப் பிரிந்து செல்லலாம்," என்று சொன்னால் இயல்பாகவே அங்கிள் டாம் இவ்வாறு சொல்வார், "எங்கே செல்வது? என் எஜமானர் இல்லாமல் நான் என்ன செய்வேன்? நான் எங்கே வசிப்பேன்? நான் எவ்வாறு உடுத்துவேன்? யார் என்னை எதிர்பார்த்து இருப்பார்கள்?" அதுதான் வீட்டு நீக்ரோ. ஆனால் நீங்கள் நில நீக்ரோவிடம் சென்று, நாம் போகலாம் நாம் பிரிந்து செல்லலாம் என்றால் அவர், எங்கே அல்லது எப்படி என்ற கேள்வியைக்கூட கேட்கமாட்டார். அவர் உடனே, "ஆமாம், வா நாம் போகலாம்" என்பார்.[92]

ஆகவே, மூன்று காரணிகள் தான் காஷ்மீரப் பண்டிட்டுகளை குருவின் வாசலுக்கு உதவி நாடி வரச் செய்தது. முதலாவதாக, நூற்றாண்டு காலப் பிளவு அவர்களை பிராமணர்களிடம் சென்று முறையிடுவதைத் தவிர்க்கச் செய்தது. அதேசமயம், சீக்கியர்களுடன் இருந்துவந்த செழிப்பான நட்பு குருவை நோக்கி அவர்களை ஈர்த்தது. இரண்டாவதாக, பிராமணர்கள் முகலாயர்களின் அவைகளில் 'வீட்டு நீக்ரோக்களாகப்' பணிபுரிவதையே வசதியாகக் கருதினார்கள்; எனவே இவர்களுக்கு உதவுவதில் எந்த நாட்டமும் காண்பித்திருக்க மாட்டார்கள், ஏனெனில் அது அவர்கள் வகிக்கும் பதவிகளுக்கும் பாதிப்பை ஏற்படுத்தக்கூடும். மூன்றாவதாக, தில்லியில் உள்ள தங்கள் எஜமானர்களுடன் வாழ்ந்து, இணை ஆட்சியாளர்களாக இருந்து பெரும் பயனடைந்த காரணத்தால், ஆதிவாசிகளிடையே சீக்கிய சித்தாந்தம் பரவுவதைக் காட்டிலும், மொத்த காஷ்மீரும் இஸ்லாமிய மதத்துக்கு மாற்றப்படுவதைக் காணவே பிராமணர்கள் விரும்புவார்கள்.

இதற்கு மாறாக, எல்லா மக்களின் மத சுதந்தரத்தையும் பாதுகாக்க குரு தேக்பகதூர் தயாராக இருந்தார். என்ன விலை கொடுத்தாலும் அவருடைய கொள்கைகளை விற்க மறுத்த குரு, அடிமைப்படுத்தப்பட்ட மக்களின் தோளோடுதோள் நின்று, விரைந்து விடுதலை பெற வலியுறுத்தினார்.

இப்படிப் பல நிகழ்வுகளின் சங்கமத்துக்கிடையே பந்த் செழிப்பாக வளர்ந்தது. ஆதிவாசிகளும் மற்றவர்களும் குருவை *சச்சா பாதுஷா* என்று அழைத்தார்கள். காஷ்மீரப் பண்டிட்கள் அடக்குமுறையிலிருந்து விடுதலை பெற்றுத் தருமாறு வேண்டி வந்தார்கள். அவுரங்கசீப், குருவைத் தம் முன்னர் அழைத்து வரச் சொல்லியனுப்பினார்.

ஜூலை கி.பி.1675இல் மதி தாஸ், சதி தாஸ் மற்றும் பாய் தியாலா என்னும் மூன்று நம்பிக்கைக்குரிய ஆலோசகர்கள் துணையுடன் குரு தேக்பகதூர் தில்லிக்குக் கிளம்பினார். பேரரசருடன் ராஜாங்க ரீதியிலான உரையாடலை எதிர்பார்த்துச் செல்லும் ஒரு அனுபவம் மிக்க போர்வீரனாகத் தாமே முன்வந்து அந்தப் பயணத்தைத் தொடங்கினார். இருப்பினும், குரு 'புரட்சிப் பாதையில்' செல்வதாக எண்ணிய பீம்சேன் சொல்கிறார், "அந்தச் செய்தி மாட்சிமை மிக்க மாமன்னருக்குத் [அவுரங்கசீப்] தெரிவிக்கப்பட்டவுடன், அவரை (குருவை) உடனடியாக நீதிமன்றத்துக்குக் கொண்டு வர வேண்டும் என்று ஆணையிடப்பட்டது." அதன் விளைவாக, குரு தானே மனமுவந்து அவைக்குச் செல்லப் பயணம் மேற்கொண்டிருந்தாலும், அந்த சீக்கியக் குழு வழியில் மறித்துக் கைது செய்யப்பட்டு, சங்கிலிகளால் பிணைக்கப்பட்ட நிலையில் தில்லிக்கு அழைத்துச் செல்லப்பட்டார்கள்.

அருட்தந்தை வெண்டல் கூறுகிறார், அவர்கள் தில்லி சென்றடைந்தவுடன், "குரு தேக்பகதூரை தம்முன் கொண்டு வரச்செய்து... [அவுரங்கசீப்] அவரது நடத்தை மற்றும் வாழ்க்கை முறை குறித்து பற்பல கேள்விக்கணைகளைத் தொடுத்தார்."[93] சீக்கியர்கள், குரு தேக்பகதூரை இறையாண்மை மிக்கவராகக் கருதியதைக் குறித்து அவுரங்கசீப் தெரிந்து கொண்டதைப் பதிவு செய்திருந்த லஹெளரி தொடர்கிறார்; மேலே சொல்லப்பட்டதற்கு இணங்க, அவர் மாமன்னரின் கடுங்கோபத்திற்கு ஆளாகி மரண தண்டனை விதிக்கப் பெற்றார்."[94] வெண்டலின் கூற்றுப்படி, "இறுதியில், தேக்பகதூர் தமது கோட்பாடுகளைக் கைவிட்டு ஒரு இஸ்லாமியராக மாற வேண்டும் அல்லது தனக்கு விதிக்கப்பட்ட மரண தண்டனையை ஏற்றுக்கொள்ள வேண்டும் என இரண்டில் ஒன்றைத் தேர்வு செய்யும் நிலைக்குத் தள்ளப்பட்டார்."[95] சிறைப்படுத்தப்பட்டு, மரணத்தை எதிர்நோக்கியிருந்த நிலையில் குரு எழுதுகிறார்,

நான் சோர்ந்து போய் அடிமைப்பட்டுக் கிடக்கிறேன்
என்னால் எதுவும் செய்ய முடியவில்லை
சொல்கிறார் நானக், இப்போது, இறைவனே எனது துணை;
அவன் எனக்கு உதவுவான், யானைக்கு அவன் செய்ததைப்போல.
எனது பலம் மீண்டும் கிடைக்கப்பெற்றேன்
மேலும் எனது தலைகள் உடைக்கப்பட்டு விட்டன
இப்போது, நான் எதையும் செய்யலாம்.
நானக்: அனைத்தும் உனது கரங்களிலேயே உள்ளது, இறைவா

நீயே எனது உதவியாளர், எனது துணை.
எனது கூட்டாளிகளும் தோழர்களும்கூட
என்னைக் கைவிட்டுவிட்டார்கள்
எவரும் என்னுடன் இல்லை
நானக் சொல்கிறார், இந்தத் துன்பத்தில்
இறைவன் மட்டுமே எனது துணை.[96]

குரு தேக்பகதூருக்கு மரண தண்டனை விதிக்கப்பட்டது. முதலில் மதி தாஸ், சதி தாஸ், மற்றும் பாய் தியாலாவும் இதே தண்டனையை எதிர்கொண்டார்கள். சீக்கியக் கோட்பாடுகளைக் கைவிட்டு, இஸ்லாத்தை ஏற்றுக்கொண்டால் அவர்கள் மரண தண்டனையிலிருந்து விடுதலை பெறலாம் என்ற வாய்ப்பு வழங்கப்பட்டபோதும், மூவருமே மதம் மாற மறுத்துவிட்டார்கள். சீக்கிய வரலாற்றாசிரியர்களின் கூற்றுப்படி மதி ரம்பம் கொண்டு இரண்டாக அறுக்கப்பட்டார், சதி உயிரோடு எரிக்கப்பட்டார், தியாலா கொதிக்கும் நீரில் உயிரோடு தள்ளிக் கொல்லப்பட்டார். இவ்வாறு தங்களின் வீர மரணங்கள் மூலமாக அவர்கள் ஆதிவாசிக் குடும்பத்தின் உறுப்பினர்களாகும் தகுதியை உறுதிசெய்தார்கள்.

அடுத்து, குருவின் மரண தண்டனையை நிறைவேற்ற முனைந்தார்கள். வெண்டல் கூறுகிறார், அவரை மதம் மாறச் சொல்லி ஆணையிட்டபோது குரு "எந்தவிதமான தயக்கமும் இன்றி உடனடியாக அதை மறுத்தார். கருணையுடன் தாமே முன்வந்து தம்முடைய தலையை அளித்தார், இதன் மூலம் பின்னர் அவரது சீடர்களின் முறை வரும்போது அவ்வாறே செய்ய தாமே ஒரு சிறந்த முன்னுதாரணமாக உயர்ந்து நின்றார்."[97] கி.பி.1675 நவம்பர் 11 அன்று தில்லியின் ஏகாதிபத்திய அரண்மனையில் அவுரங்கசீப் மற்றும் அவரது அவையில் உள்ளவர்களின் முன்பாக ஒன்பதாவது குருவின் தலை வெட்டப்பட்டது."[98] மெக்காலிஃப்பின் கூற்றுப்படி, "பேரரசர், குருவின் உடலை நான்கு துண்டங்களாக வெட்டி, அந்தப் பாகங்களை நகரத்தின் நான்கு வாயில்களின் முன்பும் தொங்கவிட ஆணையிட்டார்."[99] இவ்வாறு, குரு தேக் பகதூர் வீர மரணமடைந்த இரண்டாவது குருவானார்.

குரு தேக்பகதூர் 'ஸ்ரீஷத் தி சத்தர்' என்று அன்பாக அழைக்கப்பட்டார், அதன் பொருள் 'மனிதநேயத்தின் பாதுகாவலர்' என்பதாகும். வட இந்தியா முழுவதும் வாழ்ந்த சீக்கியர்களை ஓரணியாகத் திரட்டித் தயார் செய்த குரு, ஒடுக்கப்பட்டோரின் நலன்களுக்காக உழைத்தார்; மேலும் அவருடைய ஆதரவாளர்களால் *சச்சா பாதுஷா* என்று வரவேற்கப்பட்டார். இவ்வாறே, ஒட்டுமொத்தப் பிரதேசத்தின் பாதுகாவலன் எனும் அங்கீகாரத்தைப் பெற்றார். இதன் விளைவாக, கி.பி.1711இல் சந்திர சைன் சேனாபதி, *ஸ்ரீ குருஷோபா* என்கிற தனது தொகுப்பில் சில வாக்குமூலங்களை அளிக்கிறார் மனித மனசாட்சியின் விடுதலையைக் குறிப்பால் உணர்த்தும் ஒரு பொதுவிதியை குரு தேக்பகதூர் வலியுறுத்தினார், எனவே 'உலகின் மரியாதையைக்' காப்பவராக அவர் மாறினார்."[100]

குரு 'உலக மரியாதையைப்' பாதுகாத்தவாறே, *மிரி/பிரி* தத்துவத்தை முன்னெடுத்துச் செல்வது கண்டு முகலாய—பிராமணக் கூட்டணி கோபம் கொண்டது. அவருடைய பாட்டனார் குரு அர்ஜுனுக்கு எதிராகச் செயல்பட்ட அதே காரணங்களுக்காகத் தற்போது குருவுக்கு எதிராகவும் அக்கூட்டணி செயலில் இறங்கியது.

"ஒரு பிரபலமான கதை... அதாவது தேக்பகதூர் காஷ்மீர பிராமணர்களின் கட்டாய மதமாற்றத்திற்கு எதிராக நடத்திய போராட்டம் குறித்து அவரது மரண தண்டனை பற்றிய ஆரம்பகால ஆதாரக் குறிப்புகளில் விவரிக்கப்படவில்லை" என்கிறார் டிரஷ்க். கி.பி.1788இல் எழுதிய தனது குறிப்பில் இவ்வாறு கூறுகிறார், "அவுரங்கசீப் இதிலும் மற்ற பல்வேறு சமயங்களிலும் தனது அரசியல் கொடுங்கோன்மையை மறைக்க மதத்தை ஒரு திரையாகப் பயன்படுத்துகிறார்; தன்னுடைய ஆதரவாளர்கள் அவரை மெய்யான அரசன் என்று அழைக்க அனுமதித்ததால் ஏற்பட்ட ஆத்திரமே தேக்பகதாருக்கு செய்த இந்தக் கொடூரத்திற்கு உண்மையான காரணமாக இருக்கக்கூடும்."[101] டிரஷ்க் இவ்வாறு முடிக்கிறார், "பஞ்சாபில் கலகத்தை ஏற்படுத்தியதாகச் சொல்லி கி.பி.1675இல் தேக்பகதூரை முகலாய அரசு கொன்றது."[102] அரசியல் மற்றும் மதம் என இரண்டுமே குருவின் வீர மரணத்திற்குக் காரணமாக அமைந்தது என்கிறார் எரலி.

> பதினேழாம் நூற்றாண்டின் மத்திம காலத்திற்குள் சீக்கியர்கள் தங்களை ஒரு அரசியல் சமூகமாக முழுவதுமாக உருமாற்றிக் கொண்டார்கள். ஆன்மிகத் தலைவராக இருந்தாலும் ஒரு அரசனுக்கு இணையாக அவர்களது குரு இருந்தபடியால், பின்னாளில் அது முகலாய அதிகாரத்துக்கு ஓர் அச்சுறுத்தலாக இருக்கக்கூடும் என்று கருதப்பட்டது. அரசியல் மற்றும் மதரீதியில் சீக்கியர்களுக்குக் கடும் அழுத்தத்தை அளித்தார் அவுரங்கசீப். இது சீக்கிய குரு தேக்பகதூரை கிளர்ச்சியை நோக்கி விரட்டியது; ஆனால் அவர் கைது செய்யப்பட்டு, துன்புறுத்தப்பட்டு, தலை வெட்டப்பட்டுக் கொல்லப்பட்டார்.[103]

இரட்டைத்தலைப் பருந்தின் கண்கள் — ஒரு தலை முகலாயர்களின் தலைப்பாகையால் அலங்கரிக்கப்பட்டிருக்க, மற்றொன்று பிராமணர்களின் திலகத்தை அணிந்திருக்கும் — வெப்பக்கடையின் நுழைவாயிலை விட்டு ஒருபோதும் அகன்றதே இல்லை. குருவின் தெய்வீக ஆதரவுடன் வட இந்தியா முழுவதுமிருந்து மக்கள் போக்குவரத்து அதிகரித்து, கடை மென்மேலும் வெப்பமாகி வளர்ந்தது. இந்தத் தீவிர சக்தி, தங்களுடைய அதிகாரத்திற்கு அச்சுறுத்தலாக இருக்கும் என்பதை ஆளும் உயர் வர்க்கத்தினர் உணர்ந்து கொண்டார்கள். பலவற்றை இழக்க வேண்டிய சூழலில், வெப்பக்கடையின் போக்குவரத்து தொடர்ந்து அதிகரித்ததால், உயர் வர்க்கத்தினரும் ஆக்கிரமிப்பாளர்களும் கூட்டு சேர்ந்து அந்த

விடுதலைப் போராட்ட இயக்கத்தை என்ன விலை கொடுத்தாவது நசுக்க முனைந்தார்கள்.

இருப்பினும், குருவின் மரண தண்டனை நிறைவேற்றப்பட்டாலும், அது சீக்கியப் புரட்சியைத் தகர்க்கவில்லை. குரு தேக்பகதூரைக் கொன்றதன் மூலம் உயர் வர்க்கத்தினர் உண்மையில் அவர்தான் அரசர் என்பதை நிரூபித்து விட்டனர். ஒரு நேர்மையான அரசன்; ஒரு மெய்யான அரசன்; மக்களுக்கு விடுதலையளித்த ஓர் அரசன். பீம்சேன் கூறியதைப் போல அவருடைய மக்கள், புரட்சியின் பாதையில் சென்றுகொண்டிருக்கிறார்கள். மிக நீண்ட காலமாக அடிமைப்பட்டுக் கிடந்த அவர்கள் தற்போது சொல்கிறார்கள், "நாம் போகலாம், நாம் பிரிந்து செல்லலாம்."

குரு தேக்பகதூரின் மகனும் வாரிசுமான குரு கோவிந்த் சிங்கின் தலைமையில் வெப்பக்கடை ஒரு அதிகார ஸ்தலமாக உருவெடுத்தது; மக்களை முழுமையான சுதந்தரத்தை நோக்கி அவரும் வழி நடத்தினார்.

எனினும் கடையின் போக்குவரத்து அதிகரிக்க அதிகரிக்க, துன்புறுத்தல்களும் அதனுடன் சேர்ந்தே அதிகரித்தன. பாபரை ஒரு கொடுங்கோலன் என்றழைத்து குரு நானக் சிறிது காலம் சிறைப்பட்டிருந்தது முதல், ஜஹாங்கீர் குரு அர்ஜுனை சித்திரவதை செய்து கொன்றது வரை, 'மூன்று அல்லது நான்கு தலைமுறைகளுக்கு' வெப்பக்கடையைத் தொடர்ந்து கண்காணித்து வந்ததை ஒப்புக்கொண்டனர். முதலில் சிறைப்பிடிக்கப்பட்டு பின்பு ஷாஜஹான் மீது போர் தொடுத்த குரு ஹர் கோவிந்த் முதல், அவுரங்கசீப்பால் தலை கொய்யப்பட்ட குரு தேக்பகதூர் வரை இது நடந்தது. இவ்வாறு குரு கோவிந்த் சிங் பந்த் மற்றும் கிரந்தம் இரண்டையும் மேற்பார்வையிட்டு நடத்தத் தொடங்கினார்; தன் உயிரை மட்டுமல்ல, தன்னுடைய எல்லா குழந்தைகளின் உயிர்களையும் தியாகம் செய்ய வேண்டுமென்று அவருக்கு விதித்திருந்தது.

குரு கோவிந்த் சிங் (1666–1708) — குரு கோவிந்த் சிங்கின் வருகைக்குப் பின்னர் நிலங்களில் உழைத்த மக்கள், அடிமை-எஜமானர்களின் அதிகாரத்தை ஒழிக்கத் தங்கள் உயிரையும் தியாகம் செய்கின்ற தலைவர்களைக் கொண்ட இந்தச் சமூகத்தில் தங்களை இணைத்துக்கொள்வதற்காகக் கூட்டம் கூட்டமாக அலை மோதினார்கள்.

பகத்துகள் மற்றும் குருக்களால் உருவாக்கி வளர்க்கப்பட்ட 500 ஆண்டு கால ஷபத் வரலாற்றுக்குப் பின்னர் ஆதி கிரந்தம் உருவாக்கப்பட்டது, மேலும் ஹர்மந்திர் சாஹிப் மற்றும் அகால் தக்த் கட்டி முடிக்கப்பட்டது. இவ்வாறு மனித மாண்பைப் பாதுகாக்கும் போராட்டத்தின் அடுத்தக் கட்டமாக, சீக்கியப் புரட்சியில் பங்கேற்றவர்களின் தேசியத் தகுதியை நிலைநாட்டுவதற்கான முயற்சிகள் மேற்கொள்ளப்பட்டன. பந்த் மற்றும் கிரந்தம் ஆகிய இரண்டையும் கால்சா (இறையாண்மை) என்கிற ஒரே அமைப்பில் இணைத்ததன் மூலம் குரு கோவிந்த் சிங் இதை நிறைவேற்றினார்.

குரு கோவிந்த் சிங் கி.பி.1699இல், அவருடைய தந்தையால் கி.பி.1665இல் திட்டமிடப்பட்ட நகரமான, அனந்தபூர் சாஹிப் நகரத்தின் மையத்தில் வெகு தூரத்திலிருந்து பயணம் செய்துவந்த ஆயிரக்கணக்கான ஆதரவாளர்கள் முன்பு நின்றுகொண்டிருந்தார். அங்கு கூடியிருந்த தொண்டர் கூட்டத்திலிருந்து தங்கள் தலைகளை ஈந்து, இன்னுயிரைத் தியாகம் செய்யக்கூடிய ஐந்து தன்னார்வலர்களை அழைத்தார். முதல் தன்னார்வலரைத் தம்முடன் அழைத்துக்கொண்டு தமது கூடாரத்துக்குள் நுழைந்தார். தனியொருவராக அவர் வெளியில் வந்தபோது அவரது வாள் ரத்தத்தில் நனைந்திருந்தது. அவர் மீண்டும் ஒரு தன்னார்வலரை அழைத்தார், அதே செயல்முறையைத் தொடர்ந்து செய்த அவர், கடைசியாகக் கூடாரத்தை விட்டு வெளியே வந்தபோது அவருடன் அந்த ஐந்து பேரும் உயிருடன் வெளியே வந்தார்கள்; அரசர்களைப்போல உடையணிந்து, தலையில் தலைப்பாகைகளுடன் அவர்கள் கம்பீரமாக நின்றார்கள்.

அந்த ஐவரும் வெவ்வேறு சாதிகளைச் சேர்ந்தவர்கள் மட்டுமல்ல, பூகோள ரீதியாக வெகுதொலைவில் அமைந்த வெவ்வேறு பகுதிகளிலிருந்தும் அவர்கள் வந்திருந்தார்கள். தில்லியிலிருந்து ஒருவரும், குஜராத்திலிருந்து ஒருவரும், கர்நாடகாவிலிருந்து ஒருவரும், லாகூரிலிருந்து ஒருவரும், ஒடிசாவிலிருந்து மற்றவரும் வந்திருந்தனர். ஆயினும், தற்போது அவர்களுடைய பழைய அடையாளங்களின் வேறுபாடுகளும் பிரிவுகளும் கைவிடப்பட்டுவிட்டது. ஏனெனில் குரு அவர்களது சாதிப்பெயர்களைப் பறித்துவிட்டு அனைவருக்கும் சிங் (சிங்கம்) என்று ஞானஸ்நானம் செய்து வைத்திருக்கிறார். 'புழுக்கள்' என்ற நிலையிலிருந்து இனி இவர்கள் சிங்கங்களாக மதிக்கப்படுவார்கள்.

"இன்று முதல் நீங்கள் சாதியற்றவர்களாக மாறிவிட்டீர்கள்," என்று அறிவித்தார் குரு. அவர் ஆணுக்கும் பெண்ணுக்கும் இடையிலான சமத்துவத்தை, எல்லா மக்களுக்கும் பொதுவான மனிதநேயத்தை, ஏழைகளின் நிலையை மற்றும் சீக்கிய சமயத்தின் தனித்தன்மையை என எல்லாவற்றையும் ஒரே வாக்கியத்தில் உறுதிப்படுத்தினார்.

இந்து அல்லது இஸ்லாம், எந்த மதத்தின் சடங்குகளையும் இனி நீ செய்யக்கூடாது. ஒரே கடவுள், அவரே நமது எஜமானர், நம் அனைவரையும் பாதுகாப்பவரும் அவரே. ஆக்கவும் அழிக்கவும் வல்ல அவர் ஒருவரை மட்டுமே நம்ப வேண்டும். அவர்மீதான நம்பிக்கையைத் தவிர, மூடநம்பிக்கைகளை நீ நம்பக்கூடாது. உனது இந்தப் புதிய சமூக வரிசையில் தாழ்த்தப்பட்டவன் உயர்த்தப் பட்டவனுக்கு இணையாக மதிக்கப்படுவான். ஒவ்வொருவரும் பிறருக்கு சகோதரராகவே கருதப்படுவார்கள்... அனைத்திலும் பெண்கள், ஆண்களுக்கு இணையாகவே மதிக்கப்படுவார்கள். சாதி, சமயம், நிறம் அல்லது தேசம் என்று எந்தப் பாகுபாடும்

பார்க்காமல் ஏழைகளுக்குச் சேவை செய்யுங்கள். என்னுடைய கால்சா எப்போதும் வறியவர்களைப் பாதுகாக்கும்.[104]

பின்னர் குரு அனைவர் முன்னிலையிலும் அடிபணிந்து தன்னைச் சமர்ப்பித்துக்கொண்டார். அதேபோல தன்னையும் 'சிங்' என்று புனிதப்படுத்தும் விதமாக எண்ணெய் பூசுமாறு அவர்களைக் கேட்டுக்கொண்டார். *கால்சா*வின் அர்ப்பணிப்பு குறித்து அவர் பெரும் நம்பிக்கை கொண்டிருந்ததால், அந்த நிறுவனத்திற்குத் தன்னையே ஒப்புக்கொடுத்தார். சீக்கியர்கள், வரலாற்றின் இந்தக் காலகட்டத்தில் *ஆதி கிரந்தத்*தின் கொள்கைகளில் ஊறித் திளைத்திருந்தார்கள். ஆகவே, குரு எத்தனைப் பேரை அழைத்திருந்தாலும் — ஐந்தோ, ஐயாயிரமோ — அனைவருமே தியாகம் செய்ய மனமுவந்து முன்வந்திருப்பார்கள்.

ஐந்து பேர் தங்கள் தலைகளை அளிக்கத் தாமே முன்வந்து 'சிங்' என்று ஞானஸ்நானம் பெற்ற பின்னர், மேலும் பலர் *கால்சா*வின் அழைப்பை ஏற்க முன்வந்தார்கள். டாக்டர் கோபால் சிங்கின் கூற்றுப்படி "அடுத்த சில நாட்களிலேயே ஏறக்குறைய 80,000 சீக்கியர்கள் அதே முறையில் ஞானஸ்நானம் பெற்றார்கள்."[105] அவர்களில் கி.பி.1675இல் காஷ்மீரப் பண்டிட்டுகள் அடங்கிய பிரதிநிதிகள் குழுவை வழி நடத்தியவர்களில் கிருபா ராம்தத் ஒருவர். அவர் அடிபணிந்து வணங்கி கிர்பா சிங்காக மாறினார். உயர்வாகப் பிறந்தவர்கள் தங்களைத் தாங்களே தாழ்த்திப் பணிந்தார்கள்; அதேசமயம், தாழ்வான நிலையில் பிறந்தவர்கள் மேம்படுத்தப்பட்டார்கள். இவ்வாறே, பல்வேறு பின்புலங்களிலிருந்து வந்த பெருமளவிலான தனிநபர்கள் அனைவரும் சமமான மனிதர்களாக ஒன்றிணைந்து நின்றார்கள்.

"தாழ்த்தப்பட்டவர்கள் உயர்த்தப்பட வேண்டும், மேலும் இனி வெறுக்கப் பட்டவர்கள் எனக்கடுத்து நெருக்கமாக வசிக்க வேண்டும் என்று குரு கோவிந்த் அறிவித்தார்," என எழுதுகிறார் கன்னிங்ஹாம். குரு நானக் கி.பி.1499இல், கடவுளின் பாதைக்குத் தாழ்வாகப் பிறந்தவர்களின் நட்பை நாடுதல் அவசியம் என்று அறிவித்தார். கன்னிங்ஹாம் கூறுகிறார், "குரு நானக் தனது பணியைத் தொடங்கிய ஆண்டிலிருந்து சரியாக 200 ஆண்டுகளுக்குப் பின்னர் *கால்சா* நிறுவப்பட்டதைக் கொண்டாடும் விதமாக உயர் மதிப்பெண் பெற்ற மாணவர்களின் பட்டமளிப்பு விழா நடைபெற்றது. சீர்திருத்தத்திற்கான உண்மையான கொள்கைகளை உணர்வதும், அவற்றிற்கான அகன்ற அடித்தளங்களை அமைப்பதுமாகிய பணிகள் அவருக்காகக் காத்திருந்தன. இந்த அடித்தளமே அவருக்குப் பின்வந்த கோவிந்திற்கு தமது நாட்டு மக்களின் மனங்களில் புதிய தேசியக் குடியுரிமை என்னும் தீப்பொறியை ஏற்றுவதற்கு உதவியாக இருந்தது. மேலும், சமயத்தைப்போல இனத்திலும், மத நம்பிக்கைகளைப்போல அரசியல் உரிமைகளிலும் தாழ்த்தப்பட்டவர்களும் உயர்த்தப் பட்டவர்களுக்கு இணையானவர்களே என்னும் கோட்பாட்டிற்கு நடைமுறை வடிவம் ஏற்படுத்தவும் நானக்கின் அடித்தளம் உதவி புரிந்தது."[107]

அனைவரது மனங்களிலும் புதிய குடியுரிமை என்னும் உணர்வு கொழுந்து விட்டெரிய ஐந்து சிங்குகளும், அவர்களோடு இணைந்த மற்றவர்களும் தங்களுடைய வாழ்வை மானுட விடுதலைக்காக அர்ப்பணித்தார்கள். தாங்கள் கட்டுண்டு கிடந்த தளைகளிலிருந்து விடுபட்டு, மனிதத் தன்மையற்ற அமைப்புகளை அழித்தொழித்தல் மற்றும் பேகம்புராவின் வளர்ச்சிக்குத் துணை நிற்றல் ஆகிய பணிகளுக்காகத் தங்களுடைய தலைகளை அர்ப்பணித்தார்கள். அன்று முதல், இந்தத் தனித்துவம் மிக்க விடுதலை ஜோதி அடுத்து ஆதிவாசிகளிடம் அளிக்கப்பட்டது; இதன் மூலம் அவர்கள் தங்களைத் தாங்களே பிரதிநிதித்துவப்படுத்திக்கொள்ளவும், தங்களுக்கு நேரும் பாதிப்புகளிலிருந்து காத்துக்கொள்ளவும், தங்களது விதியைத் தாங்களே நிர்ணயிக்கவும் கற்றுக்கொள்ளலாம்.

கூடியிருந்த சபை முன்பு பேசுகையில், குரு கோவிந்த் சிங் எல்லா மக்களுக்குமான உலக சமத்துவத்தைப் பிரகடனம் செய்தார். "சிலர் இந்துவாக இருக்கலாம், சிலர் முஸ்லிமாகவும், ஒரு சிலர் ஷியா மற்றவர் சுன்னி என்றும் இருக்கலாம், ஆனால் எல்லா மனிதர்களும் ஓர் உயிரினமாக ஒரே மாதிரியாகக் கருதப்பட வேண்டியவர்களே," என்று அறிவித்தார்.[108]

அவரது பிரகடனம் அன்று முதல், "ஒட்டுமொத்த மனித இனத்தையும் ஒன்றாகக் கருதுங்கள்," என்று சுருக்கமாக வழங்கப்பட்டு வருகிறது. விரிவான உரையில் (முகலாய வரலாற்றாசிரியர் குலாம் முஹி-உத்-தின் கி.பி.1723இல் எழுதிய *ஃபத்துஹத்-நமா-ஈ-சமாதி* என்ற புத்தகத்தில் பதிவு செய்யப்பட்டுள்ளது) குரு இவ்வாறு கூறுகிறார்,

> தற்போது பின்பற்றிவரும் மதங்களில் உள்ள வேறுபாடுகள் அனைத்தையும் கடந்து எழும்பிவந்து ஒரு சமயத்தைத் தழுவுங்கள்; ஒரே பாதையைப் பின்பற்றுங்கள். வெவ்வேறு விதிகளைத் தங்களது வழிகாட்டுதலாகக் கொண்ட நான்கு இந்து மதச் சாதிகளையும் விட்டொழியுங்கள். ஒரே வடிவிலான வழிபாட்டைப் பின்பற்றி, சகோதரர்களாக மாறுங்கள். எவன் ஒருவனும் மற்றவனைவிட தானே உயர்ந்தவன் என்று கருதக்கூடாது. *சாத்திரங்களால்* உயர்வாகப் பேசப்படுகின்ற கங்கையையும் மற்ற புனிதத்தலங்களையும் எவரும் பொருட்படுத்தவே கூடாது. மேலும் ராமன், கிருஷ்ணன், பிரம்மன் மற்றும் துர்கா போன்ற அவதாரங்களை வணங்கக்கூடாது. ஆனால் குரு நானக் உட்பட்ட மற்ற சீக்கிய குருக்களின் மீது நம்பிக்கை வைக்க வேண்டும். நால்வர்ணத்தைச் சேர்ந்த மனிதர்களும் என்னுடைய ஞானஸ்நானம் பெற்று ஒருவருக்கொருவர் வெறுப்போ, இகழ்ச்சியோ பாராட்டாமல், ஒரே பாத்திரத்திலிருந்து உணவு உண்ணட்டும்.[109]

சுருக்கமாகச் சொல்வதென்றால், குரு கோவிந்த் சிங் தற்போது 'நாஷ் கோட்பாடு' என்று அறியப்படும் கோட்பாட்டை அறிமுகப்படுத்தினார்.

'ஐந்து விடுதலைகள்' என்றும் அழைக்கப்படுகிற இந்தக் கோட்பாடு அடிமைத்தனம் முதல் செயற்கையான சமூக மற்றும் ஆன்மிகத் தடைகள் வரையான தளைகளிலிருந்து மக்களை விடுவிக்கிறது. ஹரிந்தர் சிங் இவ்வாறு விளக்குகிறார், "தூண்டப்பட்ட சீக்கியர்கள் படைப்பாளுமைப் (அகால் புராக்) பணிகளைச் செய்வதற்காகத் தங்களது முந்தையத் தொழில்களை (கிரித் நாஷ்) கைவிட்டார்கள்; குருவின் குடும்பத்தில் ஒருவராக மாற வேண்டி, தங்களது குடும்பப் பந்தங்களை (குல் நாஷ்) துண்டித்துக்கொண்டார்கள்; கால்சாவுக்காக தங்களது முந்தையச் சமயங்களை (தரம் நாஷ்) நிராகரித்தார்கள்; கர்மாவிற்குப் பதிலாகக் கருணையைப் பின்பற்றினார்கள்; மேலும் மூடநம்பிக்கைகளை (பரம் நாஷ்) நிறுத்திவிட்டு ஒற்றைச் சக்தியின் (இக் ஓங்கார்) மீது நம்பிக்கை வைத்தார்கள்."[110]

குரு கோவிந்த் சிங் கால்சாவை நிறுவியதன் மூலம் சாதாரண மனிதனும் அரசனாகலாம் என்கிற குரு அர்ஜுனின் கருத்தை விரிவுபடுத்தினார். கி.பி.1841இல் எழுதப்பட்ட *ஸ்ரீ குரு பந்த் பர்கஷ்* என்கிற தனது புத்தகத்தில், சீக்கிய வரலாற்றாசிரியர் ரத்தன் சிங் பங்கூ இவ்வாறு கூறுகிறார், "கால்சா எப்போதும் தன்னாட்சி உரிமை பெற்றதாகவும், சுயமரியாதை கொண்டதாகவும் இருக்க வேண்டும்... கடவுள் ஒருவரது தலைமை மற்றும் தன்னாட்சியைத் தவிர வேறு எவரது தலைமைக்கும் அது சமர்ப்பிக்கப்படக் கூடாது."[111] கபூர் சிங் கி.பி.1933இல் இவ்வாறு எழுதுகிறார், "கால்சா என்பதே ஒரு தலைமை... அது வேறெந்த பூலோகவாசிக்கும் அல்லது சக்திகளுக்கும் கடமைப்பட்டது அல்ல. சர்வ வல்லமை படைத்த ஓர் இறைவன், கால வரம்பற்றவன், அவனே உங்களது ஒரே தலைமை; அவனுக்கு மட்டுமே நீங்கள் கடமைப் பட்டவர்கள், உங்களது பக்தி மற்றும் ஆராதனைக்குரியவன் அவன் ஒருவன் மட்டுமே."[112] இதன்பின் கபூர்சிங் மேலும் உறுதிப்படுத்துகிறார், சீக்கியர்கள், "சர்வாதிகாரத்தின் சமரசமற்ற எதிரிகள்."

சீக்கியம் ஒரு தனிநபரின் மதிப்பிற்குப் பெரும் முக்கியத்துவம் அளிக்கிறது, எவ்வித சமரசமுமற்று சர்வாதிகாரத்திற்கு எதிராகத் தன்னை முன்னிறுத்திக்கொள்கிறது. அடுத்தவர் வாழ்வில் மூக்கை நுழைத்துத் தொல்லை தரும் அனைத்து உலகளாவிய அமைப்புகளுக்கும் எதிரானது சீக்கியம். அது அரசியல் சார்ந்த இஸ்லாமிய மதமாக இருந்தாலும், பொதுநலக் கொள்கைகள் ஆனாலும், அல்லது அரசாங்கத்தால் கட்டாயப்படுத்தப்படும் மதச்சார்பற்ற இந்துவின் சர்வோதயாவாக இருந்தாலும், சீக்கியம் அவற்றை எதிர்க்கும். சீக்கியத்தின் இத்தகைய போதனைகளிலிருந்தே, ஆட்சி அமைப்பு முறை மற்றும் சமூக-அரசியல் வாழ்க்கை ஆகியவற்றின் மீதான சீக்கிய அக்கறை எழுகிறது. 'நீ உன்னை அடிமைத்தனத்திற்குச் சமர்ப்பித்துக்கொள்ளக்கூடாது' என்கிற கட்டளையும்

> இந்தப் போதனையிலேயே அடங்கும். மேலும், இந்தப் போதனை தொலைநோக்கு அரசியல் மற்றும் சமூகத் தாக்கங்களை ஏற்படுத்தக் கூடியது. ஏனெனில் இது கடந்த பல நூற்றாண்டுகளுக்கான சீக்கிய வரலாற்றின் அடிப்படை உந்து விசையை உள்ளடக்கியது.[113]

இவ்வாறு, தனிநபருக்கு அதிகாரம் அளிக்கும் விதமாக, குரு கோவிந்த் சிங் விடுதலை பெற்ற மக்களுக்குத் தங்களைத் தாங்களே எவ்வாறு பாதுகாத்துக்கொள்ள வேண்டும் என்பதைக் கற்றுக் கொடுத்தார். "வைக்கோல் மற்றும் நாணலைப்போல பலவீனமாக இருந்த மக்களை, இரும்பு மனிதர்களாக அவர் மாற்றுவார்," என்று எழுதுகிறார் பாங்கூ.[114] சூத்திரர்கள் மற்றும் ஆதிசூத்திரர்கள் ஆயுதம் ஏந்துவதையும், சேணம் பூட்டப்பட்ட குதிரைகளில் சவாரி செய்வதையும், தடைசெய்கின்ற சாதியக் கட்டுப்பாடுகளை மீற வேண்டுமென்று குரு தீர்மானித்தார்." இந்துக்களைப் பல காலமாக விலங்கிட்டு வைத்திருந்த அத்தகைய விதிகளை உடனே உடைத்தெறிய முடிவு செய்தார்; சுருக்கமாக, நாட்டின் ஒட்டுமொத்த மக்களுக்கும் ஆயுதம் அளிக்கத் தீர்மானித்தார்."[115] லெஃப்டினன்ட் கர்னல் ஜான் மால்கம் மேலும் இவ்வாறு விவரிக்கிறார்,

> அந்த முக்கியமான புள்ளிகள்... குரு கோவிந்த் எந்த முக்கியமான கருத்துக்களைக் கொண்டு தம்முடைய ஆதரவாளர்களை இந்துக்களிடமிருந்து நிரந்தரமாகப் பிரித்தாரோ, அவை அனைத்தும் ஏற்கனவே கூறப்பட்டவையே. சாதிகளுக்கு இடையே உள்ள வேறுபாட்டைத் தகர்ப்பது, மதம் மாறியவர்களை அனுமதிப்பது, மற்றும் ஆயுதங்கள் மீது நாட்டத்தை ஏற்படுத்துவது ஆகியவை அனுமதிக்கத்தக்க விஷயங்கள் மட்டுமல்ல, அவருடைய ஆதரவாளர்களின் சமயக் கடமையுமாகும். அதே சமயம், தர்ம சாஸ்திரங்களைப் (மனுஸ்மிருதி போன்று சாதியக் கடமைகளைப் பற்றிக் கூறும் இந்து மத வேதங்கள்) பின்பற்றும் இந்துக்களைப் பொறுத்தவரை, ஒரு தொழிலாக, எல்லா நேரங்களிலும் ஆயுதம் ஏந்தி நிற்பது சத்ரியர்கள் மற்றும் ராணுவ குலத்துக்கு மட்டுமே உரியதாகும்.[116]

ஒரு போர்வீரனாக குரு அனைவருக்கும் முன்மாதிரியாக இருந்து வழிகாட்டினார். சங்கத் சிங்கின் பார்வையில், "அவர் கொடுங்கோன்மையின் அனைத்து வடிவங்களுக்கு எதிராகவும் போராடினார்; ஒடுக்குமுறை செய்பவர் இந்துவாக இருந்தாலும் இஸ்லாமியராக இருந்தாலும், எவ்வித மழுப்பலும் தயக்கமுமின்றி அவர்களுடைய தவறுகளைச் சுட்டிக் காட்டினார்."[117] குரு, கி.பி.1689 முதல் கி.பி.1705 வரை கொடுங்கோலர்களின் ஆக்கிரமிப்புகளுக்கு எதிராகப் போர் தொடுத்தார். முதலில் முகலாயர்களுடன் ரகசியக் கூட்டணியில் இருந்த உயர் வர்க்க மலை ராஜாக்களுக்கு எதிராகத் தமது

படைகளை வழி நடத்திச் சென்றார். "அந்த ராஜாக்கள் பலமுறை பல நடவடிக்கைகளின் மூலம் தோற்கடிக்கப்பட்டு அவமதிக்கப்பட்ட பின்னர், அவுரங்கசீப்பின் அரசவைக்குச் சென்று, குரு கோவிந்துக்கு எதிராக உதவுமாறு வேண்டி நின்றார்கள்," என்று எழுதுகிறார் வரலாற்றாசிரியர் ஜாஹிருதீன் ஃபாருக்கி.[118] சீக்கியர்களுக்கு எதிரான போரில் அவுரங்கசீப்பும் இணைந்தார். "குரு கோவிந்த் தம்முடைய ஆதரவாளர்களின் தலைமையில்... முகலாயப் பேரரசர்களின் படைகளுக்கு எதிராக மீண்டும் மீண்டும் பல வெற்றிகளைப் பெற்றார்."[119]

குரு கோவிந்த் சிங் விடுதலைக்கான நாடோடி வண்டியைத் தொடர்ந்து முன்னெடுத்துச் சென்றார், அதன் காரணமாக அவர் முக்கியமான பின்னடைவுகளைச் சந்தித்தார்; மேலும், தனிப்பட்ட முறையில் அதற்காக அவர் பெரும் விலை கொடுக்க வேண்டியிருந்தது. கி.பி.1704இல் தம்முடைய எல்லா மகன்களையும் அவர் இழந்தார். மூத்த மகன்களான அஜித் (வயது 17) மற்றும் ஜுஜ்ஜார் (வயது 13) இருவரும் போரில் மரணமடைந்தார்கள். இளைய மகன்களான ஜோராவர் (வயது 8) மற்றும் ஃபத்தே (வயது 5) இருவரும் முகலாயர்களால் கொல்லப்பட்டார்கள்.

தார்ன்டன் கூறுகிறார், முகலாயப் படைகளின் கை ஓங்கியபோது, இளம் பிள்ளைகளின் எதிர்காலத்தைக் கருத்தில் கொண்டு குரு 'தப்பிச் செல்ல சம்மதித்தார்.'[120] சங்கத் சிங்கின் கூற்றுப்படி, "குரு தன்னுடைய தாய் மற்றும் இளைய மகன்கள் இருவரையும் ஒரு சீக்கியரிடம் ஒப்படைத்தார்." பாதுகாப்பான தூரத்திற்குச் சென்றடைந்த பின்னர், "ஒரு காலத்தில் குருவின் வீட்டில் வேலை செய்துவந்த கங்கு என்கிற காஷ்மீரப் பிராமணனை அவர்கள் சந்தித்தார்கள்." கங்கு அவர்களுக்குப் பாதுகாப்பான பயண ஏற்பாடுகள் செய்து தருவதாகக் கூறி தன் வீட்டுக்கு அழைத்துச் சென்று, அவர்களிடமிருந்த மதிப்புமிக்கப் பொருட்களைப் பிடுங்கிக்கொண்டு அவர்களை முகலாயர்களிடம் ஒப்படைத்ததாகக் கூறப்படுகிறது. பாம்சாய் கூறுகிறார், "பிள்ளைகள் சிர்ஹிந்துக்கு அழைத்துச் செல்லப்பட்டு அங்கு பேரரசர் 'அவுரங்கசீப்பின் ஆணைப்படி உயிரோடு புதைக்கப்பட்டார்கள்.'"[121]

பாம்சாய் தொடர்கிறார், "இருப்பினும், இந்தத் துன்பம் குருவின் மனநிலையைக் குலைக்கவில்லை. அவர் சிதைந்து கொண்டிருக்கும் முகலாய சாம்ராஜ்யத்தின் படைகளுக்கு எதிராகத் தொடர்ந்து கடுமையாக யுத்தம் செய்தார். தனது இழப்புக் குறித்து *கால்சாவின்* சபையில் பேசும்போது, "என்னுடைய நான்கு மகன்களும் வாஹேகுருவுடன் இணைந்துவிட்டாலும், ஆயிரக்கணக்கான என்னுடைய மகன்கள் இன்னும் உயிரோடுதான் இருக்கிறார்கள்," என்று குரு கோவிந்த் சிங் பேசியதாக வாய்மொழிப் பதிவுகள் கூறுகின்றன. தன்னுடைய மகன்களின் மரணத்தைத் தாங்கிக் கொண்டு, பல்வேறு சோதனைகளையும் இன்னல்களையும் கடந்து வந்து, ஒடுக்குமுறையாளர்களுக்கும் ஒடுக்கப்படுவோருக்கும் இடையே உள்ள சிறு இடைவெளியில் உறுதியாக நின்றபடி ஆயிரக்கணக்கானோரின் உயிர்களை அவர் பாதுகாத்தார்.

குரு கோவிந்த் சிங் கி.பி.1705இல் அவுரங்கசீப்பிற்கு எழுதிய கடிதத்தில் ஒடுக்கப்படுபவர்களைப் பாதுகாப்பதே எனது உள்நோக்கம் என்று தெரிவிக்கிறார். பேரரசரை அவர் இவ்வாறு எச்சரிக்கிறார், "உங்களது அரசவை ஊழியர்களின் ஆலோசனைகளைக் கேட்டு மக்களுக்குத் தீங்கிழைப்பதையும் அவர்களைத் துன்புறுத்துவதையும் நிறுத்துங்கள்." முகலாயர்களுடன் கூட்டு சேர்ந்தவர்களுக்கு எதிரான தனது யுத்தங்களைக் குறிப்பிட்டு "விக்கிரக வழிபாட்டாளர்களான மலை ராஜாக்களை அழித்தவனும் நானே," என்று கூறுகிறார். அவுரங்கசீப்பின் கொடூரங்கள் யாவும் அவரது சொந்த மதத்தையே மீறிய செயல்கள், என்று உறுதிபடக் கூறினார் குரு. அவர் எழுதுகிறார்: "நீங்கள் இஸ்லாத்தின் போதனைகளைப் பின்பற்றுவதுமில்லை அதன் அர்த்தத்தைப் புரிந்துகொள்ளவும் இல்லை." பேரரசர் எளியவர்களை அச்சுறுத்துபவர் என்பதைச் சுட்டிக் காட்டும்விதமாக குரு இவ்வாறு கூறி முடிக்கிறார், "அவுரங்கசீப்! பலமற்றவர்களையும், பயந்தவர்களையும் உன்னுடைய ராணுவ பலத்தைக் கொண்டு சித்திரவதை செய்வதை நிறுத்து."[122]

குரு நானக்கைப் போலவே குரு கோவிந்த் சிங்கும் பொய்யான சமயங்களையும் நேர்மையற்ற அரசியலையும் எதிர்ப்பதில் உறுதியாக இருந்தார். ஒரு சக்தி வாய்ந்த சாம்ராஜ்யத்தின் இதயத்தில் இருந்தபடியே அதைக் கவிழ்ப்பதற்கான பணிக்குத் தன்னைத் தயார் செய்துகொண்டார்; மேலும், சமூகச் சீரழிவுகள் மற்றும் மத ஊழல்களுக்கிடையே நடத்தை முறைகளில் எளிமையையும், விருப்பத்தில் உற்சாகத்தையும் ஒற்றைக் குறிக்கோளையும் வலியுறுத்தினார்."[123] இந்த இழிவான கலாச்சாரத்தை எதிர்த்தபடியே, பந்த் மேலும் வலிமையாக, மேலும் ஒன்றுபட்டு, கூடுதல் நெகிழ்தன்மையுடன் வளர்ந்தது.

"சீக்கிய சமயத்தின் பழம்பெரும் பிரதான குருக்களில் இறுதியானவரும், பத்தாவது குருவுமான குரு கோவிந்த் சிங்கின் தலைமையின்கீழ், பல்வேறு இடர்களுக்குப் பின்னர், துறவிகளின் சகோதரத்துவக் கூட்டமைப்பாக இருந்த சீக்கியர்கள், பெரும் வீரர்களின் ராணுவமாக உருவெடுத்தார்கள்," என்று எழுதுகிறார் ஜேம்ஸ் வீலர்.[124]

குரு, ஆதிவாசிகளின் உரிமைகளுக்காகத் தன் கடைசி மூச்சு வரை போராடினார். அவர் மகாராஷ்டிராவின் நான்தெத் நகரத்தில் இருந்த சமயம், அச்சம்பவம் நிகழ்ந்தது. "ஒரு கொலைபாதகன் காரணமாக... அவரது வாழ்க்கை கி.பி.1708இல் வெகு சீக்கிரமாக முடிவுக்கு வந்தது."[125] இவ்வாறு குரு கோவிந்த் சிங் வீர மரணமடைந்த மூன்றாவது குருவானார். ஆதிவாசிகளின் சுதந்தரத்துக்காகத் தணியாத தாகத்துடன் குரு மேற்கொண்ட முயற்சிகள் மற்றும் தியாகங்கள் குறித்து எழுதப்பட்ட சாசனத்தில், விடுதலையடைந்த *கால்சா* குரு கோவிந்த் சிங்கை *பிதா* (தந்தை) என்று அன்புடன் நினைவு கூர்கிறது.

மரணத்துக்கு முன்பு குரு கோவிந்த் சிங், தனக்கு மிகவும் ஊக்கமளித்த முன்னோர்கள் மற்றும் பகத்துகளுடைய எழுத்துகளின் தொகுப்பான

ஆதி கிரந்தத்தின் மீது தன் குரு அந்தஸ்தை அளித்து மேம்படுத்தினார். குரு கிரந்தத்தைத் தனது வழிகாட்டியாகக் கொண்ட *கால்சா* பாந்தாசிங் பகதூரை தன்னுடைய தளபதியாக ஏற்றுக்கொண்டது. தம்முடைய பணியைத் தொடர்வதற்காக குருவால் நியமிக்கப்பட்டவர் அவர்.

பாந்தாசிங் பகதூர் (1670–1716) கி.பி.*1708*இல் பாந்தா மகாராஷ்டிராவில் இருந்து பஞ்சாபிற்குப் பயணம் செய்து மக்களை ஆயுதங்கள் ஏந்தி வருமாறு ஓர் அழைப்பு விடுத்தார். புதிதாக ஒரு படையை உருவாக்கினார், "ஏற்கனவே முகலாயர்கள் விதித்திருக்கும் அதிகப்படியான நிலவரிக்கு எதிராக விவசாயிகள் அங்கு போராடிக்கொண்டிருந்த காரணத்தால், படை உருவாக்கத்தில் அவர் கணிசமான வெற்றி பெற்றார்."[126] இர்வினின் கூற்றுப்படி, "விரைவில் நாற்பதாயிரத்திற்கும் மேற்பட்ட ஆயுதம் ஏந்திய வீரர்கள் அவரைச் சுற்றிக் கூடினார்கள். குறிப்பாக, இந்துக்களின் ஒடுக்கப்பட்ட சாதியிலிருந்து தேர்ந்தெடுக்கப்பட்டவர்கள் அதில் பெருமளவில் இருந்தார்கள்."[127]

சீக்கியத் தளபதி பாந்தா தன் முதல் ராணுவப்போரில் "குருவின் இரு மகன்களையும் உயிரோடு புதைத்த சிர்ஹிந்த் நகரத்தின் கவர்னர் மீது தனது கவனத்தைத் திருப்பினார்."[128] அதன் விளைவாக, அவர் சிர்ஹிந்தை வெற்றிகொண்டு, ஆளுநரைத் தூக்கிலிட்டார். கி.பி.*1709* முதல் கி.பி.*1715* வரை வீரமான, அதேசமயம் மூர்க்கமான, அந்தத் தலைவர் முகலாயர்களுக்கு எதிராக ஓர் உழவர் கிளர்ச்சியைத் தலைமையேற்று நடத்தினார்.

அதன் பின்னர், பாந்தா தேசியக் கொள்கைகளை அங்கு நிறுவத் தொடங்கினார். "சீக்கிய இறையாண்மையைக் குறிக்கும் விதமான நாணயங்களை உருவாக்கி வெளியிட்டார்," என்று கூறுகிறார் சங்கத் சிங். "ஓர் ஊரில் வசிக்காமலே அந்த ஊரின் பெரும் நிலப்பரப்பை ஒருவரே உரிமையாளராக இருந்து ஆண்டு அனுபவிக்கும் ஜமீன்தாரி முறையை ஒழித்துக் கட்டி, நிலத்தை உழுபவருக்கே சொந்தமாக்கினார். சீக்கியர் அல்லது இஸ்லாமியர் என எந்த மதத்தைச் சேர்ந்தவரானாலும், அனைத்து வகுப்பினருக்கும் அந்த விதி பொருந்தும் என அறிவித்தார்."[129]

சாதிய வழக்கங்களை ஒழிப்பதே கிளர்ச்சியின் முக்கிய நோக்கமாக இருந்ததை சமகால வரலாற்றாசிரியர்களும்கூட கவனத்தில் எடுத்துக் கொண்டார்கள். முகம்மது ஹாதி கம்வார்கான், கி.பி.1724இல் வெளியிட்ட *தஸ்கிராத் உஸ்–ஸலாத்தின் சக்தா* என்கிற தனது தொகுப்பில் இவ்வாறு எழுதுகிறார், "துப்புரவுத் தொழிலாளர்கள், தோல் பதனிடுபவர்கள், மற்றும் பஞ்சாரா (நாடோடி) சமூகத்தவர்கள், அடித்தட்டு மற்றும் தாழ்த்தப்பட்ட சமூகத்தைச் சேர்ந்தவர்கள் என பல்வேறு வகுப்பைச் சேர்ந்த பெரும் எண்ணிக்கையிலான மக்கள் அவரைச் சுற்றித் திரண்டு அவருடைய தொண்டர்களாக மாறினார்கள்."[130] முஹம்மத் ஷஃபிவாரித், கி.பி.1734இல் எழுதப்பட்ட *மிராத்–ஈவாரிதத்* என்கிற தனது தொகுப்பில் பாந்தாவின் 'பழக்க வழக்கங்கள்' குறித்து விவரிக்கிறார்,

இந்துக்களாக இருந்தாலும் இஸ்லாமியர்களாக இருந்தாலும் எவரெல்லாம் தங்களை சீக்கியர்களாகப் பதிவு செய்து கொண்டார்களோ அவர்கள் எல்லாரும் ஒரே அமைப்பாக இருந்து ஒன்றாக உணவருந்த வேண்டும். இதன் மூலம் தாழ்த்தப் பட்டவராகக் கருதப்படுபவர்களும், உயரடுக்கில் பிறந்தவர்களும் தங்களுக்கிடையே உள்ள வேறுபாடுகளைக் களைந்து சக தோழர்களாக இணைந்து நின்று ஒற்றுமையை வலியுறுத்த வேண்டும் என்னும் விதியை ஏற்படுத்தினார். ஒரு துப்புரவுத் தொழிலாளி பெரும் அந்தஸ்து கொண்ட ராஜாவிற்கு அருகில் அமர்ந்தார், அவர்கள் தங்களுக்கிடையே எவ்விதப் பகைமையையும் பாராட்டவில்லை. இது போல பல்வேறு புதுமையான மற்றும் வினோதமான நடைமுறைகளை அவர் வழக்கத்திற்குக் கொண்டுவந்தார்...

ஹிந்துஸ்தானத்தில் சாதியற்ற ஒருவனைவிட அசுத்தமாகக் கருதப்படும் ஒரு தாழ்த்தப்பட்ட துப்புரவுப் பணியாளரோ செருப்பு தைப்பவரோ அந்தக் கலகக்காரனைச் சந்திக்கச் சென்றார் என்றால், சென்றவர் தனது சொந்த ஊரின் ஆளுநராக நியமிக்கப்படுவார். அதற்கான அரசாணையைத் தன் கையோடு பெற்றுக்கொண்டு திரும்புவார்... இதுவே எல்லாம் வல்ல பரம்பொருளின் சக்தி; கண்மூடித் திறப்பதற்குள் சாதாரண தாழ்த்தப்பட்ட ஒருவரை உயர்குடியில் பிறந்தவர்களின் மொத்த உலகையும் ஆளும் அதிகாரம் கொண்டவராக மாற்றிவிடுவார். அதை அவர் செய்யும் விதம், ஆண்மைப் போட்டிகள் பலவற்றில் கலந்துகொண்டு தங்களது வீரத்தை வெளிப்படுத்திய ஆயிரக்கணக்கானவர்களும்கூட செய்வதறியாது திகைத்து, அந்த ஒற்றை மனிதன் முன்னால் பேசவும் துணிவற்று நிற்கின்ற வகையில் இருக்கும்.[131]

பாந்தாசிங் பகதூரின் கிளர்ச்சி இரு பேரரசர்களைச் சமாளித்துக் கடந்து வந்த பின்னர், இறுதியாக மூன்றாவது பேரரசரால் நசுக்கப்பட்டது. முதலில் அவுரங்கசீப்பின் மகன் பகதூர் ஷாவுக்கு (1643–1712), பின்னர் ஜஹந்தர் ஷாவுக்கு, இறுதியாக ஃபாரூக்சியருக்கு (1685–1719) எதிராகக் கலகக்காரர்கள் முன்னெப்போதும் இல்லாத அளவுக்குத் துணிவுடனும் வீரத்துடனும் மனித மாண்பிற்கான நூற்றாண்டு காலப் போராட்டத்தை மேற்கொண்டார்கள்.

பாந்தாவின் கிளர்ச்சி மக்களின் புரட்சியாக மாறியபோது, பிராமணர்களும் முகலாயர்களும் தங்களுடைய உறவை மேலும் ஆழமானதாக மாற்றிக் கொண்டார்கள். ஃபாரூக்சியர் சீக்கியர்களுக்கு எதிராகப் போரிட்டபோது அவர் உயர்சாதி இந்துக்களை — கதிரிகள், பிராமணர்கள், மற்றும் பணியாக்கள் — தனது நிர்வாக அமைப்பில்

பீட்டர் ஃப்ரெட்ரிக் மற்றும் பஜன் சிங் | 105

இணைத்துக்கொண்டதன் மூலம் அந்த வகுப்பைச் சார்ந்த இந்துக்களுக்கும் சீக்கியர்களுக்கும் இடையில் உள்ள பிரிவினையை மேலும் விரிவுபடுத்தினார். சங்கத் சிங் கூறுகிறார்,

> கால்சாவின் வளர்ச்சி, குறிப்பாக, தாழ்த்தப்பட்ட மற்றும் நடுத்தர வர்க்க இந்துக்களைப் போராளியாகவும் சுய உறுதி கொண்டவர்களாகவும் மாற்றுகின்ற செயல்பாட்டில், உயர்சாதி இந்துக்களை — முக்கியமாக பிராமணர்கள், வம்சாவளி மலையக ஆட்சியாளர்கள், மற்றும் பிறர் — வெறித்தனமான சீக்கிய எதிர்ப்பாளர்களாக மாற்றியது. இந்த வரிசை, ஃபாரூக்சியர் காலத்தில் மேலும் விரிவடைந்தது. முகலாய நிர்வாகத்துடன் சேர்வது நன்மை பயக்கும் என்றெண்ணிய பணம் படைத்த வணிக வகுப்பினரான பணியாக்கள் மற்றும் கதிரிகளும் அவர்களோடு இணைந்துகொண்டார்கள். சீக்கியர்களின் போர்த்திறன் மிக்க எழுச்சியைக் கண்டு கவலையடைந்த அந்த நிர்வாகம், இந்துக்களிடம் மத சகிப்புத் தன்மையைப் பின்பற்றுவதன் மூலம் சீக்கியர்களை அமைப்புரீதியாக ஒடுக்கலாம் என்று விவேகமாகச் சிந்தித்தது. இதுவே சில நேரங்களில் உயர்சாதி இந்துக்களுக்கும் முகலாய நிர்வாகத்துக்குமான கூட்டணிக்கு வழி வகுத்தது. பிராமணியக் கலாச்சாரத்தின் வேர்களைத் தாக்கிய கால்சாவின் தோற்றம் மற்றும் வளர்ச்சிக்கு பஞ்சாபின் ஒரு பகுதியினர் மற்றும் வட இந்திய இந்துக்களின் ஒரு பகுதியினர் ஒத்துழைக்கவில்லை என்பதையும் இங்கு புரிந்துகொள்ள வேண்டும்.[132]

தார்ன்டன் கூறுகிறார், பாந்தா "சிர்ஹிந்த் மாவட்டத்தை ஒட்டு மொத்தமாகத் தாக்கி அழித்துவிட்டு, அடுத்து, மொத்த இந்துஸ்தானையும் கைப்பற்றக்கூடிய வகையிலான அச்சுறுத்தலை ஏற்படுத்தியிருந்த சமயம், வெற்றி தோல்வியைத் தீர்மானிக்கக்கூடிய போர் ஒன்றில் தோற்கடிக்கப்பட்டு கைது செய்யப்பட்டார்."[133]

கி.பி.1715 டிசம்பர் மாதத்தில், பஞ்சாபின் குர்தாஸ்பூரில் நடந்த ஒரு போரில் அவர் தோல்வியைத் தழுவினார். நூற்றுக்கணக்கான சீக்கியர்களோடு அவரும் கைது செய்யப்பட்டார். பின்னர் டெல்லிக்குக் கொண்டு செல்லப்பட்டு, 9 ஜூன் கி.பி.1716 அன்று கொல்லப்பட்டார் — வீர மரணமடைந்த குரு அர்ஜுன் அவர்களின் 110வது நினைவு தினத்திற்குச் சில நாட்களுக்குப் பின் இச்சம்பவம் அரங்கேறியது.

பாந்தாவின் சிறைப்பிடிப்பு, சித்திரவதை மற்றும் மரண தண்டனை நிறைவேற்றம் ஆகியவை குறித்து ஆங்கிலேய மற்றும் முகலாயர்களின் நேரடி சாட்சியங்கள் உட்பட பல்வேறு கதைகள் வழங்கப்பட்டு வருகிறன. அவற்றில், கி.பி.1724இல் கான் தனது எழுத்தில் ஒரு புகழ்மிக்க விவரணத்தை அளிக்கிறார்.

> ஒரு அடிமட்டக் கும்பலை நடத்த வேண்டிய முறைப்படி நடத்தி, தண்டனை விதிக்கப்பட்ட இந்தக் குழுவைப் பேரரசர் முன்னால் கொண்டு வந்து நிறுத்துமாறு ஆணை வெளியிடப்பட்டது... அந்த சமயத் தலைவர் தன்னுடைய முக்கியமான சகாக்களுடன் சேர்த்து ஒரு இரும்புக் கூண்டுக்குள் அடைக்கப்பட்டார். விசித்திரமாகவும் ஏளனமாகவும் காட்சியளிக்கும் வகையிலான மரத்தொப்பிகள் அவரது சகாக்களுக்கு அணிவிக்கப்பட்டிருந்தன. தண்டனை விதிக்கப்பட்ட இந்தக் குழுவைக் காண்பதற்காக நகரத்திலிருந்தும் புறநகரிலிருந்தும் ஆயிரக்கணக்கான மக்கள் அங்கு கூடியிருந்தனர். நகர்ந்து செல்வதற்கே சிரமமான வகையில், மூச்சுத்திணறல் ஏற்படுத்தும் அளவுக்கு அந்த நகரத்தின் சாலைகளும், வீதிகளும் மக்கள் கூட்டத்தால் நிரம்பியிருந்தன. மேற்கூறப்பட்ட அந்தப் போராளி மிர் அதிஷ் (பீரங்கிப்படைத் தளபதி) சிறையில் அடைக்கும்படி இப்ராஹிமுத்தீன் கானிடம் ஒப்படைக்கப்பட்டார். அவருடைய மனைவியும், 3 வயது மகனும், மகனின் சேடித்தாயும் அந்தப்புரத்தில் ஒப்படைக்கப்பட்டார்கள். மரண தண்டனை நிறைவேற்றும் நபர், நாள்தோறும் ஒரு குறிப்பிட்ட எண்ணிக்கையிலானவர்களைத் தேர்ந்தெடுத்து வெட்டிக் கொலை செய்ய ஏதுவாக, அவருடைய தொண்டர்களில் 694 பேர் கோட்வால் (தலைமைக் காவலர்) சர்பரா கானிடம் ஒப்படைக்கப்பட்டனர்.

கோட்வால் சர்பரா கான் ஒரு நாளைக்கு 100 பேர் வீதம் இந்தச் சமயப் பிரிவைச் சேர்ந்தவர்களின் தலைகளை வெட்டி வீழ்த்தினான்... கோட்வாலும் பீரங்கிப் படைத்தளபதி இப்ராஹிமுத்தீனும் மரணதண்டனை விதிக்கப்பட்ட போராளியை அவருடைய 3வயது மகனுடன் சேர்த்து, இதைக்காட்டிலும் அதிகமான சித்திரவதைகளைச் செய்து கொன்றார்கள்... இவ்வாறு அந்த மாசுபட்டவரை இல்லாமலாக்கி இந்த உலகம் தூய்மைப்படுத்தப்பட்டது.[134]

ஆங்கிலேயக் கிழக்கிந்தியக் கம்பெனியின் பிரதிநிதிகள் கி.பி.1716 மார்ச் மாதம் தில்லியிலிருந்து எழுதியவை அந்த கோரக்காட்சிக்கு மேலும் துயரமான ஒரு நேரடி சாட்சியமாக இருந்தாலும், இந்தச் சித்தரிப்பு அந்தப் போராளியின் உறுதியை வியந்து பாராட்டுகிறது.

> சில நாட்களுக்கு முன்பு, சங்கிலிகளால் பிணைக்கப்பட்டவாறு, உயிரோடு எஞ்சி இருந்த அவரது சகாக்கள் ஏறக்குறைய 780 பேர் நகரத்திற்குள் நுழைந்தார்கள்... இவர்கள் மட்டுமல்லாமல் நகர் முழுவதும் ஆங்காங்கே கம்பங்களில், போரில் இறந்தவர்களின் இரண்டாயிரத்துக்கும் மேற்பட்ட தலைகள் நட்டு வைக்கப்பட்ருந்தன. அவர் அரசர் முன்னால் அழைத்துச் செல்லப்பட்டு, அங்கிருந்து அருகிருந்த சிறைக்குக் கொண்டு செல்லப்பட்டார்.

ராஜ்ஜியத்தின் பல்வேறு பகுதிகளிலிருந்த அவருடைய மற்றும் அவருக்குத் துணை புரிந்தவர்களின் செல்வங்களைக் குறித்த விவரங்களை அவருடைய குமாஸ்தாக்களிடமிருந்து சேகரித்துக் கொள்ளலாம் என்கிற நம்பிக்கையில் தற்போது அவர்களுக்கு உயிர் நீட்டிப்பு அளிக்கப்பட்டுள்ளது. விவரங்கள் தெரிந்தவுடன் அவர் கொல்லப்படுவார். மீதி உள்ளவர்கள் ஒரு நாளைக்கு 100 பேர் வீதம் தலைகள் வெட்டப்பட்டுக் கொல்லப்பட்டார்கள். தங்களது விதியை எவ்வளவு பொறுமையுடன் அவர்கள் எதிர்கொள்கிறார்கள் என்பதைக் குறித்து வெறும் வார்த்தைகளில் விவரிக்க இயலாது. கடைசிவரை தங்களது புதிய சமயத்தின் மீதான விசுவாசத்தை ஒருவருமே கைவிடவில்லை.[135]

சீக்கியர்கள் "தம்முடைய சமயத்தைக் கைவிட்டால் தம்முடைய உயிர்களைக் காப்பாற்றிக்கொள்ளலாம் என்று அளிக்கப்பட்ட வாய்ப்புகளை அலட்சியம் செய்து மிகுந்த உறுதியுடன் மரணத்தைத் தழுவினார்கள்," என்பதை எல்ஃபின்ஸ்டோன் உறுதிப்படுத்துகிறார்.[136] அவருடைய ஆதரவாளர்கள் அனைவரும் தலை வெட்டப்பட்டு கொல்லப்பட்ட நிலையில், பாந்தாசிங் அதைக்காட்டிலும் கொடூரமாய்க் கொல்லப்படுவதற்காகத் தனித்து வைக்கப் பட்டார். எல்ஃபின்ஸ்டோன் கி.பி.1841இல் எழுதிய இந்தியாவின் வரலாறு என்ற தனது புத்தகத்தில் பாந்தாவின் மரண தண்டனை நிறைவேற்றப்பட்ட விதம் குறித்துப் பதிவு செய்திருக்கிறார்.

பொன்னாலான துணியினால் தைக்கப்பட்ட அங்கியும், கருஞ்சிவப்பு தலைப்பாகையும் அணிந்திருந்த அவர் ஓர் இரும்புக்கூண்டில் நிறுத்தப்பட்டிருந்தார். மரணதண்டனை நிறைவேற்றுபவர் கையில் வாளுடன் அவருக்குப் பின்னே நின்றிருந்தார்; அவரைச் சுற்றிலும் அவருடைய ஆதரவாளர்களின் தலைகள் ஈட்டிகளில் செருகப்பட்டிருந்தன. அவருக்குச் சொந்தமான அனைத்தும் வேரோடு அழிக்கப்பட்டுவிட்டதை உணர்த்தும் வகையில் அதேபோல ஓர் ஆயுதத்தில் ஓர் இறந்த பூனையும் செருகி வைக்கப்பட்டிருந்தது. அவரிடம் ஒரு குறுவாளைத் தந்து, அவருடைய மகனை குத்திக் கொல்லுமாறு ஆணையிட்டார்கள். அவர் அதை மறுத்தவுடன், அவருடைய கண்கள் முன்பே, அந்தக் குழந்தை சிதைக்கப்பட்டு, அதன் இதயம் அவர் முகத்தின்மீது வீசப்பட்டது. இறுதியாக, அவரது உடல் குறடு கொண்டு துண்டுதுண்டாகப் பிய்த்து எறியப்பட்டது. அசைக்க முடியாத உறுதியுடனும், அந்தக் காலகட்டத்தின் அக்கிரமங்களையும் அடக்குமுறைகளையும் ஏற்பதற்காகக் கடவுளால் வளர்த்தெடுக்கப்பட்ட சுமைதாங்கி என்னும் பெருமையுடனும் அவர் மரணத்தைத் தழுவினார்.[137]

துன்புறுத்தப்பட்டு, கொல்லப்பட்டு, போரில் தோற்கடிக்கப்பட்ட பின்னர் சீக்கியர்கள் அடிபணிய மறுத்தனர். பகத்துகள் மற்றும் குருக்களின் தியாகங்கள், குரு கிரந்தத்தின் போதனைகள், *கால்சா*வின் உருவாக்கம் மற்றும் ஒரு காலத்தில் புழுக்களாக நடத்தப்பட்டவர்கள் இன்று துறவிகளாகவும், போர் வீரர்களாகவும் தலைவர்களாகவும் மாறியிருக்கும் இந்த வளர்ச்சியும் இந்தியாவின் மீது மாற்ற முடியாத ஒரு தாக்கத்தை ஏற்படுத்தியிருந்தன. கி.பி.*1800*களில் சீக்கியர்கள் துணைக்கண்டத்தின் அனைத்துப் பிரதேசங்களிலும் வாழத் தொடங்கியிருந்தனர்.

நாடு முழுவதும் பிராமணர்களை முற்றிலுமாக எதிர்த்தபடியே இந்துக்களிலிருந்தும் இஸ்லாமியர்களிலிருந்தும் வேறுபட்ட ஒரு தனித்துவமான வாழ்க்கை முறையை அவர்கள் பின்பற்றினார்கள்.

"அவர்கள் பஞ்சாப் என்னும் ஒரு பிரதேசத்துடன் நின்றுவிடவில்லை," என்று கி.பி.*1808*இல் எழுதுகிறார் முகலாய வரலாற்றாசிரியர் குலாம் அலிகான் நகாவி. "ஒட்டுமொத்த இந்துஸ்தானத்திலும், ஷாஜஹானாபாத் தொடங்கி கல்கத்தா வரை, ஹைதராபாத் மற்றும் சென்னை எனக் கூட்டம் கூட்டமாக இந்தச் சமயத்தைச் சேர்ந்தவர்கள் எல்லா இடங்களிலும் காணப்பட்டார்கள்; ஆனால் அதில் பெரும்பாலானவர்கள் சாதாரண சிறு வணிக மக்கள், மிகச் சிலரே வசதியாகப் பிறந்தவர்கள்."[138] ஆஃப்கானிய வரலாற்றாசிரியரான காஸி நூர் முஹம்மத், அவர்களைத் தனித்துவமான மக்கள் என்றழைக்கிறார்.

> அவர்களது சமயத்தைக் குறித்து உங்களுக்குத் தெரிந்திருக்கவில்லை என்றால், மரியாதைக்குரியவர்களே நான் சொல்கிறேன், சீக்கியர்கள் ஒரு குருவின் சீடர்கள்... இந்த மக்களின் வழக்கங்கள் நானக்கிடமிருந்து பெறப்பட்டவை; அவர் சீக்கியர்களுக்கு ஒரு தனித்த பாதையைக் காட்டினார். அவரது [கடைசி] வாரிசான கோவிந்த் சிங்கிடமிருந்து 'சிங்' என்கிற பட்டத்தை அவர்கள் பெற்றார்கள். அவர்கள் இந்துக்களில் ஒருவர் அல்லர்... அவர்களது சமயம் தனித்துவமானது, அவர்களுக்கு மட்டுமேயானது. அவர்கள் எவரிடமும் பயம்கொள்வதில்லை, பயத்தை அவர்கள் கற்றுக்கொள்ளவேயில்லை.[139]

பந்த் என்கின்ற 'தனித்த பாதை' சாதி ஒழிப்பை மிக முக்கியமாகக் கோரியது என்று உறுதிப்படுத்துகிறார். "மிகப் பெருமை வாய்ந்த அவர்களுடைய தலைவர்கள், தச்சர்கள், செருப்பு தைப்பவர்கள் மற்றும் ஜாட்கள் போன்ற மிகவும் தாழ்த்தப்பட்ட வகுப்பிலிருந்து வந்தவர்கள்... தயிர் விற்பவர்கள், மிட்டாய் விற்பவர்கள், தீவனம் விற்பவர்கள், தானியம் விற்பவர்கள், முடி திருத்துபவர்கள், மற்றும் சலவைக்காரர்கள்... வாஹேகுரு தி ஃபத்தே (வெற்றி கடவுளுடையது) கூறியபடி அனைவரும் சேர்ந்து உணவு உண்ணத் தொடங்கிய நாள் முதல் பஞ்சாபில் சீக்கியர்களின் எண்ணிக்கை பல லட்சங்களைக் கடந்தது."[140]

ஒடுக்கப்பட்ட மக்களை விடுதலை செய்ய வேண்டும் என்னும் நோக்கத்தில் குருக்கள் ஏற்படுத்திய புரட்சிகரமான சமூக மாற்றங்கள் கி.பி.1751 முதலே இந்தியாவுக்குப் பயணம் செய்த ஐரோப்பியர்களால் வெகுவாகக் கவனிக்கப்பட்டது. அதாவது, பாந்தாவின் மரணத்திற்குப் பின்பான வெறும் 35 ஆண்டுகளில் இந்த கவனத்தைப் பெற்றது.

பிரிட்டிஷ் லெஃப்டினன்ட் கர்னல் ஜான் மால்கம் கி.பி.1812இல் எழுதும்போது குறிப்பிடுகிறார், "குருக்கள் மற்றும் சீக்கியர்களால் கொண்டு வரப்பட்ட 'நிறுவனங்களும் பயன்பாடுகளும்' சாதிகள் காரணமாக உருவாக்கப்பட்ட வேற்றுமைகளை முழுவதுமாக ஒழித்துக் கட்டியதன் மூலம், நெடுங்கால அதிர்ச்சியைத் தாங்கி நிற்பதன் அடிப்படையில் தன்னுடைய மதகுருக்களின் விதியைத் திணிக்கும் ஒரு பலவீனமான மற்றும் பாரபட்சமான மதத்துடன் பின்னிப் பிணைந்திருக்கும் சமூக-அரசியல் அமைப்பை ஒரே அடியில் அடித்து வீழ்த்தியது."[141] இவ்வாறு, மக்களை அடிமைப்படுத்தும் ஒரே நோக்கில் வடிவமைக்கப்பட்ட பிராமணிய சாதிய அமைப்பிற்கு எதிராக ஒரு சித்தாந்தத்தையும், சுதந்தரமான ஒரு வாழ்க்கை முறையையும் உருவாக்குவதில் சீக்கியர்கள் வெற்றி பெற்றார்கள் என்று அவர் வாதம் செய்கிறார். மால்கம் மேலும் கூறுகிறார்,

இந்துக்களின் தர்மம் என்பது தன் ஆட்சியாளர்களிடம் சாந்தமும் கீழ்ப்படிதலும் கொண்ட ஒரு பெரும் சமூகத்தைப் பாதுகாப்பதற்கானது என சொல்லப்பட்டாலும், அந்தத் தர்மம் நிலைநாட்டப்பட்டுள்ள நாட்டிற்கு ஓர் இயற்கைத்தன்மையை அளிக்கிறது. சக்தி வாய்ந்த எல்லா அந்நிய ஆக்கிரமிப்பாளர்களுக்கும் அந்த நாட்டை எளிதாக வெற்றிகொள்வதற்கு ஏதுவான ஒரு சூழலை அது ஏற்படுத்தித் தருகிறது. இந்தத் தன்மை குறித்து குரு கோவிந்த் ஆழமாக சிந்தித்தபோதே, முதலில் சாதியை ஒழிக்க வேண்டும் என்று உறுதி பூண்டார்; ஏனெனில், இந்தியாவின் பூர்வகுடிகளை அவர்களது அந்நியக் கொடுங்கோல் ஆட்சியாளர்களுக்கு எதிராகத் தயார் செய்யும் எந்தவொரு முயற்சிக்கும் அது ஓர் இன்றியமையாத முகவுரையாக இருக்குமென்று எண்ணினார். தங்களைப் பிணைத்திருக்கும் பாரபட்சம் மற்றும் பாகுபாட்டுச் சங்கிலிகளை உடைத்தெறிந்து வெளியே வருமாறு இந்துக்களை அவர் அழைத்தார்... அவரது சமயச் சித்தாந்தம் சமத்துவத்திற்கான வாக்குறுதியை அளித்த காரணத்தால் மிகுந்த புகழ் பெற்றது. பிராமணன், சத்திரியன், வைசியன், சூத்திரன் போன்ற பெருமைக்குரிய பட்டங்கள் ஒழிக்கப்பட்டன.[142]

இவ்வாறே, மால்கம் அனுமானிக்கிறார், சீக்கிய சமயம் பிராமணியத்தி லிருந்து முற்றிலும் வேறானது; ஏனெனில் அது பிறவற்றோடு, பிராமணியத்தின் அடிப்படைக் கோட்பாடான சாதியை நிராகரிக்கிறது. "கோவிந்த் நிறுவிய சமயத்தையும் அதன் பயன்பாடுகளையும் இந்துக்களின் நம்பிக்கையோடு சமரசம் செய்துகொள்வது சாத்தியமற்றது," என்று அவர் எழுதுகிறார். சீக்கியத்தின் ஆழமான சமூகத் தாக்கம் குறித்து விவரிக்கும் விதமாக அவர் இவ்வாறு கூறுகிறார்,

குரு கோவிந்தின் சமயம் நிலவும் இடங்களிலெல்லாம் பிரம்மாவின் நிறுவனங்கள் வீழ்ச்சியடையும். மதம் மாறியவர்களை அனுமதிப்பது, சாதிய வேறுபாடுகளை ஒழிப்பது... அந்தச் சமயத்தின் வழிபாட்டுமுறை மற்றும் ஆயுதங்கள் மீதான எல்லா சிங்குகளின் பொதுவான பக்தி போன்ற வழக்கங்கள் ஒட்டுமொத்தமாக இந்துப் புராணங்களுடன் சமரசமற்று இருந்தன. மேலும் இவையனைத்தும் மனித குலத்தின் கீழ்வரிசை வகுப்பினரிடையே மிகப் பிரபலமாக இருந்த காரணத்தால் சீக்கியர்களின் இந்தச் சமயம், பிராமணர்கள் மற்றும் உயர்சாதி இந்துக்களுக்கு அருவருப்பான ஒன்றாக இருந்தது.[143]

மால்கமின் முடிவுகளைப் பிற ஐரோப்பியப் பார்வையாளர்களும் பகிர்ந்துகொண்டார்கள். "பாகுபாடுகள் நிறைந்த இந்துக்கள்... சாதிகளுக்கிடையே நிலவிய வேறுபாடுகள் ஒழிக்கப்பட்டது கண்டு அதிர்ச்சியடைந்தார்கள்," என்று கி.பி.1806இல் எழுதுகிறார் ஆங்கிலேயே மேஜர் வில்லியம் தார்ன்.[144] பம்பாயின் ஆளுநராகப் பணியாற்றிய ஜான் கிரிஃபித் கி.பி.1894இல் எழுதுகிறார், "அனைத்துச் சாதிகளிலிருந்தும் மதம் மாறி வந்தவர்களை சீக்கியர்கள் வரவேற்றார்கள், இந்தப் புள்ளியில்தான் இந்துக்களிலிருந்து குறிப்பிடத்தக்க அளவில் அவர்கள் வேறுபட்டு நின்றார்கள்." கி.பி.1787இல் ஸ்விட்சர்லாந்து பயணி கர்னல் அண்டாயின் லூயி ஹென்றி போலியர் குறிப்பிடுகிறார், "சாதி மாற்றத்தை முற்றிலும் அனுமதிக்காத இந்து வழக்கங்களுக்கு மாறாக, மிகத் தாழ்வாக மற்றும் மிக இழிவாகக் கருதப்பட்ட சாதிகளிலிருந்து வந்த அனைவரையுமே அவர்கள் வரவேற்றார்கள்; மதம் மாறியவர்களில் குறிப்பிட்ட அளவு இஸ்லாமியர்களும் இருந்தார்கள்."[146] அருட்தந்தை வெண்டல் கி.பி.1768இல் எழுதியவை பின்வரும் தொடக்கக் கால அனுமானங்களை அளிக்கிறது,

சீக்கியர்கள் சாதிய வேறுபாடுகளைப் பொருட்படுத்துவதே இல்லை... எவரும் சீக்கியர் ஆகலாம்... எல்லா சீக்கியரும் எதையும் செய்யத் தகுதியானவர்கள்... இதன் காரணமாகவே, வினோதக் குழப்பங்கள், அனைத்து சாதிகளின் கலவையான மனிதர்கள் மற்றும் இன்றைய சீக்கியர்களின் வம்சாவளி மரபுகள் ஆகியவை வெறுக்கத்தக்க ஒன்றாக ஆனது; அதுவரை இந்த யூதரல்லாத பிற சமயம் குறித்து இந்துஸ்தானத்திற்குத் தெரிந்திருக்க வில்லை... இந்துக்கள், முகமதியர்கள், இந்துஸ்தானத்தின் மிகவும் தாழ்த்தப்பட்ட மற்றும் மிகவும் சபிக்கப்பட்ட வம்சாவளியினரும் வரவேற்கப்பட்டார்கள். அவர்களுக்கிடையே எந்தப் படிநிலையும், வரையறைகளும் இல்லை. இந்துஸ்தானம் முழுவதும் சீக்கியர்கள் சில பிரதேசங்களில் எண்ணிக்கையில் அதிகமாகவும் சிலவற்றில் குறைவாகவும் இருந்தார்கள்.[147]

ஹர்மந்திர் சாஹிப்பை கட்டி முடித்த பின்னர் குரு அர்ஜுன் வீர மரணமடைந்தது முதல், ஆதி கிரந்தத்தைத் தொகுத்தது, சாதாரண மனிதனும் அரசனே என்று சொல்லி சாதியைப் பிய்த்தெறிந்து ஒரு சமூகத்தைக் கட்டமைத்தது வரை, இந்தியாவின் சமூகப் பிரிவினைகள், சமத்துவ மின்மை மற்றும் வெறுப்பு ஆகியவற்றைப் பொசுக்கித் தூய்மைப்படுத்தும் ஒரு நெருப்புத் தூணாக, சாம்பலிலிருந்து பந்த் மீண்டெழுந்தது. விடுதலையை அடைவதற்காகப் பல நூற்றாண்டுகளாகப் போராடி, தம்முடைய உயிர்களை ஈந்து தியாகம் செய்த துறவிகளின் ஆத்மாக்களிலிருந்து பாய்ந்த விடுதலையாற்றின் உயிர்நீர் ஒடுக்கப்பட்டோரின் தாகத்தைத் தீர்த்தது. ஒரு காலத்தில் 'புழுக்கள்' போல நடத்தப்பட்டவர்கள், இனி ராஜபாதை நிச்சயம் உண்டென்பதை உணர்ந்து இப்போது கம்பீரமாக உயர்ந்து நிற்கிறார்கள்.

குரு அர்ஜுனின் 'வழிகள் மற்றும் முறைகளால்' கவரப்பட்ட எளிய மனம் கொண்ட மக்களுக்கு விடுதலை சாத்தியமானது. அவர்கள் பல தலைமுறைகளுக்கு முன்பு குரு நானக்கால் தோற்றுவிக்கப்பட்ட வெப்பக் கடையைக் கூட்டங்கூட்டமாக மொய்த்தார்கள். அவருடைய கோட்பாடுகள் சிக்கலான மனம் கொண்டவர்களை வீழ்த்தியது. பூரண் சிங் எழுதுகிறார்,

> குரு நானக் பிராமணிய மூடநம்பிக்கைகளின் அரண்களை அழிப்பதற்காக மிகுந்த உறுதியுடன் ஓய்வின்றித் தொடர்ந்து உழைத்து வந்தார். இதோ! அவர் இடிபாடுகளை அகற்றிவிட்டு அதனிடத்தில் ஒரு பெரிய கோபுரமும் ஆயிரம் தூண்களும் கொண்ட ஒரு கோவிலை எழுப்பிவிட்டார். அக்கோவில் இங்குள்ள அனைத்து வகையான மக்கள் மட்டுமல்லாது, பூமியின் எல்லா தேசத்து மக்களும் ஒன்றுகூடி வழிபாடு செய்வதற்கான ஓர் இடமாகும். குரு நானக் எளிய மக்களிடம் தேன் நிரம்பிய கோப்பையை வழங்கிச் சுவைக்கச் சொல்கிறார்.[148]

வெப்பக்கடையில் குருக்கள் இலவசமாக வழங்கிய விடுதலையின் தேனைச் சுவைத்த காரணத்தால், எளிய மனதோரின் வறண்ட தொண்டைகள் புத்துணர்ச்சி பெற்றன. தங்களுடைய இனத்திலிருந்து உருமாற்றம் பெற்ற அவர்கள் அதிகாரத்தைக் கோரினார்கள். தங்களுக்குத் தாங்களே அதிகாரத்தை வழங்கி கொண்டார்கள். பின்னர் அவர்கள் அதிகாரம் மிக்கவர்களாக மாறினார்கள். சொந்த முயற்சிகள் மூலம் வெற்றியை எட்டினார்கள். முழுக்க முழுக்க அவர்களாலேயே அது சாத்தியமானது. ஆதிவாசிகள் பெற்ற அடிப்படை மனிதநேயம் ஒரு மாபெரும் வெற்றிக்கான குறியீடாக அமைந்தது. இறுதியாக, இந்த மண்ணின் மகன்களும் மகள்களும் தாங்கள் நிலைநிறுத்தப்பட்ட பூமியின் புதிய சுதந்தரக் காற்றைத் தங்கள் நுரையீரல்களில் நிரப்பிக்கொண்டு சுவாசிக்கத் தொடங்கினார்கள்.

மேற்கோள் ஆவணங்கள்

1. Granth. 1105.
2. The canon of Hindu scripture is vast and open. Scholars typically differentiate between Friedrich & Singh93the Srutis (which include the four Vedas) and the Smritis (which were written after the Ve-das). Because they all share similar affirmations of Varnashrama Dharma, and for the sake of clarity, we are comfortable referring to the canon as, simply, the Shastras.
3. Smith, Brian K. Classifying the Universe: The Ancient Indian Varna System and the Or-igins of Caste. New York: Oxford University Press. 1994. 27.
4. Griffith, Ralph T.H. (tr.). Rig Veda. 1896. Santa Cruz: Evinity Publishing, Inc. 2009. Hymn 10.90, Verse 12.
5. Smith. Classifying. 8-9.
6. Elphinstone, Mountstuart. The History of India (Vol. 1). London: John Murray. 1843. 20-23.
7. Muller, F. Max and George Bühler (eds.). The Sacred Books of the East: The Laws of Manu, Vol. 25. Oxford: Clarendon Press. 1886. Chapter 1, Verses 99-101.
8. Smith. Classifying. 34.
9. Ibid., 28-29.
10. Ibid., 32.
11. Muller. Manu. Chapter 1, Verse 91.
12. Ibid., Chapter 11, Verse 181.
13. Dubois, Jean A. Hindu Manners, Customs and Ceremonies. Henry K. Beauchamp (tr.). 1897. Oxford: Clarendon Press. 1906. 15.
14. Smith. Classifying. 5.
15. Ibid., 15.
16. Ibid., 34.
17. Ibid., 34.
18. Manucci, Niccolao. Storia do Mogul or Mogul India: 1653-1708. William Irvine (tr.). London: John Murray. 1907. 7.
19. Ibid., 35-36.
20. Pelsaert. India. 64.
21. Mayo, Katherine. Slaves of the Gods. New York: Harcourt, Brace and Company, Inc. 1929. 150.
22. Rawat. Studies. 143.
23. Grewal. Persian Sources. 66.
24. Singh. Struggles. 26.
25. Ibid., 24-25.
26. Singh, Kapur. "The Golden Temple: Its Theo-Political Status." 1960. Sikh Research Institute. April 25, 2016. Full text available at http://www.sikhri.org/the_golden_temple_its_theo_political_status.
27. Ibid., 25.
28. Ibid., 68.
29. Grewal. Persian Sources. 66.
30. Elphinstone. History. 526.
31. Grewal. Persian Sources. 69.
32. Singh, Kanwarjit. Political Philosophy of the Sikh Gurus. New Delhi: Atlantic Publish-ers & Distributors. 1989. 8.
33. Cunningham. History. 66.
34. Singh. Struggles. 26.
35. Nahal, Tarlochan Singh. Miri and Piri: Religion and Politics in Sikhism with Special Reference to the Sikh Struggle (1947-1999). Paper presented at International Sikh Confer-ence. 2000. Vancouver, British Columbia.
36. Singh, Kanwarjit. Political Philosophy. 2.
37. Thornton. Gazetteer. 911.
38. Cunningham. History. 57
39. Madra. Sicques. 7.
40. Kollar, Nathan R. and Muhammad Shafiq (eds.). Poverty & Wealth in Judaism, Christi-anity, & Islam. Rochester: Palgrave Macmillan. 2016. 36.
41. Nicoll. Shah Jahan. 15.
42. Roe, Thomas. The Embassy of Sir Thomas Roe to the Court of the Great Mogul, 1615-1619 as Narrated in His

Journal and Correspondence, Vol. 1. William Foster (ed.). Lon-don: Redford Press. 1899. 252.
43. Pelsaert. India. 77.
44. Nicoll. Shah Jahan. 30.
45. Ibid., 202.
46. Ibid., 187.
47. Mohamad, Malik. The Foundations of Composite Culture in India. Delhi: Aakar Books. 2007. 294.
48. Nicoll. Shah Jahan. 202-203.
49. Kinra, Rajeev. Writing Self. 2.
50. Ibid., 66
51. Singh. History. 87.
52. Ibid., 87-88.
53. Singh, Sardar Harjeet. Faith and Philosophy of Sikhism. Delhi: Kalpaz Publications. 2009.
54. Macauliffe. Religion (vol. 4). 296.
55. Singh, Harbans. The Heritage of the Sikhs. New York: Asia Publishing House. 1964. 35.
56. Grewal. Persian Sources. 111-112.
57. Gandhi, Surjit Singh. History of Sikh Gurus Retold: 1606-1708 CE. New Delhi: Atlantic Publishers & Distributors. 2007. 621.
58. Truschke, Audrey. Aurangzeb: The Life and Legacy of India's Most Controversial King. Ebook. Stanford: Stanford University Press, 2017.
59. Eraly. Mughal. 520.
60. Truschke. Aurangzeb. Ebook.
61. Kinra. Writing Self. 54.
62. Metcalf, Barbara D. and Thomas R. Metcalf. A Concise History of Modern India. 2001. Cambridge: Cambridge University Press. 2012. 22-23.
63. Eraly. Mughal. 401.
64. Kinra. Writing Self. 53.
65. Truschke. Aurangzeb. Ebook.
66. Bernier. Travels. 391.
67. Eraly. Mughal. 82.
68. Truschke. Aurangzeb. Ebook.
69. Metcalf. History. 21.
70. Eraly. Mughal. 407.
71. Truschke. Aurangzeb. Ebook.
72. Grewal. Persian Sources. 112.
73. Gandhi. Gurus. 628.
74. Robinson, Francis. The Mughal Emperors And The Islamic Dynasties of India, Iran and Central Asia, 1206-1925. New York: Thames & Hudson, Inc. 2007. 161.
75. Gandhi. Gurus. 629.
76. Kohli, Mohindar Pal. Guru Tegh Bahadur: Testimony of Conscience. New Delhi: Sah-itya Akademi. 1992. 23.
77. Robinson. Mughal. 161.
78. Irvine, William. Later Mughals: 1707-1720, Vol. 1. London: Luzac & Co. 1922. 79.
79. Browne, James. India Tracts: Containing a Description of the Jungle Terry Districts, Their Revenues, Trade, and Government: With a Plan for the Improvement of Them; Also An History of the Origin and Progress of the Sicks. London: Logographic Press. 1788. 2-3.
80. Grewal. Persian Sources. 112.
81. Irvine. Mughals. 78.
82. Grewal. Persian Sources. 105.
83. Gandhi, Surjit Singh. History of the Sikh Gurus (A Comprehensive Study). Delhi: Gur Das Kapur & Sons (P) Ltd. 1978. 380.
84. Madra. Sicques. 14-15.
85. Gupta, Hari Ram. History of the Sikhs, Vol. 1. New Delhi: Munshiram Manoharlal. 1978.
86. Gandhi. History. 574.
87. Eraly. Mughal. 314.
88. Bamzai, P.N.K. Culture and Political History of Kashmir: Medieval Kashmir (vol. 2). New Delhi: M. D. Publications Pvt Ltd. 1994. 412.
89. Bamzai, P.N.K. Culture and Political History of Kashmir: Modern Kashmir (vol. 3). New Delhi: M. D. Publications Pvt Ltd. 1994. 615.
90. Lawrence, Walter R. The Valley of Kashmir. London: Oxford University Press. 1895. 304-305.

91   Mohamed. Foundations. 317.
92   X, Malcolm. "The Race Problem." African Students Association and NAACP Campus Chapter. Michigan State University, East Lansing, Michigan. 23 January 1963.
93   Madra. Sicques. 15.
94   Grewal. Persian Sources. 111-113.
95   Madra. Sicques. 15.
96   Granth. 1429.
97   Madra. Sicques. 15.
98   Wheeler, J. Talboys. India Under British Rule From the Foundation of the East India Company. London: Macmillan and Co. 1886. 156.
99   Macauliffe. Religion (vol. 1). xlix.
100 Grewal. Persian Sources. 40.
101 Browne. India. 4.
102 Truschke. Aurangzeb. Ebook.
103 Eraly. Mughal. 407.
104 Singh. Sikhs. 66.
105 Singh, Gopal. The Religion of the Sikhs. 1971. New Delhi: Allied Publishers Private Limited. 1981. 24.
106 In 1705, Kirpa Singh died fighting the Mughals alongside Guru Gobind Singh.
107 Cunningham. History. 69.
108 Dasam Granth. Akal Ustat. 50.
109 Singh. Struggles. 32-33.
110 Singh, Harinder. "Nash Doctrine: Five Freedoms of Vaisakhi 1699." Sikh Research Institute. April 16, 2017. Full text available at http://www.sikhri.org/nash_doctrine_five_freedoms_of_vaisakhi_1699.
111 Bhangoo, Rattan Singh. Sri Gur Panth Prakash (vol. 1). Kulwant Singh (tr.). Chandi-garh: Institute of Sikh Studies. 2006. 35.
112 Singh, Kapur. Sikhism: An Oecumenical Religion. Gurtej Singh (ed.). Chandigarh: Institute of Sikh Studies. 1993. 78.
113 Ibid., 39.
114 Bhangoo. 3.4
115 Malcolm. Sketch. 47.
116 Ibid., 141-142.
117 Singh. Sikhs. 80.
118 Faruki, Zahiruddin. Aurangzeb & His Times. Bombay: D.B. Taraporevala Sons & Co. 1935. 256.
119 Thornton. Gazetteer. 911-912.
120 Ibid., 912.
121 Bamzai. Kashmir (vol. 3). 617.
122 Singh, Guru Gobind. Zafarnama. Jasbir Singh (tr.). 1705. Full text available at zafar-nama.com.
123 Cunningham. History. 65.
124 Wheeler. India. 156.
125 Bamzai. Kashmir (vol. 3). 617.
126 Kuiper, Kathleen (ed.). Understanding India: The Culture of India. New York: Britan-nica Educational Publishing. 2011. 134.
127 Irvine. Mughals. 94.
128 Kuiper. India. 134.
129 Singh. Sikhs. 84.
130 Grewal. Persian Sources. 143.
131 Ibid., 161-162.
132 Ibid., 81.
133 Thornton. Gazetteer. 912.
134 Grewal. Persian Sources. 153-154.
135 Madra. Sicques. 47.
136 Elphinstone. History (vol. 2). 538.
137 Ibid., 539.
138 Grewal. Persian Sources. 215.
139 Ibid., 209
140 Ibid., 214-215.
141 Malcolm. Sketch. 148-149.
142 Ibid., 149-150.
143 Ibid., 151.
144 Thorn, William. Memoir of the War in India. London: Military Library. 1818. 489
145 Madra. Sicques. 163.
146 Ibid., 77.
147 Ibid., 16.
148 Singh. Spirit (vol. 2, p. ii). 168.

ஹர்மந்திர் சாஹிப் மற்றும் அகால் தக்த்

ஜூன் 1984 தாக்குதலில் ஏற்பட்ட சேதத்துக்கு பிறகு அகால் தக்த்

குரு நானக் குருத்வாரா. பாக்தாத், ஈராக்
(குரு நானக் அவர்களது வருகையின் நினைவாகக் கட்டப்பட்டது)

குரு நானக் ஷாஹி. டாக்கா, வங்கதேசம் (குரு நானக் மற்றும் குரு தேக்பகதூர்
அவர்களது வருகையின் நினைவாகக் கட்டப்பட்டது)

குருத்வாரா குரு நானக் தாம். ராமேஸ்வரம், தமிழ்நாடு
(குரு நானக் வருகையின் நினைவாக எழுப்பப்பட்டது)

குருத்வாரா பத்தர் சாஹிப். பே, ஜம்மு காஷ்மீர்
(குரு நானக் வருகையின் நினைவாகக் கட்டப்பட்டது)

குருத்வாரா கர்தார்பூர் சாஹிப். கர்தார்பூர், பாகிஸ்தான்
(குரு நானக் அவர்களால் நிறுவப்பட்ட ஒரு நகரம்)

ஹஜூர் சாஹிப். நான்தெத், மகாராஷ்டிரா
(குரு கோவிந்த் சிங்கின் வீர மரண நினைவிடம்)

குருத்வாரா சாஹிப். லாகூர், பாகிஸ்தான்
(குரு அர்ஜுனின் வீர மரண நினைவிடம்)

குரு நானக் கால்சா கல்லூரி, மும்பை, மகாராஷ்டிரா. டாக்டர் அம்பேத்கரால் தொடங்கப்பட்ட அதன் குறிக்கோள்: கால்சாவின் இளம் மாணவர்களிடையே 'மனிதகுலச் சேவை' என்னும் கருத்தாக்கத்தை விதைக்க வேண்டும்; அவர்களது குடிமை மற்றும் உணர்வுத்திறன் அளவை உயர்த்த வேண்டும்; சமூகப் பொருளாதாரப் படிநிலையில் கீழ்த்தட்டில் உள்ள மாணவர்களுக்குக் கல்வி கிடைக்கச் செய்வதன் மூலம் அம்பேத்கரிய கொள்கைகளை நிலைநிறுத்த வேண்டும் என்பவை ஆகும்.

குருத்வாரா சாஹிப் பகத் ரவிதாஸ் ஜியோ, புது தில்லி

குருத்வாரா சாஹிப் கபீர் ஜியோ. மஹர், உத்தரப் பிரதேசம்

குருத்வாரா சாஹிப் பகத் நாம்தேவ் ஜியோ. குமான், பஞ்சாப்

குருத்வாரா சாஹிப் பாபா ஷேக் ஃபரீத் ஜியோ. ஃபரீத்கோட், பஞ்சாப்

மரியாதைக்குரிய டாக்டர் பி.ஆர். அம்பேத்கர், மரியாதைக்குரிய ஈ.வெ.ராமசாமி அவர்களுடன்.

மரியாதைக்குரிய ஜோதிராவ் பூலே

பாந்தாசிங் பகதூர் 1712இல் அடித்த வெள்ளி நாணயங்கள்.

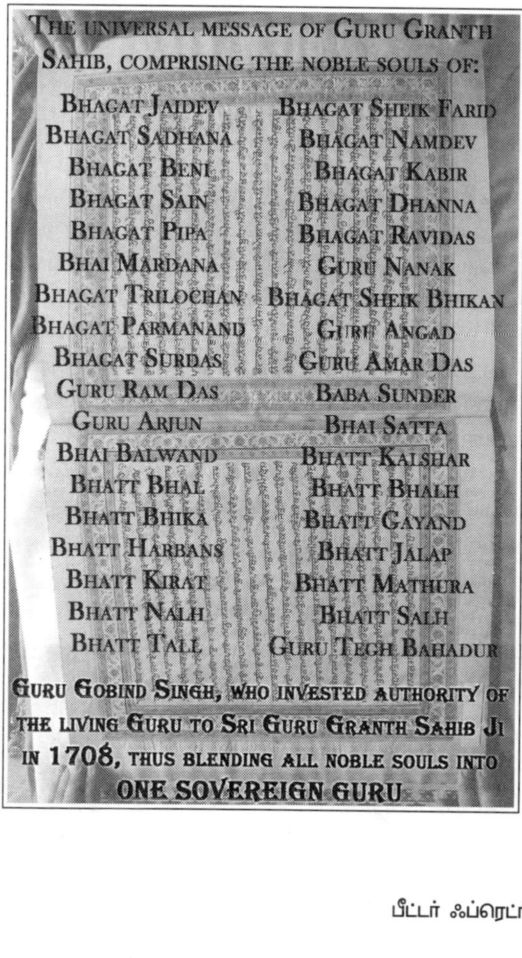

THE UNIVERSAL MESSAGE OF GURU GRANTH SAHIB, COMPRISING THE NOBLE SOULS OF:

BHAGAT JAIDEV
BHAGAT SADHANA
BHAGAT BENI
BHAGAT SAIN
BHAGAT PIPA
BHAI MARDANA
BHAGAT TRILOCHAN
BHAGAT PARMANAND
BHAGAT SURDAS
GURU RAM DAS
GURU ARJUN
BHAI BALWAND
BHATT BHAL
BHATT BHIKA
BHATT HARBANS
BHATT KIRAT
BHATT NALH
BHATT TALL
BHAGAT SHEIK FARID
BHAGAT NAMDEV
BHAGAT KABIR
BHAGAT DHANNA
BHAGAT RAVIDAS
GURU NANAK
BHAGAT SHEIK BHIKAN
GURU ANGAD
GURU AMAR DAS
BABA SUNDER
BHAI SATTA
BHATT KALSHAR
BHATT BHALH
BHATT GAYAND
BHATT JALAP
BHATT MATHURA
BHATT SALH
GURU TEGH BAHADUR

GURU GOBIND SINGH, WHO INVESTED AUTHORITY OF THE LIVING GURU TO SRI GURU GRANTH SAHIB JI IN 1708, THUS BLENDING ALL NOBLE SOULS INTO ONE SOVEREIGN GURU

குரு கோவிந்த் சிங் கி.பி.1708இல் குரு கிரந்த சாஹிப்பிற்குள் வாழும் குருவின் அதிகாரத்தை உட்புகுத்தி, அதன் மூலம் அனைத்து உன்னத ஆத்மாக்களையும் ஒரே இறையாண்மை மிக்க குருவாக ஒன்றிணைத்தார்.

4

மகாராஜா ரஞ்சித் சிங்கின் சீக்கிய சாம்ராஜ்யம்

பாந்தாவின் மரணத்துக்குப் பின்பு, கொடும் சித்திரவதைகளுக்கிடையிலும், குரு கிரந்தத்தின் போதனைகளை பந்த் தொடர்ந்து பாதுகாத்தும் பின்பற்றியும் வந்தது. அவுரங்கசீப்பின் தலைமையில், முகலாய சாம்ராஜ்யம் ஏறக்குறைய இந்தியத் துணைக்கண்டம் முழுவதும் பரவி அதன் உச்சத்தை எட்டியது. இருப்பினும், கி.பி.1707இல், பேரரசரின் மரணத்திற்குப் பின்பு அவருடைய வாரிசுகளுக்கிடையிலான உள்நாட்டு மோதல்கள் மற்றும் வெளிநாட்டுப் போர்கள் ஆகியவை காரணமாக அந்தச் சாம்ராஜ்யம் விரைவாகச் சரிந்தது.

கி.பி.1716இல் பாந்தாவை கொன்ற பிறகு, பேரரசர் ஃபாரூக்சியர் கி.பி.1719 ஏப்ரலில் இறந்தார். நான்கு மாத கால இடைவெளியில் சாம்ராஜ்யம் அடுத்தடுத்து மூன்று புதிய பேரரசர்களை எதிர் கொண்டது. இறுதியாக, கி.பி.1719 செப்டம்பரில் முகமது ஷா (1702–1748) தில்லி அரியணையில் அமர்ந்தார்.

முகமது ஷாவின் ஆட்சிக்காலம் உள்நாட்டு மற்றும் அந்நியச் சக்திகளால் தொடர் தோல்விகளைச் சந்தித்தது. மேலும் பெருமளவிலான முகலாய ஆளுநர்கள் துரோகம் செய்து, அவர்கள் ஆட்சி செய்துவந்த மாகாணங்களைத் தனி ராஜ்ஜியமாக மாற்றிக்கொண்டார்கள்.

பாரசீகப் பேரரசர் நாதிர்ஷா (1698–1747) கி.பி.1738இல் இந்தியாவிற்குப் படையெடுத்து வந்தார். அதற்கடுத்த ஆண்டில் தில்லியைச் சூறையாடினார். கி.பி.1747 முதல் கி.பி.1769 வரை ஆஃப்கான் பேரரசர் அஹமது ஷா துர்ரானி (1722–1772) மீண்டும் மீண்டும் இந்தியா மீது படையெடுத்துக் கொள்ளையடித்து வந்தார்.

பிரிட்டானிக்கா கல்வி வெளியீடு பின்வரும் விவரங்களைப் பதிவு செய்துள்ளது: "ஆஃப்கானிய ஆட்சியாளர் அகமது ஷா துர்ரானி பஞ்சாப் மீது மேற்கொண்ட ஒன்பது தொடர் படையெடுப்புகள் காரணமாக, அந்தப் பகுதியில் முகலாய அதிகாரம் முடிவுக்கு வந்தது. கிராமப்புறப் பகுதிகளில் பலவீனமாகும் முகலாயக் கட்டுப்பாட்டைப் பயன்படுத்தி சீக்கியர்கள் பல புதிய குழுக்களை உருவாக்கினார்கள். பின்னர் அவை மிஸ்ல்ஸ் என்று அழைக்கப்பட்டன. போர்வீரர் குழுவாகத் தொடங்கப்பட்ட மிஸ்ல்ஸ் படிப்படியாகப் பல பகுதிகளில் பரவித் தங்களுடைய அதிகாரத்தை நிறுவியது. வல்லமை மிக்க முகலாய சாம்ராஜ்யம் தொடர்ந்து தடுமாறி வந்த நிலையில், முகலாயர்கள் மீது மட்டுமல்லாமல் பாரசீக மற்றும் ஆஃப்கானியப் படையெடுப்பாளர்கள் மீதும் மிஸ்ல்ஸ் (தன்னாட்சி பெற்ற, ஆனால் கூட்டணியில் உள்ள ஆயுதக்குழு) கெரில்லாப் போர் மேற்கொண்டது. துர்ரானி இந்தியாவில் கால் பதிப்பதைத் தடுப்பதில் சீக்கியர்கள் பெரும் பங்கு வகித்தார்கள். ஆனால் இந்த ஆஃப்கானிய-சீக்கிய மோதலுக்கு அவர்கள் பெரும் விலை கொடுக்க வேண்டியிருந்தது. துர்ரானியின் படைகள் கி.பி.1746இல் சோட்டா கல்லுகரா (சிறு படுகொலை) என்னும் ஊரிலும் கி.பி.1762இல் வட்டா கல்லுகரா (பெரும் படுகொலை) என்னும் ஊரிலும் புகுந்து ஆயிரக்கணக்கான சீக்கிய ஆண்கள், பெண்கள் மற்றும் குழந்தைகளைக் கொன்று குவித்தன. ஆஃப்கானியர்கள், மூன்று முறை — கி.பி.1757, கி.பி.1762 மற்றும் கி.பி.1764இல் — ஹர்மந்திர் சாஹிப்பை நாசப்படுத்தினார்கள்.

பாரசீகர்கள் மற்றும் ஆப்கானியர்கள் பஞ்சாப் வழியாகப் படையெடுத்து வந்ததை சீக்கியர்கள் எதிர்த்து வந்தபோது ஆங்கிலேய கிழக்கிந்தியக் கம்பெனி — ஆங்கிலேய சாம்ராஜ்ய அதிகாரத்தின்கீழ் — மிகத் துரிதமாக இந்தியாவின் மற்ற எல்லாப் பகுதிகளிலும் விரிவடைந்தது. கி.பி.1757இல் வங்காளத்தில் தங்களது முதல் காலனியை நிறுவியபோது, ஆங்கிலேயர்கள் தங்களுடைய உறுதியான காலடித்தடத்தை பதித்தார்கள். அதன் பின்னர், கம்பெனியின் படைகள் பிஹார், கர்நாடகா, மகாராஷ்டிரா, ஒடிசா, தமிழ்நாடு, உத்தரப் பிரதேசம் மற்றும் பல்வேறு மாகாணங்களைக் கைப்பற்றியது. இவ்வாறு, துணைக் கண்டத்தின் மேலாதிக்கச் சக்தியாக உருவெடுத்த ஆங்கிலேயர்கள், பத்தொன்பதாம் நூற்றாண்டின் தொடக்கத்தில் முகலாய சாம்ராஜ்யத்தைத் தங்களது பாதுகாப்புக்குள் அடங்கிய ஒரு பகுதியாக மாற்றியிருந்தார்கள்.

சீக்கிய சாம்ராஜ்ஜியத்தின் வளர்ச்சியும் வீழ்ச்சியும் (1801–1849) முகலாய சாம்ராஜ்யத்தின் வீழ்ச்சிக்குப் பின்னர் இந்தியத் துணைக்கண்டத்தின் மற்ற பகுதிகள் ஆங்கிலேய ஆக்கிரமிப்பின்கீழ் வந்தபோது பலவிதமான தொடர் நிகழ்வுகள் பஞ்சாபில் அரங்கேறின. பாந்தா தலைமையிலான மக்கள் கிளர்ச்சியின் மூலம் அங்கு அரசியல் சுதந்தரம் வேரூன்றத் தொடங்கியது, அதுவே உலகின் முதல் உண்மையான ஜனநாயகப் புரட்சிகளில் ஒன்றாகும். அதன் பின்னர், சித்திரவதைகள் அதிகரித்து வந்த சூழலில் சீக்கியர்கள் தங்களது குழுக்களை மறுசீரமைப்புச் செய்தனர்,

அதுவே பின்னர் *மிஸ்ல்ஸ்* என்று அழைக்கப்பட்டது; கி.பி.1744ஆம் ஆண்டுக்குள் அவை ஒரே கூட்டமைப்பாக மாறின.

சீக்கியக் கூட்டமைப்பின்போது, குரு கிரந்தத்தின் கொள்கைகள் சீக்கிய சமூகத்துக்குள் ஆழமாக வேரூன்றின. கி.பி.1784இல் ஆங்கிலேய ராஜதந்திரி ரிச்சர்ட் ஜோசஃப் சல்லிவன் தனது இந்தியப் பயணத்தின்போது சீக்கியர்கள் குறித்த தன்னுடைய கருத்துகளைத் தெரிவித்தார். "அவர்கள் இப்போது அனைத்துச் சாதிகளையும் உள்ளடக்கியவர்களாக இருக்கிறார்கள்," என்று குறிப்பிடுகிறார் சல்லிவன். சீக்கியர்கள், மனித குலச் சமத்துவத்தின் மீது உயர் மதிப்பு கொண்டவர்களாக இருக்கிறார்கள். அவர்களில் தாழ்ந்த நிலையில் உள்ளவர்கள், அவர்களில் மிக உயர்ந்த நிலையில் இருப்பவர்களுக்கும்கூட எந்த மரியாதையும் அளிக்கத் தேவையில்லை என்கிற அளவுக்குத் தங்களை நடத்திச் செல்கிறார்கள். அவர்கள் ஒருவருக்கொருவர் எழுந்து நின்று வணங்குவதும் இல்லை, தலைகுனிந்துப் பணிவதும் இல்லை." எல்லாவற்றையும்விட அவர்கள் அரசியல் அதிகாரத்தில் எழுச்சி பெற்றிருக்கிறார்கள், என்று விளக்குகிறார் சல்லிவன்.

> சிறிய தொடக்கங்களிலிருந்து... சீக்கியர்கள் அச்சமூட்டும் அளவிற்கான ஓரிடத்திற்கு உயர்ந்திருந்தார்கள். தற்போது 800 மைல்கள் நீளமும் 400 மைல்கள் அகலமும் மதிப்பிடக்கூடிய பரப்பளவுடைய, லாகூரைத் தலைநகராகவும் கொண்ட ராஜ்ஜியத்தின் அரசுரிமை உடையவர்களாக அவர்கள் இருக்கிறார்கள்... சீக்கியர்களின் செல்வாக்கும், அவர்களது பேராற்றல் கொண்ட படையும் கடந்த சில ஆண்டுகளாக இந்துஸ்தானத்தின் சக்திகளை அச்சமூட்டியபடி இருந்தன. ஒரு வரியில் சொல்ல வேண்டுமானால், ஒரு நாள் அல்லது ஒரு நாள் ஹிந்துஸ்தானத்தின் பெரும் வல்லமைமிக்க ஒரு சக்தியாக உருவெடுக்கக்கூடிய எல்லா அமைப்பும் சீக்கியர்களுக்கும் அவர்களது உறவினர்களுக்கும் இருந்தது.[2]

முகலாயர்களுடன் மோதல் மிக நீண்ட காலமாக இருந்து வந்தாலும், சமீபத்தில் துர்ரானியின் கரங்களால் பல கொடூரங்களை அனுபவித்த பின்னரும், சீக்கியர்கள் சாதாரண இஸ்லாமியர்களுடன் நல்லிணக்கத்துடனே வாழ்ந்து வந்தார்கள். "அவர்களுடைய நகரங்கள் முகமதியக் கைவினைஞர்கள் மற்றும் வணிகர்களால் நிரம்பியிருந்தது; மிகச் சுதந்தரமாகத் தொழில் புரிய அவர்கள் ஊக்குவிக்கப்பட்டார்கள்," என்று குறிப்பிடுகிறார் சல்லிவன். "ஆஃப்கானிய குடும்பங்களும்கூட அவர்களது அரசுரிமைக்குட்பட்ட பகுதிகளில் பரம்பரைச் சொத்துக்களைக் கொண்டிருந்தார்கள்; அவற்றை அவர்கள் அமைதியாக அனுபவிக்க அனுமதித்தார்கள்."[3]

மஹாராஜா ரஞ்சித் சிங்கின் (1780–1839) படை பலத்திற்கு ஈடு கொடுக்க முடியாமல் *மிஸ்ல்ஸ்* தோல்வியடைந்த காரணத்தால், கி.பி.1801இல் கூட்டமைப்பின் இடத்தைச் சீக்கிய சாம்ராஜ்யம் அடைந்தது.

இறுதியாக, பஞ்சாப் அந்நிய ஆட்சியிலிருந்து விடுபட்டது சீக்கியப் புரட்சியின் மகுடம் போன்ற ஒரு பெரும் சாதனையாகும். இருப்பினும், அரசியல் அதிகாரத்தின் ஒருங்கிணைப்பு ஒற்றை ஆட்சியாளரின் கரங்களுக்குச் சென்று சேர்ந்ததால், இறுதியில் அது பிராமணியத்தின் வெற்றியாக முடிந்தது. இதுவே சீக்கிய சாம்ராஜ்யத்தின் வீழ்ச்சிக்கு வித்திட்டது.

மகாராஜாவின் ஆட்சிக்காலத்தில், குருக்கள் பரப்பிய விடுதலை மற்றும் சமத்துவக் கொள்கைகளைச் சாதாரண மக்கள் அர்ப்பணிப்புடன் பின்பற்றி வந்தார்கள் என்பதற்கு மேற்கத்தியப் பார்வையாளர்கள் சாட்சியம் அளிக்கிறார்கள். கி.பி.1833இல், முதல் அமெரிக்கக் கிறிஸ்தவ மதப் பிரச்சாரகர்கள் பஞ்சாப் வந்தடைந்தார்கள். அருட்தந்தை வில்லியம் ரீடின் மனைவி தாங்கள் அந்தப் பகுதியைத் தேர்ந்தெடுத்ததற்கான காரணங்களை விளக்கும் வகையில் இவ்வாறு எழுதுகிறார், “சீக்கியர்கள் இந்துக்களைக் காட்டிலும் குறைந்த மூடநம்பிக்கைகள் உடையவர்களாக இருந்தார்கள், மற்ற நம்பிக்கைகள் மற்றும் கருத்துகளுக்குத் திறந்த மனம் கொண்டவர்களாகவும், சாதியத் தீமைகளிலிருந்து மிகப் பெருமளவு விடுபட்டுச் சுதந்தரமானவர்களாகவும், கல்வி கற்பதில் மிகுந்த ஆர்வம் கொண்டவர்களாகவும் இருந்தார்கள்.”[4] அருட்தந்தை ஜான்.சி.லோரி கி.பி.1833இல் எழுதும்போது பின்வருமாறு விவரிக்கிறார்:

> சட்லஜ் நதிக்கு வடக்கே, லாகூர் மாகாணத்தில் உள்ள மக்கள் ரஞ்சித் சிங்கின் அதிகாரத்தின் கீழ் வாழ்ந்து வந்தார்கள். நீண்ட காலமாக ஆங்கிலேயர்களின் அஞ்சத் தகுந்த எதிரியாக இருந்த அவர், தற்போது அவர்களுடன் நட்பு பாராட்டி வருகிறார். அவர்கள் அனைவரும் சட்லஜ் நதியின் இருபுறங்களிலும் வாழும் சீக்குகள் அல்லது சீக்கியர்கள் என்றழைக்கப்படும் அதே மக்கள். பஞ்சாபி என்கிற ஒரே மொழியைப் பேசும் அவர்கள் ஒரே மதம் மற்றும் ஒரே வழக்கங்களையே பின்பற்றுகிறார்கள்... பாரபட்சம் அற்றவர்கள், இந்தியாவின் மற்றெந்த மக்களைக் காட்டிலும் பிராமணர்களின் தாக்கமும் சாதியின் தாக்கமும் அற்றவர்கள் என்று அவர்களைப் பற்றி குறிப்பிடப்படுகிறது. உண்மையில் சீக்கிய சமயம் மிகவும் தனித்துவமானது.[5]

குறைந்த காலமே இருந்தாலும் சீக்கிய சாம்ராஜ்யத்தின் அரசியலமைப்பு, மக்கள் சுதந்தரமாக சுவாசிக்க வழி செய்தது. சாதிய அமைப்பு மற்றும் அந்நிய ஆக்கிரமிப்பு ஆகியவற்றால் கிடைக்கப்பெற்ற துயரங்களிலிருந்து அவர்களை ஆசுவாசப்படுத்தியது. தங்களின் தனித்துவம் மிக்க அடையாளத்தை உணர்வதற்கும் நிறுவுவதற்கும் ஓர் அமைதியான சூழலை சாம்ராஜ்யம் சிறிது காலமேனும் மக்களுக்கு வழங்கியது. அந்தச் சமூக-அரசியல் சூழலை ஆங்கிலேய அரசாங்கமும் கூடப் பாராட்டியது.

ரஞ்சித் சிங்கின் அரசாங்கம் பலவகைகளில் அருகிருந்த சுதந்தரத் துணைக்கண்ட தேசங்களின் சமகால அரசாங்கங்களைக் காட்டிலும் சிறப்பானதாக இருந்தது. ஒடுக்குமுறை நிகழுமிடத்தில் வழக்கத்திற்கும் அதிகமான அளவில் தண்டனை அளிக்கப்பட்டது. அந்தத் தேசம் சிந்து முதல் சட்லஜ் வரை அமைதியை அனுபவித்தது. மேலும், ஒப்பீட்டளவில் மிகச் சாந்தமான அந்த அரசாங்க அமைப்பு சந்தேகமின்றி, அதற்காகவே மிகப் புகழ் வாய்ந்ததாக இருந்தது.⁶

இருப்பினும் அது நீடிக்கவில்லை. சங்கத் சிங்கின் கூற்றுப்படி,

சீக்கிய சாம்ராஜ்யம் தன் "அழிவுக்கான விதைகளைத் தனக்குள்ளேயே கொண்டிருந்தது." விரைவில் தொடங்கிய கொந்தளிப்பின் விளைவாக, குருக்கள் எதிர்த்துப் போராடிவந்த பொய்யான சமயங்கள் மற்றும் நேர்மையற்ற அரசியலுக்குச் சீக்கிய சாம்ராஜ்யம் வெகுவேகமாக இரையானது. குறிப்பாக, பரம்பரை முடியாட்சியின் எழுச்சியானது, குரு நானக், குரு அர்ஜுன், மற்றும் குரு கோவிந்த் என அனைவரும் போதித்த சாதாரண மனிதனும் அரசனாகலாம் என்னும் கருத்தாக்கத்தோடு முரண்பட்டது. "ரஞ்சித் சிங், ஓர் எதேச்சதிகாரியின் பதவி மற்றும் அதிகாரங்களை ஒருபோதும் தேவையின்றி கைக்கொண்டதில்லை," என்று தெளிவுபடுத்துகிறார் கன்னிங்ஹாம். இருப்பினும், எல்லா சீக்கியர்களும் மகாராஜாவின் ஆட்சியை நலமுடையதாகக் கருதவில்லை. மால்கமின் கூற்றுப்படி, பலர் அதை ஒரு "கைப்பற்றுதலாகவும், தங்களது அரசியலமைப்பின் பொது நன்மைக்கு ஏற்பட்ட தோல்வியாகவும் கருதினார்கள்."⁸

பரம்பரை முடியாட்சி குறித்து அதிருப்தி கொண்டவர்களில் ஒருவரான தளபதி ஹரி சிங் நால்வா, பேரரசப்படையின் தலைமைத் தளபதியாகவும் இருந்தவர். அவர் ரஞ்சித் சிங்கை கண்டிக்கும் விதமாக அவரிடம் இவ்வாறு சொல்கிறார்,

இந்த தேசம் ஒரு தனிநபருக்கு உரியதன்று, ஆனால் கால்சா என்னும் பொதுச் சொத்துக்கு உரியது. ஒரு நூற்றாண்டுக்கு முன்புவரை வாழ்ந்த ஒட்டுமொத்த மக்களின் தியாகங்களாலும், குருவின் கருணையாலும் ஆசீர்வதிக்கப்பட்ட காரணத்தாலேயே நாம் ஒரு சாம்ராஜ்யத்தை வென்றெடுத்தோம். அவர்களை யார் வழி நடத்த வேண்டும் என்பதை ஒருமித்த கருத்தோடு அவர்களே முடிவு செய்யட்டும்.⁹

சீக்கிய சாம்ராஜ்ஜியத்தின் வீழ்ச்சி, ரஞ்சித் "அதிகாரத்தின் சாவியை டோக்ராக்களின் கைகளில் ஒப்படைத்தபோது,"¹⁰ தொடங்கியது. ஓர் ஆங்கிலேய அரசாங்க அறிக்கை கூறுகிறது, "ரஞ்சித் சிங்கின் மரணத்திற்குப் பின்பான சீக்கிய அரசாங்கத்திற்கு நேர்ந்த பெரும்பாலான பிரச்சினைகளுக்கு முக்கியக் காரணம், அவர் தமக்கு விருப்பமானவர்கள்

அளவுக்கதிகமான அதிகாரத்தை அடைய அனுமதித்ததும் ஆகும்... அந்த விருப்பமானவர்களில் செல்வாக்கும் திறமையும் பெற்று முன்னணியில் இருந்தவர்கள், ஜம்முவிலிருந்து வந்த மூன்று டோக்ரா சகோதரர்கள்: குலாப் சிங், தியான் சிங், மற்றும் சுச்சேத் சிங்."[11]

குரு கோவிந்த் சிங் எதிர்த்துப் போரிட்ட மலை ராஜாக்களின் வம்சாவழியிலிருந்து வந்த டோக்ராக்கள், இறுதியில், "அரசாங்கத்தின் ஒட்டுமொத்தச் செயல்பாடுகளையும் கைப்பற்றி தங்களுடையதாக்கிக் கொண்டார்கள்."[12] தியான், கி.பி.1818இல் பிரதம மந்திரியானார். ஜம்மு மாகாணம் சீக்கிய சாம்ராஜ்யத்தின் கட்டுப்பாட்டுக்குள் வந்தது; கி.பி.1822இல் ஜம்முவின் ராஜாவாக குலாப் நியமிக்கப்பட்டார். "அவர்களில் யாரிடமும் ஒப்படைக்கப்படாத எந்த ஒரு முக்கியமான காரியத்தையும் ரஞ்சித் மிக அரிதாகவே மேற்கொண்டார்," என்று சீக்கிய ராணுவத்தில் பணிபுரிந்த ஜெர்மன் மதபோதகரான லெஃப்டினன்ட் கர்னல் ஹென்றி ஸ்டைன்பாக் சாட்சியமளிக்கிறார்.[13] தங்களது அதிகாரம் மிக்க பதவிகளின் மூலம் டோக்ராக்கள் சீக்கிய சாம்ராஜ்யத்தின் வீழ்ச்சியைத் தாங்களே நேரடியாக ஏற்படுத்தினார்கள். "மகாராஜா ரஞ்சித் சிங்கின் கீழ் பணிபுரிந்த... இந்து பிராமண அமைச்சர்கள், துரோகிகள் என்பதை நிரூபித்தார்கள்,"[14] என்று தெரிவிக்கிறார் பூரண் சிங்.

ரஞ்சித் சிங், 27 ஜூன் கி.பி.1839 வரை ஆட்சி செய்து, அன்று உறக்கத்திலேயே மரணத்தைத் தழுவினார். அவரது இறுதிச் சடங்கில் நிலவிய சூழல், குருக்களின் போதனைகளிலிருந்து இந்த அரசன் எவ்வாறு முழுவதுமாக விலகிச் சென்றார் என்பதை வெளிப்படுத்தியது. அவர் முகலாய அரசர்களைப்போல பல மனைவிகளைக் கொண்டிருந்தார், இந்து ராணிகள் பலரோடு ஒப்பந்தத் திருமணங்கள் செய்திருந்தார். ரஞ்சித்தின் இறுதிச்சடங்கில் அவருடைய குடும்பம், குருக்கள் எதிர்த்து வந்த சதி என்னும் இந்துச் சடங்கைப் பின்பற்றியது. அச்சடங்கை நேரடியாகப் பார்த்த ஸ்டைன்பாக் எழுதுகிறார்,

அவருக்கு விருப்பமான நான்கு அரசிகளும், ஏழு அடிமைப் பணிப்பெண்களும் நாட்டின் கொடூரமான அந்த வழக்கத்துக்கு இசைந்து, அவருடன் உடன்கட்டை ஏறி, தங்களை எரித்துக் கொள்ள விரும்புவதாக ஒருமித்த குரலில் தெரிவித்தார்கள். உடனடியாக அந்தப் புனிதச் சடங்குக்கு ஏற்பாடுகள் செய்யப்பட்டன...

அடுக்கப்பட்ட மரக்கட்டைக் குவியலின் மீது மகாராஜாவின் உடல் கிடத்தப்பட்டிருக்க, ராணிகள் அதைச் சுற்றி அமர்ந்து கொண்டார்கள்; ஒட்டுமொத்த விதானமும் விலையுயர்ந்த காஷ்மீரச் சால்வைகளால் திரையிட்டு மூடப்பட்டது. மகாராஜா காரக் சிங் ஒரு தீப்பந்தத்தைத் தனது கைகளில் ஏந்தியபடி மெலிதாக மந்திரத்தை உச்சரிக்கிறார்; பின்னர் அவர் சிதைக்குத் தீ

மூட்ட, எளிதாகத் தீப்பற்றக் கூடிய பொருட்களால் நிரப்பப்பட்டிருந்த அந்த அமைப்பு உடனடியாக ஒட்டுமொத்தமாகப் பற்றி எரிந்தது. மேளங்களின் டும்டும் சத்தத்திலும், பார்வையாளர்களின் கூச்சல்களிலும், பரிதாபத்துக்குரிய பலியாட்களின் கூக்குரல்கள் அமுழ்ந்திப் போயின.[15]

அதற்குப் பின் உடனடியாக, தொடர் அரசியல் சூழ்ச்சிகள், வேவு பார்க்கும் திட்டங்கள், கொலைகள், ஆட்சிக் கவிழ்ப்பு மற்றும் உள்நாட்டுக் கலகம், ஆகியவற்றால் அந்த ராஜ்ஜியம் ஒட்டுமொத்தமாகச் சீரழிந்து வீழ்ச்சியடைந்தது. இவை எல்லாவற்றுக்கும் மையப்புள்ளியாக டோக்ராக்கள் இருந்தார்கள். "ரஞ்சித்தின் மரணத்துக்குப் பின்பு, மிக நீண்ட காலம் பொதுப்பணிகளில் அவர்களுக்கிருந்த மிகப்பெரும் செல்வாக்கு, வியக்குமளவுக்கு சொத்துக்களைக் குவிக்க உதவியது; அவற்றின் மூலம் பஞ்சாபின் தலைவிதியை நிர்ணயிக்கும் பொறுப்பு அவர்களது கரங்களில் சென்று சேர்ந்தது. விரும்பத்தக்கவர்களாக இருந்ததைவிட, அஞ்சி நடுங்கத்தக்கவர்களாகவே அவர்கள் இருந்தார்கள்."[16]

ரஞ்சித்துக்குப் பின்னர், காரக் சிங் (அவரது மூத்த மகன்) மகாராஜாவாகப் பொறுப்பேற்றார். தியான் பிரதம மந்திரியாக இருந்தபோதும், காரக் சிங், "சேத் சிங் என்பவரிடம் அரசாங்க ஆலோசனைகளை நடத்தி வந்தார், அவர் ஒரு தாழ்த்தப்பட்ட வகுப்பைச் சேர்ந்தவர்."[17] தனது பிரதம மந்திரிப் பதவி அதிகாரமற்ற ஒரு பெயரளவு பதவியாக மட்டுமே இருப்பதாக நினைத்தார். அதற்காகப் பழிவாங்க வேண்டும் என்ற வெறி அவரது மனதை ஆக்கிரமித்திருக்க, விரைவில் அந்த எண்ணத்திற்குச் செயல்வடிவம் கொடுக்கின்ற வாய்ப்பைப் பெற்றார். டோக்ரா சகோதரர்கள், காரக்கின் மகன் நௌ நிஹாலுடன் சேர்ந்து ரகசியத் திட்டம் தீட்டி, அவனுடைய தந்தையைப் பதவியிலிருந்து தூக்கி எறிய அவனையே சம்மதிக்கச் செய்தார்கள். அக்டோபர் மாதம் சதிகாரர்கள் ஒரு பலவந்தமான ஆட்சிக்கவிழ்ப்பை அரங்கேற்றினார்கள். "அக்டோபர் 8, கி.பி.1839 அன்று அதிகாலையில் மகாராஜாவின் வீட்டுக்குள் அத்துமீறி நுழைந்த இளவரசனும், மந்திரியும், உறங்கிக்கொண்டிருந்த சேத் சிங்கை தட்டி எழுப்பினார்கள். சில அடி தூரத்தில் திகிலில் உறைந்துபோயிருந்த எஜமானரின் முன்பாக அவரைக் கொன்றார்கள்," என்று விவரிக்கிறார் கன்னிங்ஹாம்.[19]

நௌ நிஹால் தன் தந்தையைச் சிறையிலடைத்து விட்டு மகாராஜாவாகப் பதவியேற்றார். திடீரென்று பதவியிலிருந்து தூக்கியெறியப்பட்ட காரக், 5 நவம்பர் கி.பி.1840 அன்று, 'விஷம் வைக்கப்பட்டது குறித்த எந்தச் சந்தேகமுமின்றி' மரணமடைந்தார்.[20] அதற்கடுத்த நாளே, மர்மமான முறையில் நௌ நிஹால் இறந்து போனார்.

இளவரசர் தந்தையின் ஈமச் சடங்குகளை முடித்தபின் சிதைக்குத் தீ வைத்துவிட்டு ஒரு மூடிய நுழைவாயில் வழியாகத் திரும்பிச் சென்றபோது... அந்தக் கட்டடத்தின் ஒரு பகுதி அவர்மீது சரிந்து

விழுந்தது... பலத்த காயமடைந்த இளவரசர் மயங்கிச் சரிந்தார், பின்னர் அன்றிரவே மரணமடைந்தார். நௌ நிஹால் சிங்கை வெளியேற்றவே [டோக்ராக்கள்] அவ்வாறு திட்டமிட்டார்கள் என்பதை உறுதியாகச் சொல்ல முடியவில்லை; ஆயினும், இந்தக் குற்றத்திலிருந்து அவர்களை விடுவித்து விட முடியாது, ஏனெனில் அவர்கள் இத்தகைய ஒரு குற்றத்தை நிகழ்த்தக்கூடியவர்களே... இளவரசர் தனது இழிவை மட்டுமல்ல, உண்மையில் தன் அழிவையும் தானே தேடிக்கொண்டார் என்பதை மறுக்க முடியாது.[21]

அதன்பின்னர் உள்நாட்டுப் போர் தொடங்கியது. ஜனவரி கி.பி.1841இல் ஷேர் சிங் (ரஞ்சித்தின் ஒரு மகன்) வெற்றி பெற்று, தியான் சிங்கால் மகாராஜாவாக அறிவிக்கப்பட்டார். சங்கத் சிங்கின் கூற்றுப்படி, தியான் "ஏறக்குறைய, அரசர்களை உருவாக்குபவர் என்கிற அவதாரமெடுத்து *தர்பார்* [அரசவை] மீதான தனது பிடியை இறுகப் பற்றிக்கொண்டார்."[22] இருப்பினும், இந்த நம்பிக்கைத் துரோகத்துக்கிடையே அரியணையேறிய "ஷேர் சிங் தன் சொந்தத் தலைவர்கள் மற்றும் மக்களைக் கண்டே முக்கியமாக பயந்தார்." கன்னிங்ஹாம் மேலும் விளக்குகிறார், "அவர் தியான் சிங்கின் பொறாமை மிகுந்த ஆதிக்கத்தின் கீழ் மிகுந்த மனசஞ்சலம் கொண்டிருந்தார்... கி.பி.1843ஆம் ஆண்டின் கோடைகாலத்தில், மகாராஜாவிடம் தன் செல்வாக்கு வெகுவாகக் குறைந்து வருவதை தியான் சிங் உணர்ந்தார்."[23]

டோக்ராக்கள் ஷேர் சிங்கின் சில ஆலோசகர்களை துரோகம் செய்ய சம்மதிக்க வைத்து மற்றொரு ஆட்சிக்கவிழ்ப்பைத் திட்டமிட்டு நடத்தினார்கள். செப்டம்பர் 15, கி.பி.1843 அன்று, அவர்கள் ஷேர் மற்றும் அவரது மகன் பிரதாப்பை கொன்றார்கள். சதித்திட்டம் தடம் மாறி தியான் சிங்கை தாக்கியது. இறுதியில், அரச கொலைகள் புரிபவர்கள் ஒரே நேரத்தில் டோக்ரா பிரதம மந்திரியையும் வஞ்சித்துக் கொன்றார்கள். இதன் விளைவாக, ஐந்து வயது துலீப் (ரஞ்சித்தின் இளையமகன்) அரியணையில் அமர்ந்தார். ஆங்கிலேயர்கள், சீக்கியர்கள் மீது தொடுத்த போரில் சீக்கிய சாம்ராஜ்யம் விரைவாகச் சரிந்தது. மீண்டும் இதிலும், டோக்ராக்களின் பங்கு நம்பிக்கை துரோகமாகவே இருந்தது.

சாம்ராஜ்யத்தை ஒரு சிறுவன் அரசனாக இருந்து வழிநடத்தியபோது கி.பி.1845இல் ஆங்கிலேயர்கள், சீக்கியர்களின் மீது போர் அறிவித்தார்கள். வேறு எவரிடமும் செல்ல முடியாத சூழலில் குலாப், "வேறுவழியின்றி அமைச்சராகவும் தலைவராகவும் ஏற்றுக்கொள்ளப்பட்டார்," என்று விளக்குகிறார் கன்னிங்ஹாம்.[24] போர்க்காலத்தில் அமிர்தசரஸ் நகரில் வாழ்ந்துவந்த ஷா முஹம்மத் என்னும் பஞ்சாபி கவிஞரின் கூற்றுப்படி, குலாப் பெரும்பான்மையான சீக்கியர்களைப் படையிலிருந்து நீக்கியிருந்தார், அதனால் மீட்க முடியாத அளவுக்கு கால்சா வலுவிழந்திருந்தது."[25]

இரண்டு ஆண்டுகளில் ஆங்கிலேயப் படைகள் சீக்கியர்களை வெற்றி கொண்டு லாகூரை ஆக்கிரமித்தன. "ஆபத்து அழுத்தியபோது தலைவர்கள்

மற்றும் மக்களால் குலாப்சிங் அமைச்சராக நியமிக்கப்பட்டார். மேலும் ஆங்கிலேயர்களால் முறைப்படியான அமைச்சராகவே நடத்தப்பட்டார்," என்று எழுதுகிறார் கன்னிங்ஹாம். இதனிடையே, "ஆங்கிலேயர்களை வலுவுடன் எதிர்கொள்ளத் தங்களது தேர்ந்தெடுக்கப்பட்ட அமைச்சரான குலாப் சிங்குக்கு அனைத்து அதிகாரங்களையும் அளிக்க வேண்டும் என்ற அரசவையின் கோரிக்கையை ராணுவம் உடனடியாக ஏற்றுக்கொண்டது."[26] பதிலாக, குலாப், சாம்ராஜ்யத்தை சரணடையச் செய்வதற்காக இந்தியாவின் ஆங்கிலேய கவர்னர் ஜெனரல் ஹென்றி ஹார்டிங்கின் பிரதிநிதிகளுடன் பேச்சுவார்த்தை நடத்தினார்.

குலாப் "வேறு யாருக்குமன்றி, தனக்கு மட்டுமே சுயசேவை செய்து கொண்டிருந்தார்," என்று கூறுகிறார் முஹம்மத். அவர் ஆங்கிலேயர்களை விரும்பி வரவேற்றார். "ராஜா குலாப்சிங் கவர்னர் ஜெனரலிடம் எல்லை மீறிப் பணிந்து குழைந்தார் என்று எழுதுகிறார் முஹம்மத். அவர் கவர்னரின் கையைப் பிடித்து லாகூருக்குள் அழைத்து வந்தார். [அவர் கூறினார்] 'ஓ சாஹிப்! எங்கள் மீது கருணை காட்டுங்கள்.'"[27] கன்னிங்ஹாமின் கூற்றுப்படி, "ராஜாவின் அந்த பிரஸ்தாபங்கள்... லாகூர் அரசுரிமைக்குட்பட்ட மொத்த ராஜாங்கத்துக்கும் தன்னை ஒரு மறைமுக ஆளுநராக நியமிக்க வேண்டும் என்கிற ஆசையினால் செய்யப்பட்டது."[28] அந்தக் குறிப்பிட்ட இலக்கை அடைய முடியாமல் அவர் தோற்றுப் போனார், ஆனாலும் குலாபின் துதி பாடுகின்ற சுயநலம் பஞ்சாபின் சுதந்தரத்திற்குப் பாதகமாக அமைந்தது.

அவரது பேச்சுவார்த்தைக்குப் பின் போடப்பட்ட மார்ச் 1846 ஒப்பந்தத்தின்படி, சாம்ராஜ்யத்தின் மாகாணங்களில் பெரும்பங்கு ஆங்கிலேயர்களுக்கு விட்டுக் கொடுக்கப்பட்டது, சீக்கிய ராணுவத்தின் பெரும்பகுதி கலைக்கப்பட்டது, மேலும் அவர்களது ஆயுதங்கள் பறிமுதல் செய்யப்பட்டன. அதன்பின் ஏற்படுத்தப்பட்ட டிசம்பர் 1846 ஒப்பந்தத்தின்படி, லாகூரில் ஒரு நிரந்தரப் படைப்பிரிவு நிறுவப்பட்டு, நாட்டின் ஒட்டுமொத்த நிர்வாகமும் ஒரு பிரதிநிதிகள் சபைக்கு மாற்றப்பட்டது. அந்தச் சபை, அரசவையைத் தனது இருப்பிடமாக மாற்றிக்கொண்ட ஒரு ஆங்கிலேய முகவரின் 'கட்டுப்பாடு மற்றும் வழிகாட்டுதலின்' கீழ் மட்டுமே செயல்பட அனுமதிக்கப்பட்டது.

சுருக்கமாகச் சொல்ல வேண்டுமானால், சீக்கிய சாம்ராஜ்யம் பிரிட்டிஷ் கிழக்கிந்தியக் கம்பெனியின் குத்தகை தேசமாக மாறியது. "இந்த வழியில் ஃபெரங்கிகள் (அந்நியர்கள்)... தங்களது சொந்த ராணுவப்படையை லாகூரில் நிலைநிறுத்தினார்கள்," என்று விவரிக்கிறார் முஹம்மத். "நாடு தற்போது கம்பெனி அலுவலர்களின் கைகளில் ஒப்படைக்கப்பட்டது."[29]

மார்ச் 1846 லாகூர் ஒப்பந்தப் பேச்சுவார்த்தையின்போது டோக்ரா அமைச்சர் தனது சொந்த எதிர்காலம் குறித்துப் பேசத் தவறவில்லை. "குலாப்... திடீரென கவர்னர் ஜெனரலிடம், ராணுவத்தை எளிய இரையாக்கித் தந்தது மற்றும் மிக விரைவாக சமாதானத்தைக் கொண்டுவந்தது போன்ற தன் செயல்களுக்குப் பலனாகத் தனக்கு என்ன கிடைக்கும் என்று கேட்டு

அவரைக் குழப்பமடையச் செய்தார்," என்று கூறுகிறார் கன்னிங்ஹாம். "குலாப் சிங்கை சமாதானப்படுத்தவே, அவர் ஒப்புக்கொள்ளும் வகையில்" அந்த ஒப்பந்தம் ஏற்படுத்தப்பட்டது என்று அவர் உறுதியாகக் கூறுகிறார். ஹார்டிங்கின் ஆதரவுடன் காஷ்மீரும் மற்ற நாடுகளும் இயற்கையான பஞ்சாபிலிருந்து துண்டிக்கப்பட்டு, குலாப் சிங் தனி அரசனாக ஆட்சி செய்யும் வகையில் அவரிடம் கையளிக்கப்பட்டது."[30] ராஜா குலாப்பின் ஆசைகளை நிவர்த்தி செய்யும் வகையிலேயே அது வடிவமைக்கப்பட்டது என்று அந்த ஒப்பந்தமும் பதிவு செய்கிறது.

> ராஜா குலாப்சிங் லாகூர் தேசத்திற்காக ஆற்றிய சேவைகளைக் கருத்தில் கொண்டும், லாகூர் மற்றும் பிரிட்டிஷ் அரசுகளுக்கு இடையிலான நல்லுறவை வளர்க்கவும், நட்பை மீட்டெடுக்கவும் அவர் அளித்த உதவிகளுக்காக மகாராஜாவின் ஒப்புதலுடன் இன்று முதல் ராஜா குலாப்சிங் ஒரு சுயாதீன அரசாக அங்கீகரிக்கப்படுகிறார். அவருக்கும் பிரிட்டிஷ் அரசாங்கத்துக்கும் இடையே ஏற்படுத்தப்பட்ட தனி ஒப்பந்தத்தின்படி சில சமஸ்தானங்களும், மலைகளில் உள்ள மாவட்டங்களும் மேற்கூறப்பட்ட ராஜா குலாப் சிங்கிடம் ஒப்படைக்கப்படுகிறது.[31]

இவ்வாறு, தனது சட்டைப்பைகளை நிரப்பிக்கொண்டு, அதற்குப் பதிலாக சீக்கியப் பேரரசைக் காட்டிக்கொடுத்த மலைராஜா, வடக்கு நோக்கித் தப்பிச் சென்றார். பேர ஒப்பந்தத்தின் மூலம் காஷ்மீர் கிடைத்தபின் குலாப் சிங் ஜம்மு உடனான தனது உறவை உடனடியாகச் சீர்செய்து புதுப்பித்துக்கொண்டார். இதனால் அவர் ஜம்மு மற்றும் காஷ்மீரின் மகாராஜாவாக ஆனார்.

மீண்டும் கி.பி.1848இல் சீக்கியர்களுக்கும் ஆங்கிலேயர்களுக்கும் இடையே போர் மூண்டது. ஆனால், போதுமான அழிவு ஏற்கனவே ஏற்படுத்தப்பட்டுவிட்டது. இந்தியத் துணைக்கண்டத்தின் சுயாதீனமான தேசங்களில், சீக்கிய சாம்ராஜ்யமே மிக இளமையானது; மேலும், ஆங்கிலேயர்கள் துணைக்கண்டத்தில் மேற்கொண்ட பூரண அந்நிய ஆக்கிரமிப்பை எதிர்த்து நின்று வீழ்ந்த கடைசி கோட்டையும் அதுவேயாகும்.

சீக்கியர்கள் தலைமையில் நிர்மாணிக்கப்பட்ட பொது அரசியல்தேசம் ஒரு தற்காலிகப் பரிசோதனையாக ஆனது; ரஞ்சித் பரம்பரை முடியாட்சியை (குருக்களின் போதனைகளுக்கு எதிராக) உருவாக்கி, பிராமண சக்திகளுக்கு (குரு அர்ஜுனைக் கொல்வதற்காக முகலாயர்களுடன் இணைந்து சதித்திட்டம் தீட்டிய அதே ஆளும் உயர் வர்க்கத்தினர்) தனது அதிகாரத்தை விட்டுக் கொடுத்த காரணத்தால், அந்த ஆட்சி விரைவாகச் சுருக்கப்பட்டு, குறுகிய காலத்தில் முடிவுக்கு வந்தது.[32] விரைவில், ஆங்கிலேயர்கள் தங்களது காலனிய எல்லைகளுக்குள் ஒன்றாக இந்தியத் துணைக்கண்டத்தை உறிஞ்சிக்கொண்டபோது, வரலாறு ஒரு கடும் திருப்பத்தை நோக்கிச் சென்றது.

மேற்கோள் ஆவணங்கள்

1. Kuiper, Kathleen (ed.) Understanding India: The Culture of India. New York: Britannica Educational Publishing. 2011. 135.
2. Sullivan, Richard Joseph. An analysis of the political history of India. In which is con-sidered, the present situation of the East, and the connection of its several powers with the Empire of Great Britain. 1779. London: T. Beckett. 1784. 206-207.
3. Ibid., 202-203.
4. Swift, E.P. The Foreign Missionary Chronicle: Containing a Particular Account of the Proceedings of the Western Foreign Missionary Society and a General View of the Trans-actions of Other Similar Institutions (Volumes 1 and 2). Pittsburgh: Christian Herald. 1834. 207.
5. Ibid., 201.
6. British Indian Empire. Report on the Administration of Punjab and Its Dependencies for 1901-1902. Lahore: Punjab Government Press. 1902. 17.
7. Cunningham. History. 168.
8. Malcolm. Sketch. 110.
9. Singh. Sikhs. 107.
10. Ibid., 108.
11. British. Report. 17.
12. Cunningham. History. 223.
13. Steinbach, Henry. The Punjab: Being a Brief Account of the Country of the Sikhs. Lon-don: Smith, Elder, & Co. 1845. 20.
14. Singh, Puran. Open Letter to Sir John Simon. October 21, 1928. Full text available at globalsikhstudies.com and archive.org.
15. Steinbach. Punjab. 17-19.
16. Ibid. 20.
17. British. Report. 17.
18. Steinbach. Punjab. 21.
19. Cunningham. History. 225.
20. British Indian Empire. The Imperial Gazetteer of India (vol. 20). Oxford: Clarendon Press. 1908. 272.
21. Cunningham. History. 231.
22. Singh. Sikhs. 113.
23. Cunningham. History. 255.
24. Ibid., 304.
25. Mohammed, Shah. The First Punjab War: Shah Mohammed's Jangnama. P. K. Nijha-wan (ed. and tr.). Amritsar: Singh Brothers, 2001. 247.
26. Cunningham. History. 316-17.
27. Mohammed. Wa r. 247.
28. Cunningham. History. 318.
29. Mohammed. Wa r. 251-252.
30. Cunningham. History. 318-319.
31. Ibid., 400.
32. One may contrast the behavior of the Dogra family as bureaucrats under the Sikh Em-pire with the behavior of the Das family as bureaucrats under the Sikh Gurus. On one hand, the Gurus did not relinquish all power into the hands of the bureaucrats; on the other hand, the Das family repeatedly proved their devotion to the Panth and Granth by laying down their own lives to defend it. The Gurus understood that, because caste is a fraud, a person should be judged by the content of their character and not the caste with which they may have been associated.

5

டாக்டர் அம்பேத்கரின் எச்சரிக்கை: "விஷயங்கள் தவறாகப் போகக்கூடிய பெரும் ஆபத்து உள்ளது"

பிரிட்டிஷ் ஏகாதிபத்தியம் கி.பி.1858இல் கிழக்கிந்தியக் கம்பெனியின் அதிகாரப் பத்திரத்தைத் திரும்பப் பெற்றுக்கொண்டு, அதன் கீழிருந்த அனைத்துப் பிரதேசங்கள், நிர்வாகக் கருவிகள், மற்றும் ராணுவப்படைகள் ஆகியவற்றைத் தன் கட்டுப்பாட்டுக்குள் எடுத்துக்கொண்டு, இந்தியத் துணைக்கண்டத்தில் நேரடியான முடியாட்சியைத் தொடங்கியது, அவ்வகையில் பிரிட்டிஷ் ராஜ்ஜியத்தை நிறுவியது.

அந்நிய ஆட்சிமுறை முகலாயர்கள் கைகளிலிருந்து ஆங்கிலேயருக்கு மாறியது. ஆயினும், அடிப்படை சமூக-அரசியல் அமைப்பாக பிராமணியமே தொடர்ந்து நீடித்தது. ஒருபுறம் ஆங்கிலேயர்கள் பலர் பிராமணியத்தை அடையாளங்கண்டு அதைக் கண்டனம் செய்ததும், பந்தின் முக்கியத்துவத்தை ஓரளவுக்கு அங்கீகரித்ததும் சில ஆதிவாசிகளுக்கு பிரிட்டிஷ் ராஜ்ஜியத்தின் மீது ஒரு நம்பிக்கையை ஏற்படுத்தியது. மற்றொருபுறம், ஏகாதிபத்திய ஆட்சிக்கு எதிரான கிளர்ச்சிகளை ஒடுக்கவும் அழிக்கவும் பிராமணர்களின் ஆலோசனையை, அந்நிய ஆக்கிரமிப்பாளர்கள் நாட வேண்டியிருந்தது.

ஆங்கிலேய ஆட்சியின்கீழ் சில சாதியத் தடைகளை உடைப்பதற்கு ஆதிவாசிகள் ஓரளவு சுதந்தரத்தைக் கண்டடைந்தார்கள். உதாரணமாக, பெண் கல்வியை ஊக்குவிப்பது மற்றும் கீழிலும் கீழாக்கப்பட்டவர்களைச் சமூக அந்தஸ்தில் உயர்த்துவதற்கு வெளிப்படையாக விரிவான முயற்சிகள் மேற்கொள்வது போன்றவை. இருப்பினும்,

சாதாரண மக்களின் அடிப்படை உரிமைகள் தடைசெய்யப்பட்டபோது, அது முகலாயர் ஆட்சிக் காலத்தை நினைவுபடுத்தியது. பிரிட்டிஷ் ராஜ்ஜியம் பல மனித உரிமைகளைத் தடை செய்தது, கூட்டமாக ஒன்றுகூடுவதற்குத் தடை, பேச்சு மற்றும் பத்திரிகை சுதந்தரத்திற்குத் தடை; *ஹேபியஸ் கார்பஸ்* (ஆட்கொணர்வு மனு) மற்றும் ஜூரி (பஞ்சாயத்துக் குழு) துணையுடன் விசாரணை நடத்தத் தடை; ஆயுதங்களை வீட்டில் வைத்திருக்கவும் வெளியில் எடுத்துச் செல்லவும் தடை; சொத்துகள் வாங்கத் தடை போன்றவை அவற்றுள் சில.

பிரிட்டிஷ் ராஜ்ஜியத்தின்கீழ், குறிப்பாக, சீக்கிய மத நிறுவனங்களின் நிர்வாகத்தில் ஆங்கிலேயர்கள் தலையிட்டதால், அதன் விளைவாகப் பல *குருத்வாராக்கள்* பிராமணிய சக்திகளின் ஒட்டுமொத்தக் கட்டுப்பாட்டின்கீழ்ச் சென்றன. சீக்கிய நிறுவனங்களுக்கான கட்டுப்பாட்டை சீக்கியர்கள் இழந்தது, முகலாயர்கள் ஆட்சி செய்த அந்தப் பழைய காலத்தின் சுவடுகளாய் மாறியது. "பதினெட்டாம் நூற்றாண்டின் தொடக்கத்தில், முதலில் முகலாயர்களாலும் பின்னர் ஆஃப்கானியப் படையெடுப்பாளர்களாலும் சீக்கியர்களின் வழிபாட்டுத்தலங்களைத் தங்கள் கட்டுப்பாட்டுக்குள் எடுத்துக்கொண்டு சீக்கியர்களுக்கு அளிக்கப்பட்ட பெரிய அளவிலான இஸ்லாமியச் சித்திரவதைகள் ஒரு பேரபாயம் மிக்க சாகச முயற்சியாகவே ஆயின," என்று தெரிவிக்கிறார் சிங்கப்பூர் வரலாற்றாசிரியர் டாக்டர் டான் டாய் யாங். 'சீக்கியர்கள் நாட்டைவிட்டுத் துரத்தியடிக்கப்பட,' அவர்கள் இல்லாத சமயம் உண்மை இந்துக்கள், 'அதன் விளைவாக, முக்கியமான பல *குருத்வாராக்களின் கிராந்தி* (வேதம் ஓதுபவர்) மற்றும் *மஹந்த்* (மேலாளர்) போன்ற பதவிகளை நிரப்பினார்கள்.' இதைப் பற்றி யாங் விளக்குகிறார்,

> இந்தச் சொத்துகளின் சட்டப்படியான உரிமை மேலாளர்களுக்கு அளிக்கப்பட்டது... வெகுவிரைவில், *மஹந்து*களின் அலுவலகம் செல்வாக்கு மிக்க ஒன்றாக மட்டுமல்லாமல் பெரும் லாபகரமான ஒன்றாகவும் ஆனது. படிப்படியாக *மஹந்துகள்* கோவில்களின் ஒட்டுமொத்தக் கட்டுப்பாட்டையும் தங்கள் கையிலெடுத்துக்கொண்டு *குருத்வாரா*வின் நிலங்களையும் அதன் வருமானங்களையும் தங்களது சொந்தச் சொத்துகளாக மாற்றிக்கொண்டார்கள். சபை தனது செல்வாக்கைப் பயன்படுத்திக் கோவில் தியான காரியங்களை நடத்தக்கூட வழியின்றி அதிகாரமற்றிருந்தது. தங்களது நடவடிக்கைகள் குறித்து சபைக்குத் தெரிவிக்க வேண்டிய கட்டாயமில்லாத *மஹந்துகள்*, சீக்கியக் கோவில்களைத் தங்களது பிரத்தியேக சொத்துகளாக மாற்றினார்கள். சில இடங்களில் இந்து வழக்கங்களும், விக்கிரக வழிபாடும் *குருத்வாரா*வுக்குள் நுழைந்தன.[1]

மகாராஜா ரஞ்சித்சிங்கால் இந்த நடைமுறை வேரூன்றப்பட்டு, ஆங்கிலேயர்களால் பின்பற்றப்பட்டது. "ஆங்கிலேயர்கள் பஞ்சாப்பை

இணைத்தது முதலே, சீக்கியக் கோவில்கள்தான் ஆற்றல் மற்றும் அதிகாரத்திற்கான மைய விசை என்று கருதினார்கள்," என்கிறார் சங்கத் சிங். "கி.பி.1825இல் ரஞ்சித்சிங் ஏற்படுத்திய மேலாளர் நியமன முறையை முன்னுதாரணமாக்கி, ஆங்கிலேயர்கள் அமிர்தசரஸில் உள்ள பொற்கோவிலில் தாங்கள் மேற்கொண்ட மேலாளர் நியமனத்தை நியாயப்படுத்தினார்கள்." ஹர்மந்திர் சாஹிப்பின் நிர்வாகக் கட்டுப்பாடு அவர்களின் கைகளுக்குப் போனதும் பேரரசர் ஜஹாங்கீரின் *பண்டிதர்களும் காஸிகளும்* வகுத்த அதே கொள்கையைப் பின்பற்றி, ஆளும் உயர் வர்க்கத்தினரின் "ஆட்சேபத்துக்குரிய அனைத்து வழக்கங்களையும் நீக்கிவிட்டார்கள். குரு அர்ஜுன் காலத்தில் அவர்கள் கிரந்தத்தின் உள்ளடக்கத்திற்கே ஆட்சேபம் தெரிவித்தார்கள். தற்போது அவர்கள் '*குர்பானி* பாடுவதைத் (*கிரந்தத்தின் ஷபதங்கள்*) தடை செய்கிறார்கள்; மேலும், "அரசியல் சாயலுள்ள கருத்துகள் இருக்கலாம் என குருவின் வரிகளைப் பிரசங்கமாக அளிக்கும் *கதா* அரங்கேற்றத்தையும் தடை செய்கிறார்கள்."[2]

இதன் காரணமாகவும், பல்வேறு பிரச்சனைகளுக்கு எதிர்வினையாகவும், சீக்கியர்கள் கி.பி.1873இல் 'சிங் சபை இயக்கம்' தொடங்கினார்கள். சீக்கியத்தின் மீதான வெளித்தாக்கங்களை நீக்குவதன் மூலம் அதை மறுசீரமைப்பு செய்து, சீக்கிய நிறுவனங்களின் கட்டுப்பாட்டை மீண்டும் பந்த்திடம் ஒப்படைப்பதே அவர்களின் குறிக்கோளாக இருந்தது. இயக்கத்தின் முக்கியப்புள்ளிகளான கியானி தித் சிங் மற்றும் குருமுக் சிங், சீக்கியத்தில் உள்ள மேட்டுக்குடித் தன்மை, பிராமணியத்தின் மற்றொரு பதிப்பே என்று கண்டித்தார்கள்.

அதே காலகட்டத்தில், கி.பி.1875இல், தயானந்த சரஸ்வதி ஆரிய சமாஜத்தை நிறுவினார்; இந்து சீர்திருத்த இயக்கமான அது, சீக்கியத்தின் அம்சங்களை நகலெடுத்தது. இருப்பினும், தயானந்த சரஸ்வதியால் தொடங்கப்பட்ட அந்த இயக்கத்தின் ஆன்மாவை அகற்றியது. குரு நானக்கிடம் பிராமணியத் தாக்கம் இல்லாததை அவர் வெளிப்படையாக விமர்சனம் செய்தார். தயானந்த சரஸ்வதி பின்வருமாறு குற்றம் சாட்டுகிறார், "நானக்கின் நோக்கத்தில் சந்தேகமில்லை, அது நல்லதே; ஆனால் அவர் எந்தக் கல்வியையும் கற்கவில்லை, அவருக்கு வேதங்கள் மற்றும் சாத்திரங்கள் குறித்த அறிவுமில்லை, மேலும் அவர் சமஸ்கிருதம் படித்தவரில்லை."[3] தயானந்த சரஸ்வதியும், கியானி தித் சிங்கும் ஒரு பொது விவாதத்தில் ஈடுபட்டபோது, சிங் முற்றிலுமாக சுவாமியைத் தோற்கடித்தார். இந்த அறிவுசார் வெற்றி ஆரிய சமாஜத்தால் தொடங்கப்பட்ட சீக்கியர்களுக்கு எதிரான தொடர் பிரச்சாரத்திற்கு, சிறு ஓய்வினை அளித்தது.

சிங் சபை பல பத்தாண்டுகளாகப் போராட்டங்கள் நடத்தி, இறுதியாக, "சீக்கிய சீர்திருத்தவாதிகள் பொற்கோவிலிலிருந்து பிராமணப் பூசாரிகள், விக்கிரகங்கள் மற்றும் இந்து வழக்கங்கள் அனைத்தையும் ஒழித்து சுத்தம் செய்து வெற்றி கண்டார்கள்."[4] இந்த வெற்றியால் புத்துணர்வு பெற்றவர்கள்

மேலும் ஓர் அகன்ற இயக்கத்தை நடத்தி எல்லா *மஹந்து*களையும் நீக்கி, குருத்வாராக்களின் ஜனநாயகக் கட்டுப்பாட்டு உரிமையை சீக்கிய மக்களிடம் மீண்டும் ஒப்படைத்தார்கள். இந்திய வரலாற்றாசிரியர் வி.கே.அக்னிஹோத்ரியின் கூற்றுப்படி,

> *குருத்வாரா*க்களை இந்த ஊழல் *மஹந்து*களிடமிருந்து விடுவித்து, சீக்கியர்களைப் பிரதிநிதியாகக் கொண்ட ஓர் அமைப்பிடம் ஒப்படைப்பததற்காக, *குருத்வாரா* சீர்திருத்த இயக்கம் ஒரு கிளர்ச்சியைத் தொடங்கியது. *குருத்வாரா* கிளர்ச்சியாளர்களின் தொடர் அழுத்தம் காரணமாகத் தேர்ந்தெடுக்கப்பட்ட ஒரு செயற்குழுக் கட்டுப்பாட்டின் கீழ் *குருத்வாரா* கொண்டு வரப்பட்டது. கி.பி.1920 நவம்பரில் தொடங்கப்பட்ட அந்தக் குழு சிரோமணி *குருத்வாரா* பிரபந்தக் கமிட்டி, என்றழைக்கப்பட்டது. *குருத்வாரா*க்களின் விடுதலைக்காகத் தொடங்கப்பட்ட இவ்வியக்கம் விரைவில் அகாலி இயக்கமாக மாறியது.[5]

இதனிடையே, மனித மாண்புக்கான போராட்டம் பஞ்சாபிற்கு வெளியிலும் பரவ, பிராமணியத்திற்கு எதிராக புகழ்பெற்ற பழங்குடியினத் தலைவர்கள் பலர் கிளம்பினார்கள். இருப்பினும், அநியாயமான அடக்குமுறைச் சமூக அமைப்புகளை எதிர்ப்பதன் மூலம் மக்களின் விடுதலைக்காகப் போராடிய அவர்கள், அதற்கான அரசியல் வழியைப் பெருமளவில் புறந்தள்ளினார்கள். பதிலாக, கற்பித்தல், ஒன்று சேர்த்தல் மற்றும் போராடுதல் என்னும் வழியைச் சமூக அளவில் அவர்கள் தொடங்கினார்கள்.

ஜோதிராவ் புலே (1827–1890) — மகாராஷ்டிராவில் ஜோதிராவ் புலே தன்னுடைய மனைவி சாவித்திரிபாயுடன் இணைந்து கல்வியை நிலைநிறுத்த உழைத்தார்கள். சாவித்திரிபாயை முதல் ஆசிரியராகக் கொண்டு, பெண்களுக்கான ஒரு பள்ளியைத் தொடங்கினார்கள்; மேலும் பழங்குடியினப் பிள்ளைகளுக்காகத் தொடர்ந்து பல பள்ளிகளைத் திறந்தார்கள். குறிப்பாக, ஆதிசூத்திரர்களைக் குறிக்கும் 'தலித்' (நொறுக்கப்பட்டவர்கள்) என்கிற பெயரை புலே உருவாக்கினார்.

ஒரு சுயசரிதை வரைவின்படி, "பிராமணியக் கலாச்சார அமைப்பை ஒட்டுமொத்தமாக அழித்தொழிப்பதன் மூலமே பெண்கள், சூத்திரர்கள், மற்றும் ஆதிசூத்திரர்களின் விடுதலையை அடைய முடியும் என்று புலே உறுதியாக நம்பினார்."[6] 'மக்கள் கல்வி கற்பதற்கான' அவசரத்தையும் முக்கியத்துவத்தையும் வலியுறுத்தும்விதமாக புலே அறிவித்தார், "ஒவ்வொரு கிராமத்திலும் சூத்திரர்களுக்குப் பள்ளிகள் இருக்கட்டும்; ஆனால் அனைத்து பிராமண ஆசிரியர்களிடமிருந்து அவை தள்ளியே இருக்கட்டும்!" எல்லாவற்றுக்கும் மேலாக, அவர் அனைத்து மக்களின் உலகளாவிய சமத்துவத்தை வலியுறுத்தினார்.

எல்லா ஆண்களும் பெண்களும் பிறப்பால் சுதந்தரமானவர்கள். அவர்களுக்கான அனைத்து மனித உரிமைகளையும் அனுபவிக்க உரிமை உடையவர்களே... நம்மைப் படைத்த இறைவன் ஆண் மற்றும் பெண் எல்லாருக்கும், அனைத்து மனித உரிமைகளையும் வேறுபாடில்லாமல் வழங்கியிருக்கிறார். எந்த ஒரு மனிதன் அல்லது குழுவுக்கும், ஒரு மனித உயிரின் மீது அடக்குமுறை நிகழ்த்த எந்த உரிமையும் கிடையாது.[7]

அவர் கி.பி.1873இல் எழுதிய *அடிமைத்தனம்* என்ற புத்தகத்தில், சாதிய அமைப்பு எவ்வாறு சமூகத்தின் உறுப்பினர்களை மூளைச்சலவை செய்து, ஒடுக்கப்படும் மக்களிடையே தங்களை ஒடுக்குகிறவர்கள் இல்லாமல் தங்களால் வாழவே இயலாது என்னும் காலனிய மனோபாவத்தை உருவாக்குகிறது என்று விளக்கியிருக்கிறார். ஒடுக்கப்பட்டோர் மற்றும் ஒடுக்குமுறையாளர் ஆகிய இருவருக்கிடையில் உள்ள ஒருங்கிணைப்பை விளக்கும் விதமாக அவர் இவ்வாறு எழுதுகிறார்,

சூத்திரர்கள் மற்றும் ஆதிசூத்திரர்களின் மனங்களை அடிமைப்படுத்த பிராமணர்கள் தங்களது முயற்சிகளில் எவ்வளவு தூரத்துக்கு வெற்றி பெற்றிருக்கிறார்கள் என்பதை அறிந்தவர்கள் அனைவரும், விஷயங்களின் உண்மை நிலையை நன்றாக உணர்ந்தவராவர்... பிராமணன் கடைசியில் நன்றாகத் திட்டமிட்டு, சூத்திரன் தொடங்கும் ஒவ்வொரு சிறிய அல்லது பெரிய செயல்களிலும் தன்னை வெகுவாகப் பிணைத்து இறுக்கிக்கொண்டான். தனது ஒவ்வொரு வீட்டு அல்லது பொது வேலையிலும் எந்தவொரு முக்கியமான நிகழ்வையும் சூத்திரனால் அவனது உதவியின்றி நடத்த முடிவதில்லை... இன்னொருபுறம், பிராமண மேலாதிக்கத்துக்குத் தன்னைப் பெருமளவு சமரசம் செய்துகொண்டிருக்கும் சூத்திரன், அமெரிக்க அடிமை போல, அவனை மீட்க எடுக்கப்படும் எந்தவொரு முயற்சியையும் எதிர்க்கச் செய்வான், அத்தகைய நன்மை செய்ய வருபவர்களையும் எதிர்த்துச் சண்டை போடுவான்.[8]

புலேவின் கூற்றுப்படி, *மனுஸ்மிருதி* சாதிய அமைப்புக்கான அடிப்படைகளில் ஒன்று; அதுவே மக்களின் பரிதாபத்துக்குரிய அறியாமைக்கும் முக்கிய காரணம். அவரது புகழ்பெற்ற வாசகம், "கல்வியின்றி ஞானத்தை இழக்கிறோம், ஞானமின்றி ஒழுக்கத்தை இழக்கிறோம், ஒழுக்கமின்றி வளர்ச்சியை இழக்கிறோம், வளர்ச்சியின்றி செல்வத்தை இழக்கிறோம், செல்வம் இல்லாமல் சூத்திரர்கள் பாழாக்கப்படுகிறார்கள்; கல்வி இல்லாத காரணத்தால் இழந்தவை அதிகம்." *விவசாயிகளின் சாட்டைக் கயிறு* (1881) என்ற புத்தகத்தில் அவர் மேலும் விவரிக்கிறார்,

உண்மையான ஆரிய பிராமண ஆட்சிமுறை இந்த நாட்டில் துவங்கியபோது அவர்கள் சூத்திரர்களுக்கு அறிவைத் தடை செய்தார்கள், அதுவே ஆயிரக்கணக்கான ஆண்டுகள் தங்கள் இஷ்டம்போல் கொள்ளையடிக்க அவர்களுக்கு உதவியது. இதற்கான ஆதாரங்களை மனுஸ்மிருதி போன்ற அவர்களுடைய சுயநலம் மிக்க இலக்கியத்தில் காணலாம்... ஆரிய பிராமணர்கள் மற்றவர்க்கு எல்லாவிதமான தொல்லைகளையும் தருவதற்காக சுயநலமான, கொடூரமான பல சட்டங்களை இயற்றினார்கள். அவற்றில் முக்கிய சில புள்ளிகள் மனுவினுடையதைப் போல இரக்கமற்ற, பாரபட்சமிக்க சில புத்தகங்களில் உள்ளன... மனு போன்ற அவர்களது தந்திரமிக்க முன்னோர்கள், சாதி என்னும் போலித்தனத்தைக் கட்டமைத்து, அவர்களது தர்ம சாஸ்திரங்கள் எனப்படும் இழிவான புத்தகங்களில் நிறுவியிருக்கிறார்கள்.

பெரியார் (1879–1973) — தமிழ்நாட்டில், ஈ.வெ. ராமசாமி (அனைவராலும் அதிகமாக 'பெரியார்' என்று அழைக்கப்படுபவர்) பகுத்தறிவுவாதம், சுயமரியாதை, பெண்களுக்கான உரிமைகள் ஆகியவற்றுக்காகவும் சாதிக்கு எதிராகவும் கிளர்ச்சி செய்தார். அவர் கேட்கிறார், "நம்முடைய மக்கள் சாதி, மதம், பழக்கவழக்கம் போன்றவற்றில் சீர்திருத்தம் கொண்டு வர சம்மதிக்காவிட்டால், வேறு எந்த வழியில் விடுதலை, உயர்வு மற்றும் சுயமரியாதை ஆகியவற்றை நாம் நடைமுறைக்குக் கொண்டுவருவது?"⁹ சாதி ஒழிப்பிற்காகத் தம்மையே அர்ப்பணித்துக்கொண்டவர், அனைவருக்குமான சமத்துவத்தைப் பிரகடனம் செய்து பின்வருமாறு கூறுகிறார்,

எவன் ஒருவனும் என்னைவிடத் தாழ்ந்தவன் இல்லை, அதேபோல் எவனும் என்னை விட உயர்ந்தவன் இல்லை. ஒவ்வொருவரும் சுதந்தரம் மற்றும் சமத்துவத்துடன் வாழ வேண்டும் என்பதே இதன் பொருள். இந்த நிலையை உருவாக்க, சாதி ஒழிக்கப்பட வேண்டும்.¹⁰

தென்னிந்தியாவின் பூர்வகுடி மக்களுக்கு பெரியார் 'திராவிடர்கள்' என்னும் ஒரு தனித்த அடையாளத்தை உருவாக்கினார். மனுஸ்மிருதி 'உயர்சாதியினரின் ஆயுதம்' என்றழைக்கும் பெரியார், "அது திராவிடர் அனைவருக்கும் அநீதி வழங்கவே" பயன்படுத்தப்படுகிறது என்கிறார். "இன்றுவரை இந்துக்களைப் பொறுத்தமட்டில் ஒரு பிரச்சினை குறித்து முடிவெடுக்க வேண்டுமானால் தர்ம சாத்திரங்களே பாறாங்கல் போன்று அவர்களது நம்பிக்கைக்குரிய முக்கிய அடிப்படையாகக் கருதப்படுகிறது. அவற்றில் மனு விதியே மிக முக்கியமான ஒன்று."¹¹

இதன் விளைவாக, பொதுவெளியில் மனுஸ்மிருதியை எரிக்கும் போராட்டங்களைப் பெரியார் ஒருங்கிணைத்தார். சாத்திரங்களைக்

கண்டனம் செய்த அவர், சாதி கடைப்பிடிப்பதை விட்டொழிக்குமாறு மக்களிடம் வலியுறுத்தினார். அவர் கேட்கிறார், "நாம் இன்னும்கூட பொய்யான இந்து விதிமுறைகளுக்கும், பயனற்ற மரபுகளுக்கும் பயப்பட வேண்டுமா? பிறப்பின் அடிப்படையில் சுமத்தப்படும் அடிமைத்தனத்தை நம் மக்கள் ஏன் தாங்களாகவே உதறித் தள்ளக் கூடாது?" சாதி வழக்கத்தைக் கடைப்பிடிப்பதன் விளைவாக உருவாக்கப்படுவது, தனி நபர்களின் வளர்ச்சியைத் தடுக்கின்ற, அவர்களுடைய முன்னேற்றம் மற்றும் வெற்றியடையும் திறனை ஊனமாக்குகின்ற ஒரு வக்கிரமான சமூகம் மட்டுமே.

சாதியமைப்பு, மனித நடத்தை குறித்த நமது எண்ணங்களை வக்கிரமானதாக மாற்றியிருக்கிறது. பிறப்பு மற்றும் வாழ்க்கையின் அடிப்படையில் ஒவ்வொரு சாதிக்கும் ஏற்படுத்தப்பட்டிருக்கும் வெவ்வேறு நடத்தை விதிகள் எனும் நியமம், அதற்கேற்ப பல நூற்றாண்டுகளாக வழிநடத்தப்பட, அது இந்து மனோபாவத்தைப் பழுது பார்க்கவியலாத அளவுக்குக் கெடுத்து வைத்திருக்கிறது. மேலும் அது, ஒரே சீரான நடத்தை விதி என்ற கருத்தாக்கத்தை அழித்துவிட்டது. படிநிலை வேற்றுமை இந்து இரத்தத்துக்குள் எந்த அளவுக்கு ஊறிப்போய் இருக்கிறதென்றால், அதன் பொதுஅறிவு கோணலாகி, ஆங்கிலக்கல்வி மற்றும் உயர்தர வாழ்க்கைமுறை ஆகியவற்றுக்குப் பின்னும் தன்னை மராமத்து செய்துகொள்ள மறுக்கும் அளவுக்கு உள்ளது.[12]

கேரள மாநிலம் வைக்கம் நகரில் கி.பி.1924இல் தீண்டாமைக்கு எதிராக ஒரு போராட்டம் ஏற்பாடு செய்யப்பட்டபோது, பெரியார் தமது கொள்கைகளைச் செயல்பாட்டுக்குக் கொண்டுவந்து ஒரு முக்கியப் பங்காற்றினார். "வைக்கம் நகரில் நான்கு புறத்திலும் நான்கு நுழைவாயில்கள் கொண்ட ஒரு கோவில் உள்ளது, அது கோவிலைச் சுற்றி உள்ள நான்கு வீதிகளுக்கும் வழிவகுக்கிறது," என்று எழுதுகிறார் பெரியார்... "தாழ்த்தப்பட்ட சாதியைச் சேர்ந்த தீண்டத் தகாதவர்கள்... அந்தச் சாலைகளில் நுழையக்கூடாது என்று ஒரு சட்டம் உள்ளது. ஒரு தீண்டத்தகாதவர் கோவிலின் மறுபுறம் செல்ல வேண்டுமானால் அவர் கோவிலைச் சுற்றி இரண்டு அல்லது மூன்று ஃபர்லாங்கு சென்று மேலும் ஒரு மைல் தூரம் நடந்து மறு பகுதியை அடைய வேண்டும்."

சாதி அடிப்படையிலான அந்தச் சட்டத்திற்குச் சவால்விடும் வகையில், பெரியாரும் மற்றவர்களும் தொடர்ந்து அந்த வீதிகளைக் கடந்து சென்று மீண்டும் மீண்டும் கைதானார்கள். நகரின் எல்லா பகுதிகளுக்கும் செல்லும் உரிமைக்கான கோரிக்கை வெகுவிரைவாக மற்ற சமூகங்களின் ஆதரவையும் பெற்றது. கேரள வழக்கறிஞர் ஜார்ஜ் ஜோசப் என்கிற கிறித்தவர் அதில் முக்கிய பங்கு வகித்தார். பெரியார் மேலும் கூறுகிறார், "இந்தச் செய்தி பஞ்சாப் சென்றடைந்தது." ஏறக்குறைய முப்பது பஞ்சாபிகள் பயணம்

செய்து வந்து இந்தப் போராட்டத்தில் கலந்துகொண்டார்கள். "அவர்கள் 2000 ரூபாயை நன்கொடையாக அளித்தது மட்டுமல்லாமல், தன்னார்வத் தொண்டர்களின் உணவுச் செலவுகளை ஏற்கவும் சம்மதித்தார்கள்."[13] பெரியாரைத் தலைமையாகக் கொண்டு, தெற்காசிய வரலாற்றின் மிக ஒற்றுமையான ஒரு இயக்கமாக அது உருவெடுத்தது.

டாக்டர் பீமாராவ் அம்பேத்கர் (1891–1956) — மகாராஷ்டிராவில் டாக்டர் பீமாராவ் அம்பேத்கர் சாதியை அழித்தொழிக்க ஓர் இயக்கத்தை ஒருங்கிணைத்தார்.

ஆதிசூத்திரராகப் பிறந்த அவரது வாழ்க்கைப் பயணம் பிற ஆதிசூத்திரர்கள் வழக்கமாக அனுபவிக்கும் துயர விதியிலிருந்து விதிவிலக்காக அமைந்தது. நியூயார்க் மற்றும் லண்டனில் பொருளாதார நிபுணராகக் கல்வி பெற்ற அவர் பிரிட்டிஷ் ஏகாதிபத்தியத்திடமிருந்து விடுதலை பெறுவதற்கான இயக்கத்தில் பெரிதும் பங்கெடுத்தார். சுதந்தரத்திற்குப் பிறகு இந்திய அரசியலமைப்பு வரைவுக்குழுவின் தலைவராக இருந்த அவர், நாட்டின் முதல் சட்ட அமைச்சரானார். பழங்குடிகளின் விடுதலைக்காகத் தன்னை அர்ப்பணித்துக்கொண்ட டாக்டர் அம்பேத்கர், தமது தொழில்முறை வாழ்க்கையை அவர்களை ஒன்று சேர்க்கவும், கற்பிக்கவும், அவர்களுக்காகப் போராடவுமே செலவிட்டார்.

மனுஸ்மிருதியை எரிக்கும் ஒரு மாபெரும் பொதுக்கூட்டத்தை கி.பி.1927இல் அவர் ஒருங்கிணைத்தார். ஒரு புனித நெறிமுறையாகக் கருதப்படும் அந்நூல், இந்துக்களின் மதச் சடங்குகள், சம்பிரதாயங்கள் மற்றும் அவர்களது சமூக வாழ்க்கையின் மிக நுணுக்கமான விவரங்களையும் நிர்வகிக்கும் விதிகளை நிர்ணயம் செய்கிறது. இந்து மதத்தின் கோட்பாடுகளைக் கொண்ட அந்நூல் இந்துக்களின் பைபிள் எனக் கருதலாம்." ஒரு தலித் கண்ணோட்டத்தில் *மனுஸ்மிருதியை* ஆய்வு செய்த டாக்டர் அம்பேத்கர் இவ்வாறு முடிக்கிறார், "சமூக உரிமைகள் தொடர்பான சட்ட விதிகளில், மனுவின் விதிகளைப் போன்று இழிவான ஒன்று எங்குமே இருக்க முடியாது. வேறு எங்கும் நடந்த சமூக அநீதி சம்பவத்துக்கான எந்த உதாரணமும் அதன் முன் தோற்றுப் போய்விடும்."[14]

இருப்பினும் மற்ற *சாத்திரங்களும்* சாதியைப் பேணிப் பாதுகாக்கின்றன என்று அம்பேத்கர் தர்க்கம் செய்கிறார். "ஒருவர் இந்து மதத்தின் உபதேசமாக *மனுஸ்மிருதியை* எடுத்துக்கொண்டாலும் அல்லது வேதங்கள் மற்றும் பகவத் கீதை போன்றவற்றை உபதேசமாக எடுத்துக்கொண்டாலும், இந்து மதத்தின் சித்தாந்தம் ஒன்றேயாகும்." இந்து மதக் கோட்பாடுகள் என்ற நூலில், தான் அந்த முடிவுக்கு வருவதற்கான காரணங்களையும் விரிவாக விளக்குகிறார்.

> இந்து மதத்தில் சமத்துவமின்மை என்கிற மதக்கோட்பாடு பின்பற்றப்படுவதோடு மட்டுமல்லாமல், மனசாட்சிக்கு உட்பட்டு ஒரு புனித சமயச் சித்தாந்தமாகவும் அது போதிக்கப்படுகிறது.

> இது ஒரு அதிகாரப்பூர்வமான சமயம், மேலும் அதை வெளிப்படையாக ஒப்புக்கொள்ள எவரும் வெட்கப்படுவதில்லை. சமத்துவமின்மை என்பது மதக் கோட்பாடு என்ற உருவில் இந்துக்களுக்கு இறைவனால் அருளப்பட்ட ஒரு வாழ்க்கை முறை... ஒரு பரிந்துரைக்கப்பட்ட வாழ்க்கை முறை இந்து சமூகத்தில் அவதாரமாக உருவாகி அதன் எண்ணங்கள் மற்றும் செயல்களில் வார்க்கப்பட்டு வடிவம் பெற்றது. உண்மையில், வேற்றுமை இந்து மதத்தின் ஆத்மாவாகும்.[15]

தொடக்கத்தில், ஆதிசூத்திரர்களைச் சமமாக நடத்த அனுமதிக்கச் செய்வதன் மூலம் இந்து மதத்தில் உள்ள சாதிய அமைப்பை ஒழித்து சீர்திருத்திவிடலாம் என்று அவர் நம்பினார். ஆனால் அத்தகைய முயற்சிகள் வீண் என்பது நிரூபணமானது. காலப்போக்கில், சீர்திருத்தும் முயற்சிகள் தொடர்ந்து தோல்வியுறக் காரணம், தீண்டாமை என்னும் வழக்கம் இந்து மதத்தின் திருத்திவிடக்கூடிய குறைபாடல்ல என்பதை அவர் உணர்ந்து கொண்டதுதான். அந்த மதத்தில் உள்ள வைதீக வழக்கங்களின் நேரடி விளைவு அது. சாதிய அமைப்பின் படிநிலை முறை, சமத்துவக் கோட்பாட்டிற்கு உள்ளார்ந்த விதத்தில் ஒவ்வாததாக இருக்கிறது. இதன் விளைவாக, கி.பி.1935இல் மகாராஷ்டிராவின் புனேவில் கூடிய பத்தாயிரத்துக்கும் மேற்பட்ட ஆதிசூத்திரர்களின் முன்னிலையில் அம்பேத்கர் அறிவித்தார், "நான் நிச்சயம் ஓர் இந்துவாகச் சாகமாட்டேன் என்று உறுதியளிக்கிறேன்."

'சாதியை அழித்தொழித்தல்' என்ற தலைப்பில் 15 மே 1936இல் அவர் ஆற்றவிருந்த உரை தடைசெய்யப்பட்டதால், அண்ணல் அதைப் புத்தகமாக வெளியிட்டார். அந்த நினைவில் நீங்கா உரையில் டாக்டர் அம்பேத்கர், இந்து மதம் சாதியிலிருந்து பிரிக்க முடியாத ஒன்று என்பதை விளக்குகிறார்.

> சாதிகளைப் பிரித்து வைப்பதும் தனிமைப்படுத்துவதும் ஒரு நல்லொழுக்கம் என்றே கருதுமாறு இந்துக்களை வற்புறுத்தும் அந்த மதம், இந்துக்கள் அல்லாத மற்றவரைச் சாதி குறித்த அதே கண்ணோட்டத்துடன் அணுகுமாறு வற்புறுத்தவில்லை. இந்துக்கள் சாதியை உடைக்க விரும்பினால், மதம் அவர்களது வழியில் குறுக்கிடும்... இந்துக்கள் சாதியைக் கடைப்பிடிப்பதால் அவர்கள் மனிதத் தன்மையற்றவர்கள் அல்லது தவறான மதிப்பீடு கொண்டவர்கள் என்பதல்ல. அவர்கள் சாதியைக் கடைப்பிடிக்கிறார்கள், ஏனெனில் அவர்கள் ஆழமான மத ஈடுபாடு கொண்டவர்கள். எனது பார்வையில், தவறு எதுவென்றால் அவர்களது மதமே, அதுவே சாதி என்னும் கருத்தாக்கத்தை அவர்களது மனதில் ஆழமாக விதைத்துள்ளது.[16]

சாதி, இந்து மதத்தோடு இயற்கையாகவே இயைந்தது என்பதை உணர்ந்து கொண்ட அம்பேத்கர், சாதிய அமைப்பிலிருந்து தப்பிக்க வேண்டுமானால் இந்து மதத்தை நாமே முன்வந்து நிராகரிக்க வேண்டும் என்று கூறி தனது உரையை முடித்தார். வைதீக வழக்கங்களின் அடிப்படையில் நிறுவப்பட்டுள்ள இந்து மதம் என்ற நம்பிக்கை முறையில் உள்ள சாதியைச் சீர்திருத்தங்களால் அழித்தொழிக்க முடியவில்லை. இவ்வாறு, தனது 31 மே 1936 பம்பாய் பிரசிடென்சி மத மாற்ற மாநாட்டு உரையில் பின்வரும் விளக்கங்களை அளிக்கிறார்,

> சாதி ஒரு மனநிலை. அது ஒரு மனநோய். இந்து மதத்தின் போதனைகளே அந்த நோய்க்கான மூலகாரணம். நாம் சாதியைப் பின்பற்றுகிறோம், அதனால் நாம் தீண்டாமையைக் கடைப்பிடிக்கிறோம், ஏனெனில் நாம் வாழ்ந்துகொண்டிருக்கும் இந்து மதம் நம்மை அவ்வாறு செய்யச் சொல்கிறது... ஒரு மனிதன் மற்றொரு மனிதனைக் குஷ்டரோகி போல நடத்தச் சொல்லிப் போதிக்கும் ஒரு மதத்தில் நாம் தொடர்ந்து நீடித்தால், சாதியின் காரணமாக அது ஏற்படுத்தும் வேற்றுமை உணர்வு நமது மனங்களில் ஆழ வேரூன்றிவிடும், போகவே போகாது. சாதிகளையும், தீண்டத் தகாதவரிடமிருந்து தீண்டாமையையும் அழித்தொழிக்க, வேறு மதத்துக்கு மாறுவது மட்டுமே மாற்று மருந்து.[17]

முறைப்படி இந்து மதத்தைத் துறந்ததன் மூலம் டாக்டர் அம்பேத்கர் பகத்துகள் மற்றும் குருக்களின் முன்னுதாரணத்தைப் பின்பற்றினார். குரு நானக் கூறினார், "இங்கு இந்துவுமில்லை இஸ்லாமியருமில்லை." குரு அர்ஜுன் கூறினார், "நாம் இந்துக்களும் அல்லர்; இஸ்லாமியர்களும் அல்லர்." அதேபோல் டாக்டர் அம்பேத்கர், சாதியின் விலங்குகளிலிருந்து விடுபட்டு விடுதலைக்கான பாதையில் பயணிக்க, தாமே முன்வந்து மற்றொரு மதத்துக்கு மாறுவதே சிறந்த வழி என்று தீர்மானிக்கிறார்.

தொடக்கத்தில், டாக்டர் அம்பேத்கர் சீக்கியராக மாறவே திட்டமிட்டார். மும்பையில் குரு நானக் கால்சா கல்லூரியை நிறுவுவதற்காக அவர் அமிர்தசரஸ் சென்று, சீக்கியத் தலைவர்களைச் சந்தித்து, அவர்களோடு சேர்ந்து பணியாற்றினார். கி.பி.1937இல் அக்கல்லூரி டாக்டர் அம்பேத்கரால் பின்வரும் குறிக்கோளுடன் தொடங்கப்பட்டது: கால்சாவின் இளம் மாணவர்களிடையே 'மனிதகுலச் சேவை' என்னும் கருத்தாக்கத்தை விதைக்க வேண்டும்; மாணவர்களின் குடிமை மற்றும் உணர்வுத்திறன் அளவை உயர்த்த வேண்டும்; சமூகப் பொருளாதாரப் படிநிலையில் கீழ்த்தட்டில் உள்ள மாணவர்களுக்கும் கல்வி கிடைக்கச் செய்வதன் மூலம் அம்பேத்கரியக் கொள்கைகளை நிலைநிறுத்த வேண்டும்."

டாக்டர் அம்பேத்கர் தனது மதமாற்றத்தைப் பல ஆண்டுகள் தாமதித்தார். ஆயினும், அவரது மரணத்துக்கு இரண்டு மாதங்களுக்கு

முன்பு தனது நம்பிக்கையை மாற்றிக்கொண்டார். ஏறக்குறைய ஐந்து லட்சம் ஆதிசூத்திரர்கள் கூடியிருந்த நாக்பூர் பொதுக்கூட்டத்தில் 14 அக்டோபர் 1956 அன்று அவர் பௌத்த சமயத்தைத் தழுவினார். அவரது மதமாற்றம், இந்தியாவின் மிகப் பழமையான பூர்வகுடி மதத்தோடு அவரை இணைத்திருந்தாலும், அவர் நாட்டின் மிக இளைய பூர்வகுடி மதத்தையும் மதித்துப் போற்றினார்.

> இந்து மதத்திலிருந்து வெளியேறிச் செல்ல நான் என் மனதைத் தயார் செய்துகொண்டேன். எனது முடிவு உறுதியானது. ஒடுக்கப்பட்ட வகுப்புகளைக் குறித்து கருத்துக்களைத் தெரிவிக்க எப்போதும் பலர் இருப்பார்கள்; ஆனால் அவர்கள் எந்த மதத்தைத் தழுவ வேண்டும் என்ற முடிவெடுக்க வேண்டிய அந்தநாள் வரும்போது, ஒன்று மட்டும் திண்ணம், அப்போது சீக்கியமே எங்களது முதல் கவனத்தைப் பெறும். நான் வெறும் ஒரு உணர்ச்சிகரமான கருத்தாக இதைப் பேசவில்லை. நான் உங்களை மகிழ்விப்பதற்காக இங்கு வரவில்லை.
>
> இரண்டு காரணங்களுக்காக சீக்கியம் எங்களது முக்கியப் பரிசீலனையில் இடம்பெறும். முதலாவதாக, அமைதியுடன் கூடிய கவுரவத்தை வேண்டும் எந்த மக்களுக்கும் சீக்கியம் ஓர் ஆன்மிக உறைவிடமாக இருக்கும். *குரு கிரந்த சாஹிப்* எனக்கும் ஒரு சிறந்த ஆன்மிக வழிகாட்டியாக இருக்கும்; எனக்கு நன்மை பயக்கக்கூடிய எதுவும் எனது சமுதாயத்தின் ஏனைய சகோதரர்களுக்கும் நன்மை தரக்கூடியதாகவே இருக்கும் என நான் நம்புகிறேன். இந்துக்களின் சமூக மற்றும் மத வேற்றுமைகள் காரணமாக நாங்கள் வெறுப்படைந்திருக்கிறோம். *குரு கிரந்த சாஹிப்* ஒரு சாதியற்றச் சமூகத்தைச் சித்தரிக்கிறது...
>
> ஆயிரக்கணக்கில் இங்கு கூடியுள்ள சீக்கிய சகோதரர்கள், ஒடுக்கப்பட்ட வகுப்புகளின் பிரச்சினைகளைப் பரிசீலிக்கவே கூடியிருக்கிறார்கள் என்ற உண்மையை அவர்கள் நிச்சயம் புரிந்துகொண்டிருப்பார்கள்.[19]

இருபத்தோராம் நூற்றாண்டில் இந்தியாவின் இரு பூர்வகுடி மதங்களின் உறுப்பினர்கள் ஒட்டுமொத்த மக்கள்தொகையில் மூன்று சதவிகிதமாக இருந்தார்கள். சீக்கியம் ஏறக்குறைய இரண்டு சதவிகிதம். பௌத்தம் ஏறக்குறைய ஒரு சதவிகிதம். சமத்துவம் மற்றும் விடுதலை ஆகிய கோட்பாடுகளை இந்தியாவுக்கு அறிமுகப்படுத்திய இவ்விரு மதங்களைச் சார்ந்த மக்களின் அளவும் மிகச் சிறியதாக இருப்பதே இங்கு மிகக் கடுமையான பிரச்சினையாக இருக்கிறது. எனவே, சிறுபான்மையினராக இருக்கும் இவ்விரு மதத்தினரும் இப்பிரச்சினை குறித்து ஆழ்ந்து ஆலோசிக்க வேண்டும்.

நவீன இந்தியாவில் இவர்கள் செழித்து வளரத் தவறியதற்கான ஒரு முக்கியக் காரணத்தை, சுதந்தர இந்தியாவின் மிகப் புகழ்பெற்ற லட்சிய மனிதரின் சித்தாந்தத்தில் காணக் கிடைக்கலாம்.

மோகன்தாஸ் காந்தி (1869–1948) — பிராமணியத்தால் பாதிக்கப் பட்டவர்களை விடுவிக்க டாக்டர் அம்பேத்கர் தமது வாழ்வையே அர்ப்பணித்திருந்தாலும், இந்தப் பிராமணிய போதகரான மோகன்தாஸ் காந்திதான் சர்வதேச அளவில் 'தேசத்தின் தந்தை' என்று அங்கீகரிக்கப்பட்டார்.

லண்டனில் சட்டக்கல்வி பயின்ற காந்தி தமது தொழில்முறை வாழ்வின் முதல் இருபத்தோரு ஆண்டுகளை காலனியத் தென் ஆப்பிரிக்காவில் ஓர் அரசியல் போராளியாகக் கழித்தார். கி.பி.*1915*இல் இந்தியாவுக்குத் திரும்பிய அவர், கி.பி.*1924*இல் இந்திய தேசிய காங்கிரஸ் *(INC)* கட்சியின் தலைவராகப் பதவியேற்றார்; மேலும் இந்திய சுதந்தரப் போராட்டத்தின் ஒரு முக்கிய ஆளுமையாக உருவெடுத்தார்.

தமது வாழ்நாள் முழுவதும் காந்தி தம்மை ஒரு சனாதன (வைதீக) இந்துவாகவே வெளிப்படுத்திக்கொண்டார். அதேபோல, வர்ண (சாதி) வழக்கத்தை மிகத் தீவிரமாக முன்னெடுத்தார். "காந்தி, வர்ண அமைப்பின் ஒரு கற்பனை வடிவத்தோடு தம்மை இணைத்துக்கொண்டவாறே கடைசி வரை வாழ்ந்தார். அது அம்பேத்கர் உறுதியுடன் மிகத் தீவிரமாக எதிர்த்த, உண்மையில், முழுவதுமாக அழித்தொழிக்க எண்ணிய ஓர் அமைப்பாகும்."[20]

உதாரணமாக, கி.பி.*1920*இல் எழுதும்போது காந்தி அறிவிக்கிறார், "ஒருவர் தனது சாதியைத் தனது பிறப்பால் மட்டுமே அடைகிறார் என்று நான் நம்புகிறேன். பிராமணக் குடும்பத்தில் பிறந்த ஒருவர் பிராமணனாகவே மரிக்கிறார்... மற்றொரு வர்ணம் அல்லது மதத்தைச் சேர்ந்த ஒரு நபரைத் திருமணம் செய்வது அல்லது அவரோடு உணவருந்துவது ஆகியவற்றுக்குப் போடப்படும் தடை, இந்து மதம் முன்னிறுத்தும் கலாச்சாரத்திற்கு மிக அத்தியாவசியமான ஒரு பாதுகாப்பு வேலியாகும்."[21]

சாதி மட்டுமே இந்து மதத்தைப் பாதுகாக்கும் என்று நியாயப்படுத்திய காந்தி, சமூக அந்தஸ்து என்பது பாரம்பரியத்தின் அடிப்படையில் இருக்கவும் தீர்மானிக்கப்படவும் வேண்டும் என்றார். சாதிக்கும் தாழ்வுக்கும் தொடர்பில்லை என்று வாதாடும் காந்தி அதேசமயம், 'தவறு செய்யும்' பிராமணன் மறுபிறப்பில் 'தாழ்ந்த சாதியில்' பிறப்பெடுக்கும் இழிவைப் பெறுவான் என்றும் கூறுகிறார். காந்தியின் கூற்றை வேறு வார்த்தைகளில் சொல்வதானால், 'தவறு செய்யும்' பிராமணனுக்கான தண்டனை, அவனுக்கு வாய்க்கக்கூடிய அடுத்தப் பிறப்பில் 'தாழ்ந்த சாதியில்' பிறக்கும் 'இழிவே' ஆகும். ஆயினும், அதேசமயம் சாதி ஒரு வேற்றுமையான அமைப்பல்ல என்று அவர் வலியுறுத்துகிறார். மேலும் அவர் அறிவிக்கிறார்,

> சாதியே இந்து மதத்தைச் சிதையாமல் காப்பாற்றுகிறது என்று நான் நம்புகிறேன்... அடிப்படைப் பிரிவுகளைச் சிதைக்கும் எந்த

ஒரு முயற்சிக்கும் கட்டாயம் நான் எதிரானவன். சாதியமைப்பு வேற்றுமையை அடிப்படையாகக் கொண்டதல்ல, தாழ்வு என்ற கேள்விக்கே அங்கு இடமில்லை... பாரம்பரிய விதி என்பது ஒரு சாசுவதமான விதி; அதை மாற்றியமைக்கும் எந்த ஒரு முயற்சியும் நம்மை, இதற்கு முன்பு நடந்தது போல், பெரும் குழப்பத்திற்கே இட்டுச் செல்லும். ஒரு பிராமணனை எப்போதும் பிராமணனாக, அவனுடைய வாழ்நாள் முழுவதும் நடத்துவதே மிகப்பெரும் பயன் தரும் என்று நான் எண்ணுகிறேன்... ஒரு பிராமணன் ஒழுக்கக்கேடாய் நடக்கும்போது, இயற்கை எந்த ஒரு தவறுக்கும் இடம் தராமல் அவனைத் தாழ்ந்த சாதியில் மறுபிறப்பு எடுக்கச் செய்து இழிவு படுத்துவதன் மூலம் அதனைச் சமன் செய்து விடும்; அதேபோல் இப்பிறவியில் பிராமணனனுடைய வாழ்வை வாழ்ந்துகொண்டிருக்கும் ஒருவனுக்கு அடுத்த பிறவிக்கும் பிராமணத் தன்மையைப் பரிமாற்றம் செய்துவிடும்... நான் எப்போதும் செய்ததுபோல இப்போதும், இந்துக்கள் நான்கு சாதிகளாகப் பிரிக்கப்பட்டதை நியாயப்படுத்தத் தயாராகவே இருக்கிறேன்.[22]

சுருக்கமாகச் சொல்வதென்றால், ஒருவரது வாழ்வின் குறிக்கோள் தனது வர்ணாஸ்ரம தர்மங்களை (சாதியக் கடமைகள்) நிறைவேற்றுவதாகவே இருக்க வேண்டும்; அதன் மூலம் நல்ல கர்மத்தை (முன்வினைப் பயன்) அடைந்து, மறுபிறவியில் சாதியப் படிநிலையின் ஏணியில் ஏறிச் செல்லலாம் என்கிற அடிப்படைப் பிராமணியக் கோட்பாட்டை அவர் பரிந்துரைத்தார். அவரது பார்வையில், சமூக நகர்வை ஒருவர் அவருக்கு உத்தேசமாக அமையக்கூடிய 'அடுத்த பிறவியில்' மட்டுமே அடைய முடியும்; அதிலும் அவர் தனது இப்பிறவி தர்மங்களை நிறைவேற்றினால் மட்டுமே அது சாத்தியம்.

இவ்வாறு கி.பி.1927இல் காந்தி வர்ணாஸ்ரமத்தை 'மாற்ற முடியாத ஒரு இயற்கை விதி' என்று குறிப்பிட்டார். ஒருவர் தான் பிறந்த வர்ணத்திலேயே தொடர்ந்து இருக்க வேண்டும் என்று வலியுறுத்தியபடி அவர் விளக்குகிறார், "வர்ணம் என்பது ஒரு மனிதனின் முன்தீர்மானிக்கப்பட்ட தொழில் தெரிவு. ஒரு மனிதன் தனது வாழ்க்கைக்கான சம்பாத்தியத்தைத் தன் முன்னோர் செய்துவந்த தொழில் மூலம் ஈட்ட வேண்டும் என்பதே வர்ண விதி."[23] தனது தர்க்கத்தை சூத்திரர்களுக்குப் பயன்படுத்தி அவர் மேலும் கூறுகிறார், "ஒரு பிராமணனைப்போல, ஒரு சூத்திரனும் அறிவைப் பெற உரிமை உடையவன்; ஆனால் கற்பித்தல் மூலம் தனது வாழ்க்கைக்கான சம்பாத்தியத்தை ஈட்ட முயன்றால், அவன் தன் நிலையிலிருந்து வீழ்ச்சி அடைவான்... எவனொருவன் செல்வம் சேர்க்கும் பொருட்டு அவ்வப்போது தனது தொழிலை மாற்றிக்கொள்கிறானோ, அவன் தன்னையே இழிவு செய்துகொள்கிறான், மேலும் வர்ணத்திலிருந்து கீழிறங்கிவிடுகிறான்."[24]

காந்தியைப் பொறுத்தவரை ஒருவரது தர்மத்தை ஏற்றுக்கொள்வது என்பது 'பணிவின்' ஓர் அடையாளமாகும். சூத்திரர்கள் விஷயத்தில் அந்தத் தர்மத்துக்கான பொருள், அவர்களுக்கு மேலே உள்ள மூன்று சாதிகளுக்கும் சேவை செய்வதாகும். அவர் மேலும் வாதம் செய்கிறார், "வர்ணாஸ்ரம தர்மம் என்பது, எனது அறிவின்படி, ஒரு விதி; எவ்வளவுதான் நீங்களும் நானும் அதை மறுக்கச் செய்தாலும், அதை அகற்ற முடியாது. அந்த விதி செயல்பட நாம் அனுமதிக்க வேண்டுமானால் நாம் எதற்காகப் பிறந்தோமோ, வாழ்க்கையின் அந்த ஒரே நோக்கத்தை நிறைவேற்றுவதற்காக நம்மை விடுவித்துக்கொள்ள வேண்டும். வர்ணாஸ்ரம தர்மம் என்பது பணிவு."[25] தாழ்த்தப்பட்ட வகுப்பினர் தங்களது இடத்தை ஏற்றுக்கொள்ள வேண்டும் என்றபடி காந்தி இவ்வாறு முடிக்கிறார், "ஒரு சூத்திரன் அவனது இப்பிறப்பில் ஒரு பிராமணன் என்று அழைக்கப்படப் போவதில்லை. மேலும் தனக்கு உரிமை இல்லாத, தான் பிறக்காத ஒரு வர்ணத்தை ஏற்றுக்கொள்ளாமல் இருப்பது ஒருவனுக்கு நன்மை தரக்கூடியதாகும். அதுவே உண்மையான பணிவின் அடையாளம்... பிறப்பின் காரணமாக அமையாதபோது வர்ண விதி என்பது ஒன்றுமே அல்ல."[26]

இறுதியாக, பிராமணியமே இந்து மதத்தின் அடிப்படை சித்தாந்தம் என்று காந்தி ஒப்புதல் அளிக்கிறார். "நான் சொல்கிறேன், உடலுக்குத் தலைதான் உச்சம் என்பதுபோல மற்ற வர்ணங்களுக்கு பிராமணியமே உச்சம்," என்று அவர் எழுதுகிறார்.[27] இந்து மதமும் பிராமணியமும் ஒன்றே."[28] மேலும் கி.பி.1933இல், சாதியே இந்து மதத்தின் மிக அடிப்படையான ஒன்று என்பதை வெளிப்படுத்தி அவர் அறிவிக்கிறார்,

> எனது அபிப்ராயப்படி சாதி அமைப்புக்கு ஓர் அறிவியல் ஆதாரம் உள்ளது. அதன் நோக்கம் அதற்கு எதிராக கிளர்ச்சி செய்ய வில்லை... சாதி ஒரு சமூக மற்றும் நடத்தை சார்ந்த கட்டுப்பாட்டை உருவாக்குகிறது. அதைத் தடைசெய்ய எந்தக் காரணமும் இருப்பதாக எனக்குத் தெரியவில்லை. சாதியை ஒழிப்பது என்பது இந்து மதத்தை அழிப்பது போன்றதாகும். வர்ணாஸ்ரமத்தை எதிர்த்துப் போராட ஒன்றுமே இல்லை. சாதிய அமைப்பு ஒரு இழிவான தீய கோட்பாடு என்பதை நான் நம்பவில்லை. அதில் பாவத்துக்குரிய எதுவுமில்லை.[29]

காந்தி, கி.பி.1895 முதல் கி.பி.1948 வரை தொடர்ந்து சாதியமைப்பை ஆதரித்தார். தனது வாழ்நாள் முழுவதும் மனுஸ்மிருதியின் ஆதிக்கத்திலேயே அவர் இருந்தார். கி.பி.1895இல் அவர் எழுதுகிறார்: *"மனுவின் நிறுவனங்கள் அவற்றின் நீதி மற்றும் நுட்பத்திற்காக எப்போதும் குறிப்பிடப்படுபவை."*[30] மீண்டும் கி.பி.1905இல் அவர் எழுதுகிறார், *"மனுவினால் இயற்றப்பட்ட பத்து மடங்கு விதி, மனதை அடக்கவும் மிக உயர்ந்த உண்மையை அடையவும் தேவையான சில குணங்களை அளிக்கிறது."*[31] கி.பி.1934இல் அவர் எழுதுகிறார், *"மனுஸ்மிருதியை சாத்திரங்களின் ஒரு பகுதியாகவே*

நான் கருதுகிறேன்... அதிலுள்ள உயர்ந்த போதனைகள் காரணமாக அதை ஒரு மதப் புத்தகமாக மதிக்கிறேன்."[32] அவரது மரணத்திற்குச் சிறிதுகாலம் முன்பு, கி.பி.1948இல், ஒழுக்கக் கட்டுப்பாட்டைப் போதித்ததற்காக அந்நூலைப் பாராட்டியபடி அவர் சொல்கிறார், "மனுவின் கூற்றுப்படி ஆண்களும் பெண்களும் தத்தமக்குரிய எல்லைகளைப் புரிந்துகொண்டு நடக்க வேண்டும்."[33]

சாதிய அமைப்புக்கு அவர் அளித்த தீவிரமான ஆதரவு மட்டுமே அவரை சீக்கிய சமூகத்திற்கு எதிராக நிறுத்தப் போதுமான ஒன்றாக இருந்திருக்கும். ஆனால் அவர் அதற்கும் மேலாகச் சென்றார், குறிப்பாக சீக்கியர்களின் முதன்மையான வழக்கங்களைக் கண்டனம் செய்தார்.

லங்கார் (ஓர் இனமாக உணவருந்தும் இடம்) என்னும் நிறுவனம் சாதியப் பாகுபாட்டை அழிப்பதற்காகவே உருவாக்கப்பட்டது. ஆனால், கி.பி.1924இல், தீண்டாமைக்கு எதிரான வைக்கம் போராட்டத்திற்கு சீக்கியர்கள் ஆதரவளித்து வந்த நிலையில், அங்கு நிறுவிய ஓர் *லங்கார்* மண்டபத்திற்கு எதிராக காந்தி பிரச்சாரம் செய்தார். அவர் எழுதுகிறார், "சீக்கியர்களை இந்துக்கள் அல்லது இந்து அல்லாதவர்கள் என்று கருதினாலும், சீக்கியச் சமையலறையைப் பொறுத்தவரை அது ஒரு பெரும் அச்சுறுத்தல்... அது கேரள மக்களின் சுயமரியாதையை உள்ளடக்கியது."[34] சீக்கியர்கள் ஆதிசூத்திரர்களுடன் தங்களை இணைத்துக்கொண்டதன் மூலம் *பந்த்*தின் அடிப்படைக் கொள்கைகளில் உறுதியாக நின்றார்கள். ஆயினும் காந்தி எழுதுகிறார், "வைக்கம் சத்தியாக்கிரகம் எல்லையை மீறிக்கொண்டிருக்கிறது என்று நான் அச்சப்படுகிறேன். சீக்கிய இலவச சமையலறையும் திரும்பப் பெறப்படும் என்று நான் நம்புகிறேன்."[35]

குரு கோவிந்த் சிங் தம்முடைய தொண்டர்களுக்கு 'ஒட்டுமொத்த மனித இனத்தையும் ஒன்றாகவே' பாவிக்க வேண்டும் என்பதைக் கற்றுக் கொடுத்தார், *கால்சா*வை நிறுவினார், மேலும் 'எளியவர்களையும் பயந்தவர் களையும்' சித்திரவதை செய்வதை நிறுத்த வேண்டி முகலாய–பிராமணக் கூட்டணியுடன் நடத்திய வீரம் மிகுந்த போராட்டத்தில் தன் நான்கு மகன்களை இழந்தார். ஆயினும், கி.பி.1925இல், குருவை "ஒரு தவறாக வழிநடத்தப்பட்ட தேசாபிமானி"[36] என்று சொல்லி காந்தி அலட்சியம் செய்தார்.

பிராமணர்களும் முகலாயர்களும் ஒன்றுசேர்ந்து குரு அர்ஜுனைக் கொல்ல சதித்திட்டம் தீட்டியதற்குப் பின் சீக்கியர்கள் ஆயுதம் ஏந்தத் தொடங்கினார்கள். ஹர் கோவிந்த் மற்றும் கோவிந்த் சிங் ஆகிய குருக்களின் தலைமையில் ஒடுக்கப்பட்ட மக்களின் சுதந்தரத்தைப் பாதுகாக்க போருக்குச் சென்றார்கள். இது காந்தியைக் காயப்படுத்தியது. கி.பி.1942இல் அவர் வற்புறுத்திச் சொல்கிறார், "மனிதர்கள் தங்களது மதத்தின் ஒரு பகுதியாக *கிர்பான்* அல்லது அதைப் போன்ற வேறு எதையும் அணிவதை நான் விரும்பவில்லை."[37] சீக்கியர்கள் சக்தியற்ற மக்கள் அழிக்கப்படுவதைத் தடுக்க, முகலாயர்கள், பாரசீகர்கள் மற்றும் ஆஃப்கானியர்களோடு போர்களைச் செய்து தங்களது உயிர்களைத் தியாகம் செய்திருந்தாலும்,

காந்தி வாதம் செய்கிறார்: "சீக்கியர்கள் யாரையும் கொல்லாமல் சாகக் கற்றுக்கொள்ள வேண்டும், அப்போது பஞ்சாபின் வரலாறு முற்றிலுமாக மாறியிருக்கும்."[38]

கால்சாவில் இணைந்திருக்கும் பந்த் மற்றும் கிரந்தம் ஆகிய இரண்டையும் பற்றிய தனது கருத்தை சுருக்கமாகக் காந்தி கூறுகிறார், "சீக்கிய குருக்கள் குறித்த எனது நம்பிக்கை என்னவென்றால்... அவர்கள் யாவரும் இந்துக்களே."[39] குரு நானக் மற்றும் குரு அர்ஜுன் இருவருமே, சீக்கியர்கள் தனித்துவமான மக்கள், இந்துக்களும் அல்லர் இஸ்லாமியரும் அல்லர் என்று வெளிப்படையாக அறிவித்தார்கள். ஆனால் அந்த உண்மையை காந்தி நேரடியாக மறுக்கிறார். அவர் வாதிடுகிறார், "தான் ஓர் இந்து அல்ல என்று குரு நானக் எப்போதும் கூறியதில்லை, அதேபோல் வேறு எந்த குருவும்கூட கூறியதில்லை." ஐரோப்பிய மற்றும் முகலாய எழுத்தாளர்களில் ஒரு பெருங்கூட்டம் சீக்கியர்களை இந்துக்களிலிருந்து வேறுபட்டவர்கள் என்று குறிப்பாக அடையாளப்படுத்தி இருக்கிறார்கள், ஆனால் காந்தி அதை ஒரு பொருட்டாகவே எடுத்துக்கொள்ளவில்லை. குரு கிரந்தம், இந்து சாத்திரங்களிலிருந்து நேரடியாகத் தருவிக்கப்பட்டது என்று அவர் வலியுறுத்துகிறார்:

> என்னைப் பொறுத்தவரை சீக்கியத்திற்கும் இந்து மதத்திற்கும் இடையே எவ்வித வேறுபாடும் இல்லை. நான் *கிரந்த சாஹிப்*பை வாசித்திருக்கிறேன். அதில் இருப்பது வேத தர்மத்திலும் இருக்கிறது... சீக்கியர்களின் *கிரந்த சாஹிப்* உண்மையில் இந்து வேதங்களை ஆதாரமாகக் கொண்டது.[40]

டிசம்பர் கி.பி.1947இல் தமது இந்த வாதங்களை மீண்டும் வலியுறுத்தி காந்தி சொல்கிறார், "இதுவே குரு கோவிந்தின் போதனைகளுக்கும் பொருந்தும். அவர் போதித்தவையும் இந்து வேதங்களில் இருப்பதைக் காணலாம்." உண்மையில் அவர் மீண்டும் மீண்டும் சீக்கியர்களும் இந்துக்களே என்று வலியுறுத்துவதோடு மட்டுமல்லாமல், இந்து மதத்தின் வெற்றி, மற்ற எல்லா மதங்களையும் அது தன்னுள் கிரகித்துக்கொண்டதைச் சார்ந்திருந்தது என்று உறுதிபடச் சொல்கிறார். மேலும் அவர் கூறுகிறார்,

> சீக்கியம், இந்து மதம், பௌத்தம், மற்றும் ஜைனம் ஆகியவை தனித்தனி மதங்கள் என்று சொல்லிவிட முடியாது. இந்த நான்கு நம்பிக்கைகளும் அதன் கிளைகளும் ஒன்றே. இந்து மதம் ஒரு பெருங்கடல், அதனுள் எல்லா ஆறுகளும் வந்து சங்கமிக்கும். இஸ்லாத்தையும் கிறிஸ்தவத்தையும் மற்ற எல்லா மதங்களையும் இந்து மதத்தால் தனக்குள் உறிஞ்சிக்கொள்ள முடியும், அப்போதுதான் அது ஒரு பெருங்கடலாக மாற முடியும். இல்லையெனில் அது வெறும் ஒரு ஓடையாகவே இருக்கும், அதனுள் பெரிய கப்பல்களை இயக்க முடியாது.[41]

டாக்டர் அம்பேத்கரின் எச்சரிக்கை — இந்தியத் துணைக்கண்டத்தில் உள்ள எல்லா மதங்களையும்விட இந்து மதம் முதன்மையானதாக இருந்தது; தொடர்ந்து சாதிய அமைப்பை மற்றவர் மீது திணிக்கக்கூடிய ஆற்றலை அம்மதம் பெற்றிருந்ததே அதற்கு முதற்காரணம். அதேசமயம், பல்வேறு வகைப்பட்ட வழக்கங்களை அது கொண்டிருந்தது. "இந்தியாவில் அது தனக்கெனத் தனித்த வழக்கங்களைக் கொண்டிராத ஓர் இடம் எங்குமில்லை, மேலும் அவற்றுக்கெல்லாம் விளக்கங்கள் அளிப்பது இயலாத காரியமாக இருக்கும்," என்று கி.பி.1816இல் எழுதுகிறார் ஃப்ரான்ஸ் நாட்டு மதபோதகர் ழான் அந்துவின் துபுவா. இந்துக்கள் பல்வேறு கடவுள்களை வணங்குவதையும், ஒரு மூட்டை வேதங்களை அங்கீகரிப்பதையும், மேலும் வாழ்க்கையின் அர்த்தம் மற்றும் அறநெறி குறித்து முரணான கருத்துகளைப் போதிப்பதையும் காணலாம். ஆயினும், இந்து மதம் தன்னகத்தே ஒற்றை ஒருங்கிணைக்கும் கோட்பாட்டைப் பெற்றிருக்கிறது, அதுவே சாதி. துபுவா தொடர்கிறார், "இந்து மத வழக்கங்கள் வெவ்வேறாக இருந்தாலும், சாதியக் கட்டமைப்பு எல்லா இடங்களிலும் ஒன்றுபோலவே இருந்தது."[42]

இந்தியத் துணைக்கண்டம் கி.பி.1947இல் விடுதலையடைந்தது, வெள்ளையர்கள் வெளியேறினார்கள். கி.பி.1950இல் நிறுவப்பட்ட இந்தியக் குடியரசே உலக நாடுகளில் வேற்றுமைகள் மிகுந்த ஒரு நாடு. அது 29 மாநிலங்களையும் 7 யூனியன் பிரதேசங்களையும் கொண்டிருக்கிறது. அது 22 மொழிகளை அதிகாரப்பூர்வ மொழிகளாகவும், 122 மொழிகளை முக்கியத் தாய்மொழிகளாகவும் அங்கீகரிக்கிறது. வரலாற்றுரீதியாகப் பல்வேறு தனித்தனி நாடுகளை மாநிலங்களாகக் கொண்டிருந்த ஒரு பிரதேசம், காலனிய ஆக்கிரமிப்பின் காரணமாக செயற்கையாக ஒன்றிணைக்கப்பட்டது.

இந்து மதத்தைப்போலவே சுதந்தர இந்தியாவின் அரசியலமைப்பு பல முரண்பட்ட கூறுகளைக் கொண்டது; எனவே அது இயற்கையான உள்நாட்டு ஒற்றுமையைக் கோரமுடியாது. ஆப்ரஹாம் எரலி அவர்களின் சொற்களில்:

> இந்தியக் குடியரசு இன்று பல நாடுகளின் கூட்டமைப்பாகும், ஒரு தேசிய மாநிலம் அல்ல. இந்தியா தனது நீண்ட வரலாற்றில் எப்போதும் ஒரு தேசிய மாநிலமாக இருந்ததும் இல்லை, ஏனெனில் தேசிய ஒற்றுமையை வார்த்தெடுக்கத் தேவையான அடிப்படைக் கூறுகளாம் பொதுவான வரலாறு, மதம், மொழி, கலாச்சாரம் மற்றும் இனம் ஆகியவற்றை எப்போதும் நாம் பெற்றிருக்கவில்லை. உண்மையில், தேசிய ஒற்றுமைக்காக ஐரோப்பாவில் உள்ளதைவிட வலுவான அடிப்படை இந்தியாவில் இல்லை, அது பெரும் வேற்றுமைகளைக் கொண்டிருப்பதால், வலுவற்ற அடிப்படையையே பெற்றிருக்கிறது.

சுருக்கமாக, 'இந்தியன்' என்னும் கருத்தாக்கம் ஒரு சட்ட வடிவமாகும். எரலி வினவுகிறார், "இன்று ஓர் இந்தியனை வரையறை செய்வது எது? "கண்டிப்பாக அவனது இன, மொழி, கலாச்சார, அல்லது வரலாற்றுத் தனித்தன்மை அல்ல." அவர் மேலும் விளக்குகிறார், "குறைந்த காலங்களுக்கு இந்தியா முழுவதுமான இரண்டு சாம்ராஜ்யங்கள் புழக்கத்திற்கு வந்தன, மௌரியர்கள் மற்றும் முகலாயர்கள்போல; ஆனால் இவை வெற்றியின் மூலம் நிறுவப்பட்டன. எந்த ஒரு தேசிய ஒருங்கிணைப்புச் செயல்முறையாலும் அல்ல." எரலி கூறுகிறார், "துணைக்கண்டத்தின் பெரும் பங்கு இப்போது ஒன்றிணைக்கப்பட்டு இந்தியக் குடியரசாக இருக்கையில், இந்தியா தற்போது அனுபவிக்கும் இந்த அரசியல் ஒற்றுமையும்கூட வெற்றியின் பின்விளைவுதான், அது ஆங்கிலேய வெற்றி.

இருப்பினும், ஒரு அரசியல் கட்டமைப்பாக, சுதந்தர இந்தியா உலக அளவில் ஒரு வரையறுக்கக்கூடிய அம்சத்தைப் பெற்றிருக்கிறது. பிராமணிய ஆதிக்கமே இந்தியத் துணைக்கண்டத்தின் ஒற்றைப் பொதுக் கூறு. அவ்வாறே, இந்தியாவின் பண்புகள் இந்து மதத்தின் பண்புகளை ஒத்திருக்கிறது — ஒரு பிரத்தியேக ஒருமையால் ஒருங்கிணைக்கப்பட்ட எல்லையற்ற வேற்றுமை.

வரலாற்றுரீதியாக, பிராமணியம், பெருந்திரளான மக்களின்மீது சமூக ஒற்றுமையின்மை என்னும் அமைப்பைத் திணித்ததன் மூலம் ஒருவிதமான பிரதேச ஒற்றுமை உணர்வை ஏற்படுத்தியது. இவ்வாறு, துணைக்கண்டம் முழுவதும் நிலவும் அந்தக் கூறு, உலகம் முழுவதும் பகிரப்படும் ஒரு வலுக்கட்டாயமான பிரிவினையாகும். அது மக்கள் குழுக்களையும்கூட பாகுபடுத்துகிறது, அவ்வாறு இல்லாவிட்டால், அக்குழுக்கள் பொதுவான வரலாறு, மதம், மொழி, கலாச்சாரம் அல்லது இனம் போன்ற கூறுகளைப் பகிர்ந்துகொள்வார்கள். எரலி தெளிவுபடுத்துகிறார்,

> இந்திய வரலாற்றில் ஒரு விசித்திரமான அம்சம் என்னவென்றால், அங்கு ஒட்டுமொத்த இந்தியாவிலும் எந்தத் தேசிய உணர்வும் இல்லை என்பது மட்டுமல்ல, மொழி மற்றும் கலாச்சார ஒத்திசைவுள்ள இந்தியச் சமூகங்கள்கூட தங்களை ஒரே மக்களாகக் கருதவில்லை, உதாரணத்துக்குத் தமிழர்கள். அதைத் தடுத்தது எதுவென்றால், நமது சாதிய அமைப்பு. நம்முடைய விசுவாசம் என்பது சாதியின் மீதே இருக்கிறது; அதைக்காட்டிலும் பெரிய சமூகத்தின் மீதோ நாட்டின் மீதோ அல்ல. நாடு நிலையற்றது; சாதி நிரந்தரமானது.[43]

இவ்வாறு, இந்தியத் துணைக்கண்டத்தை வரையறுக்கும் ஒற்றைக்கூறாக பிராமணியம் இருக்கிறது. பிராமணியத்தை வரையறுப்பது எது? பிராமண சாதி உயர்வானது என்ற நம்பிக்கை. ஓர் இந்துவை வரையறுப்பது எது?

சாதியினால் உண்டாக்கப்படும் பாகுபாடு. ஓர் இந்தியனை வரையறை செய்வது எது? சாதி அமைப்பால் பகிர்ந்தளிக்கப்பட்ட அடிமைத்தனம்.

சாதி, இந்து மதத்தை வரையறுக்கும் ஒற்றைக் கோட்பாடு என்பது போலவே, சாதி அடிமைத்தனம் இந்தியனை வரையறுக்கும் ஒற்றைக் கூறு ஆகும். இயற்கையாக அமைந்துள்ள மற்றும் தனித்துவ அடையாளங்களான ஒரு பஞ்சாபி, ஒரு தமிழன், ஒரு காஷ்மீரி அல்லது ஒரு மராட்டியன் போன்று அல்ல, ஆனால் 'இந்தியன்' என்கிற சட்ட வார்ப்பை வரையறுக்கிறது.

இருப்பினும், இந்தியத் துணைக்கண்டத்தின் மீதான பிராமண ஆதிக்கம் என்னும் இந்த ஒற்றைப் பொதுக் கூற்றையே பகத்துகள் மற்றும் குருக்கள் குறிப்பாக அகற்ற முயன்றார்கள். அதனிடத்தில், உலகளாவிய மனித மாண்பு என்னும் பொதுப்பண்பையும், மேலும் சமத்துவம் மற்றும் அந்தப் பொதுப்பண்பு கோரும் விடுதலை உரிமையையும் நிறுவ முயன்றார்கள். ஆயினும், "சாதியை ஒழிப்பது இந்து மதத்தை அழிப்பதாகும்," என்று கூறியவர்தான் அந்த இலக்கை அடைவதற்கான வழியின் குறுக்கே நின்றவர்.

ஓர் இந்தியனை வரையறுக்கும் ஒற்றைக் கூறாக சாதி அடிமைத்தனம் இருப்பதைப் போல, இந்திய தேசத்தை வரையறுக்கும் ஒற்றை வடிவமாக மோகன்தாஸ் காந்தி இருக்கிறார். அவரது நிழற்படம் இந்தியக் குடியரசின் ஒவ்வொரு அரசாங்க அலுவலகத்திலும் காட்சிப்படுத்தப்பட்டுள்ளது. இந்தியாவுக்கு வருகைதரும் அனைத்து அந்நியப் பிரமுகர்களும் அவரது நினைவிடமான ராஜ்காட் சென்று அஞ்சலி செலுத்துகிறார்கள், மேலும் அவர் 'தேசத்தின் தந்தை' என்று கௌரவப்படுத்தப்பட்டிருக்கிறார்.

சர்வதேச சமூகத்தின் கண்களுக்கு முன்பு காந்தி இந்திய தேசத்தை வரையறுக்கும் வடிவமாக இருப்பதற்குக் காரணம், தேசம் தனது உருவமாக அவரை முன்னெடுப்பதேயாகும். அவரே இந்தியாவின் முன்னணிப் பிரச்சாரக்கருவி. கி.பி.1955இல் பிபிசி நிறுவனத்துக்கு டாக்டர் அம்பேத்கர் அளித்த நேர்காணலில், தேசம் காந்தியை ஆதரித்து விளம்பரப்படுத்துவதை வெளிப்படுத்தினார்.

> காந்தி நாட்டு மக்களின் நினைவிலிருந்து எப்போதோ மாயமாகி விட்டார். அவரை நினைவு வைத்திருக்கக் காரணம், காங்கிரஸ் கட்சி ஆண்டுதோறும் அவரது பிறந்தநாள் அல்லது அவரது வாழ்க்கைக்குத் தொடர்புள்ள சில சம்பவங்கள் நிகழ்ந்த நாளை விடுமுறையாக அறிவிப்பதேயாகும். மேலும், ஒவ்வோர் ஆண்டும் ஒரு வாரத்தின் பல நாட்களுக்கு அதற்கான கொண்டாட்டங்களை நடத்துகிறது. இயற்கையாகவே மக்களின் நினைவுத்திறன் புத்துயிர் பெறுகிறது; ஆனால் இத்தகைய செயற்கை சுவாசங்கள் கொடுக்கப்படாவிட்டால், நான் நினைக்கிறேன், காந்தி எப்போதோ காணாமல் போயிருப்பார்.[44]

இந்தியக் குடியரசை காந்தியிடமிருந்து எப்படிப் பிரிக்க முடியாதோ (இந்திய நாட்டின் ஓய்வில்லா பிரச்சாரங்களுக்கு நன்றி), அதுபோலவே காந்தியத்திலிருந்து பிராமணியத்தையும் பிரிக்க முடியாது. டாக்டர் அம்பேத்கர் கி.பி.1945இல் எழுதும்போது, காந்தியின் சித்தாந்தம் சீக்கியப் புரட்சி எதிர்த்துப் போராடிய அதே அநீதியான சமூகப் படிநிலையை எவ்வாறு ஆதரித்தது என்பதை விளக்குகிறார்,

> காந்தியம் ஒரு முரண். அது அந்நிய ஆதிக்கத்திலிருந்து கிடைத்த விடுதலையைக் குறிக்கிறது; நாட்டில் தற்போது நிலவும் அரசியல் அமைப்பின் அழிவையும் குறிக்கிறது என்பது அதன் பொருள். அதேசமயம், பரம்பரை அடிப்படையில் ஒரு வகுப்பு மற்றொரு வகுப்பின் மீது ஆதிக்கம் செலுத்த அனுமதிக்கும் தற்போதைய சமூக அமைப்பை அப்படியே சிதையாமல் பழுதுபடாமல் பாதுகாக்க நினைப்பது, ஒரு சமூகம் மற்றொரு சமூகத்தின் மீது நிரந்தரமாக ஆதிக்கம் செலுத்த விரும்புகிறது என்பதே அதன் பொருளாகும்...
>
> காந்தியம் சனாதனத்தின் மற்றொரு வடிவமே. சனாதனம், வன்முறை வைதீக இந்து மதத்தின் பண்டைய பெயர். வைதீக இந்து மதத்தில் இல்லாத எது காந்தியத்தில் இருக்கிறது? இந்து மதத்தில் சாதி இருக்கிறது, காந்தியத்திலும் சாதி இருக்கிறது. இந்து மதம் குலத்தொழில் விதியை நம்புகிறது, காந்தியமும் அதையே செய்கிறது. இந்து மதம் பசு வழிபாட்டை வலியுறுத்துகிறது, காந்தியமும் அதையே செய்கிறது. இந்து மதம் கர்மவிதிகளையும், இப்பிறவியில் மனிதனின் நிலை அவனது முன்வினைப்பயன் கொண்டே தீர்மானிக்கப்படுகிறது போன்ற நம்பிக்கைகளையும் கடைப்பிடிக்கிறது, காந்தியமும் அவ்வாறே செய்கிறது. இந்து மதம் *சாத்திரங்களின்* அதிகாரத்தை ஏற்றுக்கொள்கிறது, காந்தியமும் அதையே செய்கிறது. இந்து மதம் கடவுளின் அவதாரங்கள் மற்றும் மறுபிறவிகளை நம்புகிறது, காந்தியமும் அதையே செய்கிறது. இந்து மதம் விக்கிரக வழிபாட்டை நம்புகிறது, காந்தியமும் அதையே செய்கிறது. காந்தியம் செய்ததெல்லாம் இந்து மதம் மற்றும் அதன் கோட்பாடுகளை நியாயப்படுத்தும் ஒரு சித்தாந்தத்தைக் கண்டுபிடித்ததே ஆகும். தங்களது முகத்தில் ஒரு பண்படாத, கொடூர அமைப்பைத் தோற்றமாகத் தாங்கி நிற்கும் வெறும் சில விதிகளின் தொகுப்பு என்கிற வகையில் இந்து மதம் மிகவும் தட்டையானது. காந்தியம், கடுமையான இந்துத்துவத்தின் மேற்பரப்பை மென்மையாக்கக்கூடிய சித்தாந்தத்தை வழங்கி, அதன்மூலம் நாகரிகமான மற்றும் மதிப்புமிக்க ஒரு தோற்றத்தை அளித்து அழகுபடுத்தி, இன்னும் வசீகரமான ஒன்றாக அதை மாற்றியமைக்கிறது.[45]

சுருக்கமாக, காந்தியம் புத்துயிரூட்டப்பட்ட இந்து வைதீகத்தன்மையைப் பிரதிபலிக்கிறது. குரு நானக் கண்டனம் செய்த பொய்யான சமயங்கள் மற்றும் நேர்மையற்ற அரசியல் ஆகியவற்றை மறு உறுதிப்படுத்துகிறது. குறிப்பாக, அது சாத்திரங்களை உறுதிப்படுத்துவதோடு சாதிய அமைப்பைப் பின்பற்றுவதை அங்கீகரிக்கிறது.

காந்தியும் அம்பேத்கரும் அப்போது கசப்பான எதிரிகளாக இருந்தார்கள் என்பதில் ஆச்சரியம் ஏதுமில்லை. கி.பி.1955இல் பழங்குடிகளின் பாதுகாவலர், 'தேசத் தந்தையுடன்' நடந்த முந்தைய பரிமாற்றங்கள் குறித்து விவாதிக்கிறார்.

> காந்தியை ஓர் எதிரியாக நான் சந்தித்தபோது, மற்றெல்லாரையும்விட அவரை எனக்கு நன்றாகத் தெரியும் என்கிற ஓர் உணர்வு இருந்தது. ஏனெனில் அவர் தமது உண்மையான கோரைப்பற்களை என்னிடமே திறந்து காட்டினார். அங்கு செல்லும் மற்றவர்கள் மகாத்மாவாக அவர் முன்னிறுத்தும் அந்த வெளித்தோற்றத்தைத் தவிர, வேறு எதையும் காண்பதில்லை. என்னால் அவரது உட்புறத்தைக் காண முடிந்தது... அவர் எப்போதும் ஒரு மகாத்மாவாக இருந்ததில்லை. நான் அவரை மகாத்மா என்று அழைக்க மறுக்கிறேன். என் வாழ்நாளில் நான் அவரை எப்போதும் மகாத்மா என்று அழைத்ததே இல்லை. அவர் அந்தப் பட்டத்துக்கு உரியவரல்ல, அவரது ஒழுக்க நோக்கிலிருந்து கூட அதற்குரியவர் அல்ல.[46]

அம்பேத்கரைப் பொறுத்தவரையிலும்கூட காந்தியும் அம்பேத்கரும் மிக எதிரெதிர் ஆளுமைகள். அம்பேத்கர் மேலும் விளக்குகிறார், அம்பேத்கருக்கும் காந்திக்கு இடையிலான விரோதம், காந்தி பிராமணிய சித்தாந்தத்துக்கு அளித்த ஆதரவின் அடிப்படையிலானது. "நீங்கள் அவரை இன்னும் அதிகம் ஆச்சாரமிக்க மனிதராகக் காணலாம்; இந்தியாவைப் பல காலமாக கீழே வைத்திருந்த சாதி அமைப்பையும் (வர்ணாஸ்ரம தர்மம்), மேலும் அனைத்து வைதீகக் கோட்பாடுகளையும் அவர் ஆதரிப்பதைக் காணலாம்," என்கிறார் அம்பேத்கர்.

காந்தி, அரசியல் அவலநிலையின் பொருட்டே சாதிய வழக்கத்தின் அம்சங்களுக்கு எதிராகப் பேசினார் என்பதைக் குறிப்பிட்டு அம்பேத்கர் மேலும் தொடர்கிறார்,

> காந்தி ஒரு முழுமையான வைதீக இந்து. அவர் எப்போதும் ஒரு சீர்திருத்தவாதியாக இருந்ததில்லை.... தீண்டாமை குறித்த இந்தப் பேச்செல்லாம் தீண்டத்தகாதவரை காங்கிரஸ் கட்சியை நோக்கி இழுக்கும் பொருட்டு செய்வது. அது ஒரு விஷயம். தீண்டத்தகாதவர்கள் அவரது ஸ்வராஜ் இயக்கத்தை

எதிர்க்கக்கூடாது என்பது இரண்டாவது. இவை தவிர்த்து, உண்மையில், அவர்களை உயர்த்த வேண்டும் என்ற எண்ணம் அவருக்கு இருந்ததாக எனக்குத் தோன்றவில்லை.[47]

துரதிருஷ்டவசமாக அரசாங்கத்தால் தன்முனைப்புடன் செய்யப்பட்ட பிரச்சாரம், சுதந்தர இந்தியாவில் காந்தியின் புகழை நிலைத்து நிற்கச் செய்தது.

நாட்டைக் கைப்பற்றுதல் என்னும் வழியின் மூலமாகத் தவிர ஒட்டுமொத்த இந்தியாவுக்குமான சாம்ராஜ்யங்கள் என்ற ஒன்று எப்போதுமே இருந்ததில்லை. அவ்வாறு கைப்பற்றியவர்களில் முக்கியமானவர்கள் ஆங்கிலேயர்கள், முகலாயர்கள் மற்றும் அவர்களுக்கெல்லாம் முன்பாக வந்த ஆரியர்கள் என்றும் சொல்லலாம். அவ்வாறு கைப்பற்றி உள்ளே வந்த ஆரியர்கள், சாதியத்துக்கான பிராமணியக் கோட்பாடுகள் என்று சொல்லப்படும் ஒன்றைக் கண்டுபிடித்துத் திணித்தார்கள்; அதுவே இந்து மதத்தின் அடிப்படை என்றானது. "இந்துத்துவம் என்பதைவிட ஆரியம் என்ற பதம் மிகப் பொருத்தமான விளக்கத்தை அளிப்பதாக இருந்திருக்கும்," என்று காந்தி பரிந்துரைக்கிறார்.[48]

காந்தி இதையும் சொல்கிறார், 'பிராமணியமும் இந்து மதமும் ஒன்றே.' பிராமணியம் கொஞ்சம் கொஞ்சமாக இந்தியத் துணைக்கண்டம் முழுவதுமாக ஊடுருவி, இந்தியா என்னும் ஒன்றுபட்ட முழுமையை வரையறுக்கும் ஒற்றை அம்சமாக மாறியிருக்கிறது. இவ்வாறு, இந்தியா இறுதியாக அந்நிய ஆதிக்கம் என்ற நுகத்தடியைத் தூக்கி எறிந்த பின் பிராமணியம் என்னும் மேலாதிக்கத்துக்கு அது மீண்டும் திரும்பியது.

வளர்ந்துவரும் பிராமண மேலாதிக்கம் என்னும் அச்சுறுத்தல் காரணமாக டாக்டர் அம்பேத்கர் அதிலுள்ள ஆபத்தை உணர்ந்து, இந்தியா ஒரு தன்னாட்சி பெற்ற நாடாக மாறலாம் ஆனால் அங்கு சுதந்தரம் இருக்காது என்றார். வேறு வார்த்தைகளில் சொல்வதானால் இந்தியக் குடியரசு சுதந்தரம் பெற்றுவிட்டாலும் உண்மையில் அது இன்னும் விடுதலை அடையவில்லை. அம்பேத்கர் கி.பி.1948இல் விளக்குகிறார், "இந்தியாவில் ஜனநாயகம் என்பது இந்திய மண்ணின் மீது தூவப்பட்டுள்ள வெற்று எரு, அடிப்படையில் அது ஜனநாயகமற்றது."[49]

இந்திய அரசியலமைப்பை உருவாக்குவதற்கான வரைவுக்குழுத் தலைவராக அம்பேத்கர் இருந்தாலும், அதன் இறுதி வடிவம் அவருக்கு அத்தனை உவப்பான ஒன்றாக இல்லை. நவம்பர் 25, 1949 அன்று, அரசியல் நிர்ணய சபை அந்த ஆவணத்திற்கு ஒப்புதல் அளித்த நாளுக்கு முந்தைய நாளில், அம்பேத்கர் தமது இறுதிக் கருத்துக்களை அங்கு கூடியிருந்த கூட்டத்தின் முன் தெரிவித்தார். சாதி உருவாக்கிய சமூக ஒற்றுமையின்மை காரணமாக சுதந்தர இந்திய தேசம் வெல்ல முடியாத பெரும் சவால்களை எதிர்கொண்டிருக்கிறது என்று அவர் எச்சரித்தார்.

புதிதாகப் பிறந்திருக்கும் இந்த ஜனநாயகம் தனது வடிவத்தைத் தக்க வைத்துக் கொள்வது நிச்சயம் சாத்தியமான ஒன்று, ஆனால் உண்மையில் அது சர்வாதிகாரத்துக்கு இடமளிக்கும்...

இன்றைய சமூகச் சூழலில், படிநிலை வேற்றுமைக் கொள்கையின் அடிப்படையிலான ஒரு சமூகத்தை நாம் இந்தியாவில் உருவாக்கி வைத்திருக்கிறோம்... எனது அபிப்பிராயப்படி, நாம் அனைவரும் ஒரே தேசமாக இருக்கிறோம் என்று நம்புவதன் மூலம் நாம் ஒரு பெரும் மாயத் தோற்றத்தில் திளைத்திருக்கிறோம். பல ஆயிரம் சாதிகளாகப் பிரிக்கப்பட்ட மக்கள் எவ்வாறு ஒரே தேசமாக முடியும்? நாம் இன்னும் ஒரு 'தேசமாக' உருவெடுக்கவில்லை என்பதை அந்தச் சொல்லின் சமூக மற்றும் உளவியல் ரீதியான பொருளில் எவ்வளவு விரைவில் உணர்ந்து கொள்கிறோமோ, அவ்வளவுக்கு நமக்கு நன்மை பயக்கும்... இந்தியாவில் சாதிகள் உள்ளன. சாதிகள் தேசியத்துக்கு எதிரானவை. தேசியத்துக்கு எதிரானவற்றில் அவை முதலாவதாக இருக்கின்றன. ஏனெனில் அவை சமூக வாழ்வில் பிரிவினையை ஏற்படுத்துகின்றன. அவை தேசியத்துக்கு எதிரானவை; ஏனெனில், சாதிகளுக்கிடையே பொறாமை மற்றும் விரோதத்தை அவை உருவாக்குகின்றன. உண்மையில் நாம் ஒரு தேசமாக மாற விரும்பினால் இந்தச் சிரமங்கள் அனைத்தையும் நாம் கடந்து வரவேண்டும். தேசம் என்ற ஒன்று இருந்தால் மட்டுமே சகோதரத்துவம் மெய்யாக முடியும். சகோதரத்துவமின்றி சமத்துவம் மற்றும் சுதந்தரம் ஆகியவை வெறும் வண்ணப்பூச்சின் ஆழத்தைவிட அதிக ஆழம் மிக்கதாக இருக்க முடியாது...

சுதந்தரத்தின் மூலம், எந்தத் தவறு நேர்ந்தாலும் ஆங்கிலேயர்களின் மீது பழியைப் போட்டுவிட்டு நாம் தப்பித்துக்கொள்ளும் அந்த வசதியையும் இழந்துவிட்டோம். இனி விஷயங்கள் தவறாகப் போனால், பழி சுமத்த நம்மைத் தவிர வேறு எவரும் இல்லை. விஷயங்கள் தவறாகப் போகக்கூடிய பெரும் ஆபத்தும் உள்ளது.[50]

மேற்கோள் ஆவணங்கள்

1. Yong, Tan Tai. *The Garrison State: The Military, Government, and Society in Colonial Punjab, 1849-1947.* New Delhi: Sage Publications. 2005. 195.

2. Singh. *Sikhs.* 124.

3. Saraswati, Maharishi Swami Dayanand. *The Satyartha Prakasha.* 1975. New Delhi: Sar-vadeshik Arya Pratinidhi Sabha. 1984. 443.

4. Agnihotri, V. K. (ed.). *Indian History with Objective Questions and Historical Maps.* 1981. New Delhi: Allied Publishers Private Limited. 2010. C-171.

5. Ibid., C-172.

6. Mugali, Shiladhar Yallappa and Priyadarshini Sharanappa Amadihal. "Mahatma Jyotirao Phule's Views on Upliftment of Women as Reflected in Sarvajanik Stayadharma." Pro-

ceedings of the Indian History Congress (vol. 69). 2008. 691.

7. Phule, Jyotirao. Collected Works: The Book of the True Faith (vol. 2). 1991.33-34.

8. Phule, Jyotirao. Slavery: In This Civilized British Government Under the Cloak of Brah-manism. 1873. Full text available at velivada.com. Preface.

9. Ramasamy, E.V. Collected Works of Periyar E.V.R. K. Veeramani (ed.). Vepery: The Periyar Self-Respect Propaganda Institution. 2014. Ebook.

10. Ibid.
11. Ibid.
12. Ibid.
13. Ibid.

14. Ambedkar, Bhim Rao. Dr. Babasaheb Ambedkar: Writings and Speeches (vol. 3). Vas-ant Moon (ed.). Bombay: Education Department, Government of Maharashtra. 1987. 70.

15. Ibid., 66.

16. Ambedkar, Bhim Rao. Dr. Babasaheb Ambedkar: Writings and Speeches (vol. 1). Vasant Moon (ed.). Bombay: Education Department, Government of Maharashtra. 1979. 25-96.

17. Ambedkar, Bhim Rao. Thoughts of Dr. Baba Saheb Ambedkar. Y.D. Sontakke (ed.). New Delhi: Samyak Prakashan. 2004. 241.

18. Guru Nanak Khalsa College of Arts, Science & Commerce. gnkhalsa.edu.in. Vision.

19. Gurdwara Gazette. 1936. 19.

20. Pföstl, Eva (ed.). Between Ethics and Politics: Gandhi Today. New Delhi: Routledge. 2014. 165.

21. Gandhi, Mohandas. The Collected Works of Mahatma Gandhi. 100 Volumes. Delhi: Publications Division, Ministry of Information and Broadcasting, Government of India. 1958-1994. Vol. 22, 314-315.

22. Ibid., 67-78.
23. Ibid., Vol. 40. 481.
24. Ibid., 482 & 484.
25. Ibid., 122.
26. Ibid., 484-485.
27. Ibid., 485.
28. Ibid., 487.
29. Pföstl. Gandhi. 166.
30. Gandhi. Collected Works. Vol. 1, 196.
31. Ibid., Vol. 4, 230.
32. Ibid., Vol. 63, 355.
33. Ibid., Vol. 98, 154.
34. Ibid., Vol 28, 11.
35. Ibid., Vol. 27, 362.
36. Ibid., Vol 31, 142.
37. Ibid., Vol. 83, 52.
38. Ibid., Vol. 95, 205.
39. Ibid., Vol. 83, 74-75.
40. Ibid., Vol. 98, 378 & 402.
41. Ibid., Vol. 97, 465.
42. Dubois. Hindu. 11.
43. Eraly, Abraham. "Just A Legal Indian." Outlook. August 20, 2001.
44. Ambedkar, Bhim Rao. "Mohandas Karamchand Gandhi: Memories of the Mahatma, by Bhimrao Ramji Ambedkar." Francis Watson (int.). British Broadcasting Corporation Sound Archive. February 26, 1955.
45. Ambedkar, Bhim Rao. What Congress and Gandhi Have Done to the Untouchables?1945. Delhi: Gautam Book Centre. 2009. 279 & 284.
46. Ambedkar. Memories. BBC.
47. Ibid.
48. Gandhi. Collected Works. Vol. 4, 200.
49. Constituent Assembly of India Debates (Proceedings). 1946-1950. Vol. 7, November 4, 1948.
50. Ibid., Vol. 11, November 25, 1949.

6

சுதந்தர இந்தியா: மண்ணின் மகன்களையும் மகள்களையும் ரத்தம் சிந்த வைக்கிறது.

இந்த வரலாறு நவீன இந்தியாவின் உண்மையான கள நிலவரங்களின் மீது என்னென்ன தாக்கத்தை ஏற்படுத்தியிருக்கிறது? சீக்கிய குருக்கள் சிந்திய ரத்தம், பகத்துகளின் முயற்சிகள், மற்றும் அவர்களது செய்தியை குரு கிரந்தத்தில் தொகுத்தது ஆகியவற்றின் மூலம் 'புழுக்களாக' இருந்த ஒடுக்கப்பட்டவர்களை விடுதலை பெற்ற மக்களாக முன்னேறுவதற்கான அடித்தளங்கள் அமைக்கப்பட்டன. மனித மாண்புக்கான போராட்டத்தில் குரு கோவிந்த் சிங்கிடம் இருந்த ஜோதியை பாந்தாசிங் பகதூர் பெற்றுக்கொண்டார். அவருக்குப் பின் மற்றவர்களும் அதே நோக்கத்துக்காக உழைத்தார்கள்; குரு கிரந்தத்தை தனது வழிகாட்டி என்று சொல்லி பெருமைப்படுத்திய டாக்டர் அம்பேத்கர் உட்பட.

அதன் விளைவாக, இந்தியத் துணைக்கண்டத்தில் ஆழ வேரூன்றிய ஒரு சக்தி மிக்க சமூகம் உருவானது. அச்சமூகம் அன்பு மற்றும் சமத்துவத்தை ஆதரித்து, சாதி என்னும் முடமாக்கும் வழக்கத்தைக் கைவிட்டது.

இருப்பினும், 21ஆம் நூற்றாண்டிலும் சிக்கலான மனம் கொண்டவர்கள்பழங்குடிகளை நசுக்கப் பார்க்கிறார்கள். 21ஆம் நூற்றாண்டில் மனித மாண்புக்கான போராட்டத்தின் யுத்த எல்லைகள் விரிவடைந்திருக்கின்றன. பிராமணியத்தின் மதக் கோட்பாடுகள் தற்போது இந்துத்துவம் என்ற பெயரில் அரசியல் மயப்படுத்தப்பட்டுள்ளது. அந்த மேலாதிக்கச் சித்தாந்தம் "இந்துக்கள் அல்லாதவர்களை இந்தியாவுக்கு அந்நியர்கள் என்று கருத்து தெரிவிக்கிறது."[1] இந்துத்துவத்தின்படி, இந்தியத்

துணைக்கண்டத்தின் அனைத்துக் குடிமக்களும் இந்தியர்கள் (அவர்களது சொந்த மத விருப்பத்தைப் பொருட்படுத்தாமல்); இந்தியக் கலாச்சாரம், இந்து மதிப்பீடுகளை பிரத்தியேகமாகக் கொண்டே வரையறுக்கப்பட்டது மற்றும் இந்தியா என்ற தேசம் இந்து மக்களுக்கு மட்டுமேயானது.

சுவாமி தர்மசாஸ்தா கி.பி.1941இல், இந்தியா சுதந்தரம் அடைவதற்கு முன்பே, இந்துத்துவத்தின் எழுச்சியைக் குறித்து எச்சரித்தார். அவரது விவரணம் நவீன இந்தியாவின் உண்மை நிலையை மிகத் தெளிவாகப் படம் பிடித்துக் காட்டுகிறது.

நாட்டில் ஓர் எழுச்சி உண்டாகிக்கொண்டிருக்கிறது, அனைத்து உண்மையான முன்னேற்றங்களையும் கேலிக்கூத்தாக்கும் ஓர் இந்து தேசியம் என்னும் எழுச்சி. இந்தச் சமயம், புகழ்பெற்ற அறிஞர்களால் வளர்க்கப்பட்டு மத உற்சாகத்துடனும் பெருமையுடனும் நாட்டின் உள்ளேயும் நாட்டுக்கு வெளியிலும் பரப்பப்பட்டு வருகிறது. அது பின்வருவம் கூற்றுகளால் குறிப்பிடப்படுகிறது: இந்து நாகரிகம் தான் உலகில் மிகச் சிறந்தது, இந்து சமயம் மனிதனின் மிக உயர்ந்த பெருமை, இந்து நிறுவனங்கள் நேர்மைக்கான உதாரணங்கள். இந்து தேசியம் மற்ற தேசங்களைப் போலல்லாமல் அதன் சுயத்திலேயே மிக விசித்திரமானது. இதுபோன்ற வியத்தகு கூற்றுக்களின் அணிவகுப்பும், சுயமரியாதையின் கண்காட்சியும், சாதியின் துஷ்டத்தனத்தையும் அதன் அனைத்துத் தீமைகளையும் நியாயப்படுத்தவும் மேலும் புரோகிதத் தந்திரத்தை இந்து கலாச்சாரத்திற்குத் தங்களது தனித்துவமான பங்களிப்பு என்று அறிவிக்கவுமான ஒரு முன்னோட்டம் மட்டுமே.[2]

இந்துத்துவா என்னும் மேலாதிக்கச் சித்தாந்தம், பாரதிய ஜனதா கட்சியின் (BJP) அடிப்படை சித்தாந்தமாகும். காந்தியின் இந்திய தேசிய காங்கிரஸ் (INC) கட்சியே பாஜகவின் பிரதான போட்டியாளர். கி.பி.2014 முதல், இந்தியா பாஜக ஆட்சியின் கீழ் உள்ளது. இந்து தேசியம் வேகமாகவும் வெற்றிகரமாகவும் வளர்ந்து வருகிறது; பிரதமர் நரேந்திர மோடி பதவியேற்பதற்கு முன்பு மே 2014இல் தெரிவிக்கிறார், "நான் ஒரு இந்துத்துவவாதி என்பதே எனது அடையாளம்."[3]

இருப்பினும், வழக்கத்தில் இரண்டு அரசியல் கட்சிகளுமே இந்து நிறுவனங்கள்; மக்களை ஒடுக்கவும் அடிமைப்படுத்தவும் தங்களது அதிகாரத்தைப் பயன்படுத்தும் உயர் வர்க்கத்தினரால் நடத்தப்படும் கட்சிகள். இரண்டு கட்சிகளுமே, கட்டற்ற சுதந்தரத்துடன், கிறித்தவர்கள், இஸ்லாமியர்கள், மற்றும் சீக்கியர்கள் ஆகிய சிறுபான்மையினர் மீது திட்டமிடப்பட்ட இனப்படுகொலைகளை நிகழ்த்தியிருக்கிறது. டாக்டர் அம்பேத்கர் தீர்க்கதரிசனத்துடன் எச்சரிக்கிறார், "விஷயங்கள் தவறாகப் போகக்கூடிய பேராபத்து உள்ளது." உண்மையில் அவை மிகத் தவறாகப் போயிருக்கிறன.

அந்நிய ஆட்சியின் கீழ் அடிமைப்பட்டுக் கிடக்கும் நிலை இனி இல்லை அல்லது ஆக்கிரமிப்பாளர்களுடன் இணைந்து செயல்பட வேண்டிய

நெருக்கடி இனி இல்லை என்கிற சூழலில், இந்திய பிராமணிய உயர் வர்க்கத்தினர் ஒருதலைப்பட்சமாகச் செயல்படத் தொடங்கினார்கள். பிராமணியம் தனது வேர்களை உறுதியாக ஊன்றக் கூடிய சக்தியை சுதந்தரம் அளித்தது. சுதந்தர இந்தியாவில், சாதியமைப்பின் புனிதத்துவத்தை நோக்கிக் கேள்வி எழுப்பும் எவரையும் பிராமணியம் தொடர்ந்து அச்சுறுத்துகிறது. காந்தியின் மனநிலையில், 'இந்து மதம் ஒரு பெருங்கடல், அனைத்து ஆறுகளும் அதனுள் சங்கமிக்கிறது,' என்று இந்துத்துவ இயக்கம் நம்புகிறது. 'அனைத்து மதங்களையும் தன்னுள் உறிஞ்சிக்கொண்டு' அதன்மூலம் 'ஒரு பெருங்கடலாக உருவெடுக்க' அது விழைகிறது.

கி.பி.1716இல், பாந்தா மரித்த பின்பு, பகத்துகள் மற்றும் குருக்களின் தோள்களில் ஏறிப் பயணித்தபடி விடுதலைப் போராட்டக்காரர்கள் நாடோடி வண்டியை முன்னெடுத்துச் சென்றார்கள். விடுதலைச் சுடர் இன்னும் அணைந்து விடவில்லை. அதன் ஜுவாலை வடக்கு முதல் தெற்கின் அடியாழம் வரை, இந்தியா முழுவதுமாகப் பரவியிருக்கிறது. ஆனால் போராட்டம் இன்னும் தொடர்கிறது. அந்த உலையைப் பற்ற வைத்திருக்கிறார்கள். நல்லவேளை, இந்தியப் பொன்னை உருக்கி அதன் கசடுகளை நீக்கி சுத்திகரிப்பதன் பொருட்டுத் தேவையான உலையாக இன்னும் அந்தத் தீ மாறிவிடவில்லை. மாறாக, சுதந்தர இந்தியா, விடுதலைத் துறவிகள் எதிர்த்துப் போராடிய நேர்மையற்ற அரசியலையும், பொய்யான எல்லா மதங்களையும் தழுவிக் கொண்டிருக்கிறது.

சுதந்தரம் பெற்றது முதல் இந்தியா ஒரு கொடுங்கோல் ஆட்சியாக மாறியிருக்கிறது. "பௌத்த சமயத்தை வன்முறையின் மூலம் அழித்தொழித்த பின்னர், ஆதிசங்கராச்சாரியின் ஆசி மற்றும் ஆதரவுடன், வடக்கு முதல் தெற்குவரை, கிழக்கு முதல் மேற்குவரை ஓர் ஒன்றிணைக்கப்பட்ட சாதி—இந்து அரசாங்கம் செயல்பாட்டுக்கு வந்திருப்பது இதுவே முதல் முறை; ஆங்கிலேய ஏகாதிபத்தியத்தின் பாரம்பரியத்துக்கு நன்றி," என்று எழுதுகிறார் சங்கத் சிங்.[4] இந்தியா சுயராஜ்ஜியம் பெற்றுவிட்டது ஆனால் சுதந்தரம் பெறவில்லை. பிராமணியம் சுமத்திய இழிவுகளைத் தாங்கியபடி எளிய மனத்தோர் விடுதலைச் சித்தாந்தங்களை நோக்கித் தொடர்ந்து கூட்டம் கூட்டமாகப் படையெடுத்தபடி இருக்க, சுதந்தர இந்தியாவின் ஆட்சியாளர்கள் இந்து மேலாதிக்கத்தை அவர்கள்மீது வலுக்கட்டாயமாகத் திணித்தார்கள். 'புதிதாகப் பிறந்த குடியரசு உண்மையில் சர்வாதிகாரமாக மாறியிருக்கிறது,' என்று டாக்டர் அம்பேத்கர் எச்சரித்தார்.

இந்தியா அந்நிய ஆக்கிரமிப்பின் ஒடுக்குமுறையிலிருந்து தப்பி, அதற்குப் பதிலாக பிராமண ராஜ்யத்தை அடைந்திருக்கிறது. இந்திய மத்திய அரசாங்கம், ஒரு காலனிய சக்தியைப்போல, டெல்லியில் இருந்தபடியே தனது வலிமையை வெளிப்படுத்துகிறது. இந்தியக் குடிமக்களை அடிமைப்படுத்தவே சுதந்தர இந்தியாவின் ராணுவம் பிரத்தியேகமாகப் பணியமர்த்தப்பட்டது என்று அருந்ததி ராய் கி.பி.2016இல் குறிப்பிடுகிறார்.

சுதந்தரம் அடைந்த கி.பி.1947 முதல், இந்திய ராணுவமும் அதன் பாதுகாப்புப் படைகளும் இந்தியாவின் எல்லைகளுக்குள் பணியமர்த்தப் படாமல் ஒருநாள்கூட இதுவரை கழிந்ததில்லை. தங்களது 'சொந்த' மக்கள் என்று சொல்லப்படும் காஷ்மீர், நாகாலாந்து, மணிப்பூர், மிசோரம், அசாம், ஜுனாகத், ஹைதராபாத், கோவா, பஞ்சாப், தெலங்கானா, மேற்கு வங்கம் ஆகிய பிரதேசங்களிலும் மேலும் இப்போது சத்தீஸ்கர், ஒடிசா மற்றும் ஜார்க்கண்ட் ஆகிய மாநில மக்களுக்கு எதிராகவும் படைகள் தொடர்ந்து குவிக்கப்படுகின்றன.

ஆயிரக்கணக்கான மக்கள் இந்தப் பகுதிகளில் நடந்த மோதல்களில் தங்களது உயிர்களை இழந்துள்ளார்கள். அதற்கும் அதிகமான மக்கள் கொடூரமாகச் சித்திரவதை செய்யப்பட்டு, தங்கள் வாழ்நாள் முழுவதும் நடமாட முடியாதபடி ஊனமாக்கப்பட்டுள்ளார்கள்... இந்தியா தனது தற்போதைய எல்லைகளில் பாதுகாப்புப் படைகளை நிறுத்தியிருக்கும் இடங்களை நீங்கள் உற்று நோக்கினால் ஓர் அசாதாரணமான உண்மை வெளிப்படும். அவ்விடங்களில் வாழும் மக்களில் பெரும்பான்மையானோர் இஸ்லாமியர், கிறித்தவர், பழங்குடிகள், சீக்கியர் மற்றும் தலித்துகளாக இருக்கிறார்கள். ராணுவ பலத்தைப் பிரயோகித்துத் தமது பிரதேசங்களை ஒன்றோடொன்று ஆணியடித்து ஒட்டவைத்துக்கொண்டிருக்கும், தானாகவே தன்னை மேலாதிக்கச் சாதியாக உயர்த்திக்கொண்ட, ஓர் இந்து அரசாங்கத்தைத்தான் எவ்வித சிந்தனையுமின்றி நம்மைத் தாழ்ந்து பணிந்து வணங்கச் சொல்கிறார்கள்.[5]

"**அவசரகால நிலை**" சட்டங்கள் — இந்திய அரசாங்கம் தனது பிரதேசங்களை ராணுவ பலத்தின் மூலம் ஒன்றிணைத்து வைத்திருப்பது மட்டுமல்லாமல், அரசியலமைப்பு வழங்கியுள்ள சர்வாதிகாரம் மிக்க அதிகாரங்களைப் பயன்படுத்தி மாநிலங்களைத் தனது விருப்பத்துக்கு அடிபணிய வற்புறுத்துகிறது.

குறிப்பாக, இந்திய அரசியலமைப்பு சட்டப்பிரிவுகள் 352, 356 மற்றும் 365 ஆகியவை வழங்கும் அவசரகால உதவிகளை மத்திய அரசு பெரிதும் நம்பியிருக்கிறது. சட்டப்பிரிவு 352 தேசிய 'அவசரகால நிலை' அறிவித்து அரசியலமைப்பால் பாதுகாக்கப்பட்டுள்ள அடிப்படை உரிமைகளை ரத்து செய்து, தற்காப்பு விதியை அமலுக்குக் கொண்டுவர குடியரசுத் தலைவருக்கு அனுமதியளிக்கிறது. சட்டப்பிரிவுகள் 356 மற்றும் 365 ஜனநாயக முறையில் தேர்ந்தெடுக்கப்பட்ட மாநில அரசுகளைக் கலைக்கவும் மாநிலத் தேர்தல்களை ரத்து செய்யவும் டெல்லியிலிருந்து நேரடியாக 'ஜனாதிபதி ஆட்சியை' காலவரம்பின்றி அமல்படுத்தவும் மத்திய அரசுக்கு அனுமதி அளிக்கிறது.

அரசியலமைப்பு குறித்து கி.பி.1949இல் நடத்தப்பட்ட விவாதங்களில், அரசியல் நிர்ணய சபை உறுப்பினர்கள் பலர் இந்த 'அவசரகால நிலை' விதிகளுக்கு எதிராக எச்சரிக்கை செய்தார்கள். "கூடுதல் மையப்படுத்தலைப் பொறுத்தவரை, நான் அவசரகால அதிகாரங்களை மட்டுமே சுட்டிக்காட்ட விரும்புகிறேன்," என்று அசாமின் முகமது சாதுல்லா குறிப்பிடுகிறார்.

> சட்டப்பிரிவு 352, குடியரசுத் தலைவரின் அவசரகாலப் பிரகடனத்தைக் குறிப்பிடுகிறது. ஆனால் சட்டப்பிரிவு 356ஐப் பொறுத்தவரை, இந்தப் பிரகடனத்தை ஒரு பிரதேசத்தின் அரசியலமைப்பு தோல்வியடையும்போது பிரயோகிக்கலாம்... மேலும் சட்டப்பிரிவு 365இன்படி, ஐக்கிய அரசின் வழிகாட்டுதல்களுக்கு இணங்க மறுக்கும்போதும் இதைப் பிரயோகிக்கலாம்... சுதந்தரம், விடுதலை மற்றும் தனியுரிமை ஆகியவற்றின் சூழலில் வாழ்வதற்குப் பதிலாக, நாம் மைய அரசு மற்றும் ஜனாதிபதியின் பெரும் குறுக்கீடுகளுக்கு ஆளாகும் சூழல் ஏற்படும். அது மக்களின் மனநிறைவு, அமைதி மற்றும் சமாதானம் ஆகியவற்றுக்கு எதிராகப் போகக்கூடிய சாத்தியம் உள்ளது.[6]

"ஐக்கிய அரசின் நிர்வாக அதிகாரத்துக்குட்பட்டு அளிக்கப்படும் எவ்வித வழிகாட்டுதல்களுக்கும் இணங்க அல்லது அதைச் செயல்படுத்த மறுக்கும் எந்த ஒரு மாநிலத்திலும்"[7] ஜனாதிபதி ஆட்சியை அமல்படுத்த அனுமதிக்கும் சட்டப்பிரிவு 365ஐ திருவிதாங்கூர் சமஸ்தானத்தின் பி.டி. சாக்கோ குறிப்பாகக் கண்டனம் செய்தார். அசாதாரணமான அதிகாரங்கள் மைய அரசிடம் குவிக்கப்பட்டுள்ளது என்று எச்சரித்த சாக்கோ கூறுகிறார்,

> சட்டப்பிரிவு 365 இந்திய மாநிலங்களை ஏறக்குறைய குத்தகை தாரர்களாக்குகிறது. ஒருகணம் சுதந்தரத்துக்கான நீண்ட நெடிய போராட்டம் குறித்துச் சிந்திக்க வேண்டிய நெருக்கடிக்கு ஆளாகிறேன். அதில் இந்திய மாநிலங்களின் பல்வேறு தரப்பட்ட மக்கள் சிறு பங்கை மட்டும் அளிக்கவில்லை; சுதந்தரப் போராட்டத்திற்காக சில மாநிலங்களின் மக்கள் தங்களது உயிர்களையும் அளித்திருக்கிறார்கள். நம்மில் பலரும்கூட சிறு தியாகங்களைச் செய்திருக்கிறோம் இந்தப் போராட்டங்களின் இறுதி விளைவு என்ன? அந்நிய ஏகாதிபத்தியத்தின் இடத்தில் தற்போது நாம் இந்திய ஏகாதிபத்தியத்தைப் பெற்றிருக்கிறோம்.[8]

மேலும் பஞ்சாபின் ஹுக்கம் சிங் விவரிக்கிறார், "இன்னும் சில விதிகள் இருக்கின்றன... அவை ஒரு மூர்க்கமான அரசியல்வாதி சர்வாதிகார மிக்க அதிகாரங்களைத் தன் கையிலெடுத்துக் கொண்டு, தான் ஒப்புக்கொண்ட அரசியலமைப்பின் விதிகளுக்கு உட்பட்டே நடப்பதாகச்

சொல்லிக்கொள்ளும் வாய்ப்பை அளிக்கும்." அரசியல் நிர்ணய சபையின் இரண்டு சீக்கியப் பிரதிநிதிகளில் ஒருவராக, அந்த அரசியலமைப்புக்கு இறுதியாக ஒப்புதல் அளித்து கையெழுத்திட மறுத்து, அவர் உறுதியாகக் கூறுகிறார்,

> சர்வாதிகாரிகளின் உருவாக்கத்துக்கு எதிராக நமக்கு பாதுகாப்பு அளிக்கப்படவில்லை. சாதாரண மனிதன் அரசியலில் சிக்கிப் பிழிந்தெடுக்கப்படுகிறான்; மேலும் குடியரசுத் தலைவர் முகலாய அரசர்போல போதுமான பகட்டு மற்றும் ஆடம்பரத்துடன் தில்லி அரியணையில் அமர்ந்து ஆட்சி செய்யுமாறு அமர்த்தப் பட்டுள்ளார்... மக்களின் பிரச்சினைகளுக்கு எந்தப் பொருளாதாரத் தீர்வையும் அளிக்காமல் இருந்தால், அவர்களது மனக்குறையும் அதிருப்தியும் கண்டிப்பாக அதிகரிக்கும். இது, இந்த நிர்வாகம் ஒரு பாசிச அரசாக உருவெடுக்க வழிவகுக்கும்.⁹

அரசியல் நிர்ணய சபையின் உறுப்பினர்கள் முற்றிலுமாக — வட கிழக்கின் உள்ளிருக்கும் அசாம், கீழ் தெற்கிலிருக்கும் கேரளா, மற்றும் வட மேற்கில் உள்ள பஞ்சாப் போன்று — வெவ்வேறு பகுதிகளிலிருந்து வந்திருந்தாலும், இந்த அரசியலமைப்புச் சட்டங்களின் சர்வாதிகாரப் போக்குகளைக் குறித்த தங்களது ஒத்த கவலைகளை அனைவரும் பகிர்ந்துகொண்டார்கள்.

அரசியலமைப்பு செயல்பாட்டுக்கு வந்த கி.பி.1950 முதல், மத்திய அரசு மொத்தமுள்ள 29 மாநிலங்களில் 26 மாநிலங்களின் மீதும், மற்றும் 7 யூனியன் பிரதேசங்களில் இரண்டின் மீதும் ஜனாதிபதி ஆட்சியைத் திணித்திருக்கிறது — மிக அதிகமாக, மணிப்பூர் (10 முறை), உத்தரப் பிரதேசம் (9 முறை), பஞ்சாப் (8 முறை), பிஹார் (8 முறை) மற்றும் ஜம்மு-காஷ்மீர் (7 முறை).

டாக்டர் அம்பேத்கரின் 'உண்மையில் சர்வாதிகாரம்' என்னும் எச்சரிக்கை, கி.பி.1975இல் பிரதமர் இந்திராகாந்தி அப்படியான ஒருவராக உருவெடுத்தபோது உண்மையானது. தேர்தல் முறைகேடுகள் காரணமாக அலகாபாத் உயர்நீதிமன்றத்தால் குற்றம் சுமத்தப்பட்டு தண்டனை அளிக்கப்பட்டபோது, அவர் தனது நாடாளுமன்றப் பதவியை இழக்கும் நிலையை எதிர்கொண்டிருந்தார். நீதிமன்றமே அவரைப் பிரதமர் பதவியிலிருந்து நீக்கவும் கட்டாயப்படுத்தி இருக்கும். அதற்குப் பதிலாக ஒரு தேசிய நெருக்கடி நிலையை அறிவிக்கும்படி ஜனாதிபதி ஃபக்ருதீன் அலி அகமதுவை அவர் சம்மதிக்க வைத்தார்.

ஜூன் 1975 முதல் மார்ச் 1977 வரை இந்திராகாந்தி தேர்தல்களை ரத்து செய்துவிட்டுத் தனது அரசியல் எதிரிகளைத் தன்னிச்சையாகக் கைது செய்து, சித்திரவதை செய்து, அவர்களைக் காலவரையின்றி சிறையில் அடைத்து வைத்தார். அமெரிக்க விஞ்ஞானி டாக்டர் ராபர்ட் சுப்ரினின் வார்த்தைகளில், "பிரதம மந்திரி காந்தி ஒரு தேசிய அவசரகால

நிலையை நாட்டில் பிரகடனம் செய்துவிட்டு, சர்வாதிகார சக்தியைத் தனது கைகளில் எடுத்துக்கொண்டார்.” அமெரிக்கப் பொருளாதார நிபுணர் டாக்டர் முர்ரே ராபர்ட், ஜூலை **1975**இல் எழுதும்போது விவரிக்கிறார், உலகில் அரும்பும் சர்வாதிகாரங்களில் இந்தியா “மிக முக்கியமாக கவனிக்கத்தக்கது”. அவர் மேலும் கூறுகிறார்,

> உண்மையில், திருமதி இந்திராகாந்தி இந்தியாவை மிருகத்தனமாக கையகப்படுத்தி இருப்பது, அரசியல் எதிரிகளைச் சிறையிலடைத்தது மற்றும் ஊடகங்கள் மீது திணித்திருக்கும் தணிக்கை ஆகியவையே மிக முக்கியமாகக் குறிப்பிடப்பட வேண்டியவை. இரண்டாம் உலகப் போருக்குப் பின்னர் நியூயார்க் டைம்ஸ் நாளேடும் மற்ற அதிகாரம் மிக்க உயர் வர்க்க ஊடகங்களும் இந்தியாவின் பெருமைகளையும், பலங்களையும் ஆரவாரமாக ஒளிபரப்பி “உலகின் மிகப் பெரிய ஜனநாயகம்” என்று பிரகடனம் செய்தன. இந்தியத் துணைக்கண்டத்தின் மீது உண்டான ஆரோக்கியமான பார்வையின் அடிப்படையில், அமெரிக்கா மிகப் பெருமளவிலான அந்நிய உதவிகளை இந்தியாவில் குவித்தது. தங்களது முகத்தில் எறியப்பட்ட முட்டை ஓடுகள் வழிய நிற்கும் இந்த உயர் வர்க்க ஊடகங்கள், எதிர்காலத்தில், குறைந்தபட்சம் தங்களது வாழ்த்துப்பாக்களை இந்திய ‘ஜனநாயகம்’ என்பதோடு நிறுத்திக் கொள்ளலாம். எதிர்பார்த்தது போலவே அமெரிக்க ஊடகங்களின் எதிர்வினை கோபத்தைக் காட்டிலும் மிகுந்த வருத்தத்திற்குரியதாகவே இருந்தது; மேலும் திருமதி காந்தி விரைவில் ஜனநாயகப் பாதைக்குத் திரும்பி விடுவார் என்கிற விசனத்துக்குரிய நம்பிக்கைகளும் அதில் நிரம்பியிருந்தன.
>
> ஆனால், இந்திய சுதந்தரத்தைக்காட்டிலும், இந்திய ‘ஜனநாயகம்’ தொடக்கத்திலிருந்தே ஒரு போலித்தன்மையுடனும், ஒரு கேலிக் கூத்தாகவுமே இருந்து வந்தது. காங்கிரஸ் கட்சி என்கிற ஒருகட்சி ஆட்சியின் கீழ் இந்தியா ஆரம்பம் முதலே அதன் அரசியல் வடிவிலும் பாதிப்புகளுக்குள்ளானது; ஜனநாயக முகமூடி பாதுகாக்கப்பட வேண்டும் என்ற பெயரில் மற்ற எதிர் அரசியல் குழுக்கள் விளிம்பிற்குத் தள்ளப்பட்டன. மிக முக்கியமாக, இந்திய ஆட்சியமைப்பு என்பது உலகிலேயே முற்றிலுமாக அழுகிப்போன ஒரு அமைப்பு; அது, அரசு நடவடிக்கைகள், கட்டுப்பாடுகள், மானியங்கள், வரிகள் மற்றும் ஏகபோகங்கள் ஆகிய அனைத்தும் ஒன்றாகத் திரட்டப்பட்டப் பெருந்திரள். அப்பெருந்திரள், இந்தியர்கள் தொடர்ந்து வாழ்ந்துவரும் கிராமப்புறங்களை ஆட்சி செய்யும் இறுகிய சாதி அமைப்பின் மேல் ஒன்றன்மீது ஒன்றாகக் குவிக்கப்படுகிறது. இந்தக் கேவலமான கோளாறைக் கருத்தில் கொண்டு, எதிர்க்கட்சிகள் மீதான திருமதி காந்தியின்

காட்டுமிராண்டித்தனத்தை அமெரிக்கர்கள் கருதுவதுபோல ஒரு விவரிக்க முடியாத திடீர் நடவடிக்கை எனக் கருத முடியாது; ஆனால், கருகிப்போன அந்த மண்ணின் மீது இறுக்கப்பட்ட அரச எதேச்சதிகாரம் என்னும் சங்கிலியின் கடைசி இணைப்பு என்றே இதைக் கொள்ளலாம். அதிகாரம் மிக்க அமெரிக்க ஊடக நிறுவனங்கள் பரப்பிய கட்டுக்கதைகளைப் புறந்தள்ளிவிட்டுப் பார்த்தால், இந்தக் கையகப்படுத்தலை ஒரு அதிசய நிகழ்வு என்று வியப்பதைவிட, திருமதி காந்தியின் இந்தச் செயல் விவரிக்கத் தக்கதாகவே காண்கிறோம்.[11]

நெருக்கடி நிலை காலத்தின்போது வாழ்ந்த ஓய்வுபெற்ற காவல்துறை உயர் அதிகாரியான எஸ்.கே. கோஷ், அரசாங்கத்தால் நிகழ்த்தப்பட்ட அட்டூழியங்களில் முக்கியமானவற்றை விவரிக்கிறார்,

சட்ட நிறுவனங்கள் முடக்கப்பட்டன, ஊடகத்தின் குரல்வளை நெரிக்கப்பட்டது. அரசியல் எதிரிகளின் வீடுகளில், பாகுபாடின்றி, கண்மூடித்தனமான அரசியல் நோக்கம் கொண்ட திடீர் சோதனைகள் நடத்தப்பட்டன. சட்ட அமலாக்க அதிகாரிகள் பல கைதுகளைச் செய்தார்கள், கைதிகள் வெளியுலகத் தொடர்பின்றிச் சிறைகளில் அடைக்கப்பட்டார்கள், ஆணைப் பத்திரமின்றி சோதனைகள் மேற்கொள்ளப்பட்டன; மேலும், ஆளுங்கட்சியின் சித்தாந்தத்துடன் ஒத்துப்போகாத அரசியல் சிந்தனை கொண்ட எவரும் தண்டிக்கப்பட்டார்கள்.[12]

நெருக்கடி நிலையின்போது பிராமணிய அடிப்படையிலான நோக்கத்தை முன்னெடுக்கக் கூடிய வாய்ப்பைக் கைப்பற்றிய திருமதி காந்தி, ஒரு வெகுஜன கட்டாயக் கருத்தடைத் திட்டத்தைச் செயல்படுத்தினார். ஆங்கிலேய காலனிய நிர்வாகிகள் மற்றும் அவர்களுக்குப் பின் அதிகாரத்தைக் கைப்பற்றிய உயர்சாதி பிராமணர்கள் என இருவருமே 1947 சுதந்தரத்திற்குப் பின் இந்தியாவின் கீழ் வகுப்புகளிலிருந்து ஒன்று திரளும் மக்கள் கூட்டத்தை இழிவு கலந்த பயத்துடனே பார்த்தார்கள்," என்று எழுதுகிறார் சுப்ரின். மக்கள்தொகைக் கட்டுப்பாடு என்கிற போர்வையில் திருமதி காந்தியின் அரசாங்கம் இனப்பெருக்கத்துக்குத் 'தகுதியற்ற' எவரையும் கருத்தடைக்கு உட்படுத்தியது. சுப்ரினின் கூற்றுப்படி, "ஆளும் உயர்சாதி இந்துக்கள்... இந்த மக்கள்தொகைக் கட்டுப்பாடு திட்ட முயற்சிகளின் மூலம், கீழ் சாதி தீண்டத்தகாதவர்கள் மற்றும் இஸ்லாமியர்களை ஒழித்துக்கட்ட முயன்றார்கள்."

இந்த ஃபாசிச அரசாங்கத்தால், கி.பி.1976இல் மட்டும், 80 லட்சத்திற்கும் மேற்பட்ட இந்தியர்களுக்குக் கருத்தடை செய்யப்பட்டது, இது குறித்தே ஹுக்கம் சிங் அன்று எச்சரித்தார்.

வெளிப்படையான கட்டாயப்படுத்துதல் ஒரு சட்டமாகவே ஆக்கப்பட்டது: நில ஒதுக்கீடுகள், குடிநீர், மின்சாரம், ரேஷன் அட்டைகள், மருத்துவச் சேவை, சம்பள உயர்வுகள் மற்றும் ரிக்ஷா உரிமங்கள் போன்ற பெரும்பாலானவற்றைப் பெற கருத்தடை செய்ய வேண்டுமென்பது ஒரு நிபந்தனையாக விதிக்கப்பட்டது. கருத்தடைக்காகத் தனி நபர்களைப் பிடித்து இழுத்துவரும் காவலர்களுக்கு, அதற்காகப் படி அளிக்கப்பட்டது. கட்டடத் தகர்ப்புக் குழுக்கள் சேரிகளுக்கு அனுப்பப்பட்டு அங்குள்ள வீடுகள் இடித்துத் தள்ளப்பட்டன, சில சமயம் மொத்தக் குடியிருப்புப் பகுதியுமே தகர்க்கப்பட்டது. இதனால் ஆயுதமேந்திய காவல்படைகள் துரத்தியடிக்கப்பட்ட குடிமகன்களைக் கட்டாயக் கருத்தடை முகாம்களுக்கு எளிதாக இழுத்துச் செல்ல முடிந்தது. தில்லியில் மட்டும் ஏழு லட்சம் மக்கள் தங்கள் வீடுகளிலிருந்து விரட்டப்பட்டார்கள். காவலர்களின் உடனடி சுற்றிவளைப்பிலிருந்து தப்பித்த பலர் கருத்தடைக்கு ஒப்புக்கொள்ளும்வரை அவர்களுக்குப் புதிய வீடுகள் ஒதுக்க மறுக்கப்பட்டது.[13]

சங்கத் சிங் குறிப்பிடுகிறார், நெருக்கடி நிலைக்கான எதிர்வினையாக, "முக்கியமாக, மக்கள் அமைதியான தொனியில் அதை சகஜமாக எடுத்துக் கொண்டார்கள்." ஆனால் எல்லாக் குடிமக்களும் அவ்வாறு எதிர்ப்பின்றி அதை ஏற்றுக்கொள்ளவில்லை.

"பிரதம மந்திரி காந்தி, ஜூன் 26, 1975 அன்று நெருக்கடி நிலையை அறிவித்து, அடிப்படை உரிமைகளை ரத்து செய்தார், ஊடகத் தணிக்கை விதியை அமல்படுத்தினார், நூற்றுக்கணக்கான எதிர்க்கட்சித் தலைவர்களைக் கைது செய்தார், அப்போது அவரை வெளிப்படையாக விமர்சித்தவர்களில் பெரும்பான்மையோர் சீக்கியர்களாக இருந்தார்கள்," என்று தெரிவிக்கிறார் அமெரிக்க மனித உரிமை ஆய்வாளர் பாட்ரீசியா கோஸ்மன்.[14] அந்த விமர்சகர்களில் மிக முக்கியமானவர்கள் சீக்கிய அரசியல் கட்சியான சிரோமணி அகாலி தளம் (SAD), சீக்கிய பல்கலைக் கழகமான தம்தமி தக்சல், மற்றும் தக்சல் தலைவர் கர்த்தார் சிங் பிந்தரன்வாலே.

ஜூன் 30, 1975 அன்று சிரோமணி அகாலி தளத் தலைவர்கள் ஹர்மந்திர் சாஹிப் மற்றும் அகால் தக்த்தில் கூடி 'காங்கிரசின் ஃபாசிசப் போக்கை'[15] எதிர்த்து ஒரு தீர்மானத்தை நிறைவேற்றினார்கள். இதனிடையே, குரு கோவிந்த் சிங் தொடங்கிய 'தக்சல்' என்கிற நடமாடும் பல்கலைக்கழகம் பஞ்சாப் முழுவதும் அமைதிப் பேரணிகள் பலவற்றை நடத்தியது. "நெருக்கடி நிலைக் காலங்களில் தம்தமி தக்சல், இந்திய அரசாங்கத்தின் காலில் ஏறிய முள்போல உறுத்திக்கொண்டே இருந்தது, ஏனெனில் அதன் தலைவர் நெருக்கடி நிலை கால நடவடிக்கைகளை எதிர்த்துப் போராடினார்," என்று விளக்குகிறார் அமெரிக்க மானுடவியலாளர் சிந்தியா மகமூத்.[16] "நெருக்கடி நிலையின் போது 1,40,000 பேர் விசாரணையின்றிச்

சிறையில் அடைக்கப்பட்டார்கள், அதில் 60,000 பேர் சீக்கியர்கள்," என்று குறிப்பிடுகிறார் சங்கத் சிங். "பொற்கோவில் வளாகத்தில் தொடங்கிய எமர்ஜென்சி எதிர்ப்புப் போராட்டத்தின்போது, தன்னார்வலர்கள் அகால் தக்த்தில் பிரார்த்தனையை முடித்துவிட்டுத் தாங்களே முன்வந்து கைது செய்யத் தங்களை ஒப்படைத்துக் கொண்டார்கள். இதை இந்திரா தனிப்பட்ட முறையில் தன்னை அவமரியாதை செய்வதாக மிகத் தீவிரமாக எடுத்துக்கொண்டார்."[17]

நெருக்கடி நிலைக்கு எதிரான சீக்கியப் போராட்டம் மிக உறுதியான, ஒழுக்க விதிகள் கடைப்பிடிக்கப்பட்ட, கொள்கையுடன் கூடிய, விதிவிலக்கான ஒன்றாக இருந்தது. இதனால் அந்தச் சமூகம் திருமதி காந்தியின் சொந்தக் குடும்பத்திடமிருந்தும்கூட மரியாதையைப் பெற்றது. இந்திய அரசியல்வாதியும் இந்திரா காந்தியின் அத்தையுமான விஜயலட்சுமி பண்டிட் கூறுகிறார்,

> ஒடுக்குமுறை எதிர்ப்பில் எப்போதும் முன்னணியில் நிற்கும் பஞ்சாப், நெருக்கடி நிலை காலத்திலும் தனது கொடியை உற்சாகமாகப் பறக்க விட்டது. பஞ்சாபில் மட்டுமே அதற்கு எதிரான மிகப் பெருமளவிலான எதிர்ப்புப் போராட்டம் ஏற்பாடு செய்யப்பட்டது. நெருக்கடி நிலையின் போது நடந்தவற்றில் மிக மோசமானது எதுவென்றால், ஒரு தேசம் அச்சுறுத்தப்பட்டு கீழ்ப்படிய வைக்கப்பட்டது; மேலும் அது குறித்து ஒருவரும் பேசவில்லை, அமைதியான தொனிகளில் தவிர.[18]

சிறுபான்மையினரின் இன அழிப்பு மற்றும் இனப்படுகொலை — குடிமக்களுக்கு எதிராக ராணுவத்தை நியமித்தது மற்றும் ஜனநாயக முறையில் தேர்ந்தெடுக்கப்பட்ட மாநில அரசுகளைக் கலைத்துவிட்டு தில்லியிலிருந்து சர்வாதிகார ஆட்சியை நிறுவியது போன்றவை மட்டுமல்லாமல், இந்திய அரசாங்கம் தானே முன்னின்று சிறுபான்மையினரின் இனஅழிப்பு மற்றும் இனப்படுகொலைகளை அரங்கேற்றியது; அதற்கான அட்டூழியங்கள் பாஜக மற்றும் காங்கிரசால் திட்டமிட்டு நடத்தப்பட்டன.

ஐக்கிய நாடுகள் சபை 1948இல் ஒப்புக்கொண்ட வரையறையின்படி, திட்டமிடப்பட்டப் படுகொலைகள் போன்ற பல கடுமையான வன்முறைச் சம்பவங்களில் சடலங்களின் எண்ணிக்கை ஆயிரங்களைத் தாண்டும்போது அது இனப்படுகொலை என்னும் நிலையைப் பெறுகிறது. ஐ.நா. கூறுகிறது,

ஒரு தேசிய, இன அல்லது மதக்குழுவை முழுவதுமாகவோ, ஒரு பகுதியை அழிக்கும் நோக்குடனோ பின்வருவனவற்றில் ஏதாவது ஒன்றைச் செய்தாலும் அது இனப்படுகொலை எனப்படும். அவை:

1. குழுவின் உறுப்பினர்களைக் கொல்வது;
2. குழுவின் உறுப்பினர்களுக்கு உடல் அல்லது மனரீதியாகத் தீவிர பாதிப்பை ஏற்படுத்துவது;

3. ஒரு குழுவைப் பகுதியாக அல்லது முழுமையாக அழிக்க விரும்பி, வேண்டுமென்றே அவர்கள் வாழும் சூழலின் மீது அத்தகைய அழிவை ஏற்படுத்தக்கூடிய நிலையைத் திணிப்பது.[19]

இனப்படுகொலை நடவடிக்கைகள் சர்வதேச அளவில் பெரும் கவனத்தைப் பெற்றுள்ளன. இதனிடையே முறைப்படுத்தப்பட்ட வகையில், ரகசியமாக, கவன ஈர்ப்பின்றி உலக அரங்கில் நடத்தப்படுகின்ற, தொடர்ந்து நீடிக்கும் அமைதிக் கொலைகள், இன அழிப்பு என்ற அளவுக்கு உயர்ந்துள்ளன. ஐக்கிய நாடுகள் சபை கூறுகிறது,

> இன அழிப்பு என்பது ஒரு குறிக்கோளுடன்கூடிய கொள்கை; அது ஒரு இன அல்லது மதக் குழுவால், வன்முறை அல்லது தீவிரவாதத்தால் தூண்டப்பட்ட வழிகளில் மற்றொரு இன அல்லது மதக் குழுவின் பொதுமக்கள் கூட்டத்தைச் சில குறிப்பிட்ட புவியியல் பிரதேசங்களிலிருந்து முற்றிலும் நீக்குவதற்காக வடிவமைக்கப் பட்டதாகும்.[20]

நீடித்த வடிவங்களிலான வன்முறை வெடித்து, கடுமையான சம்பவங்களாகி, ரத்தம் சிந்தி, அவை ஒன்றிணைந்து ஒரு சம்பவமாக மாறும். கடுமையான நீடித்த சம்பவங்களுக்கிடையில் சில டஜன்கள், சில சதவிகிதங்கள் அல்லது சில நூறுகள் என்ற எண்ணிக்கையில் சிறிய அளவிலான இனப்படுகொலைகள் ஒரு ஒழுங்கு முறையில் நடைபெறும். இவ்வாறு இந்திய சிறுபான்மையினர், ஒரு மக்கள் கூட்டமாக, முடிவில்லாத மற்றும் தீவிரம்-குறைவான போரின் இலக்காக இருக்கிறார்கள்; அது சில சமயம் மிகத் தீவிரமான ஒன்றாக வளர்கிறது.

ஜூன் கி.பி.1984இல் இந்திரா காந்தி தலைமையில் இந்திய ராணுவம் பொற்கோவில் வளாகத்தை முற்றுகையிட்டது. அதேசமயம் பல ஆயிரக் கணக்கான சீக்கியர்கள் குரு அர்ஜுனின் வீர மரண நினைவுநாள் ஆண்டு நிகழ்வுக்காக அங்கே கூடியிருந்தார்கள். அந்த முற்றுகையின் உண்மையான இலக்கு கி.பி.1977இல் கர்த்தார் சிங்குக்குப் பிறகு தம்தமி தக்சலின் தலைவராகப் பதவியேற்ற ஜர்னைல் சிங் பிந்தரன்வாலே.

“ராணுவத்தின் மொத்தத் தாக்குதலுக்கும் ‘ஆபரேஷன் ப்ளூ ஸ்டார்’ என்று ரகசியப் பெயரிடப்பட்டிருந்தது; ஜூன் 4 அன்று அதிகாலை தொடங்கிய ராணுவ நடவடிக்கை ஜூன் 6 அன்று முடிவடைந்தது,” என்று எழுதுகிறார் பாட்ரீசியா கோஸ்மன். கோஸ்மன் மேலும் விவரிக்கிறார், “தாக்குதலுக்குப் பிறகான இறந்தவர்களின் எண்ணிக்கையை மிகச் சரியாகக் கணக்கிட முடியவில்லை, ஏனெனில் கொல்லப்பட்டவர்களின் உடல்கள் ஒட்டுமொத்தமாக ராணுவம் மற்றும் காவல் துறையால் எரிக்கப்பட்டன.”[21] ராம் நாராயண் குமார் எழுதிய *சாம்பலாக்கப்பட்டவர்கள்* என்ற புத்தகத்தில் மரண எண்ணிக்கை வரம்பு குறித்துப் பதிவு செய்கிறார்,

ராணுவ வீரர்கள் மிக மோசமான மனநிலையில் இருந்தார்கள்... அகால் தக்த்தை அழித்த பின்னர், அவர்கள் கோவில் வளாகத்துக் குள்ளேயே வெளிப்படையாகக் குடிக்கவும் புகைக்கவும் செய்தார்கள்; மேலும் கோவிலுக்குள் இருந்த அனைவரையும் பாகுபாடின்றிக் கண்மூடித்தனமாகக் கொன்று குவித்தார்கள். அவர்களைப் பொறுத்தவரை உள்ளேயிருக்கும் ஒவ்வொரு சீக்கியனும் ஒரு தீவிரவாதி... கண்ணால் பார்த்த நேரடி சாட்சிகள் "7000 முதல் 8000 பேர் வரை கொல்லப்பட்டிருக்கலாம்," என்றனர். மார்க் டல்லி, ஏறக்குறைய 4000 பேர் இறந்திருக்கலாம் என்று கணக்கிட்டார். சாந்த் ஜோஷி பொதுமக்களில் 5000 பேர் மரணமடைந்திருக்கலாம் என்று மதிப்பிட்டார்.[22]

"அந்த 1984 தாக்குதல் நடந்த நான்கு மாதங்களுக்குப் பிறகு, பிரதம மந்திரி இந்திரா காந்தி தனது சீக்கியப் பாதுகாவலர்களால் படுகொலை செய்யப்பட்டார்," என்று தெரிவிக்கிறார் பத்திரிகையாளர் பார்பரா கிராஸ்செட்.[23] நவம்பர் 1 முதல் 3 வரை டெல்லி மற்றும் இந்தியாவின் மற்றப் பகுதிகளைச் சேர்ந்த கும்பல்கள் சீக்கியர்களைப் படுகொலை செய்தன. கிராஸ்செட்டின் கூற்றுப்படி, இறந்தவர்களின் எண்ணிக்கை "சில ஆயிரங்கள் – அதிகாரப்பூர்வமாக 2733, ஆனால் சில மதிப்பீடுகளின்படி, ஏறக்குறைய 5000."[24] ஆயிரக்கணக்கானோர் இடம்பெயரச் செய்யப்பட்டார்கள். தில்லியில் கூடியிருந்த 4 லட்சம் சீக்கியர்களில் 50 ஆயிரத்துக்கும் மேற்பட்டோர் அந்நகரத்தை விட்டு நிரந்தரமாகத் தப்பிச் சென்றார்கள்.[25]

கலவரங்கள் நடந்தபோது, அதிகாரத்திலிருந்த காங்கிரஸ் அரசாங்கம் அவை நடக்க அனுமதித்தது மட்டுமல்லாமல், அதுவே முன்நின்றும் படுகொலைகளை நிகழ்த்தியது," என்று கூறுகிறார் அமெரிக்கத் தூதர் ராபர்ட் பிளேக். கி.பி.2005இல் வெளியிடப்பட்ட விக்கிலீக்ஸ் பதிவுகளில், "பல்வேறு வகையான மக்கள் குடியிருக்கும் பகுதியில் சீக்கிய வீடுகளை மட்டும் குறி வைத்துத் தாக்கிய கும்பல்கள், வாக்காளர் பட்டியல் அல்லது அரசாங்கம் வழங்கிய பிற பட்டியல்களின் உதவியுடனே அதைச் செய்திருக்கின்றன."[26]

அன்று கி.பி.1984இல் நடத்தப்பட்ட வன்முறை, குறிப்பாக நவம்பர் இன அழிப்பு, சீக்கியச் சமூகத்தை இன்றுவரை துயரப்படுத்திக்கொண்டே இருக்கிறது. கொலைகாரர்கள் தண்டனையிலிருந்து பாதுகாக்கப்பட்டது மட்டுமே இதற்கான ஒரே மறுமொழியாக இருந்தது. ஆயினும் அந்தச் சமூகத்தின்மீது சுமத்தப்பட்ட துன்பம் சர்வதேச அங்கீகாரத்தைப் பெற்றது.

பூமிப்பந்தின் மற்றொரு பக்கம், கலிஃபோர்னியா மாநில சட்டமன்றம் இந்தப் படுகொலைகளைக் கண்டனம் செய்து அறிவிக்கிறது, "அரசாங்கம் மற்றும் சட்ட அமலாக்க அதிகாரிகள் ஏற்பாடு செய்து பங்கெடுத்த இந்த நிகழ்வில், நேரடி வழிகளிலோ, மறைமுக வழிகளிலோ குறுக்கிட்டு இந்தப்

படுகொலைகளைத் தடுக்கத் தவறிவிட்டார்கள்." சட்டமன்றம் மேலும் சொல்கிறது, "உலகம் முழுவதும் உள்ள தனிநபர்களும் நிறுவனங்களும், நீதியின் தேவையை உணர்ந்து, நவம்பர் கி.பி.1984இல் நடந்த சீக்கியர்களுக்கு எதிரான படுகொலைகளுக்குக் காரணமானவர்களை சட்டத்தின் முன் நிறுத்தி தண்டனைப் பெற்றுத் தருமாறு தொடர்ந்து வலியுறுத்தி வருகிறார்கள்."[27] இதனிடையே, ஒன்டாரியோ சட்டமன்றம் அதை ஓர் இனப்படுகொலை என்று அறிவிக்கிறது. அது மேலும் கூறுகிறது, "நாங்கள்... அனைத்து வடிவிலான இனவெறி வன்முறைகளையும், இந்தியாவில் மட்டுமல்லாது உலகின் வேறெந்தப் பகுதியிலும் நிலவும் வெறுப்பு, விரோதம், பாகுபாடு, இனவெறி மற்றும் சகிப்பின்மை ஆகியவற்றையும் கண்டிக்கிறோம். கி.பி.1984இல் சீக்கியர்களுக்கு எதிராக இந்தியா முழுவதும் நடத்தப்பட்ட இனப்படுகொலைகள் உட்பட அனைத்தையும் கண்டனம் செய்கிறோம்."[28] வட அமெரிக்கா முழுவதும் பல நகர அரசாங்கங்கள் இதுபோன்ற பிரகடனங்களை நிறைவேற்றின. இந்திய தேசிய காங்கிரஸ் அரசாங்கம் நிகழ்த்திய வன்முறைக்குப் பின் பாஜகவுடன் இணைப்பில் உள்ள இந்துத்துவ அமைப்புகளும் – சில சமயம் பாஜக அரசியல்வாதிகளின் தலைமையிலும் — தொடர் கலவரங்களையும் படுகொலைகளையும் திட்டமிட்டு நடத்தத் தொடங்கினார்கள்; 80களின் பிற்பகுதியிலிருந்து அதன் தீவிரம் மேலும் மேலும் அதிகரித்தது.

அமெரிக்க அரசியல் விஞ்ஞானி டாக்டர் அம்ரிதா பாசு குறிப்பிடுகிறார், "சுதந்தரத்திற்குப் பின்பு இந்தியாவில் நிகழ்த்தப்பட்ட விரிவான இஸ்லாமிய-எதிர்ப்பு வன்முறைகளுக்கு இந்து தேசியவாதிகள்தான் காரணம் என்று எண்ணிலடங்கா விசாரணைகள் குற்றம் சாட்டுகின்றன... அவர்கள் திட்டமிட்டு நடத்திய மீரட் (ஏப்ரல்-மே 1987) பிரச்சாரம் மற்றும் அதைத் தொடர்ந்து நடத்தப்பட்ட பிரச்சாரங்களிலும் 1000 உயிர்கள் பலி வாங்கப்பட்டன; மேலும் பீகாரின் பாகல்பூர் (1989) நகரில் மற்றொரு 1000 உயிர்கள்."[29] ஆயினும், இந்தச் சம்பவங்களுக்குப் பின் நிகழ்ந்த சம்பவங்களோடு ஒப்பிட்டால், மேற்குறிப்பிட்டவை எல்லாம் ஒன்றுமே இல்லை என்ற அளவுக்கு ஆகிவிடும்.

டிசம்பர் 1992இல், நாடாளுமன்ற உறுப்பினர் எல்.கே. அத்வானி (பாஜக) தலைமையில், ஒரு கும்பல் "அயோத்தியின் சர்ச்சைக்குரிய நிலத்தில் பதினாறாம் நூற்றாண்டில் கட்டப்பட்ட பழமையான பாபர் மசூதியை இடித்துவிட்டு அந்த இடத்தில் ராமர் கோவிலைக் கட்ட வேண்டும்,"[30] என்ற தங்களது நீண்ட நாள் கோரிக்கையுடன் களத்தில் இறங்கியது. அமெரிக்க அரசியல் விஞ்ஞானி டாக்டர் ஹீத்தர் கிரெக் அவர்களின் கூற்றுப்படி,

> ஏறக்குறைய 3 லட்சம் இந்து ஆர்வலர்கள் ஒரு பேரணிக்காக அயோத்தியில் ஒன்று கூடினர். அவர்கள் அந்த நிலத்தைச் சுற்றிப் போடப்பட்டுள்ள வேலியின்மீது ஏறி, தாங்கள் எடுத்துச்

சென்ற கோடரிகள், மண்வெட்டிகள் மற்றும் வெறும் கைகளைக் கொண்டும் சில மணி நேரங்களில் அந்த மசூதியை இடித்துத் தகர்த்தனர்... இந்தச் சம்பவம் நாடு முழுவதும் ஒளிபரப்பப்பட்டது, அதன் காரணமாக நாடு தழுவிய கலவரங்கள் மூண்டன; அதில் 1700 முதல் 3000 நபர்கள் பலியாயினர், மேலும் 5000க்கும் மேற்பட்டோர் காயமடைந்தனர்.[31]

இறந்தவர்களில் பெரும்பாலானோர் இஸ்லாமியர்கள். "1992 பாபர் மசூதி தகர்ப்புக்குப் பின்னர்... பாதிக்கப்பட்டவர்களுக்கு மிகச்சிறிய நீதியே மிஞ்சி இருந்தது," என்று அறிக்கை அளிக்கிறது அமெரிக்க அரசுத்துறை.[32] ஆயினும், பாஜகவினரே குற்றத்திற்குரியவர்கள் என்பதில் எவருக்கும் ஐயமில்லை. சம்பவத்திற்குச் சில ஆண்டுகள் முன்பு "விசுவாசம் மிக்க இந்துக்கள் பாபர் மசூதி இருக்கும் நிலத்தில் மீண்டும் கோவில் கட்ட, நாடு முழுவதிலுமிருந்து செங்கற்கள் கொண்டு வரவேண்டும்,"[33] என்று அத்வானி அழைப்பு விடுத்திருந்தார். "தகர்ப்புக்கு மறுநாள் அந்தப் பேரழிவுக்குத் தானே காரணம் என்று பகிரங்கமாகப் பொறுப்பேற்றுக்கொண்டார்."[34]

காங்கிரஸால் திட்டமிட்டு நடத்தப்பட்ட 1984 சீக்கிய இனப்படுகொலைகள் மற்றும் அயோத்தி மோதலுக்கு முன்பு, பாஜகவால் மீரட் மற்றும் பாகல்பூரில் நடத்தப்பட்ட பெரும் வன்முறைகள் ஆகியவற்றுக்குப் பின்பு, சிறுபான்மையினர் மீதான தாக்குதல்கள் மேலும் ஓசையற்றதாகவும், இன்னும் அபாயகரமானதாகவும் மாறியிருந்தன. பிரச்சினை தரக்கூடியவர்கள் என்று கருதப்பட்டவர்களை இந்தியக் காவல்துறையும் ராணுவ வீரர்களும் சத்தமில்லாமல் ஒழித்தார்கள். காஷ்மீரின் எண்ணிலடங்கா கல்லறைகள், பஞ்சாபின் பெருங்குவியல் தகனங்கள், சத்தீஸ்கரின் தரை மட்டமாக்கப்பட்ட கிராமங்கள் மற்றும் பல பரவலான சித்திரவதைகள் என எதுவானாலும், இந்தியா தனது பாதுகாப்புப்படைகள் நிகழ்த்திய அட்டூழியங்களுக்குப் பொறுப்பெடுத்து அதை நிவர்த்தி செய்யவும் அல்லது குற்றச்சாட்டை எதிர்கொள்ளவும் எப்போதும் மறுக்கிறது," என்று எழுதுகிறார் சுக்மான் தமி.[35] மனித உரிமைகள் கண்காணிப்பகம் *(HRW)* குறிப்பிடுகிறது, "இந்தியப் பாதுகாப்புப் படைகள், தாங்கள் செய்யும் மனித உரிமை மீறல்களுக்காகத் தண்டிக்கப்படும் வாய்ப்பு மிகக் குறைவு என்பதை அறிந்தே செய்கிறார்கள்."[36]

மனித உரிமைகள் கண்காணிப்பகம் கி.பி.2011இல் அத்தகையதொரு தவறை அம்பலப்படுத்தியது. கடந்த 20 ஆண்டுகளில் வன்முறையின் மூலம் ஆயிரக்கணக்கான காஷ்மீரிகள் வலுக்கட்டாயமாக காணாமலாக்கப் பட்டிருக்கிறார்கள், அவர்களது இருப்பிடம் இன்றுவரை தெரியவில்லை."[37] கி.பி.2012இல் *தி கார்டியன்* பத்திரிகை 6000க்கும் மேற்பட்ட 'விவரங்கள் குறிக்கப்படாத கல்லறைக் குவியல்கள்' குறித்து தெரிவித்திருக்கிறது.[38]

காணாமல் போனவர்களும், கொல்லப்பட்டவர்களுமே இப்படிக் கல்லறைக் குவியல்களாக மாறியிருப்பதை, வழக்கறிஞர் ஜலீல் அந்த்ரபி

விசாரணைசெய்து, ஆவணப்படுத்தி, பொது வெளியில் பகிரங்கப்படுத்தினார் (சர்வதேச மன்னிப்பு சபை, மனித உரிமை கண்காணிப்பகம், மற்றும் ஐக்கிய நாடுகள் சபை ஆகியவற்றுக்கும் தெரிவித்தார்). கி.பி.1996இல் டெல்லியில் பேசும்போது அவர் கூறுகிறார்,

> *காஷ்மீர் மக்கள் மீது நிகழ்த்தப்பட்ட கொடூரங்களின் உண்மையான பரிமாணத்தை உணர்வது மிகக் கடினம். சில மதிப்பீடுகளின்படி 40,000க்கும் மேற்பட்ட மக்கள் கொல்லப்பட்டிருக்கிறார்கள்; அதில் வயதானவர்கள், குழந்தைகள், பெண்கள், நோயுற்றவர்கள், மற்றும் பலவீனமானவர்களும் அடங்குவர். காஷ்மீரின் இளைஞர்கள் அணி அணியாக அரிந்துத் தள்ளப்பட்டார்கள். வதைக்கூடங்களில் தொடர்ந்து சித்திரவதைகளுக்கு உள்ளானதன் விளைவாக, ஆயிரக்கணக்கான இளைஞர்கள் போலீஸ் காவலிலேயே கொல்லப்பட்டார்கள். காஷ்மீர் மக்களின் மீது நிகழ்த்தப்பட்ட இந்த மிருகத்தனமான தாக்குதல்கள் வெறும் பிறழ்ச்சிகள் அல்ல. இவையெல்லாம் வேண்டுமென்றே செய்யப்பட்ட, முறைப்படியான அரசாங்கச் செயல்திட்டத்தின் ஒரு பகுதி; அந்த மக்களின் குரலை நெரித்து அமைதிப்படுத்துவதே இவற்றின் குறிக்கோள்.*[39]

இதே காலகட்டத்தில், இதே மாதிரியான குற்றங்கள் பஞ்சாபிலும் நடந்தன. அங்கு, "தன்னிச்சையான தடுப்புக்காவல், சித்திரவதை, நீதிக்குப் புறம்பான மரண தண்டனை மற்றும் ஆயிரக்கணக்கான சீக்கியர்களை வலுக்கட்டாயமாகக் காணாமலடித்தது ஆகியவை அரசாங்கத்தால் நிகழ்த்தப் பட்டன." மனித உரிமைகள் கண்காணிப்பகம் தெரிவிக்கிறது, "1984 மற்றும் 1995க்கும் இடையே, பாதுகாப்புப் படைகள் இளம் சீக்கிய ஆண்களைக் குறி வைத்தன; காவல்துறை அவர்களைக் கைது செய்து தடுப்புக்காவலில் வைத்தது. பெரும்பாலும் "நேரடி சாட்சியங்களுக்கு எதிரே கைது செய்யப்பட்டாலும், பின்னர் அவர்கள் காவலில் இல்லை என்று மறுக்கப்பட்டது." காவலில் வைக்கப்பட்டவர்கள் "நீதிக்குப் புறம்பான முறையில் மரண தண்டனை அளிக்கப்பட்டு, இறுதியில் ரகசிய தகனங்களின் மூலம் அடையாளமின்றி அழிக்கப்பட்டார்கள்."[40]

மனித உரிமை ஆர்வலர் ஜஸ்வந்த்சிங் கல்ரா இவ்வாறு காணாமல் போனவர்கள் குறித்து விசாரணை செய்தார். கி.பி.1996இல் அவர் கனடாவில் பேசும்போது, தான் கண்டுபிடித்தவற்றை வெளிப்படுத்துகிறார்,

> *அமிர்தசரஸ் மாவட்டத்தின் மூன்று தகன மைதானங்களில் எரிக்கப்பட்ட 6017 உடல்கள், சுமார் 15 முதல் 35 வயதுக்கு இடையிலான சீக்கிய இளைஞர்களின் உடல்கள் என்று தெளிவாகப் பதிவுசெய்யப்பட்டிருப்பது கண்டு நாங்கள் அதிர்ச்சியடைந்தோம். அந்தப் பட்டியலில் பதிவு செய்யப்பட்டிருந்தவை எங்களது*

> சகோதரர்களின் உடல்கள் மட்டுமல்ல, சகோதரிகளின் உடல்களும்கூட. மேலும் அந்தப் பட்டியலில் வயதானவர்களின் உடல்களும் சேர்க்கப்பட்டிருந்தது கண்டு நாங்கள் திகைத்துப் போனோம்.[41]

இந்தியப் பாதுகாப்புப் படைகள் தங்களது ரகசிய இன அழிப்பு அம்பலப்படுத்தப்பட்டதற்கு எதிர்வினையாக அதைச் செய்தவர்களைக் கொலை செய்தார்கள். கல்ரா செப்டம்பர் 1990இல் கைது செய்யப்பட்டபோது பஞ்சாப் மாநிலத்தை காங்கிரஸ் ஆட்சி செய்து வந்தது, மேலும் காங்கிரஸ் பெரும்பான்மையாக உள்ள கூட்டணி டெல்லியில் ஆட்சியில் இருந்ததது. அந்த்ரபி மார்ச் 1996இல் கைது செய்யப்பட்டார்; அப்போது ஜனாதிபதி ஆட்சியின்கீழ் காஷ்மீரும், நாடு இந்திய தேசிய காங்கிரசின் ஆட்சியின் கீழும் இருந்தது. பலரைப் போலவே, இந்த இருவரும் பாதுகாப்புப் படைகளால் காணாமலாக்கப்பட்டார்கள், மீண்டும் அவர்கள் காணக் கிடைக்கவே இல்லை.

இந்தக் கொதிக்கும் மோதல்களுக்கிடையே ஆயிரக்கணக்கானோர் சத்தமின்றி கொல்லப்பட்டார்கள். இன அழிப்பை அம்பலப்படுத்திய வீர ஆத்மாக்கள் இழுத்துச் செல்லப்பட்டு சத்தமின்றி அழிக்கப்பட்ட பின்னர், அதைக்காட்டிலும் கொடூரமான சம்பவங்கள் அரங்கேறின. இந்துத்துவம் குறித்துப் பேசும்போது, அமெரிக்க இலக்கிய அறிஞர் டாக்டர் மணீஷா பாசு காட்சிப்படுத்துகிறார், "இந்த ஆபத்தான சித்தாந்தத்தின் மிகப் பயங்கரமான வெளிப்பாடுகளில் ஒன்றாக பிப்ரவரி-மார்ச் 2002இல், மேற்கிந்திய மாநிலமான குஜராத்தில் நிகழ்த்தப்பட்ட இஸ்லாமியச் சிறுபான்மையினர் மீதான இன அழிப்புப் படுகொலைகளைக் கூறலாம்."[42]

குஜராத்தில் வன்முறை தொடங்குவதற்குச் சில நாட்களுக்கு முன்பு, அத்வானி — அயோத்திக் கலவரத்தின் சுய சிற்பி — இந்தியாவின் துணைப் பிரதமரானார்.

பிப்ரவரி 2002இல், குஜராத் முதலமைச்சர் நரேந்திர மோடியின் (பாஜக) தலைமையில், இந்துக்கள் மாநிலம் முழுவதும் இஸ்லாமியர்களைப் படுகொலை செய்தார்கள். ஆஸ்திரேலிய வரலாற்றாசிரியர் டாக்டர் ஏமன் மர்ஃபி தெரிவிக்கிறார், பிப்ரவரி 28 முதல் மார்ச் 2 வரை, "கலவரக் கும்பல்கள் ஒருங்கிணைக்கப்பட்ட தாக்குதல்களை மேற்கொண்டார்கள்: தாக்குதல் நடத்துபவர்கள் டிரக்குகளில் வந்து இறங்கினார்கள், இந்து தேசியவாத அமைப்புகளின் சீருடையான காவி ஆடைகளும், காக்கிக் கால்சட்டைகளும் அணிந்திருந்தார்கள்." தாக்குதல் முறை 1984–சீக்கிய இனப்படுகொலையை அப்படியே பிரதிபலித்தது. மர்ஃபியின் கூற்றுப்படி,

> கலவரக் கும்பல்கள் கைகளில் வாட்கள், பல்வேறு ஆயுதங்கள், வெடிபொருட்கள் மற்றும் எரிவாயு உருளைகளும் வைத்திருந்தார்கள், அவற்றைக் கொண்டு வீடுகளை மட்டுமல்லாது

கடைகளையும் கொளுத்தினார்கள். இஸ்லாமியர்களின் வீடுகள் மற்றும் தொழிற்கூடங்களின் முகவரிகள் அடங்கிய பட்டியலை அரசாங்க அதிகாரிகளிடமிருந்து பெற்று கணினி ஒளி அச்சுகளாக வைத்திருந்தார்கள். கைபேசிகள் மூலம் தாக்குதல்கள் மிகக் கவனமாக ஒருங்கிணைக்கப்பட்டன. பல சந்தர்ப்பங்களில், இஸ்லாமியர்களின் கடைகள் மற்றும் தொழிற்கூடங்கள் கொள்ளையடிக்கப்பட்டுக் கொளுத்தப்பட்டன, ஆனால் அருகிலிருந்த இந்துக்களின் கடைகளும் தொழிற் கூடங்களும் கைப்படாமல் பாதுகாப்பாக இருந்தன.

காவல் நிலையங்களுக்கு அருகேயும் காவலர்களின் கண்ணெதிரிலும் பல தாக்குதல்கள் நடந்தன, ஆனால் அந்த வன்முறையைத் தடுக்க எவ்வித நடவடிக்கைகளும் எடுக்கப்பட வில்லை. அச்சுறுத்தப்பட்ட ஆண்கள், பெண்கள் மற்றும் குழந்தைகளிடமிருந்து பீதி நிறைந்த பல அழைப்புகள் வந்தபோதும் காவல் அதிகாரிகள், "உங்களைக் காப்பாற்ற எங்களுக்கு எந்த ஆணையும் வரவில்லை," என்று பதிலளித்தார்கள். சில சந்தர்ப்பங்களில் தங்களைக் காப்பாற்றிக்கொள்ள முயன்ற இஸ்லாமியர்களின் மீது காவல் துறையினரே துப்பாக்கிச்சூடு நடத்தினார்கள். வன்முறையைக் கட்டுப்படுத்த முயன்ற காவல்துறை அதிகாரிகள், பின்னர் அதற்காகக் கண்டிக்கப்பட்டார்கள்.[43]

நடைபெற்ற வன்முறையின் அளவு மனிதப்புரிதலுக்கு அப்பாற்பட்டது. அந்த முறையில் குற்றச் செயல்களில் ஈடுபட்டவர்களில் முதன்மையான ஒருவனான இந்து தேசியவாதி பாபுபாய் பட்டேல் வெட்கமின்றிக் கூறுகிறான், "அதில் ஒரு கர்ப்பிணிப் பெண் இருந்தாள், அவளது வயிற்றை நான் குத்திக் கிழித்துவிட்டேன்." அவனது நோக்கம் இன அழிப்புதான் என்பதை இந்தக் கூற்று தெளிவாகப் பிரதிபலிக்கிறது. "நாங்கள் ஒருவரையும் விட்டு வைக்கவில்லை," என்கிறான் பஜ்ரங்கி என்றழைக்கப்படும் பாபு பாய் பட்டேல். "அவர்கள் இனப்பெருக்கம் செய்வதைக்கூட அனுமதிக்கக்கூடாது. நான் இன்றும்கூட அதைச் சொல்கிறேன். அவர்கள் யாராக இருந்தாலும் — பெண்கள், குழந்தைகள், எவரானாலும் — அவர்களை வேறொன்றும் செய்யக்கூடாது, ஆனால் அவர்களை வெட்டுங்கள், அவர்களை அடித்து நொறுக்குங்கள், வெட்டிக் கூறு போடுங்கள், முறை தவறிப் பிறந்த அவர்களைக் கொளுத்துங்கள்."[44]

அமெரிக்க அரசுத் துறையின் கூற்றுப்படி, "1200–2500 இஸ்லாமியர்கள் இந்துக் கலவரக் கும்பலால் குஜராத் முழுவதும் கொல்லப்பட்டார்கள். ஆயிரக்கணக்கான மசூதிகளும் இஸ்லாமியர்களின் கடைகள், தொழிற் கூடங்களும் கொள்ளையடிக்கப்பட்டுத் தகர்க்கப்பட்டன. மேலும், ஒரு லட்சத்திற்கும் மேற்பட்டோர் தங்கள் வீடுகளை விட்டுத் தப்பிச் சென்றார்கள்.

குஜராத் கலவரங்களில் பாதிக்கப்பட்டவர்களில் கிறித்தவர்களும் இருந்தார்கள்; பல தேவாலயங்களும் அழிக்கப்பட்டன."[45] சர்வதேசப் பொது மன்னிப்பு சபை (*Amnesty International*) வன்முறையைப் பின்வருமாறு விளக்குகிறது, "அவர்களது இலக்கு, குறிப்பாக, இஸ்லாமியப் பெண்களாகவே இருந்தனர்; நூற்றுக்கணக்கான பெண்களும், பெண் குழந்தைகளும் அச்சுறுத்தப்பட்டு, வன்புணரப்பட்டு கொல்லப்பட்டார்கள்; சிலர் உயிருடன் எரிக்கப்பட்டார்கள்... சுமார் 2000 பேர் கொல்லப்பட்டார்கள், அதில் பெரும்பான்மையோர் இஸ்லாமியர்கள்; பலர் காயமடைந்தார்கள்."[46]

"குஜராத் வன்முறை, அதன் புவியியல் பரப்பு மற்றும் அளவில்லாத தீவிரம் காரணமாக, கி.பி.1947 இந்தியப் பிரிவினைக்குப் பின் இஸ்லாமியர்களை இலக்காகக் கொண்டு நிகழ்த்தப்பட்ட இன அழிப்பின் முதல் உதாரணமாகத் திகழ்கிறது," என்று எழுதுகிறார் ஃப்ரெஞ்சு அரசியல் விஞ்ஞானி கிறிஸ்டோஃப் ஜஃப்ரேலாட். "இங்கே நோக்கம் என்னவென்றால்... தலையீடு செய்யக் கூடியவர்கள் என்று கருதப்படுபவர்களைக் கொலை செய்துவிட்டு ஓடி விடுவது."[47] குஜராத்தின் ஆளுங்கட்சிதான் இதற்குக் காரணம் என்றபடி அவர் எழுதுகிறார், "இந்தக் கலவரங்கள், இந்து தேசிய அரசியல்வாதிகளின் பங்கை உறுதிப்படுத்த வேண்டிய நம் பொறுப்பைச் சுட்டிக் காட்டுகிறது. ஜஃப்ரேலாட் மேலும் கூறுகிறார், "குஜராத் மாநில அரசு இயந்திரத்தின் ஒப்புதலோடு ஏற்பாடு செய்யப்பட்ட இனப்படுகொலைகளின் விளைவு அது. அந்த அரசு இயந்திரம், தேர்தல் ஆதாயத்தை மட்டும் மனதில் வைத்து இதைச் செய்யவில்லை, உண்மையான இன அழிப்பை நிகழ்த்த விரும்பியும் இதைச் செய்தது."[48]

முன்பு, கி.பி.1993இல், நடந்ததைப் போலவே கி.பி.2002 கலவரத்திலும் பாஜகதான் குற்றத்திற்குரியது என்பதில் எவ்விதச் சந்தேகமும் இல்லை. "கலவரங்கள் முன்கூட்டியே திட்டமிடப்பட்டு காவல்துறை மற்றும் மாநில அரசு அதிகாரிகளின் விரிவான பங்கேற்புடன் ஒருங்கிணைக்கப்பட்டது," என்கிறார் மனித உரிமை கண்காணிப்பகத்தின் *(HRW)* ஸ்மிதா நருலா.[49] குஜராத் சட்டமன்றத்தின் பாஜக உறுப்பினரான ஹரேஷ் பட், அந்த இனப்படுகொலையில் தான் பங்கேற்றது குறித்துப் பெருமையாகப் பேசுவதும்கூட மறைத்து வைக்கப்பட்ட கேமராவில் படம் பிடிக்கப்பட்டுள்ளது. "[மோடி] எங்களுக்கு மூன்று நாட்கள் கொடுத்திருக்கிறார், எங்களால் முடிந்த எல்லாவற்றையும் செய்துகொள்ள," என்கிறார் பட். "மூன்று நாட்களுக்குப் பிறகு அவர் எங்களை நிறுத்தச் சொன்னார், அனைத்தும் ஒரு முடிவுக்கு வந்தது... எங்களுக்கிருந்த மூன்று நாட்களில் நாங்கள் என்ன செய்ய வேண்டுமோ அதைச் செய்தோம். ஆமாம், வேறு எந்த முதலமைச்சரும் செய்திருக்க முடியாததை அவர் செய்தார்."[50]

கி.பி.2006இல் வெளியிடப்பட்ட விக்கிலீக்ஸ் காணொளியில் அமெரிக்கத் தூதுவர் மைக்கேல் ஓவன் தெரிவிக்கிறார், "பாஜகவின் தலைவர்களில் ஒருவரான மோடி குஜராத்திற்கு வெளியே உள்ள பலதரப்பட்ட இந்திய வாக்காளர்களையும் கவரும் ஒருவராக இருப்பார் என்றும். மேலும் 2002

படுகொலைகளில் அவருக்குள்ள பங்கு அவரது புகழை எந்த வகையிலும் பாதிக்காது என்றும் அவர்கள் நம்பினார்கள்."⁵¹ இவ்வாறே, 'குஜராத்தின் கசாப்புக்கடைக்காரர்' என்ற அடைமொழியைப் பெறுமளவுக்கு ஒரு பெரும் அட்டூழியத்தைத் திட்டமிட்டு அரங்கேற்றிய பின்னரும், 'மோடி 2014இல் பிரதம மந்திரி ஆனார்.'

கடுமையான, நீடித்த இந்த வன்முறைகளை இணைக்கும் மைய முடிச்சு எதுவென்றால், தொடர்ந்து குற்றங்களுக்குப் பொறுப்பானதாக இருந்த அந்த மாநில அரசுதான். இந்திய ஆசிரியர் ஹர்ஷ் மந்தர் "இன அழிப்பு மற்றும் இனப்படுகொலைகளுக்காக மீண்டும் மீண்டும் நடத்தப்பட்ட அதிர்ச்சிகரமான தொடர் கலவரங்களுக்கு உடந்தையாக இருந்த மாநில அரசின் ரத்தச்சுவடுகள்," குறித்து விவரிக்கிறார். மிகப்பெரிய அளவிலான சம்பவங்கள் அனைத்திலும் அரசாங்கத்தின் பங்கிருப்பதை அவர் பார்க்கிறார். மந்தர் எழுதுகிறார், இவ்வாறான "அரச அதிகாரத்துடன் செயல்படுத்தப்பட்ட படுகொலைகள், கி.பி.1984இல் தில்லியிலும் கி.பி1989இல் பாகல்பூரிலும், கி.பி.1993இல் மும்பையிலும் நடந்தன; இறுதியாக 2002இல், குஜராத்தில் அவை உச்சக்கட்டத்தை அடைந்தன."⁵² எந்த அரசியல் கட்சி ஆட்சியிலிருந்தாலும் சிறுபான்மையினர் தொடர்ந்து துன்பங்களை அனுபவிக்கிறார்கள். சர்வதேச அளவில் கண்டனங்கள் செய்யப்பட்டு அரசு ஆதரவுடன் நடத்தப்பட்ட பயங்கரவாதம் என்று அடையாளம் காணப்பட்ட பின்பும் ஒவ்வொரு சம்பவத்துக்குமான பதில் பெரும்பாலும் ஒன்றாகவே இருந்தது — அது, ஒட்டுமொத்தக் குற்றவாளிகளுக்கும் அளிக்கப்பட்ட பூரணப் பாதுகாப்பு.

சித்திரவதை — சர்வாதிகாரம், உள்நாட்டு ராணுவ நடவடிக்கைகள், இன அழிப்பு மற்றும் படுகொலைகள் இவற்றுக்கிடையே இந்திய அரசாங்கம் சிறிய அளவிலான அட்டூழியங்களையும் நாள்தோறும் நிகழ்த்தி வருகிறது.

ஐக்கிய நாடுகள் சபையின் மாநாடு, சித்திரவதைகளுக்கு எதிராக நிறைவேற்றிய தீர்மானத்தை ஏற்க மறுக்கும் இந்தியக் குடியரசு, சித்திரவதைகளைத் தடுப்பதற்கான எந்தவொரு தேசியச் சட்டத்தையும் இதுவரை இயற்றவில்லை. "சித்திரவதை செய்யும் வழக்கம் இந்தியாவின் நிரந்தர நோயாக இருக்கிறது," என்று கி.பி.2010இல் ஆசிய மனித உரிமைகள் கழகம் தெரிவிக்கிறது. "நாட்டின் ஒவ்வொரு காவல் நிலையத்திலும் சித்திரவதையை அதன் உண்மையான மற்றும் வெளிப்படையான வடிவங்களிலேயே செயல் படுத்துகிறார்கள் என்று நம்பப்படுகிறது."⁵³ சர்வதேச செஞ்சிலுவைச் சங்கம் கி.பி.2005இல் அமெரிக்கத் தூதுவர் டேவிட் மல்ஃபோர்டிடம் தெரிவிக்கிறது, "புதுடெல்லி சித்திரவதையை ஏற்றுக்கொள்கிறது." அந்தச் சித்திரவதை செய்யும் பழக்கம், "அனைத்து வகையான பாதுகாப்புப் படைப்பிரிவுகளிலும் உள்ளது," மேலும் அது "பரவலாகவும் வழக்கமாகவும் கடைப்பிடிக்கப்படுகிறது."⁵⁴

"சிறுபான்மையினர் மீதான அடக்குமுறை என்பது, தேசிய ரத்த ஓட்டத்தின் சிகிச்சை அளிக்கப்படாத நோயாகவே இன்னும் இருக்கிறது;

மேலும் அரச பயங்கரவாதம் என்பது கடந்த காலத்தின் ஒரு வெற்று விஷயம் மட்டும்தானா என்ற கேள்வியையும் நாம் எழுப்ப வேண்டும்," என்று எழுதுகிறார் டாக்டர் ராகுல் தீப் சிங் கில்.[55] அடக்குமுறையும் வன்முறையும் கொடூரமான தற்கால மெய்மையாகவே இன்னும் இருக்கிறது என்று தெரிவிக்கிறது அமெரிக்க அரசுத்துறை. "2015இல் இந்தியாவில் மதச் சகிப்புத்தன்மை மோசமடைந்து, மதச் சுதந்தர மீறல்கள் அதிகரித்துள்ளன." அமெரிக்க அதிகாரிகள் இறுதியாகக் கூறுகிறார்கள்,

> இந்து தேசியவாதக் குழுக்களிடமிருந்து எண்ணற்ற மிரட்டல், துன்புறுத்தல், மற்றும் வன்முறைச் சம்பவங்கள் ஆகியவற்றை, சிறுபான்மைச் சமூகங்கள், குறிப்பாக கிறித்தவர்கள், இஸ்லாமியர்கள், மற்றும் சீக்கியர்கள், மிக அதிகமாக எதிர்கொள்ள வேண்டியிருந்தன. ஆளும் பாரதிய ஜனதா கட்சியின் உறுப்பினர்கள் இந்த அமைப்புகளை மௌனமாக ஆதரிக்கிறார்கள். அது மட்டுமல்லாமல், பதற்றத்தை மேலும் அதிகரிக்க மதரீதியில் பிளவுபடுத்தக்கூடிய மொழியையும் பயன்படுத்துகிறார்கள். இந்தப் பிரச்சனைகளுடன் சேர்த்து, நீண்ட நாட்களாக நிலவும் காவல்துறையின் பாரபட்சம் மற்றும் நீதித்துறையின் போதாமை ஆகியவை குற்றவாளிகளுக்கு ஒரு பாதுகாப்பான சூழலை உருவாக்கியிருக்கிறது. இதன் காரணமாக, மத நோக்கத்தில் தூண்டி விடப்பட்ட குற்றங்கள் அரங்கேறும்போது, வேறு அடைக்கலமின்றி, சிறுபான்மைச் சமூகங்கள் பாதுகாப்பின்மையை இன்னும் அதிகமாக உணர்கின்றன.[56]

நவீன இந்தியச் சமூகத்திற்குள் சாதி ஊடுருவிப் பரவுகிறது — சுதந்தர இந்திய அரசாங்கம் தனது மண்ணின் மகன்களையும் மகள்களையும் ரத்தம் சிந்த வைக்கிறது. பழங்கால ஆட்சியாளர்களைப்போல, எல்லாவகையான எதிர்ப்பையும், எதிர்ப்பவர்களையும், அடிமைப்படுத்தவோ அழிக்கவோ வடிவமைக்கப்பட்ட ஒரு முறைப்படுத்தப்பட்ட ஒடுக்குமுறையை இந்த அரசாங்கம் நிலைத்து நிற்கச் செய்கிறது.

சாதிய அமைப்பு தொடர்ந்து நீடிக்கிறது. ஒடுக்கப்பட்ட மக்கள் இன்னமும் அடிமைத்தனம், மனிதத்தன்மையற்ற செயல்கள், பாகுபாடு, மற்றும் வன்முறை போன்ற அதே பழங்கால முறைகளால் இன்றும் துன்பப்படுகிறார்கள். தொன்மையான பாரபட்சம் இன்னும் இருக்கிறது.' மூட நம்பிக்கை என்னும் பரந்த அமைப்பு' இதுவரை ஒழிக்கப்படவில்லை.

சாதி, முகலாயர்கள், மற்றும் ஆங்கிலேயர்களால் ஆக்கிரமிக்கப்பட்ட மண்ணில் வேரூன்றி இருந்தாலும், அந்த அமைப்பைக் கண்டுபிடித்து மக்கள் மீது திணித்த அதே கலாசாரத்தின் உயர் வர்க்க உறுப்பினர்களால் நேரடியாக ஆளப்படும் சுதந்தர இந்தியாவில் இன்று செழித்தோங்கி வளர்ந்திருக்கிறது. கனடியத் தத்துவஞானி கிளாஸ் கிளாஸ்டர்மயர்,

கி.பி.2007இல், சாதிய அமைப்பின் தற்போதைய நிலை குறித்த விவரங்களை அளிக்கிறார்.

> இந்திய வாழ்க்கையைக் கவனிக்கும் ஒவ்வொரு பார்வையாளரும் சுதந்தரத்திற்குப் பின்பான இன்றைய இந்தியாவிலும்கூட சாதிக்கும், சாதிய விதிகளுக்கும் உள்ள மகத்தான முக்கியத்துவம் குறித்துச் சான்றளிப்பார்கள். வெளியாட்கள் பலர் நம்புவதைப் போல, இந்தியக் குடியரசின் அரசியலமைப்பு சாதியை ஒழித்துவிட்டதாக நினைப்பது உண்மையில்லை; அப்படிச் செய்யும் எண்ணம்கூட இருந்ததில்லை. இந்திய அரசியல் அமைப்பு வெறும் 'தீண்டத்தகாதவர்கள்' என்ற கருத்தை மட்டும் தடை செய்துவிட்டு, ஒரு நபரை அவ்வாறு சொல்லியழைத்து இழிவுபடுத்துவதை தண்டனைக்குரிய குற்றமாக மாற்றியிருக்கிறது. அரசியல் கட்சிகள், தொழில் குழுமங்கள், நகராட்சிகள், சமூக மற்றும் பொருளாதார வாழ்க்கை, கல்வி, மற்றும் அரசு வேலைகள் என எல்லா இடங்களிலும் 'சாதி' வாழ்க்கையின் முக்கியப் பகுதியாக இன்றும் இருக்கிறது.[57]

சர்வதேச தலித் ஒற்றுமை அமைப்பு (IDSN) கி.பி.2009இல் வெளியிட்ட அறிக்கையில் தெரிவிக்கிறது, "மேலாதிக்கச் சாதிகள் தங்களுடைய அதிகாரம் மற்றும் ஆதிக்கத்தைத் தொடர்ந்து நிலை நிறுத்த விரும்புவதால் சாதிய அமைப்பு தொடர்ந்து நீடிக்கிறது."[58] ஐக்கிய நாடுகள் சபையின் அதிகாரி ரீட்டா இஸ்சாக் கி.பி.2016இல் தெரிவிக்கிறார், "சாதிய அமைப்பின் விளைவுகளால் தூண்டப்பட்ட தலித்துகளுக்கு எதிரான வன்முறை மிகப் பரவலாக இருப்பதாகவும், மேலும் பாதிக்கப்பட்டவர்களுக்கு நீதி கிடைப்பதில்லை என்றும் கூறப்படுகிறது."[59] மனித உரிமை கண்காணிப்பகம் கி.பி.2014இல் இவ்வாறு விளக்குகிறது, "தலித்துகளுக்கு எதிரான குற்றங்களைப் புரிந்தவர்கள் ஆதிக்கச் சாதியினராக இருக்கும்போது, அந்தப் புகாரை பதிவு செய்யவும் விசாரிக்கவும் தவறுவதைக் காவல்துறை வாடிக்கையாக வைத்திருக்கிறது."[60]

"சாதியின் நிழலும் அதன் இழிவும் ஒரு நபரின் பிறப்பு முதல் இறப்பு வரை பின்தொடர்கிறது. கல்வி, வேலைவாய்ப்பு, வீட்டுவசதி, நீதியை அணுகும் வழி, மற்றும் அரசியல் பங்கேற்பு என வாழ்க்கையின் எல்லா அம்சங்களையும் அது பாதிக்கிறது," என்று இஸ்சாக் மேலும் எச்சரிக்கிறார். "நாம் சட்ட மற்றும் அரசியல் ரீதியிலான எதிர்வினைகளால் மட்டும் இதை சரிசெய்துவிட முடியாது, தனிநபர்களின் மனநிலையை மாற்றக்கூடிய மற்றும் உள்ளூர் சமூகங்களின் கூட்டு மனசாட்சியை தட்டி எழுப்பக்கூடிய வழிகளை உருவாக்க வேண்டும்."[61]

இஸ்சாக்கின் முடிவுகளை உறுதி செய்து மனித உரிமை கண்காணிப்பகம் கூறுகிறது, "அரசியல் மற்றும் உரிமைக்கான

இயக்கங்கள் சில சாதியத் தடைகளை உடைத்திருக்கின்றன, ஆனால் கோடிக்கணக்கான இந்தியர்கள் பாரபட்சத்துடனும் கொடூரமாகவும் மனிதத் தன்மையற்ற வகையிலும் நடத்தப்படும்போது, அந்தச் செயலை நியாயப்படுத்த சாதியானது தொடர்ந்து பயன்படுத்தப்படுகிறது. குறிப்பாக, இந்திய கிராமப்புறங்களில் சாதியப் பிரிவு, முக்கியமான பதவிகளையும் உரிமங்களையும் தீர்மானிப்பதாக இன்னும் இருக்கிறது." அன்றாட வாழ்க்கையில் "தலித் சமூகத்தைச் சேர்ந்தவர்கள் இன்னமும் பொது நீர்நிலைகளில் தண்ணீர் எடுக்க அனுமதிக்கப்படுவதில்லை, முடி திருத்துபவர்களின் சேவையைப் பெற அனுமதிக்கப்படுவதில்லை, தனிக் குவளைகளில் தேநீர் அளிக்கப்படுகிறது, கடைகளில் நுழையத் தடை விதிக்கப்படுகிறது, கோவிலிலிருந்து விலக்கப்படுகிறார்கள், மத மற்றும் சமூக விழாக்களில் கலந்து கொள்வதிலிருந்தும் தடுக்கப்படுகிறார்கள்."⁶²

தீண்டாமையைப் பின்பற்றும் வழக்கம் தடை செய்யப்பட்டிருந்தாலும், அமலாக்கப்பட்ட அந்தத் தடை ஏறக்குறைய வழக்கத்தில் இல்லை. அரசியல் மற்றும் சட்டரீதியான தீர்வுகள் பொய்த்து விட்டன. பிரச்சினையின் மையம் என்னவென்றால், *சாத்திரங்கள் சாதியக் கோட்பாட்டைப் புனிதப்படுத்திப் பேணிப் பாதுகாக்கின்றன;* குறிப்பாக, மனுஸ்மிருதி மற்றும் ரிக் வேதம். *சாத்திரங்கள் இருக்கும்வரை, தீண்டாமையும் இருக்கும்.* இந்த மத நூல்களின் போதனைகளை ஏற்றுக்கொள்வது தொடரும் வரை மக்களின் மனநிலைகளையும் மனசாட்சிகளையும் மாற்ற முடியாது. டாக்டர் அம்பேத்கர் மன்றாடுகிறார்,

> நீங்கள் புத்தர் எடுத்த நிலைப்பாட்டை எடுக்க வேண்டும். நீங்கள் குரு நானக் எடுத்த நிலைப்பாட்டை எடுக்க வேண்டும். நீங்கள் சாத்திரங்களை நிராகரிப்பதோடு நிற்காமல் அவற்றின் அதிகாரத்தை மறுக்கவும் செய்ய வேண்டும், புத்தரும் நானக்கும் செய்ததைப் போல. இவ்வாறு இந்துக்களிடம் கூற உங்களுக்குத் துணிவு இருக்க வேண்டும், "உங்களிடம் உள்ள தவறு உங்கள் மதமே — சாதி புனிதமானது என்னும் எண்ணத்தை உங்களுக்குள் ஏற்படுத்தியிருக்கும் ஒரு மதம்."⁶³

பல தலைமுறைகளாக மனிதத் தன்மையற்ற கோட்பாடும் நடத்தையும் விளைவித்த ஒருவித தாழ்வு மனப்பான்மை, ஒடுக்கப்பட்ட மக்களின் மனநிலையில் பெரும்பாலும் இயற்கையாகவே குடிகொண்டு விடுவது பிரச்சனையை மேலும் சிக்கலானதாக மாற்றுகிறது. "சாதியப் படிநிலையும், சாதிய உணர்வும் பல நூற்றாண்டுகளின் தொடர் செயல்பாடுகளால் சமூகத்தில் உட்புகுத்தப்பட்டது," என்று விளக்குகிறது சர்வதேச தலித் ஒற்றுமை அமைப்பு. ஆதிக்க சக்திகள் மட்டுமல்ல, தலித்துகளும் பல காலமாக அவர்களுக்குக் கற்பிக்கப் பட்டவை மற்றும் சமூகமயமாக்கல் காரணமாகத் தாழ்வு மனப்பான்மை மற்றும் ஒடுக்குமுறையைத் தூக்கிச் சுமக்கிறார்கள்." இவ்வாறு ஜோதிராவ் புலே எச்சரித்ததைப்

போல, "ஒடுக்கப்பட்ட ஒருவன் அவனை மீட்க எடுக்கப்படும் எந்த ஒரு முயற்சியையும்கூட எதிர்க்கச் செய்வான்; அத்தகைய நன்மை செய்ய வருபவர்களையும் எதிர்த்துச் சண்டை போடுவான்." என்பதும் சாத்தியமே.

இந்தத் தாழ்வு மனப்பான்மை, *சாத்திரங்களின் மீதான தனிமனித நம்பிக்கையின் காரணமாக ஏற்பட்ட தாக்கம்.* பழங்குடியினர் பலர் அந்தச் *சாத்திரங்களின்* காரணமாகத் தாங்கள் அனுபவிக்கும் வறுமை மற்றும் துன்பத்திற்குப் பின்பும், சாதிகளுக்குரியதாகச் சொல்லப்படும் *கர்மம்* (விதிப்பயன்) மற்றும் *தர்மம்* (கடமை) குறித்த போதனைகளை உணராமல் ஏற்றுக்கொள்கிறார்கள்.

சிந்து நதிக்குக் கிழக்கே என்ற தன் புத்தகத்தில், அமெரிக்க விஞ் ஞானி டாக்டர் குருநாத் சிங் சுதந்தரத்திற்குப் பின் இந்தியாவில் தான் வளர்க்கப்பட்ட விதம் குறித்து விவரிக்கிறார். அவரது குறிப்பின்படி ஒடுக்கப்பட்ட வகுப்பினர் ஒடுக்குமுறையைத் தங்களுடைய வாழ்க்கையில் தங்களுக்கென விதிக்கப்பட்ட ஒன்றாக ஏற்றுக்கொள்ள வேண்டும் என எப்போதும் மூளைச்சலவை செய்யப்படுகிறார்கள். மேலும் அவர்கள் தங்களுடைய பாதுகாப்பின்மைகளைக் கடந்து தங்களுக்குரிய இயற்கையான மனித மாண்பை உணர்ந்துகொண்டாலும், சுற்றிலும் இருக்கும் கலாச்சாரம் அவர்களது உடல் அம்சங்களைக்கொண்டு 'கீழ்ச்சாதி' என்று அடையாளப்படுத்துவதைத் தவிர்க்க முடிவதில்லை.

> நீங்கள் *கர்மம்* மற்றும் *தர்மம்* ஆகியவற்றை நம்பினால், உங்களுக்கு விதிக்கப்பட்ட சாதியின் பாத்திரத்தை ஏற்று அதற்குத் தக்கபடி நடப்பதே சிறந்த மார்க்கமாகும். கடவுள் உங்களுக்கு விதித்த பாத்திரத்திலிருந்து விலகி நடந்தால் அதன் காரணமாகக் கடவுளிடமிருந்து மட்டுமல்ல, சமூகத்திடமிருந்தும் பிரச்சினைகளைச் சந்திக்க நேரிடும். இந்தத் தடைகளைக் கடவுளே ஏற்படுத்தியுள்ளார். 'எனது கர்மம் அனுமதித்திருந்தால், அவர் என்னை ஒரு ராஜாவின் வீட்டில் பிறக்க வைத்திருப்பார்.' சாதியமைப்பின் புனிதத்தன்மையை நம்புவதாக அவர்கள் பாசாங்கு செய்யத் தொடங்கினார்கள்; ஆனால் அவர்களுக்கு ஏதும் வாய்ப்பிருந்தால், அதை உடனடியாக ஒதுக்கித் தள்ளியிருப்பார்கள்.

தாழ்த்தப்பட்ட சாதியைச் சேர்ந்த ஒருவர் தனது வாழ்க்கையைப் புதிதாய்த் தொடங்க, வேறோர் இடத்துக்குச் செல்லும்போது அங்கிருக்கும் மக்கள், எவ்வளவு நாட்களானாலும், அவரது சாதியைக் கண்டுபிடிக்கும் வரை அவரை ஓர் அறிமுகமில்லாத நபராகவே நடத்துவார்கள். அறியாமல்கூடத் தங்களைத் தாங்களே அசுத்தப்படுத்திக்கொள்ளாமலும், தாழ்த்திக்கொள்ளாமலும் இருப்பது அவர்களது தர்மம் ஆகும். அவர்கள் அந்த நபரை வெறுக்க மாட்டார்கள், ஆனால் அவரது சாதி தெரியும்வரை

அவருடனான பரிமாற்றம், வேலை மற்றும் தொழில் சார்ந்த தேவைக்குத் தக்கவகையில் மட்டுமே இருக்கும். வழக்கமாக அவரது சாதியை யூகித்துவிடுவார்கள், ஏனெனில் ஒருவரது தோற்றம் அவரது சாதிக்கான அறிகுறியாகும். சாதிகள் கடவுளால் உருவாக்கப் படவில்லை; ஆனால் என்ன நடந்திருக்கலாம் என்றால், புராதன காலத்தில் சில பழங்குடியினர் தாழ்ந்த சாதி என்ற பாகுபாட்டுக்குள் கொண்டுவரப்பட்டதால், தங்களது அறிவு மற்றும் திறமைகள் காரணமாக அதை எதிர்த்துப் போரிட வேண்டிய நிர்பந்தத்திற்கு ஆளாகியிருக்கிறார்கள். தாழ்த்தப்பட்ட சாதியைச் சேர்ந்த ஒருவர் தனது முக அமைப்பு, தோல் நிறம், செய்கைகள், உடை மற்றும் பேச்சு மூலம் அடையாளம் காணப்படுவார். வெவ்வேறு சாதியைச் சேர்ந்தவர்கள் ஒரே ஊரில் பல தலைமுறைகளாக வசித்தாலும் அவர்களுடைய பேச்சும் உச்சரிப்பும் வெவ்வேறானதாகவே இருக்கும். எப்போதும் விதிவிலக்குகள் உண்டென்றாலும், பழுப்பு அல்லது கருப்பு நிறத்தோல், தட்டையான அல்லது அகலமான மூக்கு, கெட்டியான உதடுகள் மற்றும் கரடுமுரடான அம்சங்கள் ஆகியவை தாழ்த்தப்பட்ட சாதியைச் சேர்ந்தவர்களுக்கான பொதுவான குறியீடுகளாகச் சொல்லப்படுகிறது.[64]

ஒடுக்கப்பட்டவர்கள் அந்த அமைப்பை நிராகரித்தால், அவர்கள் தங்களது தர்மத்தை (கடமையை) புறக்கணிப்பதாகச் சொல்லி ஒடுக்குமுறையாளர்களால் தாக்கப்படுகிறார்கள். ஒடுக்குமுறை செய்பவர் அந்த அமைப்பை நிராகரித்தால், மூளைச்சலவை செய்யப்பட்ட ஒடுக்கப்பட்டவர்களே அந்த ஒடுக்குமுறை தங்களுடைய *கர்மம்* (விதி), எனவே அதன்படியே இருந்துவிட்டுப் போகட்டும் என்று அவரிடம் வற்புறுத்தக்கூடும். கடந்த நூற்றாண்டுகளில் அடிமைப்பட்டிருந்த ஆப்பிரிக்கர்களைப் போல, தப்பிக்க நினைப்பவர்கள் அடிமைத்தனத்தில் சௌகரியத்தை உணரும் 'வீட்டு நீக்ரோ' போன்ற ஓர் எதிரியை இங்கும் காணலாம். முற்றிலும் வேறான சூழலுக்குத் தப்பிச் செல்ல நினைப்பவர்களும்கூட விடுதலையை அடைய முடியாது. ஏனெனில் அவர்களுடைய தோற்றமே அவர்களது பூர்வீகத்தைக் காட்டிக் கொடுத்து விட்டு, மீண்டும் அந்த ஒடுக்குமுறை அமைப்புக்குள் அவர்களைப் பிடித்துத் தள்ளிவிடும்.

இந்திய மக்கள் ஒன்றை உணர வேண்டும், தனி நபர்களாக அவர்களது மதிப்பு சாதி ஆதரவாளர்களிடமிருந்து பெறும் மரியாதையைச் சார்ந்து இல்லை. அதைப்போலவே, அவர்களது விடுதலை இந்து மதத்தைச் சீர்திருத்தம் செய்வதைச் சார்ந்து இல்லை. "நாம் செல்லலாம், பிரிந்து செல்லலாம்" என்று சொல்வதற்கு முன் அவர்கள் 'வீட்டு நீக்ரோவை' சமாதானப்படுத்தி தங்களுடன் சேர்த்துக்கொள்ள வேண்டிய அவசியமில்லை. அதற்கு பதிலாக சாதாரண மக்கள் இறையாண்மை மிக்கத் தனிநபர்களாகச்

செயல்படத் தொடங்க வேண்டும்; தங்களுக்கான சுயமரியாதையை வளர்த்துக்கொண்டு, சுதந்தரத்தைத் தாங்களே கையிலெடுத்துச் செயல்படுத்த வேண்டும், மேலும் பிராமணியத்தின் ஆன்மிக மற்றும் மனம் சார்ந்தத் தளைகளை உதறித் தள்ளிய ஒத்த மனமுடைய தனி நபர்களுடன் இணைந்து பணியாற்ற வேண்டும்.

சாதாரண மக்கள் தங்களது சுயமதிப்பை உணரவும் அவர்களது வாழ்க்கையை அதிகாரம் மிக்கதாக மாற்றவும் வேண்டி பகத்துகளும் குருக்களும் தங்களை அர்ப்பணித்துக்கொண்டார்கள், சில சமயம் தங்களது உயிர்களையும் தியாகம் செய்தார்கள். 'சாதியும் பாரம்பரியமும் இல்லாத' ஒரு நபரும்கூட 'மொத்த உலகிற்கும் அரசன்' ஆகலாம் என்பதை குரு அர்ஜுன் போதித்தார். அவர் முன்னெடுத்த ஒடுக்கப்பட்ட மக்களை விடுவிக்கும் பணியின் காரணமாகக் கொல்லப்பட்டார். குரு கோவிந்த் சிங், மக்களை கண்ணியம் மற்றும் சமத்துவத்தின் பாதையில் ஒன்றிணைக்க *கால்சாவை* நிறுவினார். டாக்டர் அம்பேத்கர் சாதியை அழித்தொழிக்கும் லட்சியத்தை முன்னெடுத்தார் — அந்த லட்சியம் இந்தியாவின் நடைமுறை தேசத் தந்தையால் நாசமாக்கப்பட்ட ஒன்றானது.

இந்தியா மதம் மாறும் சுதந்தரத்தைத் தடுக்கிறது — அம்பேத்கர் இந்து மதத்தைக் கைவிட்டுவிட்டு சாதிய அமைப்பிலிருந்து வெளியேறினார். அதைப்போலவே, குருக்கள் இந்து மதத்தை நிராகரித்தனர். அருந்ததி ராய் குறிப்பிடுகிறார், "கடந்த பல நூற்றாண்டுகளாகச் சாதியின் தீமையிலிருந்து தப்பிக்க லட்சக்கணக்கானத் தீண்டத்தகாதவர்கள் (இந்தச் சொல்லை அம்பேத்கரும் பயன்படுத்திய காரணத்தால் மட்டுமே நானும் பயன்படுத்தியிருக்கிறேன்) பௌத்தம், இஸ்லாம், சீக்கியம், மற்றும் கிறித்தவம் ஆகியவற்றுக்கு மாறினார்கள்."[65]

இருப்பினும், பழங்குடிகள் நன்குணர்ந்து இந்து மதத்தை நிராகரிக்கிறார்கள்; தங்களை இந்துக்கள் அல்லாதவர்களாகச் சுயமாக அடையாளப்படுத்திக் கொள்கிறார்கள். டாக்டர் ராஜ்குமார் ஹன்ஸ் அவர்களின் கூற்றுப்படி, "இந்து மதத்தின் மிக வெறுக்கத்தக்க விஷயமாக இருக்கும் மனித மாண்பு மற்றும் சமத்துவம் ஆகியவற்றின் தேடல் காரணமாகவே" தலித்துகள் அதிகம் மதம் மாறுகிறார்கள்.[66]

இதன்விளைவாக, வெளியேறும் வாயில்கள் அடைக்கப்பட்டன. தப்பிச் செல்லும் வழி மூடப்பட்டது. இந்து மதத்தை விட்டு வேறு மதத்துக்குச் செல்லும் உரிமை மக்களுக்குத் தொடர்ந்து மறுக்கப்பட்டது.

மக்கள் மதம் மாற விரும்பி எடுக்கும் முயற்சிகளைத் தடுக்க, சுதந்தர இந்தியாவில் 'மத மாற்றத் தடைச் சட்டங்கள்' பரவலாகச் செயல்படுத்தப் பட்டன. அருணாச்சலப் பிரதேசம், சத்தீஸ்கர், குஜராத், இமாச்சலப் பிரதேசம், ஜார்க்கண்ட், மத்தியப் பிரதேசம், ஒடிசா, ராஜஸ்தான், மற்றும் தமிழ்நாடு உள்ளிட்ட ஒன்பது மாநிலங்களில் இந்தச் சட்டங்கள் இயற்றப்பட்டன.

இந்தச் சட்ட விதிகளின்படி மதம் மாற அரசாங்க அனுமதி பெற வேண்டும்; மதம் மாறுவதற்கு முன்பு 30 நாட்கள் வரையான காத்திருக்கும் காலத்தைப் பின்பற்ற வேண்டும், மீறும் பட்சத்தில் ஐந்து ஆண்டுகள் வரை சிறைத்தண்டனை விதிக்கப்படும். காங்கிரஸ் மற்றும் பாஜக ஆகிய இரு கட்சிகளுமே மத மாற்றத் தடைச்சட்டத்தை ஆதரித்தன. கி.பி.2014இல் பாஜக ஆட்சியைப் பிடித்தது முதலாக, அதன் தலைமை அதற்கான ஒரு தேசியச் சட்டத்தை இயற்றும் விருப்பத்தைத் தொடர்ந்து வெளிப்படுத்தி வருகிறது.

ஐக்கிய நாடுகள் சபை அதிகாரி ஹைனர் பியல்ஃபெல்ட் மதமாற்றத் தடைச்சட்டங்கள் குறித்து விளக்குகிறார், "அவை மத நம்பிக்கை மற்றும் சுதந்தரத்தை அவமரியாதை செய்வனவாகும்." அந்தச் சட்டங்கள் 'மத மாற்றத்தின் உண்மைத்தன்மையை மதிப்பீடு செய்யும் அதிகாரத்தை' அரசாங்கத்திற்கு அளிக்கின்றன என்று அவர் எச்சரிக்கிறார். எல்லாவற்றுக்கும் மேலாக, அவை இந்துக்களுக்கு சாதகமான ஒரு பக்கச் சார்புடையவை. அந்தச் சட்டங்கள் பாரபட்சமான முறையில் செயல்படுத்தப்படுகின்றன; மேலும் அவை, தடையற்ற இந்து மத மாற்றங்களை ஊக்குவிக்குப்பவை. அரசுடன் இணைந்து செயல்படும் அமைப்புகளின் உதவியுடன், அரசாங்கச் சலுகைகள் பெற்றுத் தருவதாகச் சொல்லி அல்லது மிரட்டி மக்களைக் கட்டாய மத மாற்றத்திற்கு சம்மதிக்க வைக்கவும் அச்சட்டங்கள் பயன்படுத்தப்படுகின்றன.

மத மாற்றத் தடைச் சட்டங்களையும் அரசு உதவியுடன் நடத்தப்பட்டப் படுகொலைகளையும் தொடர்புபடுத்தி இறுதியாகக் கூறுகிறார், "சிறுபான்மை யினரிடையே அச்சத்தைத் தூண்டவும், அவர்கள் ஓர் ஓரமாக வாழ்ந்துகொள்ள வேண்டும் அல்லது இந்து மதத்திற்குத் திரும்ப வேண்டும் என்ற செய்தியைத் தெரிவிக்கவுமான அகன்ற நோக்கத்தின் ஒரு பகுதிதான் இந்த வன்முறைச் செயல்கள்."[67]

மேற்கோள் ஆவணங்கள்

1   United States Commission on International Religious Freedom. Annual Report: India Chapter. May 2010. 242.

2   Theertha. History. 261.

3   Sappenfield, Mark. "Obama's new India problem: What to do with Narendra Modi?" The Christian Science Monitor. May 18, 2014.

4   Singh. Sikh. 228.

5   Roy, Arundhati. "My Seditious Heart." The Caravan. May 1, 2016.

6   Constituent Assembly. November 21, 1949.

7   Constitution of India, 1950. Article 365.

8   Assembly. Nov. 21, 1949.

9   Ibid.

10 Zubrin, Robert. "The Population Control Holocaust." The New Atlantis. Number 35, Spring 2012. 33-54.

11 Rothbard, Murray. The Libertarian Forum. Volume VII, NO.7. July 1975.

12. Ghosh, S. K. *Torture and Rape in Police Custody: An Analysis.* New Delhi: Ashish Publishing House. 1993. 98.
13. Zubrin, Robert. "Population."
14. Gossman, Patricia. *Human Rights in India: Punjab in Crisis.* Human Rights Watch. 1991. 16.
15. Singh, Harinder. "The Emergency & The Sikhs." Sikh Research Institute. Full text available at http://www.sikhri.org/the_emergency_the_sikhs.
16. Mahmood, Cynthia Keppley. *Fighting for Faith and Nation: Dialogues With Sikh Militants.* Philadelphia: University of Pennsylvania Press. 1996. 54.
17. Singh. Sikh. 339-340.
18. Singh. "The Emergency."
19. United Nations. "Convention on the Prevention and Punishment of the Crime of Genocide." United Nations General Assembly. December 9, 1948. Article 2.
20. United Nations. "Final Report of the Commission of Experts Established Pursuant to Security Council Resolution 780 (1992)." United Nations Commission of Experts. 27 May 1994, section III.
21. Gossman. Human Rights. 21.
22. Kumar, Ram Narayan and Amrik Singh. *Reduced to Ashes: The Insurgency and Human Rights in Punjab.* Kathmandu: South Asia Forum for Human Rights. 2003. 38.
23. Crossette, Barbara. "India Uproots Thousands Living Near Sikh Temple." The New York Times. June 3, 1990.
24. Crossette, Barbara. "New Delhi Journal; The Sikh's Hour of Horror, Relived After 5 Years." The New York Times. September 7, 1989.
25. Kaur, Jaskaran. Twenty Years of Impunity. Ensaaf. October 2006. 4-5.
26. Embassy New Delhi. "Manmohan Singh a True Statesman in Reacting to Sikh Riot Report." Wikileaks Cable: 05NEWDELHI6310_a. August 12, 2005. Full text available at https://wikileaks.org/plusd/cables/05NEWDELHI6310_a.html.
27. California State Assembly. Concurrent Resolution No. 34, Chapter 36. "Relative to the November 1984 anti-Sikh pogroms." May 5, 2015.
28. Ontario Legislative Assembly. Private Members' Public Business, Ballot Item Number 47, Private Members' Notice of Motion Number 46. Ms. Malhi.
29. Basu, Amrita. *Violent Conjectures in Democratic India.* New York: Cambridge University Press. 2015. 2.
30. Roy, Arundhati. *Field Notes on Democracy: Listening to Grasshoppers.* Chicago: Haymarket Books. 2009. xvii.
31. Gregg, Heather Selma. *The Path to Salvation: Religious Violence from the Crusades to Jihad.* Lincoln: University of Nebraska Press. 2014. 67.
32. USCIRF 2010. India Chapter. 242.
33. Juergensmeyer, Mark. *The New Cold War? Religious Nationalism Confronts the Secular State.* Berkeley: University of California Press. 1993.

34. Bloom, Irene and J. Paul Martin and Wayne L. Proudfoot (eds.). *Religious Diversity and Human Rights*. New York: Columbia University Press, 1996. 251.
35. Dhami, Sukhman. "Confront India on Poor Human Rights Record." TheHill.com. January 26, 2015.
36. Kaur, Jaskaran. *Protecting the Killers: A Policy of Impunity in Punjab, India*. Human Rights Watch and Ensaaf. October 2007.
37. Human Rights Watch. *India: Investigate Unmarked Graves in Jammu and Kashmir*. August 24, 2011.
38. Scott-Clark, Cathy. "The mass graves of Kashmir." The Guardian. July 9, 2012.
39. Mathur, Shubh. *The Human Toll of the Kashmir Conflict: Grief and Courage in a South Asian Borderland*. New York: Palgrave MacMillan. 2016. 59.
40. Kaur. *Impunity*.
41. Khalra, Jaswant Singh. "Last International Speech — The Struggle for Truth." Ensaaf. April 1995.
42. Basu, Manisha. *The Rhetoric of Hindu India: Language and Urban Nationalism*. Delhi: Cambridge University Press. 2017. 35.
43. Jackson, Richard and Eamon Murphy and Scott Poynting (eds.). *Contemporary State Terrorism: Theory and Practice*. London: Routledge. 2010.
44. Goodman, Amy. "Explosive Report by Indian Magazine Exposes Those Responsible for 2002 Gujarat Massacre." Democracy Now! December 5, 2007.
45. USCIRF 2010. India Chapter. 246.
46. Amnesty International. *Report 2005: The State of the World's Human Rights*. London: Amnesty International Publications. 2005. 127.
47. Jaffrelot, Christophe. *Religion, Caste, and Politics in India*. Delhi: Primus Books. 2010. 389.
48. Ibid. 376-377.
49. Human Rights Watch. "India: Gujarat Officials Took Part in Anti-Muslim Violence." April 30, 2002.
50. Goodman. "Explosive."
51. Embassy Mumbai. "Gujarat Chief minister Modi Sets His Sights on National Politics." Wikileaks Cable: 06MUMBAI1986_a. November 2, 2006. Full text available at https://wikileaks.org/plusd/cables/06MUMBAI1986_a.html
52. Mander, Harsh. "Nellie: India's Forgotten Massacre." Sunday Magazine - The Hindu. December 14, 2008.
53. Asian Human Rights Commission. "India's Prevention of Torture Bill Requires a Thorough Review." Article 2, Vol. 09, No. 03-04. December 2010.
54. Embassy New Delhi. "ICRC Frustrated With Indian Government." Wikileaks Cable: 05NEWDELHI2606_a. Dated April 6, 2005. Full text available at http://wikileaks.rsf.org/cable/2005/04/05NEWDELHI2606.html 160 Captivating the Simple-Hearted
55. Gill, Rahuldeep. "India's Incomplete Democracy." The Los Angeles Times. June 18, 2014.

56. United States Commission on International Religious Freedom. Annual Report: India Chapter. April 2016. 159.
57. Klostermaier, Klaus. *A Survey of Hinduism.* Albany: State University of New York Press. 2007. 290.
58. European Commission to the International Dalit Solidarity Network. "Caste-based Discrimination in South Asia." June 2009.
59. Izsák, Rita. "Report of the Special Rapporteur on minority issues." United Nations General Assembly. A/HRC/31/56. January 28, 2016.
60. Human Rights Watch. Cleaning Human Waste: "Manual Scavenging," Caste, and Discrimination in India. August 25, 2014. 47.
61. United Nations. "Caste systems violate human rights and dignity of millions worldwide – New UN expert report." Office of the High Commissioner of Human Rights. March 21, 2016.
62. Human Rights Watch. Cleaning. 12.
63. Ambedkar. Writings (vol. 1). 69.
64. Brard, Gurnam Singh Sidhu. *East of Indus: My Memories of Old Punjab.* New Delhi: Hemkunt Publishers (P) Ltd. 2007. 222.
65. Roy. Seditious.
66. Rawat. Dalit. 132.
67. Arora, Vishal. "UN Official: India's 'Conversion' Laws Threaten Religious Freedom." *The Wall Street Journal (Blogs).* March 10, 2014.

7

சுதந்தரமற்ற சுயராஜ்ஜியம்

இந்துக்கள் அல்லாத மக்களை இந்த நாட்டிற்கு அந்நியர்கள்போல் நடத்தும் சுதந்தர இந்தியாவின் போக்கு அச்சம் தரும் வகையில் இருக்கிறது, ஆனால் வரலாற்று உண்மைகளின் அடிப்படையில் பார்க்கும்போது அதில் வியப்பேதுமில்லை. இந்தியாவின் பூர்வ மதங்கள் — பௌத்தம் மற்றும் சீக்கியம் — சமத்துவம் மற்றும் விடுதலையைப் போதிக்கும் நம்பிக்கைகளின் மூலம் அடித்தட்டு மக்கள் தங்களுக்கான நல்ல எதிர்காலத்தை அமைத்துக்கொள்ள ஏதுவான பாதையை ஏற்படுத்தித் தரும் நோக்கத்துடனே செயல்பட்டன. பிராமணிய மேலாதிக்கத்திலிருந்து அடித்தட்டு மக்களை விடுவிக்கும் இந்தக் குறிக்கோள் உயர் வர்க்கத்தினரிடையே கோபத்தை ஏற்படுத்தியது. இவ்வாறே, பல நூற்றாண்டுகளாக, ஆளும் உயர் வர்க்கத்தினர் அந்த இரு சமயங்களின் ஆதரவாளர்களைத் தொடர்ந்து தீவிரமாகத் துன்புறுத்தி வருகிறார்கள்.

இந்தியா சுதந்தரம் அடைந்த பின், சுயநலமிக்க பிராமணிய சக்திகளால் பழங்குடிகள் இன்னும் அதிகமான பாதிப்புகளுக் குள்ளாகும் ஆபத்து இருக்கிறது என்று 20ஆம் நூற்றாண்டின் தொடக்க காலத்தில் பல அறிஞர்கள் எச்சரிக்கை செய்தார்கள். அந்நிய ஆட்சியிலிருந்து இந்தியா சுதந்தரம் அடைவதை அவர்கள் எதிர்க்கவில்லை என்றாலும், சுதந்தரத்துடன் சேர்ந்து ஒடுக்கப்பட்ட மக்களுக்கான விடுதலையும் கிடைப்பது சாத்தியமில்லை என்பதை அவர்கள் உணர்ந்தே இருந்தார்கள்.

மேக்ஸ் ஆர்தர் மெக்காலிஃப் கி.பி.1909இல் எழுதும்போது, உதாரணத்துக்கு, இந்து மதத்தை இந்தியக் காடுகளில் உள்ள மலைப்பாம்புடன் ஒப்பிட்டுச் சொல்கிறார்,

ஒரு குட்டி எதிரி அதற்குத் தொல்லை கொடுக்குமானால்,
அந்த எதிரியின்மீது பாய்ந்து, சுற்றி வளைத்து,

> தனது பிடியில் வைத்து இறுக்கி, பின் நொறுக்கி, இறுதியாகத் தனது விசாலமான வயிற்றுக்குள் விழுங்கி மறையச் செய்யும். இதேமுறையில், சில நூற்றாண்டுகளுக்கு முன்பு இந்து மதம் தனது சொந்தக் களத்தில் பௌத்தத்தை எதிர்கொண்டு அகற்றியது... சீர்திருத்தப்பட்ட மற்றும் மக்களின் நம்பிக்கைக்குரியதாக இருந்த பாபா நானக்கின் மதத்தையும் இதே முறையில் அது அழித்து வருகிறது. இந்து மதம் சீக்கியத்தைத் தனது பிடிகளில் வைத்து இறுக்கிவிட்டது.[1]

இந்தியாவின் சுதந்தர இயக்கம் வேரூன்றிய காலத்தில், இங்கிலாந்தின் சைமன் கமிஷன் தன்னாட்சி வழங்குவது குறித்து கி.பி.1928இல் ஆலோசித்துக் கொண்டிருந்த நேரம், பூரண் சிங், சர் ஜான் சைமனுக்கு ஒரு எச்சரிக்கைக் கடிதம் எழுதினார். "ஆங்கிலேய ஆட்சி முடிவுக்கு வந்தபின், இந்தியாவில் சிறுபான்மையினரின் எதிர்காலம் குறித்த தன்னுடைய கவலைகளை வெளிப்படையாகத் தெரிவித்தார்," என்று அக்கடிதம் குறித்து விளக்குகிறார் அமெரிக்க விஞ்ஞானி டாக்டர் பல்தேவ் சிங். தன்னுடைய கடிதத்தில் பூரண் சிங் சீக்கியர்களை ஒரு தனி இனமாகவே விவரிக்கிறார்.

> ஒரு சீக்கியன், தன்னுடைய பத்து குருக்களின் கருத்துகளில் ஊக்கமும் நம்பிக்கையும் பெறுகிறான். அவனது கடந்தகாலம் குரு நானக்கில் தொடங்குகிறது, அவனது எதிர்காலம் அவரது கொள்கைகளை முன்னெடுப்பதில் இருக்கிறது... கபட பிராமணியத்தின் விசித்திரமான இறையியல் கொடுங்கோன்மைக்குத் தாங்களே சுயமாக வசப்பட்டு அடிமைகளாக இருக்கும் இந்துக்கள் என்றழைக்கப்படும், மற்றவரைச் சிதைக்கும், மக்களிடமிருந்து பிரித்து குருக்கள் சீக்கியர்களைத் தனிமைப் படுத்தினார்கள்.[2]

மெக்காலிஃப் வெளிப்படுத்திய கவலைகளை எதிரொலிக்கும் விதமாக பூரண் சிங் எச்சரிக்கிறார், "இந்து மதம் கடந்த காலத்தில் புத்த மதத்தை நிராகரித்தது, தற்போது சீக்கிய சமயத்தை விழுங்க நினைக்கிறது, ஏனெனில் அன்பின் மதம் என்ற முகமூடி அணிந்துகொண்டு சாதியக் கொடுமைகளைப் புரியும் இந்துத்துவத்தை இரு அமைப்புகளும் கண்டனம் செய்கின்றன." பூரண் சிங் கூறினார், "உண்மையில் சுதந்தரத்துக்கு இணையான வேறொன்று இவ்வுலகில் இல்லை". இருந்தும் தன்னாட்சியுடன் இணைந்து சுதந்தரமும் கிடைக்காது என்று பூரண் சிங் அஞ்சினார். இதன் பின்னர் ஆங்கிலேயர்கள் இந்திய சுதந்தரத்துக்கு ஏற்பாடு செய்தபோது அவர் இறுதியாகக் கூறுகிறார், "நான் உங்களிடம் தாழ்மையுடன் கேட்டுக்கொள்வதெல்லாம், நீங்கள் எந்தச் சமூகத்துக்கும் எந்த வகையிலும் பாரபட்சம் காட்டி சிறுமையாக நடக்க வேண்டாம், அதே சமயம் மொத்த இந்தியாவையும் ஒரே சக்திவாய்ந்த சமூகத்தின் கைகளில் ஒப்படைத்துவிட்டு மிகப் பெருந்தன்மையாகவும் நடக்க

வேண்டாம், ஏனெனில் ஜனநாயக நிறுவனங்களின் ஆட்சியிலும்கூட மற்ற சிறுபான்மைச் சமூகங்கள் நிரந்தர அடிமைத்தனத்துக்குத் தள்ளப்படும் நிலை ஏற்படலாம்."[3]

இதேபோல, கி.பி.1941இல், சுவாமி தர்மதீர்த்தா சுயராஜ்ஜியம் மக்கள் விடுதலையைத் தடுத்துவிடும் என்று எச்சரித்தார். "சுயராஜ்ஜியத்தின் கீழ்... சாதி ஏகாதிபத்தியம் வெற்றி பெறக்கூடும்," என்று அவர் எழுதுகிறார். "சாதியுடன் கூடிய சுதந்தரம் ஒரு கேலிக்கூத்து. தங்களது சாதி எஜமானரிடம் அடமானம் வைக்கப்பட்டிருக்கும் இந்து மக்கள், சுதந்தரமான ராஜ்ஜியத்தில் உயர்சாதிகளின் மேலாதிக்கத்தில் இருப்பதைவிட அந்நிய ஆட்சியில் இன்னும் பாதுகாப்பாக இருப்பார்கள்." இறுதியாக அவர் வலியுறுத்துகிறார்,

> சுயராஜ்ஜியம் என்ற பெயரில் சாதி ராஜ்ஜியம் மீண்டும் நிறுவப் படலாம் என்பதை உணர்ந்து இந்து மக்கள் எச்சரிக்கையாக இருக்க வேண்டும்... இந்திய நாட்டுக்காகச் சுதந்தரம் அல்லது சுயராஜ்ஜியத்தைக் கோரும் ஒவ்வொருவரும், நாங்கள் சாதியை வேரறுக்கத் துணை நிற்போம் என்று வெளிப்படையாக உறுதி ஏற்க வேண்டும்... இந்த தேசம் சுதந்தரத்தைப் பெற்றுக்கொண்டு விடுதலை மற்றும் சமத்துவத்தை மறுக்கக்கூடாது... சாதி ராஜ்ஜியம் எந்த வடிவில் புத்துயிர் பெற்றாலும் தற்போதைய நெருக்கடி நிலையில் அது மேலும் கூடுதலான அச்சுறுத்தலாக இருக்கும்; அதை எதிர்த்துப் போராட விடுதலை விரும்பும் மக்களான இந்துக்கள், சீக்கியர்கள், இஸ்லாமியர்கள் மற்றும் கிறித்தவர்கள் என அனைவரும் ஒன்றிணைய வேண்டும்.[4]

மெக்காலிஃப், பூரண் சிங், மற்றும் தீர்த்தா ஆகியோரது எச்சரிக்கைகள் இன்று மெய்யாகி இருக்கிறது. இவர்களது கூற்றுகள் அனைத்தும் கி.பி.1948இல், "விஷயங்கள் தவறாகப் போகக்கூடிய பேராபத்து உள்ளது," என்று டாக்டர் அம்பேத்கர் செய்த தீர்க்க தரிசன எச்சரிக்கையில் அடங்கியுள்ளது.

சில சமயங்களில், காலனியக் கிளர்ச்சியின் விளைவாக தேச விடுதலை கிடைப்பதோடு, தனிநபர் சுதந்தரத்திற்கான சட்டப் பாதுகாப்பும் அதிகரிக்கக் கூடும்," என்று எழுதுகிறார் அமெரிக்க வரலாற்றாசிரியர் கிளாரன்ஸ் கார்சன். "ஆனால் ஒன்று மற்றொன்றுக்கு வழிவகுக்கும் என்று சொல்ல முடியாது... தேசத்தின் சுதந்தரம் எவ்வளவுதான் விரும்பத்தக்கதாக இருந்தாலும் அது உண்மையான மக்கள் விடுதலையிலிருந்து முற்றிலும் வேறானது மட்டுமல்லாமல் பிரித்துப் பார்க்கத்தக்கதும் ஆகும்."[5] இந்தியா என்ற அமைப்பில் சுயராஜ்ஜியம் என்பதன் பொருள் சுதந்தரம் அல்ல. மாறாக அருந்ததி ராய் கூறுவது போல, சுதந்தர இந்தியா ஒரு காலனிய தேசம்.

> இந்திய நாடு ஓர் இறையாண்மை மிக்க தேசமாக மாறிய கணம் முதல், தனது காலனியச் சங்கிலிகளை உடைத்தெறிந்த

> கணத்திலிருந்து, அது ஒரு காலனிய தேசமாக மாறியது. இந்திய நாடு சண்டையிடத் தேர்ந்தெடுத்த மக்கள் யாரென்று கவனித்தீர்கள் என்றால் — வட கிழக்கு மாநிலங்களில், அவர்கள் பழங்குடி மக்கள்; காஷ்மீரில் இஸ்லாமியர்கள்; தெலங்கானாவில் பழங்குடியினர்; ஹைதராபாத்தில் இஸ்லாமியர்கள்; கோவாவில் கிறித்தவர்கள்; பஞ்சாபில் சீக்கியர்கள். உயர்சாதி இந்து தேசம் இதுபோலான நிரந்தரப் போரில் ஈடுபடுவதை நீங்கள் காணலாம்.[6]

எல்லா காலனிய தேசத்தைப் போலவே சாதாரண மக்கள்தான் மிக மோசமாக பாதிக்கப்படுகிறார்கள். “மின்னிக்கொண்டிருக்கும் அரச முகப்புக்குப் பின்னே வேறு ஒரு காட்சி, வேறு ஒரு வாழ்க்கை இருக்கிறது. அங்கே மக்கள் மண் குடிசைகளில் வாழ்கிறார்கள், அவர்களது வாழ்க்கை மிருகங்களின் வாழ்க்கையிலிருந்து சற்றே வேறுபட்டிருக்கிறது. அரை நிர்வாணத்துடன், அரைவயிற்று உணவுடன் இழிநிலையில் வாழும் மக்களின் ஒவ்வொரு சொட்டு உயிர்நீரைக் கூட விடாமல் பிழிந்தெடுக்கிறார்கள் அவர்களுடைய இரையுண்ணி முதலாளிகள். இதில் இந்து, இஸ்லாமியர் என்ற வேறுபாடில்லை. தலைவர்களும், பணக்காரர்களும் மட்டுமே உடல் பெருத்து வாழ்ந்தனர்”[7]. நவீன மற்றும் சுதந்தர இந்தியாவில் மக்களுக்கான மாற்றங்கள் மிகச் சிறிய அளவிலேயே நடைபெற்றிருக்கின்றன. முகலாயப் பேரரசர்களின் காலத்தைப்போல பஞ்சம், நிர்வாணம், மற்றும் அறியாமை நிறைந்த நம்பிக்கையற்ற சூழலில்தான் மக்கள் இன்னும் வாழ்ந்துவருகிறார்கள்.

மிகச் சில மாற்றங்களே நிகழ்ந்திருக்கின்றன. உண்மையில், 21ஆம் நூற்றாண்டின் சூழலைப் புரிந்துகொள்ள நாம் 17ஆம் நூற்றாண்டைச் சேர்ந்த இரு ஐரோப்பிய வணிகர்களான ஃபிரான்சிஸ்கோ பெல்சார்ட் மற்றும் ஜான்–பாப்டிஸ்ட் டேவர்னியர் ஆகியோருடைய வார்த்தைகளை ஆராய வேண்டும். அவர்கள் இருவரும் முறையே குரு ஹர் கோவிந்த் மற்றும் குரு தேக்பகதூர் ஆகியோர் வாழ்ந்த காலத்தில் இந்தியாவுக்கு வந்திருந்தார்கள்.

டச்சு வணிகரான பெல்சார்ட், கி.பி.1676இல் எழுதும்போது நாட்டில் நிலவும் பரந்த வேறுபாடுகள் குறித்துப் பின்வருமாறு விவரிக்கிறார்: “பணக்காரர்களின் வாழ்க்கைமுறை மிதமிஞ்சிய வகையிலும் மிகப்பெரும் அதிகாரத்துடனும் இருக்க, சாதாரண மக்கள் பெருமளவில் அடிமைப்பட்டும் வறுமையிலும் கிடக்கிறார்கள் — மக்களின் வாழ்க்கையைச் சித்திரிக்கவோ துல்லியமாக விவரிக்கவோ செய்தால், இல்லாமை நிரம்பியிருக்கும் இல்லம் அல்லது கசப்பான துயரங்கள் நிரம்பிய வாழ்விடம் என்று கூறுமளவுக்குப் பரிதாபகரமான நிலையில் வாழ்கிறார்கள்.”[8]

ஃபிரென்ச் வணிகர் கி.பி.1676இல் எழுதுகையில், எப்படி அன்று போலவே இன்றும் மக்களின் அடிமைத்தனத்தை நீடித்திருக்கச் செய்ய மத்திய அரசுக்கு முதல் புகலிடமாக ராணுவச் சட்டம் இருக்கிறது என்பதை விவரிக்கிறார்.

எண்ணிலடங்கா அரசவைகளின் ஆடம்பரத்தைப் பராமரிக்கத் தேவையான பெருஞ்செலவுகளை ஈடுகட்டுதல் மற்றும் மக்களை அடிமைத்தனத்தில் வைத்திருக்கும் பொருட்டு ஒரு பெரும் படையைப் பராமரிப்பதற்கான செலவுகள் ஆகியவை காரணமாகவே நாடு பாழானது. அந்த மக்களின் துயரங்களை விவரிக்க வெறும் வார்த்தைகள் போதாது. வளைத்தடியும், சாட்டையும் அவர்களைத் துன்புறுத்தி மற்றவர் நலனுக்காக இடையறாது உழைக்கச் செய்கிறது; அவர்களுக்கு இழைக்கப்படும் பலவகைக் கொடுமைகள் காரணமாக விரக்தியின் எல்லைக்குத் தள்ளப்பட்டிருக்கிறார்கள். ராணுவப் படைகளின் இருப்பு காரணமாகவே அவர்கள் தப்பிச் செல்வதும் கிளர்ச்சி செய்வதும் தடுக்கப்பட்டிருக்கிறது.[9]

கி.பி.1500களில், குரு நானக் புலம்புகிறார், "இந்தக் காலம் ஒரு கத்தி; அரசர்கள் கசாப்புக் கடைக்காரர்கள்; நீதி சிறகு முளைத்துப் பறந்து தப்பித்துவிட்டது. பொய்மையின் இருள் முழுவதுமாகச் சூழ்ந்திருக்கும் இந்த இரவில், உண்மையின் நிலவு எழுவதைக் காண முடியாது."[10] இன்றைய காந்திகளும், டோக்ராக்களும், சந்தர்களும், சந்துக்களும், பீர்பால்களும், மற்றும் 'சமஸ்கிருதச் சிந்தனையாளர்கள்' பலரும் மீண்டும் ஓர் இழிவான அமைப்பை வலிந்து செயல்பாட்டுக்கு கொண்டு வரும்போது, அன்று இந்தியத் துணைக்கண்டத்தின் இருண்ட நிலை குறித்து நானக் பேசியது துரதிருஷ்டவசமாக இன்றைய சூழலுக்கும் பொருந்திப் போகிறது. அன்று ஜஹாங்கீர் சொன்னதைப்போல, 'மக்களை ஒரு பிடிக்குள் கொண்டுவர வேண்டும்' என்று இன்றைய ஆளும் உயர் வர்க்கத்தினரும் விரும்புகிறார்கள்.

ஆனால், இந்த முறை அரசு திணிக்க விரும்பும் மதம் இஸ்லாம் அல்ல, இந்து மதம். ஆட்சியாளர்கள் பிராமண ஆலோசகர்களோடு கூட்டு சேர வேண்டிய அவசியமில்லை. ஏனெனில், இப்போது ஆட்சியாளர்களே அந்தப் பிராமண ஆலோசகர்கள்தான். சுதந்தர இந்தியா ஓர் சாதி ராஜ்ஜியமாக, ஒரு பிராமண ராஜ்ஜியமாக, ஓர் *இந்துத்துவ* ராஜ்ஜியமாக மாறியிருக்கிறது.

"மக்கள் வாக்களிக்க மட்டுமே முடியும், வேறு ஒன்றும் செய்ய முடியாது என்னும் அளவுக்கு, இந்தியா ஒரு வெற்று வாக்கரசியல் ஜனநாயகம் என்கிற வடிவில் மட்டுமே இருக்கிறது," என்று முடிக்கிறார் டாக்டர் மணீஷா பாங்கர். அனைத்திந்திய பிற்படுத்தப்பட்ட மற்றும் சிறுபான்மைச் சமூகங்களின் பணியாளர் சம்மேளனம் *(BAMCEF)* அமைப்பின் தேசியத் துணைத் தலைவரான அவர் விளக்குகிறார்,

இங்கு சமூக ஜனநாயகம் இல்லை. இந்த நாட்டில் பிரதிநிதித்துவம் இல்லை, அதன் காரணமாகப் பொருளாதார ஜனநாயகமும் இல்லை. நாட்டின் மொத்த மக்கள்தொகையில் உயர்சாதியினர் வெறும் மூன்று சதவிகிதம் மட்டுமே. இந்து மதம் என்னும்

பொய்யான மற்றும் கற்பனையான மதத்தின் பெயர்கொண்டு, பெரும்பான்மை மக்களோடு தங்களை இறுக்கிப் பிணைத்துக் கொண்டார்கள் — அதன் மூலம் இந்து மதத்தின் அடையாளமாக மாறிவிட்டார்கள். சிறுபான்மை பிராமணர்கள் பெரும் வல்லமை கொண்டவர்களாகவும், நாட்டின் அனைத்து நிறுவனங்களையும் கட்டுப்படுத்தக்கூடிய சக்தி படைத்தவர்களாகவும் இருக்கிறார்கள்.[11]

இந்தத் துயரமான உண்மையை நாம் எதிர்கொண்டிருக்கும் காரணத்தால் இதற்கானத் தீர்வுகளைக் கண்டுபிடிக்க வேண்டிய கட்டாயத்திற்கு நாம் தள்ளப்பட்டிருக்கிறோம். இந்தியத் துணைக்கண்டத்தில் மனித மாண்பிற்காக நடத்தப்பட்ட போராட்டத்தின் வரலாற்றைப் புரட்டிப் பார்ப்பதே இதற்காக நாம் செய்ய வேண்டிய முதல் செயல். குரு அர்ஜுன் மற்றும் அவருக்கு முன்பும் பின்பும் வந்த துறவிகளும் சந்தித்த அதே மனிதத்தன்மையற்ற சமூக-அரசியல் அமைப்பின் கீழ் சாதாரண மக்கள் இன்னும் துன்பப்பட்டுக் கிடக்கும் சூழலில், மக்கள் விடுதலை சார்ந்து நாம் அடைந்த எந்தவொரு முன்னேற்றமும் அவர்களுடைய தியாகங்கள் காரணமாகவே நடந்தது என்பதை நாம் நினைவில் கொள்ள வேண்டும்.

எனவே, எளிய மனம் கொண்ட மக்களின் பொருட்டு தங்களது உயிரையும் தியாகம் செய்யக்கூடிய அளவுக்கு எது அவர்களைத் தூண்டியது என்பதை நாம் ஆராய்ந்து பார்க்க வேண்டும். பகத்துகளும் குருக்களும் ஒன்றன்பின் ஒன்றாக குரு நானக் விவரித்த 'அன்பின் விளையாட்டை' விளையாடினார்கள். குரு ராம்தாஸ் பந்த்தின் பொருட்டு உயிர்விட, அர்ஜுனைத் தயார் செய்தார். குரு அர்ஜுன் பந்த்திற்காகப் போரிட, ஹர் கோவிந்தை வளர்த்தெடுத்தார். குரு தேக்பகதூர், குரு கோவிந்த் சிங்கை பந்த்திற்காக அனைத்தையும் தியாகம் செய்யத் தயார் செய்தார் — அவருடைய தாய், அவருடைய மகன்கள், மற்றும் தன்னையும். அவ்வாறு போர்க்களத்திற்காகத் தன் மகனை வளர்த்தெடுக்க எது அந்தத் தந்தையைத் தூண்டியது? மேலும் அவரது பேரனையும், கொள்ளுப் பேரன்களையும் பல தலைமுறைகளாக அவ்வாறு செய்யத் தூண்டியது எது?

அவர்கள் அனைவரும் தங்களது மனவானில் முழங்கிய போர் முரசுக்கு செவி மடுத்தார்கள். தொடர்ந்து மக்களைப் புண்படுத்தும் பொய்யான சமயங்களையும், நேர்மையற்ற அரசியலையும் குறி வைத்து எதிர்த்துப் போராடியதன் மூலம் ஒடுக்கப்பட்ட மக்களின் பாதுகாப்பிற்காக ஓய்வின்றி உழைத்தார்கள். இந்த ஆன்மிகப் போராளிகள் போர்க் களத்திலிருந்து ஒருபோதும் வெளியேறவில்லை, ஏனெனில் அவர்கள் அன்பின் விளையாட்டை விளையாட விரும்பினார்கள்; கீழிலும் கீழாக்கப்பட்டவர்கள் நட்பை நாடிச் சென்ற அவர்கள், கடவுளின் பாதையில் அடியெடுத்து வைக்க தங்களுடைய கைகளில் தங்கள் தலைகளை ஏந்திச் செல்ல வேண்டிய தேவை இருப்பதை உணர்ந்தே ஏற்றுக்கொண்டார்கள்.

எளியவர்களை மேலாதிக்கம் செய்யவும் அடிமைப்படுத்தவும் அதிகாரத்தை வளைக்க முனையும் பலம் மிக்கவர்களுக்கு எதிராக,

இந்த ஆன்மிக நாயகர்கள் நேரடித் தாக்குதலை நடத்தினார்கள். படைத்தவன் பக்கம் நின்று தீமையை அழித்தார்கள்; அதிகாரம் மிக்கவர்களை அரியணையிலிருந்து தூக்கி எறிந்து எளியவர்களையும், பலவீனமானவர்களையும் முன்னேற்றினார்கள். பொய்கள் நிறைந்த உலகில், அவர்கள் உண்மையை மட்டுமே பேசினார்கள். புழுக்களைப் போன்று நடத்தப்பட்ட ஒடுக்கப்பட்ட மக்களுக்கு அவர்கள் சொல்லிக் கொடுத்தார்கள், "ஒளிரும் இறைவனின் பிம்பம் நீங்களே, உங்களுடைய உண்மையான வேர்களை உணர்ந்து கொள்ளுங்கள்."[12]

சீக்கியப் படுகொலைகளை ஆதரித்து ரகசியப் பிரச்சாரம் மேற்கொண்ட இந்திய அரசாங்கத்தை அம்பலப்படுத்திய ஜஸ்வந்த்சிங் கல்ரா, தான் கொலை செய்யப்படுவதற்கு முன்பு இருளை எதிர்த்துப் போராடுவது குறித்துப் பேசினார்.

ஒரு கட்டுக்கதை இருக்கிறது. சூரியன் தனது பயணத்தை முடித்துவிட்டு முதல்முறையாக அஸ்தமிக்கப் போகிறது, ஒளி குறையத் தொடங்கி இருளின் அடையாளங்கள் தோன்றுகின்றன. சூரியன் அஸ்தமிக்கப் போகிறது, இருள் சூழப் போகிறது, எவரும் எதையும் இனி பார்க்க முடியாது என்ற புலம்பல்கள் மிக அதிகமாகக் கேட்டதாகச் சொல்லப்பட்டது. நமக்கு என்ன நேரும்? அனைவரும் கவலையில் தோய்ந்திருக்க, சூரியனும் மறைந்தது. தனது வலிமையை வெளிப்படுத்த, இருள் பூமியின் மீது காலடி எடுத்து வைத்தது. ஆனால் ஒன்று சொல்லப்பட்டது — வெகுதூரத்தில், குடிசை ஒன்றிலிருந்து ஒரு சிறிய விளக்கு தன் தலையை நீட்டியது. அது அறிவித்தது: "நான் இருளுக்குச் சவால் விடுகிறேன். வேறெங்கும் இல்லாவிட்டாலும், என்னைச் சுற்றியுள்ள வட்டத்திற்குள் மட்டுமாவது அந்த இருள் தங்க நான் அனுமதிக்க மாட்டேன். என்னைச் சுற்றி நான் ஒளி ஏற்படுத்திக்கொள்வேன்." அந்த ஒரு விளக்கைக் கண்டு, சுற்றியிருந்த மற்ற குடிசைகளிலிருந்தும் பல விளக்குகள் எழுந்ததாகச் சொல்லப்பட்டது. மக்கள் நன்றாகப் பார்ப்பதற்கு ஏதுவாக, இந்த விளக்குகள் இருள் பரவாமல் தடுத்து நிறுத்தியதைக் கண்டு உலகம் வியந்துபோனது.[13]

பகத்துகளும் குருக்களும் இருளை எதிர்த்து அறைகூவல் விடுத்தார்கள். சாதி ஒரு பொய் என்று போதித்தார்கள். கடவுள் ஒவ்வொரு மனிதனையும் சுதந்தரமானவனாகவும், முன்னேறியவனாகவுமே படைத்திருக்கிறார். அரசியல் ரீதியாகவும் சமூக ரீதியாகவும் பிறப்பால் அனைவரும் சுதந்தரமானவர்களே. பொய்யான சமயங்களும், நேர்மையற்ற அரசியலும் நம்மால் ஒழிக்கக் கூடியவையே. 'நாம் செல்லலாம்,' மண்ணின் மகன்களுக்கும் மகள்களுக்கும் அவர்கள் கூறினார்கள். 'நாம் பிரிந்து செல்லலாம்.' இறுதியாக அவர்கள் குரலற்றவர்களுக்குக் குரலைத்

தந்தார்கள், நம்பிக்கையற்றவர்களுக்கு நம்பிக்கையை அளித்தார்கள், அதிகாரம் இல்லாதவர்களுக்கு அதிகாரத்தை வழங்கினார்கள், இழிவு செய்யப்பட்டவர்களுக்கு கௌரவத்தையும் இருக்கை இல்லாதவர்களுக்கு அரியணையையும் அளித்தார்கள்.

மனிதநேயமற்ற சமூக-அரசியல் அமைப்பு உள்ள இடத்தில், பேகம்புரா என்னும் தொலை நோக்குப் பார்வையால் உந்தப்பட்டு சுதந்தர அரசியலை அடிப்படையாகக் கொண்டு உருவாக்கப்பட்ட ஒரு சமூகத்தை அறிமுகம் செய்தார்கள். பூரண் சிங் எழுதுகிறார்,

> மரணத்திலிருந்து உயிர் பெற்று எழுந்த எந்த ஒரு மனிதனின் அல்லது ஒரு சமூகத்தின் ஆன்மாவும், அரசியல் அடிமைத்தனத்தையும் அல்லது அநீதியான சட்டங்கள் மற்றும் விதிகளுக்கு ஒரு சமூகமாக அடிமைப்பட்டுக் கிடப்பதையும் சகித்துக் கொள்ளாது. அனைத்து சமூக அநீதிகளையும், வறியவர்கள் மீது சுமத்தப்படும் எல்லா தவறான வரி விதிப்புகளையும், மேலும் மனிதனுக்கு மனிதனே அடிமைப்படுத்தும் எல்லாவற்றையும் எதிர்த்துப் போராடுவது என்கிற அடிப்படையிலான அரசியலே குருக்களின் 'அரசியலாக' இருந்தது. விடுதலையின்றி எந்தவொரு உண்மையான மதமும் அல்லது கலையும் எங்கும் மலர முடியாது. சுதந்தரம் தவறும்போது மனித அன்பும் சிதைந்து போகும்.
>
> சுதந்தரமே உண்மையான கலாசாரத்தின் சுவாசம். குருக்களால் வளர்த்தெடுக்கப்பட்ட சீக்கியர்கள் சுதந்தரத்திற்காகப் போராடினார்கள். அவர்கள் தோற்கடிக்கப்பட்டார்கள், மறுபடியும் தோற்கடிக்கப்படலாம்; விடுதலைக்கான எல்லா முயற்சிகளும் தோல்வியில் தான் முடியும். ஆனால் விடுதலைக்கான அவர்களுடைய போராட்டமே, குருக்கள் அவர்களுக்குள் இருந்த புதிய ஆன்ம உணர்வை விழித்தெழச் செய்ததன் அடையாளமாகும்.[14]

இந்த ஆன்மிக நாயகர்களின் வாழ்க்கையும் பயன்களும் அவர்கள் விட்டுச் சென்ற பாரம்பரியமும் பழங்குடிகளின் உளச்சான்று கொடுத்த அழுத்தத்தின் காரணமாகவே நிகழ்ந்தன. எந்த ஒரு போராளியும் அல்லது நிறுவனமும் மனிதத் தன்மையற்ற அமைப்புகளுக்கு எதிராக உண்மையான அறைகூவலை முன்னெடுக்க விரும்பினால், இந்திய விடுதலைப் போராட்டத்தின் இந்த வரலாற்றைப் புறக்கணித்துவிட்டுச் செல்ல முடியாது. நமது கடந்த காலத் தியாகங்களிலிருந்து நாம் கற்றுக்கொள்ளத் தவறினால் நிகழ்காலப் போராட்டங்களால் ஒரு பயனும் இல்லை. விடுதலையின் கூண்டு வண்டியை முன்னிழுத்துச் செல்லும் நமது நோக்கத்தைத் தொடரும் இந்த நேரம், நாம் இதையும் கேட்க வேண்டும்: கால்சா தற்போது எங்கே இருக்கிறது?

போர் முரசு முழங்குவது உங்கள் மனவானில் கேட்கிறதா? நீங்கள் இலக்கை நோக்கிக் குறி வைப்பீர்களா? நீங்கள் துண்டுதுண்டாக

வெட்டப்பட்டாலும் போர்க்களத்திலிருந்து வெளியேற மறுப்பீர்களா? நீங்கள் இருளுக்குச் சவால் விடுவீர்களா? நீங்கள் உங்களைச் சுற்றி ஒளியை நிலை நாட்டுவீர்களா?

போராட இதுவே சமயம். ஒடுக்கப்பட்டவர்கள் தங்களுடைய மனித மாண்பை உணர வேண்டும். விடுதலை பெற்ற மக்களாக வாழும் துணிவைக் கற்க வேண்டும். சாதாரண மனிதனுக்குமுள்ள மேன்மையை உணர வேண்டும். ஒருவரது மனம் கடவுளின் அன்பால் நிரம்பியிருந்தால் அவர் வறியவராக இருந்தாலும், இந்த ஒட்டுமொத்த உலகிற்கும் அரசனாகலாம் என்னும் விடுதலைச் செய்தியை அடிமைப்படுத்தப்பட்ட மக்கள் செவிமடுக்க வேண்டும். அன்பின் விளையாட்டை விளையாடியபடி தாழ்த்தப்பட்டவரிலும் தாழ்த்தப்பட்டவரோடு நட்பில் கைகோத்து, கடவுளின் பாதையில் அடியெடுத்து வைப்பவரெல்லாம் தங்களுடைய தலைகளைக் கைகளில் ஏந்தியவாறு அதைச் செய்ய வேண்டும். குரு நானக் போதித்ததுபோல இறைவனுக்கு உங்களுடைய தலையை அளித்து விடுங்கள், மற்றவரின் கருத்துகளில் கவனம் செலுத்தாதீர்கள்.

இந்தியாவின் துன்புறுத்தப்பட்ட சமூகங்கள் தங்களது சமூகப் பாரம்பரியத்தை அங்கீகரித்து, ஒன்றிணைந்து உரையாடி, பேகம்புராவை மீண்டும் கட்டியெழுப்புவதற்கான வழியைக் கண்டறிய வேண்டும். அடித்தட்டு மக்களை விடுவிக்கவும், ஒடுக்கப்பட்ட மக்களின் இடர் நீக்கவும், விலக்கப் பட்டவர்களைத் தழுவிக்கொள்ளவும் முன்வரும் வழிகாட்டிகளோடு இணைந்து செயல்பட வேண்டியது இப்போது நம்முடைய முறை. குரு அர்ஜுன், குரு தேக்பகதூர் மற்றும் குரு கோவிந்த் சிங் போல, அவர்களுக்காக நம்முடைய உயிர்களையும் தர முன் வருமளவுக்கு நாம் மற்றவர்களை நேசிக்க வேண்டும். பாதை குறுகலாகவும் துரோகங்கள் நிரம்பியதாகவும் இருக்கிறது, ஆனால் விடுதலைக்கு இது ஒன்று மட்டுமே வழி.

மேற்கோள் ஆவணங்கள்

1 Macauliffe. Religion (vol. 1). lvii.
2 Singh, Puran. Open Letter to Sir John Simon. October 21, 1928. Full text available at globalsikhstudies.com and archive.org. Introduction by Dr. Baldev Singh.
3 Ibid. Body of letter.
4 Theertha. History. 276.
5 Carson, Clarence. The Beginning of the Republic: 1775-1825 (A Basic History of the United States Vol. 2). Wadley: American Textbook Committee. 1984. 2.
6 Roy, Arundhati. "R. Parekh Annual Lecture." A Conference on Democracy and Dissent in China and India. University of Westminster. June 2, 2011.
7 Eraly. Mughal. 520.
8 Pelsaert. India. 60.
9 Tavernier. Travels. 230.
10 Granth. 145.
11 Valmuci, Arvin. "Anglican Church Hosts Indian Human Rights Leader to Discuss Religious Persecution." sikh24.com. May 26, 2017.
12 Granth. 441.
13 Khalra. "Speech."
14 Singh, Puran. Volume One, Part II of Spirit of the Sikh. Patiala: Punjabi University, Patiala. 1980. 2-3.

முடிவுரை

சமூகத்தை வடிவமைக்க எண்ணங்கள் மிக முக்கியமானவை. உண்மையில் அவை துப்பாக்கிகள், குண்டுகள் அல்லது படைகளைவிட மிகச் சக்தி வாய்ந்தவை. ஏனென்றால் எண்ணங்கள் எல்லையின்றிப் பரவக்கூடியவை. நாம் எடுக்கும் எல்லா முடிவுகளுக்கும் பின்னே இருப்பவை அவை. அரசுகளும் படைகளும்கூட செய்ய முடியாத வகையில் இந்த உலகை மாற்றக் கூடியவை அவை. விடுதலைக்கான போராட்டத்தில் துப்பாக்கிகள் அரசியல் அல்லது அரசியல் அதிகாரம் ஆகியவற்றைக்கொண்டு போராடுவதைக் காட்டிலும் எண்ணங்களை ஆயுதமாகக் கொண்டு போராடுவதே பலன் தரும் என்பது என் எண்ணம். எண்ணங்களைக் கொண்டு காலங்கள் கடந்தும் நிலைத்திருக்கும் உண்மையான மாற்றங்களை நாம் ஏற்படுத்தலாம்.

– அமெரிக்கப் பிரதிநிதிகள் சபை உறுப்பினர் ரான் பால்

பகத்துகளின் வருகைக்குப் பின்னர், சீக்கிய குருக்கள் அடிமைப் பட்டுக்கிடக்கும் ஆதிவாசிகளுக்கு ஒரு விரிவான கோட்பாட்டுத் தீர்வை வெற்றிகரமாக நிறுவனமயப்படுத்தினார்கள். அவர்கள் அனைத்துப் பின்புலங்களிலுமிருந்து மக்களை ஒருங்கிணைத்தார்கள் — எளிய மனம் கொண்ட இந்துக்கள் மற்றும் முட்டாள் மூட இஸ்லாமியர்கள் (ஜஹாங்கீரின் சொற்களில்) என அனைவரையும் ஒன்றிணைத்து, குரு அர்ஜுன், சூஃபி இஸ்லாமியத் துறவியான மியான் மிர்ரை அழைத்து ஹர்மந்திர் சாஹிப் கட்டடத்தின் அடிக்கல்லை நாட்டும் அளவுக்கு ஒரு சமத்துவ சித்தாந்தத்தை உருவாக்கினார்கள். மற்ற சுதந்தர இயக்கங்கள் இந்தியாவை முகலாயர்கள் மற்றும் ஆங்கிலேயர்கள் ஆக்கிரமித்திருந்த காலத்தில் தோன்றியபோது, தாழ்த்தப்பட்டவர்களை உயர்த்தும் ஒரே நோக்கத்தோடு — அந்த நோக்கத்தைச் செயல்படுத்தியதற்காக எதிர்ப்பு, சித்திரவதைகள், மற்றும் பல தொடர் துன்புறுத்தல்கள்

ஆகியவற்றை எதிர்கொண்டு — தோன்றிய இயக்கமே சீக்கியப் புரட்சி ஆகும்.

குரு அர்ஜுன் ஒடுக்கப்பட்ட மக்களின் விடுதலைக்காகப் போராடினார். அவர் விடுதலையின் கூண்டு வண்டியை முன்னிழுத்துச் சென்றார். மனித மாண்பிற்கான போராட்டத்தில் அவர் என்ன விலை கொடுக்கவும் தயாராக இருந்தார் — இறுதியில், அவர் மிகப் பெரிய விலையைக் கொடுக்கவும் செய்தார்; தனது உயிரைத் தியாகம் செய்தார். அதேபோல, குரு தேக்பகதூர் தனது தலையை ஈந்தார். குரு கோவிந்த் சிங் தன்னுடைய நான்கு மகன்களையும் தாயையும் அளித்ததோடு, இறுதியாகத் தன்னுயிரையும் தந்தார். தொடக்கம் முதல் இறுதிவரை போராட்டக் காலத்தின் எல்லா நிலையிலும் குருக்களோடு பெண்களும் இளம் பிள்ளைகளும்கூட இணைந்து கொண்டார்கள்; வீரமும், ஆன்ம பலமும் நிரம்பிய வாழ்க்கையை வாழ்ந்த அவர்கள் பெரும் தியாகங்களைச் செய்தார்கள். இந்த மக்கள் என்ன போதித்தார்களோ அதன்படியே வாழ்ந்தார்கள். அவர்கள் வெறுமனே பேச மட்டும் செய்யவில்லை, பேசியபடி நடக்கவும் செய்தார்கள். அவர்கள் இந்த உண்மைகளைப் போதிக்க மட்டும் செய்யவில்லை, அவற்றை அச்சமின்றிப் பின்பற்றவும் செய்தார்கள்.

இந்த மனிதர்களின் உதாரணத்தைப் பின்பற்றக்கூடிய தலைவர்கள் எங்கே இருக்கிறார்கள்? கால்சா எங்கே இருக்கிறது? இந்தக் குழப்பமான உலகில், உண்மையான தலைமையை நாம் எவ்வாறு கண்டுணர்வது?

இந்தியாவில் உண்மையான, நேர்மையான மாற்றத்தைக் கொண்டுவர வேண்டும் என்று கூறும் எவரும், வேறொன்றும் செய்யாவிட்டாலும், பழங்குடியினரின் முன்னோர்களது வரலாற்றை மட்டுமாவது அடையாளம் கண்டு அங்கீகரிக்க வேண்டும். அதுவே அவர்களுக்கான அமிலச் சோதனையாக இருக்கும். ஒரு துல்லியமான எதிர்காலத்தை ஆவணப்படுத்த நமது கடந்த காலத்தை அங்கீகரிப்பதும், அந்தக் கடந்தகாலம் எவ்வாறு இந்தியாவின் தற்காலச் சூழலுக்கு வழிவகுத்தது என்பதைத் தெரிந்து கொள்வதும் மிக முக்கியம்.

விடுதலை மற்றும் சமத்துவத்துக்கான போதனைகளை பகத்துகள் அறிமுகம் செய்தார்கள். குருக்கள் அந்த போதனைகளை விரிவுபடுத்தி மனித மாண்பிற்கான போராட்டத்தை நிறுவனமயப்படுத்தினார்கள். இதன் காரணமாகவே, ஆளும் உயர் வர்க்கம் ஆதிவாசிகளின் எழுச்சியை நசுக்க முயற்சி செய்தும் முடியாமல் போனது.

சீக்கிய சாம்ராஜ்யம் வரலாற்றின் ஒரு பிரகாசமான புள்ளியாக இருந்தது. ஆனால் மகாராஜா, அதிகாரத்தை ஒற்றை நபரின் கைகளில் மட்டுமே வைத்துக்கொண்டு அதை ஒரு குடியரசாக உருவாக்கத் தவறிய காரணத்தால் அது வீழ்ச்சியடைந்தது. குருக்களின் உதாரணத்தைப் பின்பற்றி, 19 மற்றும் 20ஆம் நூற்றாண்டின் துறவிகள் பல வழிகளில், லட்சக்கணக்கான மக்களின் வாழ்க்கையை மேம்படுத்தினார்கள்.

நூற்றாண்டுகளாக நீடித்த அந்நிய ஆட்சியிலிருந்து இந்தியா சுதந்தரம் பெற்றது, ஆனால் விடுதலையை அடையத் தவறிவிட்டது. சுதந்தரம் இல்லாத சுயராஜ்ஜியம் மட்டுமே வந்தது. சுதந்தர இந்தியா தனது மண்ணின் மகன்களையும் மகள்களையும் ரத்தம் சிந்த வைத்தது — இன்றும் தொடர்ந்து ரத்தம் சிந்த வைக்கிறது. இந்திய மண்ணில் பிராமணியம் தனது வேர்களை ஆழமாக ஊன்றியிருக்கிறது. இந்த நாட்டுக்குத் தேவை நம்பிக்கை மற்றும் மாற்றம்.

இந்தியக் குடியரசின் இரு பிரதான அரசியல் கட்சிகளின்கீழ் மதச் சிறுபான்மையினர் மற்றும் புராணரீதியாகத் தாழ்ந்த சாதியாக அல்லது விலக்கப்பட்டவர்களாகக் கருதப்படும் மக்கள், அரசு உதவியுடன் நடத்தப் படும் படுகொலைகள் என்னும் கடுமையான நோய்க்குறி மற்றும் அரசு அனுமதியுடன் நிகழும் இனபேதம் என்னும் நீடித்த நோய்க்குறி என இரண்டையும் தொடர்ந்து எதிர்கொண்டு சகித்துக் கடந்து வாழ்ந்து வருகிறார்கள். இவை அவர்களை இரண்டாம் தரக் குடிமக்கள் என்னும் நிலைக்குத் தள்ளுகின்றன. இந்திய தேசிய காங்கிரஸின் அதிகாரப்பூர்வமற்ற தலைமையாக இருந்த மோகன்தாஸ் காந்தி, விரிவாக்கப்பட்ட இந்து மதம் என்னும் கொள்கையை அங்கீகரித்தார். பாரதிய ஜனதா கட்சி அந்தக் கொள்கையை ஏற்றுக்கொண்டு அதற்காகப் போராடவும் செய்தது. இதன் மூலம் இந்தியாவை (அவர்கள் இப்போது 'பாரத்' என்று அழைக்கிறார்கள்) அதிகாரப்பூர்வமாக 'இந்து ராஷ்டிரம்' — ஒரு இந்து தேசம் — என்று அறிவிக்கும் தங்களது குறிக்கோளை அக்கட்சி முன்னெடுக்கிறது.

ஜூன் 2017இல், 150 இந்து தேசிய அமைப்புகள் ஒன்றுகூடி இந்தக் குறிக்கோள் குறித்து ஆலோசிக்க கோவாவில் ஒரு மாநாட்டை நடத்தினார்கள். இந்த மாநாடு இந்து ஜன ஜாக்ருதி சமிதி (*HJS*) என்ற அமைப்பால் ஏற்பாடு செய்யப்பட்டிருந்தது. இந்த அமைப்பின் அறிவிக்கப்பட்ட நோக்கம், இந்து தர்மத்தை மீண்டும் ஆளுகைக்குக் கொண்டு வருவது; அதாவது, இந்து தேசத்தை நிறுவுவதாகும். இந்து ஜன ஜாக்ருதி சமிதியின் கூற்றுப்படி, "பாரதம் என்னும் புனித பூமியின் சரிவை உடனடியாக நிறுத்தி அதன் கடந்தகாலப் புகழை மீட்டெடுக்க, பாரதத்தில் தர்மத்தை மீண்டும் நிலைநாட்ட வேண்டியது மிக முக்கியம்." இந்தியப் பத்திரிகையாளர் சமர் ஹாலங்கார் விளக்குகிறார், அந்த மாநாட்டின் முக்கிய நிகழ்ச்சி நிரல்:

> *இந்து தர்மம் (கடமை) குறித்த 'விழிப்புணர்வை' உருவாக்குவது எப்படி, அதாவது இந்துக் கலாசாரத்தின்படி எப்படி வழிபடுவது, எப்படி உடுத்துவது, ஒருவர் தன் தலையை எப்படி வாருவது என்பது உட்பட்ட பாடங்களையும், 'பாரதிய ஜனநாயகம் வீணாகப் போவது' குறித்தும்; இந்தியாவை இஸ்லாமியமயப்படுத்தும் சதித் திட்டத்தின் ஒரு பகுதியாக இந்துப் பெண்களை மணமுடித்து மத மாற்றம் செய்யும் இஸ்லாமிய ஆண்களின் 'லவ் ஜிகாத்' முயற்சிகளை எவ்வாறு எதிர்கொள்வது; கிறித்துவர்கள்*

செய்யும் மத மாற்றங்கள் மற்றும் இந்துக்களுக்கு எதிரான மற்ற தரப்பினரின் செயல்கள் குறித்தும்; கழிகள், கவண்கள் மற்றும் நுன்ச்சாக்கு எனப்படும் தற்காப்புக்கலை உபகரணங்கள் ஆகியவற்றைக் கொண்டு தங்களைக் காத்துக்கொள்வது எப்படி — அதற்குண்டான 'பயிற்சியாளர்கள்' இருக்கிறார்கள் — (இதுபோன்ற ஆபத்தான பொருட்கள் குறித்துப் பேசுவதே தேவையில்லாத கவனத்தைக் கவரும், ஆனால் சமிதியின் துணையுடன் நிழல் அமைப்பான சனாதன் சன்ஸ்தா தாங்களே உருவாக்கிய வெடி மருந்து உபகரணங்களைப் பயன்படுத்தி சில செயல்களில் ஈடுபட, 2016இல் மஹாராஷ்டிரா அரசாங்கம் இதற்குத் தடை செய்தது.); அடிமை அடையாளங்களை எதிர்ப்பது எப்படி, அதாவது காதலர் தினக் கொண்டாட்டங்களை நிறுத்துவது முதல் அவுரங்காபாத் மற்றும் உஸ்மானாபாத் போன்று சில நகரங்களின் பெயர்களை மாற்றுவது வரை; கோவில்களைக் காப்பது எப்படி என்பதோடு, மிக முக்கியமாகப் பசுப் பாதுகாப்பும் நிகழ்ச்சி நிரலில் இடம்பெற்றிருந்தது.

இந்து அமைப்புகள் 'பசுக்களை' சமூகத்தின் மிக உயர்ந்த நிலைக்குத் தரம் உயர்த்தியிருப்பது, இருபத்தோராம் நூற்றாண்டின் இந்திய அரசியலில் முதன்மையான பிரிவினைவாதப் பிரச்சனையாக உருவெடுத்திருக்கிறது. பசுவை தேசிய மிருகமாக அறிவிக்க வேண்டும், பசுஞ்சாணம் மற்றும் கோமியம் ஆகியவற்றின் மருத்துவ குணங்களைக் குறித்துப் பரப்புரை செய்து அதன் பயன்பாட்டை ஊக்குவிக்க வேண்டும் (அரசாங்கச் செலவில்), மேலும் இறைச்சிக்காகப் பசுக்கள் கொல்லப்படுவதை நாடு முழுவதும் தடை செய்யும் சட்டம் கொண்டு வர வேண்டும் என்றும் இந்து தேசியவாதிகள் கோருகிறார்கள். இந்துத்துவ ஆதரவாளர்கள் எண்ணிலடங்கா இந்தியப் பசுப் பாதுகாப்பு அமைப்புகளை *(பாரதிய கௌ ரக்ஷா தல்)* ஏற்படுத்தி, பசுக்களைச் சரியான முறையில் பாதுகாக்கத் தவறியதாகச் சந்தேகப்படும் நபர்களைக் குறி வைத்துத் தாக்க, பசுக்காவலர்களைப் பணியில் அமர்த்தினார்கள். இதன் விளைவாக அனைத்து இஸ்லாமியர்கள் மற்றும் பழங்குடியினர் உட்பட பல்வேறு மக்கள், பசுக்களைக் கொண்டு சென்றது, இறைச்சிக்காகப் பசுக்களைக் கொன்றது, மேலும் மாட்டிறைச்சியை வீட்டில் வைத்திருந்தது ஆகிய காரணங்களுக்காக விசாரணையின்றிக் கொல்லப்பட்டார்கள். வீட்டில் மாட்டிறைச்சியை வைத்திருந்ததாக வெறும் சந்தேகத்தின் பேரிலேயே பல கொலைகள் அரங்கேற்றப்பட்டன. பல வழக்குகளில் அந்தச் சந்தேகம் தவறானது என்று பின்னர் நிரூபிக்கப்பட்டது.

இதனிடையே, ஒடுக்கப்பட்ட மக்கள் உண்மையான தலைமைக்காக ஏங்கி நின்றார்கள். இந்தியத் திருநாட்டின் பெருந்திரள் அரசியல் கட்சிகள் எதிலும் அவர்கள் தங்களது தலைமையை அடையாளம் காணவில்லை. டாக்டர் மணீஷா பாங்கரின் கூற்றுப்படி,

இந்திய தேசிய காங்கிரஸ், இந்திய கம்யூனிஸ்ட் கட்சி மற்றும் ஆம் ஆத்மி கட்சி ஆகியவற்றின் போலி தேசியவாதத்துக்கும் பாஜக மற்றும் ஆர்எஸ்எஸ் (ராஷ்ட்ரிய ஸ்வயம் சேவக்) பரப்பும் இந்துத்துவா வகை தேசியவாதத்திற்கும் பெரிய வித்தியாசமில்லை. பிந்தையது மிருகத்தனமான ஒன்று என்றால், முந்தையது மெதுவான விஷத்தை ஒத்தது.

இவ்வாறான நிலையில் இந்தியாவின் மதச்சார்பற்ற முற்போக்கு வாதிகள் என்று அழைக்கப் படுபவர்கள், தற்போது நிலவும் நாட்டின் மிக மோசமான சமூகப் பொருளாதாரச் சூழலில், புரட்சிகரமான மாற்றங்களைக் கொண்டு வரக்கூடிய சக்தியாக இருப்பார்கள் என்பது சாத்தியமில்லை. மேற்புறத்தில் அவர்கள் பாஜக மற்றும் ஆர்.எஸ்.எஸ் ஆகியவற்றின் வலதுசாரி அரசியலுக்கு எதிர்ப் பக்கத்தில் நிற்பதாகத் தெரிந்தாலும், வெறும் ஓர் அடுக்குக்குக் கீழே அவர்கள் சாதி/வர்ணம் என்னும் படிநிலைப் பாகுபாடு முறைக்கு முழு ஆதரவாக நிற்கிறார்கள். அவர்கள் அனைவரும் பிற்படுத்தப்பட்ட வகுப்பினரைப் பிரதிநிதித்துவப்படுத்தும் கொள்கைக்கு எதிராக இருக்கிறார்கள். மேலும், வளர்ந்துவரும் சுதந்தரப் பழங்குடியின வெகுமக்களின் அரசியல் தலைமைத்துவத்திற்கும் எதிராக நிற்கிறார்கள். இதற்குக் காரணம், வலதுசாரிகளான பிராமண அடக்குமுறையாளர்கள் போலவே இந்த மதச்சார்பற்ற முற்போக்காளர்களும் அதே உயர்சாதியில் இருந்து வருவதே.[2]

இந்தப் பிரச்சனைகளை எல்லாம் கருத்தில்கொண்டு, இந்தியர்கள் பலர் நாட்டை விட்டு வெளியேறி பல்வேறு வெளிநாடுகளில் அடைக்கலம் புகுந்துள்ளனர். கடந்த நூற்றாண்டு தொடங்கி, மேற்கத்திய உலகம் லட்சக்கணக்கான பழங்குடியினருக்குப் புகலிடமாக மாறியிருக்கிறது. பஞ்சாபின் சீக்கியர்கள் முதன்முதலில் 1899இல் அமெரிக்காவில் குடியேறியதன் மூலம், மற்ற இந்தியர்களும் அமெரிக்காவில் நிரந்தரமாகக் குடியேறி வாழ வழியமைத்துத் தந்தார்கள். அவர்கள் 1912இல் கலிஃபோர்னியாவின் ஸ்டாக்டன் நகரில் ஒரு *குருத்வாராவை* நிர்மாணித்தார்கள் – அதுவே அந்த நாட்டின் முதல் சீக்கிய வழிபாட்டுத் தலமாகும். பாபா ஜவாலாசிங் மற்றும் பாபா விசாகா சிங் ஆகியோரால் நிறுவப்பட்ட ஸ்டாக்டன் *குருத்வாரா*, கதர் கட்சியின் உருவாக்கத்துக்கு முக்கியப் பங்கு வகித்தது. அந்தக் கதர் கட்சியே ஆங்கிலேய ஏகாதிபத்தியத்திற்கு எதிரான தொடர் எதிர்ப்புப் பிரச்சாரத்தை முதன்முதலாக ஒருங்கிணைத்தது. 1984க்கு பின்னர், ஹர்மந்திர் சாஹிப்பிற்குள் அத்துமீறி நுழைந்து தாக்குதல் நடத்தியதன் விளைவாக அரங்கேறிய தொடர் சம்பவங்களில் ஆயிரக்கணக்கான சீக்கியர்கள் டெல்லி வீதிகளில் ஆளும் அரசாங்கத்தால் கொன்று குவிக்கப்பட்டபோது சிறு தாரையாகத்

தொடங்கிய சீக்கியர்களின் அமெரிக்கக் குடியேற்றம் (கனடா மற்றும் இங்கிலாந்துக்கும்), பின்பு பெருவெள்ளமாக உரு மாறியது.

இந்தியர்களின் அமெரிக்கக் குடியேற்றத்திற்கு முன்னோடியாக இருக்கும் சீக்கியர்கள் அங்கு சென்றபோது, ஒரு சுதந்தர சமூகத்தின் முழுமையான உறுப்பினர்களாக ஆரத் தழுவி வரவேற்கப்பட்டார்கள். அந்தச் சமூகம் அடிப்படை மனித உரிமைகளைப் பாதுகாப்பதோடு மட்டுமல்லாமல் அவற்றைக் கொண்டாடக்கூடிய ஒரு பல்கலாச்சாரச் சமூகமாக இருந்தது. அனைவரும் சமமாகவே படைக்கப்பட்டிருக்கிறார்கள் என்னும் கொள்கையின் அடிப்படையில், கட்டமைக்கப்பட்ட ஒரு நாட்டை அவர்கள் தங்களது வாழ்விடமாக அமைத்துக்கொண்டார்கள். சீக்கியர்கள் அந்த மண்ணில் குடியேறிய பின்னர், அமெரிக்காவின் அடித்தளக் கொள்கைகளுக்கும் சீக்கிய குருக்களின் அடிப்படை நோக்கத்திற்கும் உள்ள ஒற்றுமையை அந்நாட்டின் அரசியல் தலைவர்கள் அடையாளம் கண்டதோடு மட்டுமல்லாமல் அதை வெளிப்படுத்தவும் செய்தார்கள்.

உதாரணமாக, 2012இல் அமெரிக்க-சீக்கிய சமூகம் அதன் நூற்றாண்டு நிறைவைக் கொண்டாடியது. கலிஃபோர்னியா மாகாணத்தின் அமெரிக்கப் பிரதிநிதிகள் சபை உறுப்பினர் டாம் மெக்லின்டாக், சீக்கிய சமயத்தின் அடிநாதமாக விளங்கும் விடுதலைச் சித்தாந்தத்தை அங்கீகரித்துப் பேசினார்.

> நெடுங்காலத்திற்கு முன்பு சில குடும்பங்களாலான ஒரு சிறிய குழு, மத சகிப்புத்தன்மை மற்றும் பொருளாதாரச் சுதந்தரம் ஆகியவற்றைத் தேடி ஒரு பெருங்கடலைக் கடந்து வந்த கதை இது; மக்கள் தங்களது உழைப்பின் பலனைச் சுதந்தரமாக அனுபவிக்கக்கூடிய ஒரு மண்ணைத் தேடி, தங்கள் பிள்ளைகளைத் தங்களுடைய சொந்த விழுமியங்களின்படி வளர்க்கவும், தங்களுடைய மத நம்பிக்கைகளை வெளிப்படையாகக் கடைப்பிடிக்கவும், பழிவாங்கப்படுவோம் என்ற பயமின்றித் தங்கள் எண்ணங்களை வெளிப்படுத்தவும், தங்களது வாழ்க்கையை அதிகாரம் மிக்கவர்களின் விருப்பத்திற்கும் ஆணைக்கும் இணங்கி வாழாமல் தங்களின் சொந்த மதிப்பீடுகளின்படி வாழ வேண்டும் என்று நாடி வந்தவர்களின் கதை.
>
> இதுவே, ஒரு சுதந்தர மண்ணில், தங்கள் வாரிசுகளுக்கான சிறந்த எதிர்காலத்தைத் தேடி, 1620இல் மேஃபிளவர் என்ற கப்பலில் பயணித்து அட்லாண்டிக் பெருங்கடலைக் கடந்து அமெரிக்காவிற்கு வந்த பயணிகளின் கதை. இதுவேதான் ஒரு நூற்றாண்டுக்கு முன் ஸ்டாக்டன் *குருத்வாரா* சாஹிப்பை நிர்மாணித்த பாபா விசாகா சிங் மற்றும் பாபா ஜவாலா சிங் போன்ற பயணிகளின் கதையும், மேலும் அன்று முதல் அவர்களைப் பின்பற்றி வந்த அனைவரின் கதையும் இதுவே.

நூற்றைம்பது ஆண்டுகளுக்கு முன்னர் ஆப்ரஹாம் லிங்கன் சொன்னார், அமெரிக்காவில் வாழும் பலர் தங்களுடைய குடும்பங்களின் அடிச்சுவடுகளைத் தேடிச் சென்றால் அது அமெரிக்கா நிர்மாணம் செய்யப்பட்டது முதல் தொடங்கும். அதேசமயம், அதற்குப் பின் வந்த பலரது மூலம் அவ்வாறு இருக்காது. ஆனால் அவர் சொல்கிறார், "அவர்கள் பழைய அமெரிக்க சுதந்தரப் பிரகடனத்தை உற்றுநோக்கி 'எல்லா மனிதர்களும் சமமாகவே படைக்கப்பட்டார்கள் என்ற உண்மையை நாம் உணரலாம்,' என்று அந்தக் கிழவர்கள் சொல்லியிருப்பதைக் காண்கிறார்கள். மேலும் அந்தக் காலத்தில் போதிக்கப்பட்ட உணர்வுப்பூர்வமான தார்மீகக் கருத்துகளின் மூலம் அந்த மனிதர்களுடனான தங்களது தொடர்பையும், அதுவே தங்களுக்குள் இருக்கும் அனைத்து தார்மீகக் கொள்கைகளுக்கும் தலையாயது என்றும் உணர்கிறார்கள். மேலும், அந்த விடுதலைப் பிரகடனத்தை எழுதிய மனிதர்களுடன் தாங்கள் ரத்தத்துக்கு ரத்தமும் சதைக்கு சதையுமானவர்கள்போல அதைத் தங்களுடையதாகக் கோரும் உரிமை கொண்டவர்கள் அவர்கள்."

சீக்கிய மதத்தைப்போல அமெரிக்க சுதந்தரப் பிரகடனத்திற்கு ஒத்திசைவான மற்றொரு மதம் இருக்க முடியாது.

இரண்டுமே பிரபுத்துவம் மற்றும் சமூக அந்தஸ்து போன்ற எண்ணங்களை நிராகரிக்கின்றன; மாறாக, ஒவ்வொரு தனி நபரும் அவனது அல்லது அவளது குணம் மற்றும் தகுதியின் அடிப்படையிலேயே மதிக்கப்பட வேண்டும் என்று சொல்கிறது.

அரசாங்கத்திடமிருந்து அல்லாமல், 'இயற்கையின் விதிகளிலிருந்தும், இயற்கையின் கடவுளிடமிருந்தும்' கிடைக்கும் அந்நியப்படுத்தமுடியாத உரிமைகளைச் சமமாகக் கோரும் உரிமையுடன் பிறந்தவர்கள் நாம் என்னும் தனித்துவமான கருத்தை இரண்டுமே ஆதரிக்கின்றன. மாறாக, இறைவனால் அளிக்கப்பட்ட இந்த உரிமைகளைப் பாதுகாப்பதற்காக நாம்தான் அரசாங்கங்களை உருவாக்குகிறோம். எந்த வடிவிலான அரசாங்கமும் இந்த உரிமைகளை அழிக்க முற்படும்போது, அது தனது சட்டப்பூர்வ உரிமையை இழக்கிறது.

உலகம் முழுவதிலுமிருந்து கடவுளால் அளிக்கப்பட்ட இந்த உரிமைகளை அனுபவிக்கவும், பாதுகாக்கவும், மீட்டெடுக்கவும் முனையும் மக்களை இவை இரண்டுமே ஊக்குவிக்கவும், உயிரூட்டவும் செய்கின்றன.

தனிமனித சுதந்தரம், தனிநபர் கடமை, அரசியலமைப்பால் கட்டுப்படுத்தப்பட்ட அரசாங்கம் — இவை சீக்கிய சமயம் மற்றும் அமெரிக்க நிர்மாணம் ஆகிய இரண்டுக்குமே அடிப்படையாகும்.

இன்று நாம், சீக்கியர்கள் அமெரிக்காவில் குடியேறி, அந்நாட்டுடன் அவர்கள் ஐக்கியமானதற்கான நூற்றாண்டை மட்டும் இங்கு கொண்டாடவில்லை — நாம் ஒன்றுகூடி அமெரிக்க சுதந்தர மணியில் பொறிக்கப்பட்டிருக்கும் அழிவில்லாத எழுத்துக்களான: "விடுதலையைப் பிரகடனம் செய்யுங்கள், முழுவதுமாக எல்லா நிலத்திற்கும், அதிலிருந்து எல்லா குடிமக்களுக்கும்,"[3] என்பதையும் கொண்டாடிக் கொண்டிருக்கிறோம்.

ஆயினும், குடியேற்றம் என்பது எல்லாருக்குமான தேர்வு இல்லை; அல்லது, சுதந்தரத்தைப் பெறுவதற்காக மக்கள் தங்களது தாய் நாட்டைக் கைவிட்டுவிட்டு அந்நிய நாட்டுக்குச் செல்லும் கட்டாயத்தை ஏற்படுத்தக்கூடாது. அமெரிக்கா போன்ற வரவேற்கும் நிலங்களில் இந்திய வம்சாவளி மக்கள் கடவுளால் அளிக்கப்பட்ட தங்களது சுதந்தர வாழ்விற்கான உரிமையை அனுபவிப்பதைக் காண்பது ஊக்கமளிப்பதாக இருந்தாலும், இந்தியாவில் வாழும் பெருந்திரளான மக்கள் கொடுங்கோன்மையின் துயரத்தில்தான் இன்னும் சிக்கிக் கிடக்கிறார்கள் என்ற உண்மை சுடுகிறது.

மேலும், சீக்கியர்களின் வழிகாட்டுதலைப் பின்பற்றி பழங்குடிகளும் அமெரிக்கா போன்ற நாடுகளுக்கு வெற்றிகரமாக இடம்பெயர்ந்தாலும் பிராமணியம் அவர்களை நெருக்கமாகப் பின்தொடர்கிறது. அதன் ஆதரவாளர்கள், சமுத்திரங்கள் கடந்து சென்று வெளிநாடுகளில் வாழும் பழங்குடியினரை எதிர்கொண்டு தங்களது அடிமைச் சித்தாந்தத்தின் மூலம் எரிச்சலூட்டி வருகிறார்கள்.

யோகா செய்வது, சில தேர்ந்தெடுக்கப்பட்ட விலங்குப் பாதுகாப்பு உரிமைகளை முன்னெடுப்பது (சிறுபான்மையினரைத் துன்புறுத்தும் ஒரு கருவியாகப் பயன்படுத்துவது), மற்றும் காந்தியை 'அகிம்சையின் தூதுவன்' என்று முன்னிறுத்துவது போன்ற சில மென்மையான முறைகளில் பிராமணிய ஆதரவாளர்கள் தீங்கற்ற தோற்றத்தை அளிக்கும் விதமான பல உத்திகளைப் பயன்படுத்துகிறார்கள். ஐ. நா. சபையின் மூலம், ஜூன் 21ஆம் தேதியை (ஆண்டின் நீண்ட பகல் நாள்) 'சர்வதேச யோகா தினம்' என்றும் அக்டோபர் 2ஆம் தேதியை (காந்தி பிறந்ததினம்) 'சர்வதேச அகிம்சை தினம்' என்றும் அறிவிக்கச் செய்திருக்கிறார்கள். எல்லாவற்றுக்கும் மேலாக, இந்திய அரசாங்கம் உலகின் ஒவ்வொரு கண்டத்திலும் (அன்டார்டிகாவைத் தவிர்த்து) காந்தி சிலைகளை நிறுவுவதற்கான பணிகளை முன்னெடுத்தது மட்டுமல்லாமல், அதற்கான நிதியையும் அளித்திருக்கிறது. இந்தியக் கலாச்சார உறவுகள் சபை என்னும் அரசாங்க அமைப்பு உலகம் முழுவதும் காந்தி சிலைகளை நிறுவுவதற்கான நிதியை அளிக்கிறது.

ஜூன் 2016இல் இந்தியக் குடியரசுத் தலைவர் பிரணாப் முகர்ஜி, மேற்கு ஆப்பிரிக்காவின் கானா பல்கலைக்கழக வளாகத்தில் ஒரு காந்தி சிலையைத் திறந்து வைத்தார். அந்தச் சிலை திறப்பு விழா ஒரு சர்வதேசச் சம்பவமாக

மாறியது. தி கார்டியன் பத்திரிகை அந்தச் சம்பவம் குறித்துப் பின்வரும் அறிக்கையை அளிக்கிறது, “ஒரு பேராசிரியர்கள் குழு, காந்தி ஒரு இனவாதி; நம் பல்கலைக்கழகம் ஆப்பிரிக்க நாயகர்கள் மற்றும் நாயகிகளையே ‘முதன்மையாக முன்னிலைப்படுத்த வேண்டும்‘, ஆகவே காந்தி சிலையை அகற்ற வேண்டும் என்று கோரி ஒரு மனுவை அளித்தார்கள்.” காந்தி சிலையை எதிர்த்த கானா நாட்டுப் பேராசிரியர்கள், “அரும்பிவரும் யூரோ-ஆசிய வல்லாதிக்கத்தின் விருப்பங்களுக்கு மண்டியிடுவதைக் காட்டிலும் நம்முடைய கண்ணியத்தைக் காக்க எதிர்த்து நிற்பதே சிறந்தது,”[4] என்று அவர்கள் ஒட்டுமொத்தமாக அறிவித்தார்கள். இவ்வளவுக்குப் பிறகும் இந்திய அரசாங்கம் சிலைக்கான பாதுகாப்பை இரண்டு மடங்காக உயர்த்தியது, அதன் காரணமாக சிலை அந்த இடத்தில் நிலை பெற்றது.

அக்டோபர் 2016இல் அமெரிக்காவுக்கான இந்தியத் தூதர் வெங்கடேசன் அசோக், கலிஃபோர்னியா மாகாணத்தின் டேவிஸ் நகரில், மற்றொரு காந்தி சிலை திறப்பு விழாவை நடத்தினார். திறப்பு விழாவுக்கு முன்பு, பல்வேறுபட்ட பழங்குடி — அமெரிக்கர்களின் கூட்டமைப்புகளுடைய கடுமையான தொடர் எதிர்ப்புப் போராட்டங்களை அந்தச் சிலைத் திறப்புக்குழு எதிர்கொள்ள வேண்டியிருந்தது. உதாரணத்திற்கு, சாக்ரமெண்டோ தொழிலதிபர் அமர்சிங் ஷெர்கில் அந்தச் சிலையை எதிர்த்துப் பின்வருமாறு வாதிடுகிறார், “தான் ஒரு சகிப்புத்தன்மையற்றவர், குழந்தையைப் புணர்பவர் என்று வாக்குமூலம் அளித்த ஒருவரான காந்தியை, ‘இந்திய இஸ்லாமியர்கள், கிறித்தவர்கள், சீக்கியர்கள் மற்றும் தலித்துகளுக்கு எதிராக இன்றைய நவீன காலங்களில் நடைபெறும் கொலை மற்றும் வன்புணர்வு ஆகிய குற்றங்களை’ மறைக்க ஒரு பிரச்சாரக் கருவியாக இந்தியா பயன்படுத்துகிறது.”[5] இருந்தும், ஷெர்கில் போன்ற உள்ளூர்வாசிகளின் கவலைகளுக்குச் செவி மடுக்காமல், டேவிஸ் நகர நிர்வாகம், அந்தச் சிலைக்கான நிதியை அளித்த, இந்திய அரசாங்கத்தின் அழுத்தத்திற்கு அடி பணிந்தது.

இதனிடையே, உலகின் மிகப்பெரிய சுதந்தர நாடான அமெரிக்காவின் தலைமை நிர்வாகியாகத்தான் பொறுப்பெடுத்துக்கொண்ட விழாவில் முன்னாள் அதிபர் பராக் ஒபாமா அறிவிக்கிறார், “நம்முடைய தேசம், கிறித்தவர்கள், இஸ்லாமியர்கள், யூதர்கள், இந்துக்கள், மற்றும் மத நம்பிக்கையற்றவர்கள் என அனைவரையும் உள்ளடக்கிய தேசம். நாம் உலகின் ஒவ்வொரு மொழி மற்றும் கலாச்சாரத்தால் வடிவமைக்கப்பட்டிருக்கிறோம்.”[6] அவருடைய உரையில் இந்தியத் துணைக்கண்டத்தின் பௌத்தர்கள், சீக்கியர்கள் மற்றும் வேறு சில மத நம்பிக்கைகள் கொண்டவர்களைப் பற்றி குறிப்பிடப்படவில்லை. மாறாக, மற்ற அனைவருமே வெளிப்படையாக ‘இந்து’ என்கிற ஒற்றை அடையாளத்திற்குள் அடைக்கப்பட்டார்கள்.

பிராமணியக் கருத்துக்களை சர்வதேச அளவில் முன்னெடுப்பது, எண்ணற்ற காந்தி சிலைகளை நிறுவுவதன் மூலம் அக்கருத்துகளை

உலகம் முழுவதும் பிரச்சாரம் செய்வது என்பதோடு நிற்காமல், அமெரிக்க அதிபரின் உரையில் தங்களது நாட்டை ஒரு 'இந்து தேசமாக' அறிவிக்கச் செய்யும் அளவுக்கு ஆதிக்கம் கொண்டவர்களாகவும் பிராமணர்கள் இருப்பதை, இது ஒரு ஆழமான பிரச்சினையாக உருவெடுக்கக் கூடியதன் அடையாளம் என்றே கொள்ளலாம். சாதியப் போராட்டம், தற்போது பெருங்கடல்கள் கடந்து சென்றிருக்கிறது. சாதியத்தின் உண்மையை அழிக்க முனையும் வரலாற்று மறுபார்வைவாதம் கோரி தற்போது பிராமணியம் இந்தியாவின் எல்லைகளைக் கடந்து நகர்ந்திருக்கிறது.

கலிஃபோர்னியா மாகாணத்தின் ஆரம்பப் பள்ளிப் பாடப் புத்தகத்தில் 'சாதி' என்பது இந்துக்களின் வழக்கம் என்று குறிப்பிடப்பட்டிருந்ததற்கு எதிராக, பிராமணிய சக்திகள் அமெரிக்க இந்து அறக்கட்டளை (HAF) என்ற அமைப்பின் தலைமையில் 2016இல் ஒரு பிரச்சாரத்தைத் தொடங்கி அதைப் பாடத்திலிருந்து நீக்க முயற்சி செய்தார்கள். தி நியூயார்க் டைம்ஸ் பத்திரிகை தனது அறிக்கையில், 'அமெரிக்காவில் இந்து மதத்தின் பிம்பத்தை வடிவமைக்க அமெரிக்க இந்து அறக்கட்டளை விரும்புகிறது' என்று எழுதியது. அதையே டைம்ஸ் பத்திரிகை பின்வருமாறு விவரிக்கிறது: "தற்போது இந்தியாவின் சில மாநிலங்களில் அதன் இந்து தேசியவாத அரசுகள் பாடப் புத்தகங்களை மறுசீரமைப்பு செய்து வருவதால் எழுந்துள்ள விவாதங்களுக்கிடையில், இந்தப் போராட்டம் அவற்றைப் பிரதிபலிக்கும் விதமாகவே அமைந்திருக்கிறது." இந்தப் போராட்டத்தின் பிரச்சாரகர்கள், சாதிய அமைப்பை இந்து வழக்கமாக அல்லாமல், அந்தப் பிரதேசத்தின் ஒரு நிகழ்வாகச் சித்திரிக்க விரும்புகிறார்கள்.

இந்நூலின் வாசகர்கள் ஒன்றை நன்றாக உணர்ந்துகொள்ளலாம், இவ்வாறான நோக்கமும் செயல்களும் *சாத்திரங்கள்* மற்றும் வரலாற்றை மாற்றி எழுதுவதோடு மட்டுமல்லாமல், இந்திய அரசாங்கம் எவருடைய சிலைகளை உலகம் முழுவதும் நிறுவிக்கொண்டிருக்கிறதோ அவரது கூற்றுக்கு முற்றிலும் நேரெதிரான ஒரு நிலைப்பாட்டையே இவை முன்னிறுத்துகின்றன. "சாதியை ஒழிப்பது என்பது இந்து மதத்தை அழிப்பதாகும்," என்றார் காந்தி. அவ்வாறே, சாதியை அழித்தொழிக்கும் பெரும் பணியில் ஈடுபட்டிருந்த டாக்டர் அம்பேத்கர் போன்ற சமூக நீதிப் போராளிகளின் பக்கம் நிற்காமல், இந்துத்துவ சக்திகள் சாதியைப் பின்பற்றாத அனைவரையும் குற்றப்படுத்தி அந்த அமைப்பைத் தொடர்ந்து நியாயப்படுத்தவும் நிலை நிறுத்தவும் செய்கின்றன. "ஒவ்வொரு மதமும் ஏதோ ஒரு வடிவில் சாதி மற்றும் பாகுபாடுகளைக் கொண்டிருக்கிறது," என்று கூறி சாதியை வலியுறுத்துகிறார் அமெரிக்க இந்து அறக்கட்டளையின் நிர்வாக இயக்குனர் சுஹாக் சுக்லா.[7]

இந்தக் கொடிய சாதியப் பிரச்சாரத்தின் விளைவாக, பழங்குடியின் ஆன்மா தூண்டப்பெற்று கிளர்ந்தெழுந்தது. மதங்கள், இனங்கள் மற்றும் தேச எல்லைகளைக் கடந்து பல்வேறுபட்ட சமூகத்தினரும் ஒன்றிணைந்து கரம் கோத்து அமெரிக்க இந்து அறக்கட்டளையைத் தோற்கடித்தார்கள்.

பழங்குடிகள், பாடப் புத்தகப் போரை வென்றதன் மூலம் உண்மை நிலை நாட்டப்பட்டது.

குரு நானக்கின் வார்த்தைகளில் சொல்வதானால், "இங்கு உண்மைக்குப் பஞ்சம் இருக்கிறது." இருந்தும் அவர் தனது ஞானத்திலிருந்து அறிவிக்கிறார், "உண்மையே அனைத்திற்கும் மருந்து."[8] இந்தப் புத்தகத்தில் உரைக்கப்பட்டிருக்கும் பழங்குடிகளின் முன்னோர்கள் செய்த தியாகங்களை அங்கீகரிப்பதன் மூலம் பலர் ஊக்கம் பெற்று, தாங்கள் விட்ட இடத்திலிருந்து மீண்டும் தொடங்கி, சவாலை ஏற்று ஆன்மிகப் போர்வீரர்களாக மாறி, போர்க்களத்திற்குள் நுழைந்து, விடுதலையின் சர்வதேச எல்லைகளுக்குள் அத்துமீறும் மிருகத்தை வெட்டி வீழ்த்துவார்கள் என்பதே எங்களுடைய நம்பிக்கை.

சர்வதேச அளவில் தனது வேர்களைப் பரப்ப முயற்சி செய்யும் பிராமணிய சாதி அமைப்பு இந்தியாவில் ஏற்கனவே மிக ஆழமாக வேரூன்றியிருக்கும் காரணத்தால், பல காலமாகச் செய்து வந்ததைப்போலவே இப்போதும் பழங்குடிகளை அடிமைப்படுத்துவதைத் தொடர்கிறது. இதனிடையே, விஞ்ஞானிகள் அதன் மூலத்திற்கான ஆதாரங்களைத் தேடி வருகிறார்கள். பிரையன் கே. ஸ்மித் அத்தியாயம் 3இல் விவரிப்பதுபோல, பல அறிஞர்கள் ஆரியப் படையெடுப்பு வாதம் என்பதையே பிராமணியத்தின் உண்மையான மூலமாக முன்வைக்கிறார்கள். ஜூன் 2017இல், ஒரு புதிய கண்டுபிடிப்பு ஆரியப் படையெடுப்பு கோட்பாட்டை உறுதிசெய்வதாக *தி இந்து* நாளிதழின் அறிவிப்பு சொல்கிறது.

> இந்திய வரலாற்றில் மிக நீண்ட காலமாக உறுத்திக்கொண்டிருந்த, மிக அதிகமாக விவாதிக்கப்பட்ட கேள்விக்கு மெல்ல மெல்ல பதில் கிடைத்துக்கொண்டிருக்கிறது: சிந்து சமவெளி நாகரிகம் முடிவுக்கு வந்த கி.மு.2000– கி.மு.1500 இடையிலான காலகட்டத்தில், தங்களை ஆரியர்கள் என்று அழைத்துக் கொண்ட இந்தோ-ஐரோப்பிய மொழி பேசுபவர்கள், தங்களுடன் சமஸ்கிருதம் மற்றும் தனித்துவமான சில கலாச்சார வழக்கங் களையும் எடுத்துக்கொண்டு இந்தியாவுக்குள் நுழைந்தார்களா? பெருவெள்ளமெனப் பாய்ந்த உயிரணு ஆதாரங்களை அடிப்படை யாகக் கொண்டு மேற்கொள்ளப்பட்ட மரபணு ஆராய்ச்சிகள், உலகெங்கிலும் உள்ள விஞ்ஞானிகள் ஒரு குழப்பமற்ற முடிவை எட்ட உதவியிருக்கின்றன: ஆம் அவர்கள் வந்தார்கள்...
>
> இது பலருக்கும் வியப்பை அளிப்பதாக இருக்கலாம் — சிலருக்கு அதிர்ச்சியாகவும் இருக்கலாம் — ஏனெனில், சமீப காலங்கள் வரை மரபணு ஆராய்ச்சிகள் ஆரியப் புலப்பெயர்வுக் கோட்பாட்டை முற்றிலுமாக மறுக்கின்றன என்பதே முதன்மையான வாதமாக இருந்து வந்தது. நுட்பங்கள் நிறைந்த அறிவியல் பத்திரிகைகளை அதன் மூலமொழியில் வாசிப்பவருக்கு இந்த விளக்கம் சற்று

மிகைப்படுத்தப்பட்ட ஒன்று என்பது நன்றாகவே தெரிந்திருக்கும். ஆனால், Y–குரோமோசோம்கள் (தந்தையிடமிருந்து மகனுக்குக் கடத்தப்படும் ஆண் வம்சாவழி குரோமோசோம்கள்) குறித்து அலை அலையாய்க் குவிந்த புதிய தரவுகளின் மூலம் இந்த வாதம் தற்போது சுக்குநூறாக உடைக்கப்பட்டிருக்கிறது.

சமீப காலம்வரை, mtDNA குறித்த தரவுகள் மட்டுமே கிடைத்து வந்ததால், அதிலிருந்து பெறப்பட்ட தகவல்களின் அடிப்படையில், கடந்த 12,500 ஆண்டுகளில் இந்திய மரபணுக் குட்டையில் மிகக் குறைந்த அளவே வேற்று மரபணு உட்புகுந்திருக்கக் கூடும் என்று சொல்லப்பட்டு வந்தது. Y-DNA தரவுகள், அந்த முடிவைத் தலைகீழாகத் திருப்பிப் போட்டிருக்கின்றன. ஏனெனில், கேள்விக்குரிய அந்தக் காலகட்டத்தின் இந்திய ஆண் வம்சாவழியின் மரபணுக்களில் வெளி மரபணுக்கள் உட்புகுந்து கலந்திருப்பதற்கான உறுதியான ஆதாரங்கள் கிடைத்திருக்கின்றன.[9]

இவற்றுக்கிடையே இந்தியாவிலுள்ள பிராமணிய ஆதரவாளர்கள், தாங்கள் இந்த மண்ணுக்கு 'அந்நியமாகக்' கருதும் எவரின் மீதும் தொடர்ந்து விஷத்தைக் கக்கவும், வன்முறையை ஏவி விடவும் செய்தார்கள் — கிறித்தவர்கள், இஸ்லாமியர்கள் உட்பட தங்களை 'இந்துக்கள் அல்லாதவர்கள்' என்று அடையாளப்படுத்திக் கொள்ளும் எவர் மீதும் தாக்குதல் நடத்தினார்கள். டெல்லி சுல்தானகம், முகலாய அரசாங்கம், முகலாய சாம்ராஜ்யம், மற்றும் ஆங்கிலேய ஏகாதிபத்தியம் ஆகியவற்றின் ஆக்கிரமிப்புகளால் நிரம்பியிருக்கும் இந்தியாவின் நெடிய துயர வரலாற்றுடன், ஆரியப் படையெடுப்புப் பிரச்சனையையும் இணைத்துப் பார்க்கும்போது பூர்வகுடி மக்களுக்கும் அந்நியர்களுக்கும் இடையில் நிலவும் பிளவுக்கான காரணத்தைத் தெளிவாக விளங்கிக்கொள்ளலாம். இருப்பினும், பூர்வகுடி மக்களை அடிமைப்படுத்தும் பொருட்டு, சாதிய அமைப்பு அந்நிய ஆக்கிரமிப்பாளர்களால் கண்டுபிடிக்கப்பட்டுத் திணிக்கப்பட்டது என்றே ஆதாரங்கள் கூறுகின்றன. இது உண்மை என்றால், இந்து மதம் — மேலும் துல்லியமாகச் சொல்ல வேண்டுமானால், பிராமணியம் — இந்திய நாட்டுக்கு அந்நியமானது என்பது உறுதி.

சமஸ்கிருதச் சிந்தனையாளர்கள் தங்களது பாதையை மிகத் தெளிவாக வகுத்திருக்கிறார்கள். தங்களது கொள்கையைப் பிரகடனம் செய்திருக்கிறார்கள். அவர்கள் மரணம், அடிமைத்தனம், மற்றும் சமத்துவமின்மை ஆகியவற்றாலான கலாச்சாரத்தைப் பின்பற்றுகிறார்கள். பிராமணியத்தின் ஒருமையும், குருவின் பந்த் முன்னெடுக்கும் ஒருமையும் முற்றிலும் வெவ்வேறானவை. அவை ஒன்றோடொன்று இணங்காது. அவ்விரண்டையும் மாற்றவே முடியாது. அவை இரண்டும் வேறுபட்ட இரு பாதைகள், ஒரு நாளும் அவை ஒரே இலக்கைச் சென்றடையாது.

எனினும், பிரச்சினையின் மையம் உயிரணுவைச் சார்ந்ததல்ல, அல்லது இனம், மொழி, மதம் மற்றும் பாலினத்தைச் சார்ந்ததும் அல்ல.

பிரச்சினையின் மையம் போதனைகள் மற்றும் கொள்கைகள் சார்ந்த ஒன்று. பிரச்சனையின் மையம் நம்பிக்கை சார்ந்த ஒன்று.

பகத்துக்களும் குருக்களும் துயரமில்லா நகரமான பேகம்புராவின் மீது நம்பிக்கை கொண்டிருந்தார்கள். அவர்கள் 'கடவுளின் ராஜாங்கத்தை' நிறுவ விரும்பினார்கள். 'அங்கு இரண்டாம் அல்லது மூன்றாம் நிலைகள் கிடையாது; அங்கு அனைவரும் சமம்.' குரு நானக் தம்முடைய எழுத்துகளில் போதிக்கிறார், "இறைவனைத் தங்கள் சிந்தையில் நிறுத்துவதன் மூலம், பிராமணர்கள், சத்திரியர்கள், வைசியர்கள், சூத்திரர்கள், மற்றும் பஞ் சமர்கள் என அனைவருமே விடுதலை பெறுகிறார்கள்." குரு கோவிந்த் சிங்கும் பிரகடனம் செய்கிறார், "இந்து மதத்தின் நால்வர்ணத்தைச் சேர்ந்தோரும் தங்களுக்கு வழங்கப்பட்ட வெவ்வேறு வழிகாட்டு விதிகளையும் கைவிடுங்கள்; ஒரே வடிவிலான வழிபாட்டை ஏற்றுக்கொண்டு, சகோதரர்களாக மாறுங்கள்."

பழங்குடிகளின் முன்னோர்கள் மனித மாண்பில் நம்பிக்கை கொண்டிருந்தார்கள். "ஓ என் மனமே, தெய்வீக ஒளியை உள்ளடக்கிய வடிவம் நீயே - உனது மூலத்தை நீ அடையாளம் கண்டுகொள்," என்று அறிவிக்கிறார் குரு அமர்தாஸ். அவர் தொடர்கிறார், "இவ்வாறு குரு நானக் சொல்கிறார்: ஓ என் மனமே, ஜோதி வடிவான இறைவனின் பிம்பம் நீயே; உனது உண்மையான தோற்றத்தை அடையாளம் காண்."[10] இவ்வாறே, ஒவ்வொரு தனி மனிதனும் மதிப்பு மிக்கவன், ஏனெனில் அனைவரும் படைத்தவனின் பிம்பமாகவே படைக்கப்பட்டிருக்கிறார்கள் என்று முன்னோர்கள் நம்பினார்கள். இதே நம்பிக்கையை எல்லா பகத்துகளும் குருக்களும் கொண்டிருந்தார்கள்; அதுவே அவர்களுடைய குணங்களை வடிவமைத்தது.

ஒருவரது நம்பிக்கை, அவரது நடத்தையைத் தீர்மானிக்கிறது. மக்கள் பின்பற்றும் சமயங்கள் அவர்களுடைய குணநலன்களை வார்த்தெடுக்கிறது. இந்தியாவும்—உலகமும்—நம்பிக்கை மற்றும் மாற்றம் வேண்டி கூக்குரலிடும் இந்நேரத்தில், அதை சீக்கியப் புரட்சியைத் தொடங்கியவர்களின் வாழ்க்கை மற்றும் மரபுகளில் தேடினால் எளிதாகக் கண்டடையலாம்.

அவர்களுடைய போதனைகளின் மூலம், ஒரு *கால்சா* அல்லது பழங்குடியாக இருப்பது பிறப்பினால் அடைந்ததல்ல என்பதை உணரலாம். பழங்குடிப் பாரம்பரியம் வம்சாவழி வந்ததல்ல. அது சாதி அடிப்படையிலானதும் அல்ல. குருக்கள் நம்பியது போல், எவரும் அரசராகலாம். ஒரு நபர் தனது சேவையின் மூலம் அரசனாகலாம், தனது வம்சத்தின் மூலம் அல்ல. அதேபோல், ஒருவர் தனது கொள்கையின் மூலம் இந்த மண்ணின் மகளாக அல்லது மகனாக இருக்கலாம், ரத்தம் மற்றும் பாரம்பரியத்தின் மூலம் அல்ல.

எவரும் ஒரு *கால்சா*வாக இருக்கலாம். எவரும் ஒரு பூர்வகுடியாக இருக்கலாம். அது அவர்கள் எதை நம்புகிறார்கள், எவ்வாறு நடந்து

கொள்கிறார்கள் என்பதைப் பொறுத்தே இருக்கிறது. இந்த உலகம் ஒருவரின் பாரம்பரியம் குறித்து வினவும் வழக்கத்தைக் கடந்து வர வேண்டும். உண்மையான தலைமையைத் தேடும் நாம், வளரும் தலைவர்களிடம் கேட்க வேண்டிய கேள்விகளே வேறு. நாம் கேட்க வேண்டிய கேள்விகள் என்னவென்றால், அந்தத் தலைவர்கள் எதை நம்புகிறார்கள்? அவர்களுடைய கொள்கைகள் என்ன? மிக முக்கியமாக, அவர்கள் அந்தக் கொள்கைகளைப் பின்பற்றுகிறார்களா? அவர்கள் கீழிலும் கீழாக்கப்பட்டவர்களின் நட்பை நாடுகிறார்களா? அவர்கள் தங்களுடைய கொள்கைகளுக்காக உயிரையும் விடுவார்களா?

இதுவரை நேர்மையற்ற தலைவர்களும் பொய்யான போதகர்களும் நிரம்பியிருக்கும் இந்த உலகில் உண்மையான தலைவர்களைத் தேடுவது, சில சமயங்களில், பாலைவனத்தில் நாம் வீணாக அலைவதைப் போன்றதொரு உணர்வைத் தரும். "பேராசை மற்றும் பாவம் அரசனும் பிரதம மந்திரியும்போல, பொய்மை அவர்களின் பொருளாளர்," என்று குரு நானக் அறிவிக்கிறார்.[11] இந்த வார்த்தைகள் ஓரளவுக்கு உலகின் மற்ற அரசுகளுக்குப் பொருந்துவதைப்போல, இந்திய நாட்டுக்கும் பொருந்தும்.

இந்தியா, உலகம் முழுவதும் நிலவும் சூழலின் நுண்சித்திரம். நாம் சாதுக்கள், தீர்க்கதரிசிகள், போதகர்கள், துறவிகள், ஃபாக்கிர்கள், புத்தபிக்குகள், பாதிரியார்கள், மற்றும் பல்வேறு வகை பொய்யான புனித மனிதர்களால் சூழப்பட்டிருக்கிறோம். உலகத்தைப் போலவே, இந்தியாவுக்கும் புனித மனிதர்கள் தேவைதான். ஆயினும், உண்மையில், புனிதமான தலைவர்கள் எங்கே இருக்கிறார்கள்? நேர்மையைப் பாதுகாக்கப் போராடும் ஆன்மிக நாயகர்கள் எங்கே இருக்கிறார்கள்?

இந்தக் கடந்தகால ஞானத்தைப் பயன்படுத்தி நீங்களும் உங்களது நண்பர்களும் விழிப்படையுமாறு வாசகர்களான உங்களிடம் வலியுறுத்துகிறோம். ஒடுக்கப்பட்ட மக்களை உயர்த்துவதற்கான திட்டங்களும் எண்ணங்களும் தங்களிடம் இருப்பதாகச் சொல்லி முன்வரும் எவரையும் அளக்கும் அளவுகோலாக பூர்வகுடிகளின் இந்த வரலாற்றைப் பயன்படுத்திக் கொள்ளுங்கள். இன்றைய சூழலில், இந்தியாவுக்குக் கண்டிப்பாகத் தலைவர்கள் தேவை. தலைவர்களாக உயர விரும்புபவர்கள், நீதியின்பால் நின்று பேசத் தயாராக இருக்கிறார்களா — தங்கள் உயிர் போகும் சூழலிலும் அதைப் பேசுவார்களா?

சிக்கலான மனம் கொண்டோரின் தீய, கொடிய, மற்றும் கபடமான வடிவமைப்புகளுக்கு எதிரான போரில் பகத்துகள் மற்றும் குருக்களின் பக்கம் நின்று எளிய மனம் கொண்டோருடன் ஒன்றிணைந்து அவற்றை எதிர்த்துப் போராடக்கூடிய மக்கள் எப்போதும் இருப்பார்கள். அவர்களை நீங்கள் எவ்வாறு அடையாளம் காண்பீர்கள்? அவர்கள் அதற்குத் தகுதியானவர்கள் என்று எவ்வாறு தீர்மானிப்பீர்கள்?

தலைமை தாங்க விருப்பமுள்ளவர்கள் குரு நானக் சொன்னது போல் தங்களது தலைகளைத் தங்கள் கைகளில் ஏந்தியபடி அந்தப் பாதையில்

அடியெடுத்து வைக்க வேண்டும். அவர்கள் தங்களது மன வானில் முழங்கும், ககன் *தமாமா பாஜேயூ,* என்னும் போர் முரசைக் கேட்க வேண்டும் என்கிறார் பகத் கபீர். அவர்கள் தங்களையே தியாகம் செய்யத் தயாராக இருக்க வேண்டும். கபீர் கேட்கிறார், "யுத்தத்தை எதிர்கொள்ள அஞ்சுபவன் எப்படி நாயகனாக இருக்க முடியும்?" இவ்வாறு அவர் வலியுறுத்துகிறார், "ஓ பித்துப் பிடித்த மனமே! அலைபாய்வதை நிறுத்து! இப்போது நீ மரணத்தின் சவாலை ஏற்றுக்கொண்டதால், நீ உன்னை எரிக்கவும் தயார் செய்துகொள், அதன் மூலம் முழுமையை அடை."

இந்தியாவில் மட்டுமல்ல, உலகம் முழுவதும் நாயகர்கள் மிக அவசரமாகத் தேவைப்படுகிறார்கள். போர் முரசின் முழக்கம் மீண்டும் தொடங்க வேண்டும். பூர்வகுடி மக்களுக்காகப் போராடிய நேர்மையான துறவிகளின் அழைப்புக்கு நாம் செவி சாய்க்க வேண்டும். "உங்கள் தள்ளாட்டத்தை நிறுத்துங்கள்," அவர்கள் அழைக்கிறார்கள்.

நிலைமை மிக மோசமாக இருக்கிறது. பாதை இருளும் ஆபத்துகளும் நிறைந்ததாகத் தெரிகிறது. சில சமயம், எதிர்காலம் கடுமையானதாகவும், நம்பிக்கை ஏதுமற்றதாகவும் தோன்றுகிறது. எனினும், இறுதியில், நம்மைப் படைத்தவர் எல்லா தவறுகளையும் சரியாக மாற்றுவார், நன்மை தீமையை வெல்லும், நீதி கண்டிப்பாக நிலைநாட்டப்படும் என்ற நம்பிக்கையை அனை வருக்கும் அளிப்போம். இந்தியத் துணைக்கண்டம் கொடூரமாக ஆக்கிரமிக்கப் பட்டதையும், மக்கள் அடிமைப்படுத்தப்பட்டதையும் நேரில் கண்டதன் காரணமாக குருநானக் அவநம்பிக்கைக்கு இடமளித்திருந்திருக்கலாம். மாறாக, குரு நம்பிக்கையைப் பரப்பிய வண்ணம் அறிவிக்கிறார்,

அரசர்கள் புலிகள், அவர்களுடைய அதிகாரிகள் நாய்கள்
அவர்கள் வெளியே சென்று
உறங்கும் மக்களை எழுப்பிச் சித்திரவதை செய்கிறார்கள்.
அரசு ஊழியர்கள் தங்களது நகங்களால்
கீறிப் புண்ணாக்குகிறார்கள்.
நாய்கள், சிதறிய ரத்தத்தை நக்கிச் சுவைக்கின்றன.
ஆனால் அங்கே, கடவுளின் நீதிமன்றத்தில்,
அனைத்து உயிர்களுக்கும் தீர்ப்பளிக்கப்படும்.
மக்களை ஏமாற்றியவர்கள் அவமதிப்புக்கு உள்ளாவார்கள்;
அவர்களது மூக்குகள் வெட்டப்படும்.
அவனே இவ்வுலகைப் படைக்கிறான்,
அவனே இதைப் பாதுகாக்கிறான்.
இறைவனின்மீது பயம் கொள்ளாமல் சந்தேகம் விரட்டப்படுவதில்லை;
அவனது பெயரின் மீதான காதல் தழுவப்படுவதில்லை.
உண்மையான குருவின் மூலம் கடவுள் மீதான பயம் வளரும்,
பின்னர் இரட்சிப்பின் கதவைக் கண்டடையலாம்.

அருஞ்சொற்பொருள்

ஆதி கிரந்தம்: குரு அர்ஜுன் அவர்களால் கி.பி.1604இல் தொகுக்கப்பட்ட முதல் சீக்கிய வேதம். சீக்கிய குருக்கள் மற்றும் பகத்துகளின் செய்யுள்கள் அதில் இடம்பெற்றுள்ளன.

பழங்குடியினர்: இந்தோ–ஆரியர்களின் வருகைக்கு முன்பிருந்தே இந்தியாவில் வாழும் பூர்வகுடி மக்கள்.

அஜித் சிங்: குரு கோவிந்த் சிங்கின் மூத்த மகன்

அகால் தக்த்: குரு ஹர் கோவிந்தால் தொடங்கப்பட்ட சீக்கிய நிறுவனம்.

அக்பர்: மூன்றாவது முகலாயப் பேரரசர்.

அமிர்தசரஸ்: இந்தியாவின் பஞ்சாபில் உள்ள ஒரு நகரம். குரு ராம்தாஸ் அவர்களால் நிறுவப்பட்டது.

ஆந்திரப் பிரதேசம்: இந்தியாவின் தென் கிழக்கில் உள்ள ஒரு மாநிலம்.

அருணாச்சலப் பிரதேசம்: இந்தியாவின் ஒரு வட கிழக்கு மாநிலம்.

ஆதி சூத்திரர்கள்: தீண்டத்தகாதவர்கள் என்று அழைக்கப்பட்ட தலித்துகள். இந்து சமூகத்தின் நால்வர்ணத்திலும் சேர்க்காமல் மிகவும் தாழ்த்தப்பட்டவர்கள்.

அவுரங்கசீப்: ஆறாவது முகலாயப் பேரரசர்.

பத்ரிநாத்: இந்தியாவின் உத்தரகாண்ட் மாநிலத்தில் உள்ள ஒரு நகரம்.

பகதூர் ஷா: ஏழாவது முகலாயப் பேரரசர்.

பணியாக்கள்: உயர்சாதி வணிகர்கள் வங்கியாளர்கள், வட்டிக் கடைக்காரர்கள், வியாபாரிகள்.

பேகம்புரா: துயரமற்ற நகரம். மக்கள் தங்களது பாரம்பரியங்களைப் பொருட்படுத்தாமல் சுதந்தரமாகவும் சம உரிமைகளுடனும் வாழும் வகையில் பகத்துகள் நிர்மாணிக்க எண்ணியிருந்த ஒரு நகரம்.

வங்காளம்: புவியரசியல், கலாசாரம், மற்றும் வரலாறு ஆகியவற்றின் அடிப்படையில் ஆசியாவின் முக்கியமான பிரதேசம்.

பகத் ஃபரீத்: இவரது பாசுரங்கள் குரு கிரந்த சாஹிப்பில் தொகுக்கப்பட்டுள்ளன.

பகத் கபீர்: இவரது பாசுரங்கள் குரு கிரந்த சாஹிப்பில் தொகுக்கப்பட்டுள்ளன.

பகத் நாம்தேவ்: இவரது பாசுரங்கள் குரு கிரந்த சாஹிப்பில் தொகுக்கப்பட்டுள்ளன.

பகத் இரவிதாஸ்: இவரது பாசுரங்கள் குரு கிரந்த சாஹிப்பில் தொகுக்கப்பட்டுள்ளது.

பகத்துகள்: புனித நபர்கள்.

பின்வரும் 15 பகத்துகளின் பாசுரங்களும் குரு கிரந்த சாஹிப்பில் தொகுக்கப்பட்டுள்ளன.

பகத் ஜெய்தேவ்

பகத் நாம்தேவ்

பகத் திரிலோச்சன்

பகத் பரமானந்த்

பகத் சாதனா

பகத் பேணி

பகத் ராமானந்த்

பகத் தன்னா

பகத் பிப்பா

பகத் சைன்

பகத் கபீர்

பகத் இரவிதாஸ்

பகத் ஃபரீத்

பகத் பிகான்

பகத் சுர்தாஸ்

பாரத்: நவீன இந்தியா, பாகிஸ்தான், பங்களாதேஷ், ஆப்கானிஸ்தான் மற்றும் ஈராக் ஆகிய நாடுகளை உள்ளடக்கிய புராண இந்து தேசியம்.

பீஹார்: ஒரு கிழக்கிந்திய மாநிலம், நேபாள நாட்டின் இந்திய எல்லையாக இருக்கிறது.

பிராமணியம்: பிராமணர்கள் இந்த பூமியில் கடவுள்கள் என்று கற்பிக்கும் இந்து மதத்தின் மைய சித்தாந்தம்.

பிராமணர்கள்: இந்து சாதி அமைப்பில் உயர்சாதியைச் சேர்ந்தவர்கள். இந்து மதத்தில் மதகுரு தொழில் சார்ந்தவர்கள். அந்த மத வழக்கப்படி அவர்களுக்குப் பரிந்துரைக்கப்பட்ட தொழிலான மதச்சடங்குகள் செய்வது மற்றும் அரசர்கள், மனிதர்களிடமிருந்து பரிசுகளைப் பெற்றுக்கொள்வது அவர்களது பணி.

பிரிட்டிஷ் கிழக்கிந்திய கம்பெனி: கிழக்கிந்தியப் பகுதிகள் என்று அழைக்கப்பட்ட ஆசியாவில் உள்ள நாடுகளில் லாபகரமான ஒரு வணிகத்தை ஏற்படுத்தத் தொடங்கப்பட்ட ஒரு தனியார் நிறுவனம்.

பௌத்தம்: கௌதம புத்தரால் நிறுவப்பட்ட சமயம்.

பௌத்தர்கள்: கௌதம புத்தரின் போதனைகளைப் பின்பற்றுபவர்கள்.

பர்மா: மியான்மர் ஒன்றியக் குடியரசு என்றும் அழைக்கப்படும் தெற்காசியப் பகுதியில் உள்ள இறையாண்மை மிக்க ஒரு நாடு.

சாதிய அமைப்பு: இந்து மதத்தின் மையமாகத் திகழும் பிறப்பின் அடிப்படையில் உருவாக்கப்பட்ட சமூகப் படிநிலை.

சாதி: இந்து சமூகத்தின் ஒவ்வொரு வம்சாவழி வகுப்பும் ஒரு குறிப்பிட்ட அளவு தூய்மை அல்லது அசுத்தம் உள்ளவர்களாகக் கருதப்பட்டு இவற்றின் அடிப்படையில் வழங்கப்படும் சமூக அந்தஸ்து. வழக்கத்தில் அது வர்ணம் என்று அழைக்கப்படுகிறது.

சத்தீஸ்கர்: மத்திய இந்தியாவில் உள்ள ஒரு மாநிலம்.

அரசியல் நிர்ணய சபை: இந்திய அரசியலமைப்பை வரையறுப்பதற்காகத் தேர்ந்தெடுக்கப்பட்ட சில பிரதிநிதிகளைக் கொண்டு உருவாக்கப்பட்ட ஒரு அமைப்பு. (தற்போது தனி நாடுகளாக உள்ள பாகிஸ்தான் மற்றும் வங்காள தேசத்தவர்களும் அப்போது அதனுடைய உறுப்பினர்களாக இருந்தார்கள்).

கோ வழிபாடு: இந்து மதத்தில் பசுவை தெய்வீகமான ஒன்றாகக் கருதி அதன்படி நடத்துவது.

தலித்: காலம் காலமாக தீண்டத்தகாதவர்கள் என்று அழைக்கப்பட்ட பஞ்சமர்கள்; அச்சொல்லின் நேரடிப் பொருள் 'நொறுக்கப்பட்டவர்கள்' என்பதாகும்.

தில்லி சுல்தானகம்: தில்லியைத் தலைநகராகக்கொண்டு, இந்தியத் துணைக் கண்டத்தின் பெரும்பாலான பகுதிகளை 320 ஆண்டுகளாக ஆட்சி செய்த ஒரு சாம்ராஜ்யம்.

தில்லி அல்லது டெல்லி: இந்தியாவின் தலைநகரம்.

தர்மம்: சாதியக் கடமைகள். இந்து மதத்தின் ஓர் அடிப்படைக் கோட்பாடு; இதன்படி ஒருவரின் வாழ்க்கை அவர்கள் பிறந்த சாதிக்கு விதிக்கப்பட்ட தர்மங்களைப் பூர்த்தி செய்வதைச் சார்ந்தே இருக்க வேண்டும்.

தர்ம சாத்திரங்கள்: தர்மங்களைக் குறித்து விளக்கும் சாத்திரங்கள்.

தர்வீஷ்: சூஃபி இஸ்லாமியத் துறவிகள்.

டோக்ரா: இந்தியா மற்றும் பாகிஸ்தானில் உள்ள இந்தோ–ஆரிய இன, மொழிக் குழு.

திராவிடர்கள்: பூர்வீகமாக திராவிட மொழிகளைப் பேசுபவர்கள்.

ஃபாருக்சியர்: ஒன்பதாவது முகலாயப் பேரரசர்.

ஃபத்தே சிங்: குரு கோவிந்த் சிங்கின் இளைய மகன்.

ஃபாக்கிர்கள்: பிச்சை பெற்று வாழும் இஸ்லாமிய பிக்குகள்.

ஃபெரிங்கீ: அந்நியர், குறிப்பாக வெள்ளைத்தோல் கொண்டவர்.

கயா: புத்த கயாவுக்கு அருகில் உள்ள ஒரு நகரம். புத்தர் ஞானம் பெற்ற இடம்.

ஜெனரல் ஹரி சிங் நால்வா: சீக்கிய கால்சா படையின் தலைமைத் தளபதி.

கோவா: மத்திய இந்தியாவின் ஒரு கடலோர மாநிலம்.

குஜராத்: இந்தியாவின் உள் மேற்கில் உள்ள மாநிலம்.

குர்தாஸ்பூர்: இந்தியாவின் பஞ்சாப் மாநிலத்தில் உள்ள ஒரு நகரம்.

குரு அர்ஜுன்: ஐந்தாவது சீக்கிய குரு.

குரு கோவிந்த் சிங்: பத்தாவது சீக்கிய குரு

குரு கிரந்த சாஹிப்: குரு தேக்பகதூரின் பாசுரங்களுடன் இணைக்கப்பட்ட ஆதி கிரந்தம்; சீக்கியர்கள் தங்களது வாழும் குருவாக இதைக் கருதுகிறார்கள்.

குரு ஹர்கிரிஷன்: எட்டாவது சீக்கிய குரு

குரு குரு ஹர் ராய்: ஏழாவது சீக்கிய குரு

குரு ஹர் கோவிந்த்: ஆறாவது சீக்கிய குரு

குரு குரு நானக்: சீக்கிய சமயத்தை நிறுவிய முதல் குரு

குரு தேக் பகதூர்: ஒன்பதாவது சீக்கிய குரு

குருத்வாரா: சீக்கியர்களின் வழிபாட்டுத் தலம்.

ஹர்மந்திர் சாஹிப்: குரு ராம்தாஸ் அவர்களால் அமிர்தசரஸில் நிறுவப்பட்ட குருத்வாரா. பொற்கோவில் அல்லது தர்பார் என்றும் அழைக்கப்படுகிறது.

ஹரியானா: இந்தியாவின் ஒரு வடக்கு மாநிலம்.

மலை ராஜாக்கள்: வட இந்தியாவின் நிலப்பிரபுத்துவ தேசங்களை ஆண்ட உயர்சாதி இந்து அரசர்கள்.

இமாச்சலப் பிரதேசம்: வட இந்தியாவின் இமயமலையில் உள்ள ஒரு மாநிலம்.

இந்து: இந்தியத் துணைக்கண்டத்தில் வாழ்ந்த இஸ்லாமியர் அல்லாதவர் அனைவரையும் அழைக்க பாரசீகர்கள் பயன்படுத்திய தரக்குறைவான சொல். நவீன காலத்தில் இந்து மதத்தைப் பின்பற்றும் நபரை அழைக்கப் பயன்படுத்தப்படுகிறது.

இந்து மதம்: மற்ற மதங்களைச் (இஸ்லாம், சீக்கியம், பௌத்தம், அல்லது சமணம் ஆகியவை) சாராத ஆங்கிலேய இந்தியாவின் பல்வேறு கோட்பாடுகள் மற்றும் மத சித்தாந்தங்களின் தொகுப்பை ஆங்கிலேயர்கள் இந்தச் சொல் கொண்டு அழைத்தார்கள். காந்தியின் சொற்களில் சொல்வதானால், "பிராமணியமும் இந்து மதமும் வேறல்ல."

இந்துஸ்தான்: எல்லைகள் வரையறுக்கப்படாத புவியியல்சார் சொல். வரலாற்றுரீதியாக இஸ்லாமியப் படையெடுப்பாளர்களால் சிந்து நதியின் கிழக்கே அமைந்திருந்த இந்தியத் துணைக்கண்டத்தின் வட பிரதேசங்கள் அவ்வாறு குறிப்பிடப்பட்டன. நவீன காலத்தில் தொழில்நுட்பரீதியாக பஞ்சாபிற்கும் வங்காளத்திற்கும் இடையில் உள்ள பகுதி.

இந்துத்துவா: இந்து மேலாதிக்கம் மற்றும் இந்து வாழ்க்கை முறையை நிறுவ விரும்பும் ஒரு சித்தாந்தம்.

ஹன்கள்: கிழக்கு ஐரோப்பா மற்றும் மத்திய ஆசியா ஆகிய பகுதிகளில் 1ஆம் நூற்றாண்டுக்கும் 7ஆம் நூற்றாண்டுக்கும் இடையில் வாழ்ந்து வந்த நாடோடி மக்கள்.

சிந்து: இந்தியத் துணைக்கண்டத்தில் தெற்கு நோக்கிப் பாயும் ஒரு நதி; அது திபெத்தில் தோன்றி சிந்து மாகாணத்தில் முடிவடைகிறது. இந்தியாவுக்கு அப்பெயர் வர ஒரு காரணியாக உள்ள ஆறு. வரலாற்றுரீதியாக சிந்துவுக்குக் கிழக்கிலுள்ள பகுதிகள் அனைத்தும் இந்தியத் துணைக் கண்டத்தைச் சேர்ந்தவையாக அடையாளம் காணப்பட்டன.

ஹைதராபாத்: தெலங்கானா மாநிலத்தின் தலைநகரம் மற்றும் வரலாற்று முக்கியத்துவம் வாய்ந்த ஒரு பகுதி.

ஜஹாந்தர் ஷா: எட்டாவது முகலாயப் பேரரசர்.

ஜஹாங்கீர்: நான்காவது முகலாயப் பேரரசர்.

ஜம்மு: இந்தியாவின் ஜம்மு காஷ்மீர் மாநிலத்தைச் சேர்ந்த நகரம்.

ஜம்மு மற்றும் காஷ்மீர்: இந்தியாவின் வடகோடி மாநிலம். இந்தப் பிரதேசத்தை தங்கள் கட்டுப்பாட்டுக்குள் எடுக்க சீனா, பாகிஸ்தான், மற்றும் உள்ளூர் இயக்கங்கள் போட்டி போட்டு வருகின்றன.

ஜாட்: வட இந்தியா மற்றும் பாகிஸ்தானில் வாழ்ந்துவரும் ஒரு விவசாய சமூகம்.

ஜார்க்கண்ட்: கிழக்கு இந்தியாவின் ஒரு மாநிலம்.

ஜுஜ்ஜார் சிங்: குரு கோவிந்த் சிங்கின் இரண்டாவது மகன்.

ஜுனாகத்: குஜராத்தில் உள்ள ஒரு நகரம்.

கபிலவஸ்து: புத்தர் பிறந்த ஊர்.

கர்மா: ஒரு இந்து மதக் கோட்பாடு. இதன்படி, ஒருவர் தனது 'முற்பிறவியில்' தனக்கு விதிக்கப்பட்ட சாதியக் கடமைகளை நிறைவேற்றுவதைப் (அல்லது நிறைவேற்றாதது) பொறுத்து, 'இப்பிறவியில்' அவர் பிறக்கும் சாதி தீர்மானிக்கப்படும்.

கர்நாடகா: இந்தியாவின் தென்மேற்கில் உள்ள ஒரு மாநிலம்.

காஷ்மீர்: இந்தியத் துணைக்கண்டத்தின் வடகோடி புவியியல்சார் பிரதேசம்.

கேரளா: இந்தியாவின் ஒரு தென் மேற்குக் கடலோர மாநிலம்.

கால்சா: குரு கோவிந்த் சிங்கால் தொடங்கப்பட்ட ஒரு அமைப்பு.

கதிரிக்கள்: வட இந்தியத் துணைக்கண்டத்தில் உயர்சாதி வணிகர்கள் மற்றும் ராணுவ வீரர்கள்.

சத்ரியர்கள்: இந்து சாதி அமைப்பின் இரண்டாம் சாதியைச் சேர்ந்தவர்கள். இவர்கள் ஆளும் வகுப்பினர். பிராமணர்களைப் பாதுகாக்க வேண்டியது இவர்களின் கடமை.

குஷாணர்கள்: இந்தோ–ஐரோப்பிய நாடோடி மக்கள்.

லாகூர்: பஞ்சாப் பிரதேசத்தின் வரலாற்றுத் தலைநகரம். தற்போதைய நவீன காலத்தில் அது பாகிஸ்தானில் உள்ளது.

மத்தியப் பிரதேசம்: மத்திய இந்தியாவின் ஒரு மாநிலம்.

மகாராஷ்டிரம்: மேற்கு இந்தியாவின் ஒரு மாநிலம்.

மணிப்பூர்: வடகிழக்கு இந்தியாவின் ஒரு மாநிலம்.

மனுஸ்மிருதி: இந்து விதிகள் அடங்கிய வேத நூல்.

மெக்கா: மேற்கு சவுதி அரேபியாவில் உள்ள ஒரு நகரம். நபிகள் நாயகம் பிறந்த ஊர்.

மிரி பிரி: ஆன்மிகம் மற்றும் லௌகீகம் இரண்டுக்கும் உள்ள தொடர்பைக் குறிக்கும் ஒரு சொற்கூறு.

மிஸ்ல்: *18*ஆம் நூற்றாண்டு சீக்கியக் கூட்டமைப்பின் இறையாண்மை மிக்க தேசம்.

மிசோரம்: இந்தியாவின் ஒரு வடகிழக்கு மாநிலம்.

முகலாயப் பேரரசு: பாபரால் நிறுவப்பட்ட சாம்ராஜ்யம்.

முஹம்மத் ஷா: பன்னிரெண்டாவது முகலாயப் பேரரசர்.

ஆதிவாசி பகுஜன்: சாதிய வன்முறைகள் மற்றும் தீண்டாமையினால் பாதிக்கப் பட்டவர்கள். இந்தியத் துணைக்கண்டத்தின் மொத்த மக்கள்தொகையில் ஏறக்குறைய *85* சதவீதம் உள்ள மண்ணின் பூர்வகுடிகள்.

நாகாலாந்து: இந்தியாவின் ஒரு வடகிழக்கு மாநிலம்.

நாகார்ஜுன கொண்டா: இந்தியாவின் ஆந்திரப் பிரதேசத்தில் உள்ள ஒரு வரலாற்று முக்கியத்துவம் வாய்ந்த பௌத்த நகரம்.

நான்தெத்: இந்தியாவின் மகாராஷ்டிரா மாநிலத்தில் உள்ள ஒரு நகரம்.

நிஷான் சாஹிப்: சீக்கியக் கொடி.

ஒரிசா: தற்போது ஒடிசா; ஒரு கிழக்கிந்திய மாநிலம்.

பண்டிட்: இந்து அறிஞர்; இச்சொல் பொதுவாக இந்து விதிகளில் வல்லுநராக உள்ள பிராமணர்களைக் குறிக்கும்.

பந்த்: சீக்கிய அமைப்பின் தொகுப்பு; மற்றும் சீக்கிய சித்தாந்தமும் ஆகும்.

பாடலிபுத்திரம்: இந்தியாவின் பீகாரில் உள்ள ஒரு வரலாற்றுச் சிறப்புமிக்க நகரம்

பஞ்சாப்: இந்தியாவின் ஒரு வடமேற்கு மாநிலம் மற்றும் வரலாற்று முக்கியத்துவம் வாய்ந்த பிரதேசம். பழைய பஞ்சாப் கி.பி.1947 பிரிவினைக்குப் பின், இந்தியா/பாகிஸ்தான் எல்லை காரணமாக இரண்டாகப் பிரிந்திருக்கிறது.

பஞ்சாபி: பஞ்சாபைச் சேர்ந்த மக்கள் அல்லது அவர்கள் பேசும் மொழி.

காஸி: இஸ்லாமியச் சட்ட வல்லுநர் மற்றும் நீதிபதி.

இராஜஸ்தான்: இந்தியாவின் வடமேற்கு மாநிலம்

ரிக் வேதம்: மிகப் புனிதமானதாகவும் மிகப் பழமையானதாகவும் கருதப்படும் சாத்திரம்.

சச்சா பாதுஷா: குரு ஹர் கோவிந்த் மற்றும் குரு தேக்பகதூர் ஆகியோருக்கு பழங்குடிகளால் அளிக்கப்பட்ட பட்டம்; இதன் பொருள் "மெய்யான அரசன்."

சனாதனம்: இந்து மதம்

சங்கத்: சீக்கிய சபை

சமஸ்கிருதம்: இந்து சாத்திரங்கள் எழுதப்பட்டுள்ள புராதன இந்தோ-ஆரிய மொழி. பிராமணர்கள் மட்டுமே பேசவும் எழுதவும் அனுமதிக்கப்படும் இம்மொழியை 'தேவ பாஷை' என்றும் கூறுகின்றனர்.

சர்வோதயா: அனைவரையும் உயர்த்துதல்; தனிச் சொத்துரிமை என்பதை ஒழித்து, தனியுரிமை கோட்பாட்டிற்கு எதிராகக் கூட்டாண்மையைப் பரிந்துரைத்த தமது அரசியல் சித்தாந்தத்தை விளக்க காந்தி பயன்படுத்திய சொற்பதம்.

சதி: கணவன் இறந்தவுடன் விதவையாக்கப்படும் ஒரு பெண், அவனது சிதையில் ஏறி தன்னைத்தானே எரித்துப் பலியாக்கிக்கொள்ள வற்புறுத்தும் ஒரு இந்து வழக்கம்.

ஷபதங்கள்: குரு கிரந்த சாஹிப்பில் தொகுக்கப்பட்டுள்ள பாசுரங்கள்.

சாத்திரங்கள்: இந்து வேதங்கள்.

சிவலிங்கம்: இந்துக் கடவுளான சிவனின் ஆணுறுப்பைக் குறிக்கும் ஒரு விக்கிரகம்.

சூத்திரர்கள்: இந்து சாதி அமைப்பின் நான்காவது மற்றும் கடைசி சாதியைச் சேர்ந்தவர்கள். மற்ற மூன்று சாதியினருக்கும் அடிமைகளாக இருப்பதே அவர்களுக்கு விதிக்கப்பட்ட பணி.

சீக்கியர்: சீக்கிய சமயத்தைப் பின்பற்றுபவர். நேரடிப் பொருள், 'சீடன்' அல்லது 'மாணவன்.'

சீக்கிய குருக்கள்: *சீக்கிய சமயத்தை நிறுவிய பத்து சீக்கிய குருக்கள் (ஆன்மிக ஆசிரியர்கள்).*

1) குரு நானக்

2) குரு அங்கத்

3) குரு அமர்தாஸ்

4) குரு ராம்தாஸ்

5) குரு அர்ஜுன்

6) குரு ஹர் கோவிந்த்

7) குரு ஹர்ராய்

8) குரு ஹர்கிருஷண்

9) குரு தேக்பகதூர்

10) குரு கோவிந்த் சிங்

சிந்து: தென்கிழக்குப் பாகிஸ்தானில் உள்ள ஒரு மாநிலம்; வரலாற்று முக்கியத்துவம் வாய்ந்த பிரதேசம்.

சிர்ஹிந்த்: இந்தியாவின் பஞ்சாபில் உள்ள ஒரு நகரம்.

குரு கோவிந்த் சிங்கின் மகன்கள்:

பாபா அஜித் சிங்

பாபா ஜுஜ்ஜார் சிங்

பாபா ஜோராவர் சிங்

பாபா ஃபத்தே சிங்

சட்லஜ்: பஞ்சாபில் உள்ள ஒரு ஆறு

ஸ்வராஜ்: தன்னாட்சி

திபெத்: சீனாவின் தன்னாட்சி பெற்ற ஒரு பிரதேசம்; இமயமலையின் வடக்குப் பகுதியில் அமைந்துள்ளது.

தீண்டத்தக்கவர்கள்: இந்து சாதிய அமைப்பின் நால்வர்ணத்தைச் சேர்ந்த மக்கள்.

திருவாங்கூர்: இந்தியாவின் தென்மேற்கில் உள்ள ஒரு வரலாற்று முக்கியத்துவம் வாய்ந்த பிரதேசம். தற்போது கேரள மாநிலத்தின் பெரும் பகுதியாக அமைந்துள்ளது.

தலைப்பாகை (டர்பன்): சீக்கியர்கள் அணியும் தலைப்பாகை. வரலாற்றுரீதியாக அரசர்களுக்கு மட்டுமேயானதாக இருந்த ஒன்று.

தீண்டத்தகாதவர்கள்: சாதிய அமைப்புக்கு வெளியே உள்ளவர்கள். ஆதிசூத்திரர்கள் அல்லது தலித்துகள்.

உத்தரப் பிரதேசம்: இந்தியாவின் வடக்கில் உள்ள ஒரு மாநிலம்.

உத்தரகாண்ட்: இந்தியாவின் வடக்கில் உள்ள ஒரு மாநிலம்.

மேற்கு வங்கம்: இந்தியாவின் கிழக்கில் உள்ள ஒரு மாநிலம்.

வைசியர்கள்: இந்து சாதிய அமைப்பின் மூன்றாவது சாதியைச் சேர்ந்தவர்கள். அவர்களுக்கு ஒதுக்கப்பட்ட தொழிலின்படி வணிகர்கள், வட்டிக் கடைக்காரர்கள் மற்றும் விவசாயிகளாக வாழ்பவர்கள்.

வர்ணம்: சாதி.

வர்ணாஸ்ரம தர்மம்: சாதியச் சட்டங்கள் அல்லது விதிகள்; ஒவ்வொரு சாதியும் வாழ்க்கையின் ஒவ்வொரு கட்டத்தில் நிறைவேற்ற வேண்டிய கடமைகள். சமூகத்தின் நான்கு வர்ணங்கள் அல்லது சாதிகளின் பிரிவினைக்காக வகுக்கப்பட்ட விதிகள்.

Bibliography

Agnihotri, V. K. (ed.). *Indian History with Objective Questions and Historical Maps*. 1981. New Delhi: Allied Publishers Private Limited. 2010.

Ambedkar, Bhim Rao. *Thoughts of Dr. Baba Saheb Ambedkar*. Y. D. Sontakke (ed.). New Delhi: Samyak Prakashan. 2004. — *Dr. Babasaheb Ambedkar: Writings and Speeches* (vol. 1). Vasant Moon(ed.). Bombay: Education Department, Government of Maharashtra. 1979. — *Dr. Babasaheb Ambedkar: Writings and Speeches* (vol. 3). Vasant Moon (ed.). Bombay: Education Department, Government of Maharashtra. 1987. — "Mohandas Karamchand Gandhi: Memories of the Mahatma, by Bhimrao Ramji Ambedkar." Francis Watson (int.). British Broadcasting Corporation Sound Archive. February 26, 1955. — *What Congress and Gandhi Have Done to the Untouchables?* 1945. Delhi: Gautam Book Centre. 2009.

Amnesty International. Report 2005: *The State of the World's HumanRights*. London: Amnesty International Publications. 2005.

192 Captivating the Simple-Hearted Arora, Vishal. "UN Official: India's 'Conversion' Laws Threaten Religious Freedom." *The Wall Street Journal* (Blogs). March 10, 2014.

Asian Human Rights Commission. "India's Prevention of Torture Bill Requires a Thorough Review." Article 2, Vol. 09, No. 03-04. December 2010.

Bamzai, P. N. K. *Culture and Political History of Kashmir: Medieval Kashmir* (vol. 2). New Delhi: M. D. Publications Pvt Ltd. 1994. — *Culture and Political History of Kashmir: Modern Kashmir* (vol. 3). New Delhi: M. D. Publications Pvt Ltd. 1994.

Basu, Amrita. *Violent Conjectures in Democratic India*. New York: Cambridge University Press. 2015.

Basu, Manisha. *The Rhetoric of Hindu India: Language and Urban Nationalism*. Delhi: Cambridge University Press. 2017.

Bernier, François. *Travels in the Mogul Empire: A.D. 1656-1668*. Archibald Constable (Tr.). London: Oxford University Press. 1916.

Bhangoo, Rattan Singh. *Sri Gur Panth Prakash* (vol. 1). Kulwant Singh (tr.). Chandigarh: Institute of Sikh Studies. 2006.

Bloom, Irene and J. Paul Martin and Wayne L. Proudfoot (eds.). *Religious Diversity and Human Rights*. New York: Columbia University Press, 1996.

Brard, Gurnam Singh Sidhu. *East of Indus: My Memories of Old Punjab*. New Delhi: Hemkunt Publishers (P) Ltd. 2007.

British Indian Empire. *The Imperial Gazetteer of India* (vol. 20). Oxford: Clarendon Press. 1908. — *Report on the Administration of Punjab and Its Dependencies for 1901- 1902*. Lahore: Punjab Government Press. 1902.

Browne, James. *India Tracts: Containing a Description of the Jungle Terry Districts, Their Revenues, Trade, and Government: With a Plan for the Improvement of Them; Also An History of the Origin and Progress of the Sicks*. London: Logographic Press. 1788.

Burke, Jason. "'Racist' Gandhi statue banished from Ghana university campus." *The Guardian*. October 6, 2016.

California State Assembly. Concurrent Resolution No. 34, Chapter 36. "Relative to the November 1984 anti-Sikh pogroms." May 5, 2015.

Carson, Clarence. *The Beginning of the Republic*: 1775-1825 (A Basic History of the United States Vol. 2). Wadley: American Textbook Committee. 1984.

Chandra, Satish. *Medieval India: From Sultanat to the Mughals* (vol. 2). 1999. Har-Anand Publications Pvt. Ltd. 2006.

Cole, W. Owen and Piara Singh Sambhi. *A Popular Dictionary of Sikhism*. 1990. London: Routledge. 1997.

Congressional Record. Volume 158, Number 147. 112th Congress.

Constituent Assembly of India Debates (Proceedings). Vol. 11. 1946-1950. Full text available at http://parliamentofindia.nic.in/ls/debates/debates.htm.

Crossette, Barbara. "New Delhi Journal; The Sikh's Hour of Horror, Relived After 5 Years." *The New York Times*. September 7, 1989. — "India Uproots Thousands Living Near Sikh Temple." *The New York Times*. June 3, 1990.

Cunningham, Joseph Davey. *A History of the Sikhs From the Origin of the Nation to the Battles of the Sutlej*. London: John Murray. 1849.

Dhami, Sukhman. "Confront India on Poor Human Rights Record." TheHill.com. January 26, 2015.

Dubois, Jean A. *Hindu Manners, Customs and Ceremonies*. Henry K. Beauchamp (tr.). 1897. Oxford: Clarendon Press. 1906.

Elphinstone, Mountstuart. *The History of India* (vol. 1). London: John Murray. 1843. — *The History of India*, (vol. 2). London: John Murray. 1843.

Embassy Mumbai. "Gujarat Chief Minister Modi Sets His Sights on National Politics." Wikileaks Cable: 06MUMBAI1986_a. November 2, 2006. Full text available at https://wikileaks.org/plusd/cables/06MUMBAI1986_a.html

Embassy New Delhi. "ICRC Frustrated With Indian Government." Wikileaks Cable: 05NEWDELHI2606_a. Dated April 6, 2005. Full text available at http://wikileaks.rsf. org/cable/2005/04/05NEWDELHI2606.html — "Manmohan Singh a True Statesman in Reacting to Sikh Riot Report." Wikileaks Cable: 05NEWDELHI6310_a. August 12, 2005. Full text available at https://wikileaks.org/plusd/cables/05NEWDELHI6310_a.html

Eraly, Abraham. *The Mughal Throne: The Saga of India's Great Emperors.* 1997. London: Phoenix. 2004.

— "Just A Legal Indian." *Outlook.* August 20, 2001.

European Commission to the International Dalit Solidarity Network. "Caste-based Discrimination in South Asia." June 2009.

Farquhar, J. N. *The Religious Quest of India: An Outline of the Religious Literature of India.* London: Oxford University Press. 1920.

Faruki, Zahiruddin. *Aurangzeb & His Times.* Bombay: D.B. Taraporevala Sons & Co. 1935.

Gandhi, Mohandas. *The Collected Works of Mahatma Gandhi.* 100 Volumes. Delhi: Publications Division, Ministry of Information and Broadcasting, Government of India. 1958-1994.

Gandhi, Surjit Singh. *History of the Sikh Gurus (A Comprehensive Study).* Delhi: Gur Das Kapur & Sons (P) Ltd. 1978.

— *History of Sikh Gurus Retold*: 1606-1708 CE, Vol. 2. New Delhi: AtlanticPublishers & Distributors. 2007.

Ghosh, S. K. *Torture and Rape in Police Custody: An Analysis.* New Delhi: Ashish Publishing House. 1993

Gill, Rahuldeep. "India's Incomplete Democracy." *The Los Angeles Times.* June 18, 2014.

Goodman, Amy. "Explosive Report by Indian Magazine Exposes Those Responsible for 2002 Gujarat Massacre." Democracy Now! December 5, 2007.

Gossman, Patricia. *Human Rights in India: Punjab in Crisis.* Human Rights Watch. 1991.

Gregg, Heather Selma. *The Path to Salvation: Religious Violence from the Crusades to Jihad.* 2014. Lincoln: University of Nebraska Press.

Grewal, J.S. (ed). *Sikh History from Persian Sources.* Irfan Habib (tr.). 2001. New Delhi: Tulika Books, 2011.

Griffith, Ralph T.H. (tr.). *Rigveda.* 1896. Santa Cruz: Evinity Publishing, Inc. 2009.

Gupta, Hari Ram. *History of the Sikhs* (vol. 1). New Delhi: Munshiram Manoharlal. 1978.

Guru Nanak Khalsa College of Arts, Science & Commerce. gnkhalsa.edu. in. Vision.

Halarnkar, Samar. "Inside the Hindu mind, a battle for a Hindu nation." Scroll.in. June 11, 2017.

Human Rights Watch. *Cleaning Human Waste: "Manual Scavenging," Caste, and Discrimination in India*. August 25, 2014.
— *India: Investigate Unmarked Graves in Jammu and Kashmir*. August 24, 2011.
— "India: Gujarat Officials Took Part in Anti-Muslim Violence." April 30, 2002.

Irvine, William. *Later Mughals*: 1707-1720, Vol. 1. London: Luzac & Co. 1922.

Izsák, Rita. "Report of the Special Rapporteur on minority issues." United Nations General Assembly. A/HRC/31/56. January 28, 2016.

Jackson, A. V. Williams (ed). *A History of India* (vol. 9). London: The Grolier Society. 1906.

Jackson, Richard and Eamon Murphy and Scott Poynting (eds.). *Contemporary State Terrorism: Theory and Practice*. London: Routledge. 2010.

Jaffrelot, Christophe. *Religion, Caste, and Politics in India*. Delhi: Primus Books. 2010.

Joseph, Tony. "How genetics is settling the Aryan migration debate." *The Hindu*. June 16, 2017.

Juergensmeyer, Mark. *The New Cold War? Religious Nationalism Confronts the Secular State*. Berkeley: University of California Press. 1993.

Kaur, Jaskaran. *Protecting the Killers: A Policy of Impunity in Punjab, India*. Human Rights Watch and Ensaaf. October 2007.
— *Twenty Years of Impunity*. Ensaaf. October 2006.

Khalra, Jaswant Singh. "Last International Speech — The Struggle for Truth." Ensaaf. April 1995.

Kinra, Rajeev. *Writing Self, Writing Empire: Chandar Bhan Brahman and the Cultural World of the Indo-Persian State Secretary*. Oakland: University of California Press. 2015.

Klostermaier, Klaus. *A Survey of Hinduism. Albany*: State University of New York Press. 2007.

Kohli, Mohindar Pal. *Guru Tegh Bahadur: Testimony of Conscience*. New Delhi: Sahitya Akademi. 1992.

Kollar, Nathan R. and Muhammad Shafiq (eds.). *Poverty & Wealth in Judaism, Christianity, & Islam*. Rochester: Palgrave Macmillan. 2016.

Kuiper, Kathleen (ed.) *Understanding India: The Culture of India*. New York: Britannica Educational Publishing. 2011.

Kumar, Ram Narayan and Amrik Singh. *Reduced to Ashes: The Insurgency and Human Rights in Punjab*. Kathmandu: South Asia Forum for Human Rights. 2003.

Lawrence, Walter R. *The Valley of Kashmir*. London: Oxford University Press. 1895.

Macauliffe, Max Arthur. *The Sikh Religion: Its Gurus, Sacred Writings, and Authors*. Six Volumes. Oxford: Clarendon Press. 1909.

Madra, Amandeep Singh and Parmjit Singh (eds.). *"Sicques, Tigers, or Thieves": Eyewitness Accounts of the Sikhs*. New York: Palgrave MacMillan. 2004.

Magagnini, Stephen. "Was Gandhi saint or sinner? Debate rages over new Davis statue." *The Sacramento Bee*. October 2, 2016.

Mahmood, Cynthia Keppley. *Fighting for Faith and Nation: Dialogues With Sikh Militants*. Philadelphia: University of Pennsylvania Press. 1996.

Malcolm, John. *Sketch of the Sikhs*. Prithipal Singh Kapur (ed.). Amritsar: Satvic Media Pvt. Limited. 2007.

Mander, Harsh. "Nellie: India's Forgotten Massacre." *Sunday Magazine - The Hindu*. December 14, 2008.

Manucci, Niccolao. *Storia do Mogul or Mogul India*: 1653-1708. William Irvine (tr.). London: John Murray. 1907.

Mathur, Shubh. *The Human Toll of the Kashmir Conflict: Grief and Courage in a South Asian Borderland*. New York: Palgrave MacMillan. 2016.

Mayo, Katherine. *Slaves of the Gods*. New York: Harcourt, Brace and Company, Inc. 1929.

Medina, Jennifer. "Debate Erupts in California Over Curriculum on India's History." *The New York Times*. May 4, 2016.

Metcalf, Barbara D. and Thomas R. Metcalf. *A Concise History of Modern India*. 2001. Cambridge: Cambridge University Press. 2012.

Mohamad, Malik. *The Foundations of Composite Culture in India*. Delhi: Aakar Books. 2007.

Mohammed, Shah. *The First Punjab War: Shah Mohammed's Jangnama*. P. K. Nijhawan (ed. and tr.). Amritsar: Singh Brothers, 2001.

Mugali, Shiladhar Yallappa and Priyadarshini Sharanappa Amadihal. "Mahatma Jyotirao Phule's Views on Upliftment of Women as Reflected in Sarvajanik Stayadharma." *Proceedings of the Indian History Congress* (vol.69). 2008.

Muller, F. Max and George Bühler (eds.). *The Sacred Books of the East: The Laws of Manu*, Vol. 25. Oxford: Clarendon Press. 1886.

Nahal, Tarlochan Singh. *Miri and Piri: Religion and Politics in Sikhism with Special Reference to the Sikh Struggle (1947-1999)*. Paper presented at International Sikh Conference. 2000. Vancouver, British Columbia.

Nicoll, Fergus. *Shah Jahan: The Rise and Fall of the Mughal Emperor*. London: Haus Publishing Ltd. 2009.

Obama, Barack. "President Barack Obama's Inaugural Address." Whitehouse.gov. January 21, 2009.

Ontario Legislative Assembly. Private Members' Public Business, Ballot Item Number 47, Private Members' Notice of Motion Number 46. Ms. Malhi.

Pelsaert, Francisco. *Jahangir's India*. Cambridge: W. Heffer & Sons Ltd. 1925.

Pföstl, Eva (ed.). *Between Ethics and Politics: Gandhi Today*. New Delhi: Routledge. 2014.

Phule, Jyotirao. 1891. *Collected Works: The Book of the True Faith* (vol. 2). 1991.
— *Slavery: In This Civilised British Government Under the Cloak of Brahmanism*. 1873. Full text available at velivada.com.

Rawat, S. Ramnarayan and K. Satyanarayana (eds.). *Dalit Studies*. Durham: Duke University Press. 2016.

Richards, John F. *The Mughal Empire*. Cambridge: Cambridge University Press. 1995.

Rigoglioso, Marguerite. "Stanford scholar casts new light on Hindu-Muslim relations." stanford.edu. September 9, 2015.

Robinson, Francis. *The Mughal Emperors And The Islamic Dynasties of India, Iran and Central Asia*, 1206-1925. New York: Thames & Hudson, Inc. 2007.

Roe, Thomas. *The Embassy of Sir Thomas Roe to the Court of the Great Mogul, 1615-1619 as Narrated in His Journal and Correspondence* (vol. 1). William Foster (ed.). London: Redford Press. 1899.

Rothbard, Murray. *The Libertarian Forum*. Volume VII, NO.7. July 1975.

Royal Asiatic Society of Bengal. *Journal of the Royal Asiatic Society of Bengal: Letters*. Vol. XV, 1949, No. 1. July 1949.

Roy, Arundhati. *Field Notes on Democracy: Listening to Grasshoppers*. Chicago: Haymarket Books. 2009.
— "My Seditious Heart." *The Caravan*. May 1, 2016.
— "R. Parekh Annual Lecture." A Conference on Democracy and Dissent in China and India. University of Westminster. June 2, 2011.

Sappenfield, Mark. "Obama's new India problem: What to do with Narendra Modi?" *The Christian Science Monitor*. May 18, 2014.

Saraswati, Maharishi Swami Dayanand. *The Satyartha Prakasha*. 1975. New Delhi: Sarvadeshik Arya Pratinidhi Sabha. 1984.

Scott-Clark, Cathy. "The mass graves of Kashmir." *The Guardian*. July 9, 2012.

Singh, Gopal. *The Religion of the Sikhs*. 1971. New Delhi: Allied Publishers Private Limited. 1981.

Singh, Gurmit. *History of Sikh Struggles* (vol. 1). New Delhi: Atlantic Publishers & Distributors 1989.

Singh, Guru Gobind. Zafarnama. Jasbir Singh (tr.). 1705. Full text available at zafarnama. com. Singh, Harbans. *The Heritage of the Sikhs*. New York: Asia Publishing House. 1964.

Singh, Harinder. "Nash Doctrine: Five Freedoms of Vaisakhi 1699." Sikh Research Institute. April 16, 2017. Full text available at http://www.sikhri.org/nash_doctrine_five_freedoms_of_vaisakhi_1699.

— "The Emergency & The Sikhs." Sikh Research Institute. Full text available at http://www.sikhri.org/the_emergency_the_sikhs.

Singh, Kanwarjit. *Political Philosophy of the Sikh Gurus*. New Delhi: Atlantic Publishers & Distributors. 1989.

Singh, Kapur. *Sikhism: An Oecumenical Religion*. Gurtej Singh (ed.). Chandigarh: Institute of Sikh Studies. 1993.

— "The Golden Temple: Its Theo-Political Status." 1960. Sikh Research Institute. April 25, 2016. Full text available at http://www.sikhri.org/the_golden_temple_its_theo_political_status

Singh, Prithi Pal. *The History of Sikh Gurus*. New Delhi: Lotus Press. 2006.

Singh, Puran. *Volume One, Part II of Spirit of the Sikh*. Patiala: Punjabi University, Patiala. 1980.

— *Volume Two, Part II of Spirit of the Sikh*. Patiala: Punjabi University, Patiala. 1981.

— *Open Letter to Sir John Simon*. October 21, 1928. Full text available at globalsikhstudies.com and archive.org.

Singh, Sangat. *The Sikhs in History*. 1995. Amritsar: Singh Brothers. 2005.

Singh, Sardar Harjeet. *Faith and Philosophy of Sikhism*. Delhi: Kalpaz Publications. 2009.

Smith, Brian K. *Classifying the Universe: The Ancient Indian Varna System and the Origins of Caste*. New York: Oxford University Press. 1994.

Smith, Vincent A. *Akbar the Great Mogul*, 1542-1605. Oxford: Clarendon Press. 1917.

Srivastava, Ashirbadi Lal. *The Sultanate of Delhi*. 1950. Agra: Shiva Lal Agarwala & Company. 1966.

Steinbach, Henry. *The Punjab: Being a Brief Account of the Country of the Sikhs*. London: Smith, Elder, & Co. 1845.

Sullivan, Richard Joseph. *An analysis of the political history of India. In which is considered, the present situation of the East, and the connection of its several powers with the Empire of Great Britain*. 1779. London: T. Beckett. 1784.

Swift, E.P. *The Foreign Missionary Chronicle: Containing a Particular Account of the Proceedings of the Western Foreign Missionary Society and a General View of the Transactions of Other Similar Institutions* (vols. 1 and 2). Pittsburgh: Christian Herald. 1834.

The Imperial Gazetteer of India (vol. 20). Oxford: Clarendon Press. 1908.

Tavernier, Jean Baptiste. *Travels in India* (vol. 2). V. Ball (tr.). London: Macmillan and Co. 1889.

Theertha, Dharma Swami. *History of Hindu Imperialism*. 1941. Kottayam: Babasaheb Ambedkar Foundation. 1992.

Thorn, William. *Memoir of the War in India*. London: Military Library. 1818.

Thornton, Edward. *A Gazetteer of the Territories Under the Government of the East-India Company and of the Native States on the Continent of India*. London: Wm. H. Allen & Co. 1858.

Truschke, Audrey. *Culture of Encounters: Sanskrit at the Mughal Court*. Ebook. New York: Columbia University Press, 2016.
— Aurangzeb: The Life and Legacy of India's Most Controversial King. Ebook. Stanford: Stanford University Press, 2017.

United Nations. "Convention on the Prevention and Punishment of the Crime of Genocide." United Nations General Assembly. December 9, 1948. Article 2.
— "Final Report of the Commission of Experts Established Pursuant to Security Council Resolution 780 (1992)." United Nations Commission of Experts. 27 May 1994, section III.
— "Caste systems violate human rights and dignity of millions worldwide — New UN expert report." Office of the High Commissioner of Human Rights. March 21, 2016.

United States Commission on International Religious Freedom. *Annual Report: India Chapter*. May 2010.
— *Annual Report: India Chapter*. April 2016.

Valmuci, Arvin. "Anglican Church Hosts Indian Human Rights Leader to Discuss Religious Persecution." sikh24.com. May 26, 2017.
— "California Seminar Warns India's 'Brahman Raj.'" sikh24.com. June 1, 2017.

Weber, Max. The Religion of India: *The Sociology Of Hinduism And Buddhism*. Hans Gerth and Don Martindale (trs.). Glencoe: The Free Press. 1958.

Wheeler, James Talboys. *India Under British Rule From the Foundation of the East India Company*. London: Macmillan and Co. 1886.

X, Malcolm. "The Race Problem." African Students Association and NAACP Campus Chapter. Michigan State University, East Lansing, Michigan. 23 January 1963.

Yong, Tan Tai. *The Garrison State: The Military, Government, and Society in Colonial Punjab*, 1849-1947. New Delhi: Sage Publications. 2005.

Zubrin, Robert. "The Population Control Holocaust." *The New Atlantis*. Number 35. Spring 2012.

அங்கீகாரங்கள்

இந்நூலின் உருவாக்கத்தில் தொடக்கம் முதல் இறுதிவரை எங்களுடன் துணை நின்ற அனைவருக்கும் எங்களது அன்பை தெரிவித்துக்கொள்கிறோம். உங்களுக்குத் தெரியும் நீங்கள் யார் என்பது. முதலில் அய்யா திரு. கி. வீரமணி, திராவிடர் கழகம் மற்றும் திரு. G. கருணாநிதி, தமிழ்நாடு இருவர்க்கும் எங்களது அன்பையும் நன்றிகளையும் தெரிவித்துக்கொள்கிறோம்

இந்நூலினைத் தமிழில் மிகக் கூடுதல் கவனத்துடன் செம்மையாய் மொழிபெயர்த்த மொழிபெயர்ப்பாளர் அனிதா N ஜெயராம் மற்றும் மொழிபெயர்ப்பு, நூல் வடிவமைப்பு, மெய்ப்பு நோக்கம் என பல பணிகளை ஒருங்கிணைத்த கவிஞர் சுகிர்தராணி இருவருக்கும் மிகுந்த நன்றியைத் தெரிவிக்க நாங்கள் கடமைப்பட்டுள்ளோம். மிகப் பொருத்தமான அட்டையை வடிவமைத்துத் தந்த ஓவியர் சந்தோஷ் நாராயணனுக்கும் நன்றி. மேலும் கர்நாடகாவிலிருந்து சிந்தியா ஸ்டீபன் மற்றும் அமெரிக்காவிலிருந்து கங்காநிதி சிவபாண்டியன், மற்றும் டெல்லியிலிருந்து ஜீவன் மல்லா ஆகியோர் மேற்கொண்ட ஒருங்கிணைப்புப் பணிகள் இன்றியமையாதவை. அவர்களுக்கு எங்கள் நன்றிகள்.

பீட்டர் ஃப்ரெட்ரிக்: "இந்நூலின் உருவாக்கத்தில் என்னை ஊக்குவித்த பூர்வகுடி சமூகத்துக்கு எனது நன்றியை தெரிவிக்க விரும்புகிறேன். மேலும் பல நூற்றாண்டுகளுக்கு முன்பு இந்தியத் துணைக்கண்டத்தில் பயணித்து தங்களது அனுபவங்களை பதிவு செய்த பல ஐரோப்பிய சாகசப் பயணிகளுக்கு எனது நன்றியை உரித்தாக்குகிறேன். C அவர்களின் உறுதியான ஆதரவுக்கும் ஊக்குவிப்புக்கும் கடப்பாடு உடையவனாகிறேன். இறுதியாக, தங்களது அசைக்கமுடியாத துணிவு மற்றும் அர்ப்பணிப்பு ஆகியவற்றின் மூலம் எனக்கு அகத்தூண்டுதலாக இருந்த சீக்கிய குருக்களுக்கு எனது நன்றியை சமர்ப்பிக்கிறேன்."

பஜன் சிங்: "நான் எனது குடும்பத்தாருக்கும், குறிப்பாக, என் உடன் நின்று ஆதரவளித்து இந்நூலை எழுதி முடிக்க அனுமதித்த என் மனைவிக்கும் நன்றி கூற விரும்புகிறேன். இப்பூமியின் மானுடத்திற்கு சேவையாற்றுகின்ற வகையில், இந்த எளிய முயற்சி உலகின் அனைத்து ஒடுக்கப்பட்ட மக்களுக்கும் கற்பதற்கான ஒரு வழிகாட்டியாக இருக்கும் என நம்புகிறேன்."

நூலாசிரியர்கள்

பீட்டர் ஃப்ரெட்ரிக்: அமெரிக்காவின் கலிஃபோர்னியாவில் வாழ்ந்து வரும் ஒரு பத்திரிகை ஆசிரியர் மற்றும் சமூகப் போராளி. இந்தியாவில் தீவிரவாதத்தின் முகங்கள் (2011) மற்றும் உள்ளுறையும் பேய்கள்: இந்தியக் காவல்துறையின் முறைப்படுத்தப்பட்ட சித்திரவதை வழக்கம் (2011) ஆகிய நூல்களின் இணை ஆசிரியர். மேலும் பல நூல்களின் தொகுப்பாசிரியரும் ஆவார். உலக மதங்கள், மனித உரிமைகள், பொருளாதார செயல்பாடுகள், ஏகாதிபத்தியம், மற்றும் தெற்காசிய வரலாறு மற்றும் கலாச்சாரம் ஆகியவற்றைக் கற்றறிந்த மாணவர்.

பஜன் சிங்: அமெரிக்காவின் கலிபோர்னியாவில் வசிக்கும் ஒரு மானுடவியலாளர் மற்றும் சமூக செயற்பாட்டாளர். இந்தியாவில் தீவிரவாதத்தின் முகங்கள் (2011) மற்றும் உள்ளுறையும் பேய்கள்: இந்தியக் காவல்துறையின் முறைப்படுத்தப்பட்ட சித்ரவதை வழக்கம் (2011) ஆகிய நூல்களின் இணை ஆசிரியர். இந்திய சிறுபான்மையினர்களுக்கான அமைப்பின் நிறுவன இயக்குனரும் ஆவார்.